Utata Kuhusu Nyakati za Mwisho

Dr Joseph Kinyanjui Karanja

Published by Dr Joseph Kinyanjui Karanja, 2024.

UTATA KUHUSU NYAKATI ZA MWISHO

First edition. March 16, 2024.

ISBN: 979-8224347650

Written by Dr Joseph Kinyanjui Karanja.

Hakimiliki

Dibaji

Utafiti nilioufanya ili kujaribu kuubaini ufahamu wa muktadha wa hali ya hadaa na ya uhakika ya matukio ya mwisho kati ya Waumini Wa Kikristo katika makanisa kadhaa yaliyochaguliwa Katika Kaunti Ya Kiambu, Kenya (Kinyanjui 2019), ulibainisha matokeo yaliyotisha. Jambo hilo la mwisho-mwisho lilionekana kuwa jambo lisiloeleweka sana miongoni mwa Waamini Wakristo. Kwa mfano, wengi wa waliohojiwa kwa asilimia 42.2 na ambao walikuwa kati ya "kukubaliana" na "kukubaliana sana" walisema kwamba vita vya Har- Magedoni vitapiganwa Kati ya Marekani na washirika wake dhidi ya Urusi na washirika wake.

Katika utafiti uo huo, asilimia 33.4 ya waliohojiwa na ambao walikuwa kati ya "kukubaliana sana "na" kukubaliana "waliamini Kwamba" Shetani kupitia Mpinga Kristo hatimaye atafanikiwa kuangamiza taifa la Kiyahudi", ikimaanisha waliamini Kwamba Israeli itatokomezwa, asilimia 23.8" hawakukubaliana "wala" hawakukataa", ikimaanisha, wangeshawishika kuegemea upande wowote ule. Hii ni idadi kubwa sana.

Matokeo haya ni kiashiria kwamba idadi kubwa ya washiriki wa kanisa hawajui vizuri somo la eskatolojia. Utafiti huo ulibaini kwamba waumini wengi Wa Kikristo nadra husoma Kitabu cha Ufunuo. Vivyo hivyo, viongozi wengi wa makanisa hawawafundishi washiriki wao habari hiyo.

Renald Showers akiandika katika IMG (2015: 11/12) anamnukuu mchungaji ambaye alimwambia juu ya profesa wa seminari ambaye aliwashauri wanafunzi wake kwamba "hakuna mtu anayeweza kuelewa Kitabu cha Ufunuo". Maelezo kama hayo yakitoka kwa msomi wa kitheolojia yanaibua wasiwasi mkubwa.

Ikiwa wasomi Wa Biblia wangetazama vitabu vya unabii kwa mtazamo kama huo, sembuse washiriki wa kawaida kanisani?

Msimamo wa profesa huyu unathibitisha matokeo ya utafiti wangu ambao ulihitimisha kuwa waumini wa Kikristo hawavisomi wala kujifunza vitabu vya kinabii, haswa Kitabu cha Ufunuo. Hilo ni tatizo kubwa katika imani ya Kikristo.

"Eskatolojia au utafiti wa matukio ya wakati wa mwisho ni somo muhimu sana katika imani ya Kikristo. Ndio msingi ambamo imani ya Kikristo imejengwa. Inaelezea hatima ya mwanadamu, Shetani na uumbaji wa Mungu."Mhudumu au mchungaji yeyote wa kanisa ambaye anashindwa kuchukua somo hili kwa uzito kwa kufundisha kundi lake, huathiri pakubwa Mwili wa Kristo. Kondoo wa Bwana wana hamu kubwa ya kujua kuhusu matukio ya wakati wa mwisho, na jukumu hilo linamwangukia mchungaji.

Somo la eskatolojia ni gumu sana na la kuvutia. Kwa sababu ya tofauti za ufasiri, wasomi wanaona baadhi ya masuala ya eskatolojia kwa mitazamo tofauti. Masuala kama haya ni pamoja na: wakati wa Unyakuo, ufalme wa miaka elfu, alama ya mnyama, Babeli ya ajabu, mashahidi wawili, na mashahidi 144,000 kati ya mengine. Wakati wowote ambapo mada inatoa maoni zaidi ya moja, huzua hali ya sitofahamu au ukinzani kwa msomaji. Mandhari hii ya sitofahamu kwa upande mmoja, na upungufu wa ufahamu wa eskatolojia miongoni mwa waumini wa Kikristo, kama inavyothibitishwa katika utafiti uliotajwa hapo juu kwa upande mwingine, ndio ulichochea uandishi wa kitabu hiki.

Joseph Kinyanjui Karanja
Ruiru, Kenya.
Machi 2024

Utangulizi

Dkt Joseph Kinyanjui Karanja ameandika kitabu chenye uwazi na kina kwa mwanafunzi yeyote wa eskatologia anayekusudia kujifunza kwa makini na kina. Katika kitabu hiki utapata mtiririko laini Wa Kanisa, watu wa Mungu, kulingana na maono ya Nabii Danieli, sio tu Kwa Yesu bali kwa enzi hii na kuendelea.

Kitabu hiki kinatoa ufafanuzi mzuri na majadiliano ya shule nyingi tofauti za kibiblia na usawazishaji wa shule kabla ya hitimisho lolote la kimantiki kupendekezwa au kutolewa. Kitabu hiki kitapata mahali pake hivi karibuni katika maktaba na vikundi vya majadiliano ya kitheolojia katika vyuo vikuu na seminari.

Huku kikiwa kimeandikwa wakati ambapo ulimwengu ulikuwa katika hali ya taharuki – katikati ya Janga la magonjwa ya kiwango cha juu zaidi na dunia iliyochangiwa na mamia ya nadharia za njama – kitabu hiki kinatoa uzingatiaji wa busara na msingi mzuri wa kuzingatia ukweli kinyume na uwongo.

Iwe unasoma kitabu hiki kama mwanatheolojia aliyekamilika au kama mtakatifu wa Mungu anayevutiwa na siku za mwisho au kama wewe ni msomaji wa kawaida, kitabu hiki kina ukweli mkubwa na wenye kusumbua kwa siku na nyakati zetu. Ilikuwa vigumu sana kwangu kukiweka chini kitabu hiki nilipokuwa ninakisoma na kukichambua.

Karibu katika kujifunza kazi hii nzuri.

Dkt. Fred Maina Macharia

Chuo Cha Biblia cha Salt lake Kenya.

Shukrani

Kwanza kabisa, shukrani yangu inakwenda kwa Mwenyezi Mungu kwa kunipa neema ya kutosha kuandika kitabu hiki. Utukufu na Heshima Kwake. Ninathamini sana kila msomi wa Biblia, ambaye amejitolea wakati kwa kufanya utafiti na kuandika juu ya somo hili muhimu – Eskatolojia. Nimehamasishwa na kujifunza sana kutokana na kazi zenu nzuri zilizitokana na mhanga na kujitolea kwenu. Kwa ninyi wasomi, "mchango wenu haujatolewa bure."

Yaliyomo

Utangulizi

Eskatolojia ni uchunguzi wa mambo ya mwisho yatakayotokea duniani katika zama hizi. Inashughulikia utafiti wa matukio kama vile ujio wa pili wa Kristo, hukumu ya dunia, ufufuo wa wafu, na uumbaji wa mbingu na dunia mpya."[1]

"Eskatolojia inatokana na neno la Kigiriki 'eskatos', linalomaanisha 'mwisho', na hii inaeleweka kwa kuwa tawi hili la theolojia linahusika na kujifunza kuhusu mwisho wa maisha au kifo. Kimsingi zaidi, eskatolojia inahusisha mambo manne ya hatima ya mwisho ya wanadamu."[2]

Jambo la msingi ni kwamba, eskatolojia inategemea msemo, "mambo ya mwisho yatakayotokea". Hii inatuzulia swali, ratiba ya eskatolojia inaanza lini? Baadhi ya wasomi wanaona ratiba hii ikianza tangu wakati wa maono ya Danieli kuhusu mwisho wa dunia (Danieli 9:24-27). Wasomi wengine wanaona ratiba ya mwisho wa dunia ikianza wakati wa kupaa mbinguni kwa Kristo.

"Matukio ya mwisho" yanafanana na filamu ya kusisimua yenye sehemu na maonyesho kadhaa na mapumziko. "Mchezo" huu mkubwa una wahusika wengi. Miongoni mwa wahusika wakuu ni Israeli, Roma, Urusi, Uturuki, Iran, Iraq, Uchina, Jumuiya ya Ulaya, Marekani, Nabii wa Uongo na Mpingakristo. Uwanja wa matukio haya ni hasa Mashariki ya Kati, hasa Israeli na Yerusalemu.

Wasomi wa Biblia wana tofauti za kimtazamo kuhusu masuala ya eskatolojia kutokana na mitazamo yao na tafsiri ya maandiko. Tofauti hizi za maoni zinaweza kusababisha "kuchanganyikiwa" kwa wasomaji. Hii inaweza kueleweka kwa mfano wa mtu anayeenda mahali fulani, kisha anafika kwenye njia panda yenye njia tatu: kulia, kushoto na mbele. Mtu huyo bila shaka atachanganywa ni njia gani ya kuchukua. Hii ndiyo hali inayomtokea mtu anayesoma maoni tofauti ya wasomi kuhusu mambo ya mwisho, na ndiyo sababu kitabu hiki kikapewa anwani, "Utata kuhusu nyakati za mwisho".

Mjadala kuhusu eskatolojia unatokana hasa na tafsiri ya Maandiko, na hivyo kuzalisha mifumo mingi ya mawazo ili kukabiliana na masuala tofauti ya eskatolojia. Mjadala mkubwa na mchanganyiko wa maoni miongoni mwa wasomi ni kuhusu wakati wa Kunyakuliwa kwa Kanisa. Mtazamo mmoja ni ule wa "kabla ya dhiki" ambao unasema kuwa Kanisa halitapitia dhiki yoyote, lakini litaepushwa na mateso hayo. Kulingana na mtazamo huu, Kanisa litanyakuliwa kabla ya Dhiki na Utawala wa Mpingakristo.

Mtazamo mwingine ni "Kunyakuliwa kwa Sehemu" ya Kanisa. Wanaoshikilia mtazamo huu wanasema kwamba Wakristo wengine wataachwa wakati wengine watanyakuliwa, kulingana na uaminifu wa mtu kwa Kristo. Wale wanaoachwa, kulingana na mtazamo huu, watanyakuliwa katika kipindi chote cha Dhiki wanapoweka maisha yao sawa. Kisha kuna mtazamo wa "Kunyakuliwa Katikati ya Dhiki". Kulingana na mtazamo huu, Kanisa litanyakuliwa katikati ya kipindi cha Dhiki cha miaka saba. Hii inamaanisha kuwa Kanisa litapitia Dhiki katika miaka mitatu na nusu ya kwanza. Mara tu baada ya mateso haya, Kanisa litachukuliwa na kuepushwa sehemu ya pili ya Dhiki ambayo itakuwa kali zaidi. Pia kuna mtazamo wa "baada ya dhiki" ambao unasema kuwa Kanisa litapitia kipindi chote cha Dhiki cha miaka saba. Ni baada ya Dhiki ya miaka saba ndipo Kanisa litanyakuliwa.

Eneo lingine lenye maoni tofauti mbali na Kunyakuliwa ni Ufalme wa Miaka Elfu wa Kristo. Mmoja wa mitazamo ya Ufalme wa Miaka Elfu ni "Premillennialism". Wanaoshikilia mtazamo huu wanasema kwamba Kristo atatawala Dunia kwa kipindi cha miaka elfu baada ya Ujio Wake wa Pili. Hiyo ni kusema, ujio wa Kristo utatangulia Enzi ya Miaka Elfu. Mtazamo mwingine wa Ufalme wa Miaka Elfu ni "Postmillennialism". Kulingana na mtazamo huu, ulimwengu mzima utaletwa kwa Kristo na kujitoa kwa injili kabla ya Ujio Wake wa Pili. Kwa maneno mengine, Kristo atarudi baada ya Ufalme wa Miaka Elfu. Pia kuna mtazamo wa "Amillennialism" ambao unasema kwamba Ufalme wa Mungu ulifungwa wakati wa ufufuo wa Kristo, ambapo alishinda Shetani na laana. Wanaamini kwamba utawala wa Kristo ulianza baada ya Ufufuo wake, na unaendelea hadi sasa na wakati ujao.

Alama ya Mnyama, kama ilivyoelezewa katika Ufunuo 13:14-18, imechangia mjadala mkubwa miongoni mwa wasomi wa eskatolojia. Baadhi wanadhani kuwa alama hii ni alama halisi ya kimwili itakayowekwa kwenye paji la uso au mkono wa kulia. Mtu asiye na alama hii hawezi kununua wala kuuza. Wengine wanachukulia ishara hii kama jambo la kiroho linalohusiana na ibada.

Tafsiri ya "Babeli ya Ajabu" imevutia mitazamo tofauti. Baadhi wanaiona kama Babeli ya kihistoria, mji maarufu wa Mesopotamia uliojengwa na Hammurabi. Wengine wanaihusisha na Marekani, hasa Jiji la New York, au hata upapa na Kanisa Katoliki. Wapo pia wanaoiona kama Yerusalemu au hata dini ya Uislamu na Makka nchini Saudi Arabia.

Suala la mashahidi wawili katika Ufunuo 11:3-12 limezua mitazamo mingi. Baadhi wanawaelezea kama Musa na Eliya, wengine Henoko na Eliya, na wengine hata kuwa waumini wawili wasiojulikana ambao Mungu anaweza kuwainua mwishoni. Utofauti wa maoni kuhusu masuala ya eskatolojioa haujakalia Kanisa sawasawa kwani umesababisha mgawanyiko ndani ya Mwili wa Kristo.

Ukristo umejikita haswa katika eskatolojia, kwani bila hilo, hakungekuwa na Ukristo. Kila mchungaji anayeepuka kufundisha kuhusu hilo swala anafanya kosa kubwa, kwani ni eskatolojia ndiyo inayofunua kurudi kwa Kristo na kufafanua hatima yetu. Imani yetu ya Kikristo inazungukia eskatolojia. Ndilo somo muhimu zaidi katika Biblia.

Mungu alitumia manabii wake kufunua nyakati za mwisho. Hata hivyo, kati ya manabii wa Agano la Kale, ni kwa Danieli ambaye Mungu alifunua sana kuhusu matukio ya mwisho. Ingawa mitume katika Agano Jipya pia walijadili somo hilo, Mungu alifunua siri za mwisho zaidi kwa Yohana kuliko kwa mtume mwingine yeyote. Ndiyo maana vitabu vya Danieli na Ufunuo ni muhimu sana katika somo la eskatolojia.

Ni jambo la kusikitisha kwamba waumini wengi wa Kikristo hawajifunzi au kusoma vitabu hivi. Huku wachungaji wakiwa wanatakiwa kuongoza njia katika kuvifafanua vitabu hivi, kila muumini wa Kikristo anapaswa kuchukua hatua ya kujisomea vitabu hivi wakati wa ibada yao binafsi. Kulingana na watu fulani wenye kutia shaka, wanakiona kuwa "Kitabu cha Ufunuo kimejaa alama za ishara. Wanakiona kitabu hiki cha unabii kama kimejaa picha za rangirangi kama vile wanyama wakali, tauni na magonjwa, miongoni mwa masuala mengine. Kwa hiyo, ni wepesi wa kutoa maoni kwamba picha hizi ni uwakilishaji wa taswira za wakati wa mwisho. Kwao, kitabu cha Ufunuo ni mfano wa maandishi ya nyakati za mwisho." [3]

Mtu mmoja mwenye kutilia shaka unabii wa nyakati za mwisho anaelezea jinsi anavyojitahidi kuepuka kitabu cha Ufunuo kwa makusudi. Huyu mtazamaji anaweza kuwa anazungumza kwa niaba ya walio wengi waliokimya. Kulingana na mtazamaji huyu, alishtushwa sana na habari alizopata katika kitabu hicho. Wengine wanakichukulia kitabu hicho kuwa kigumu sana kuelewa. Hii ni nguzo ambayo hujenga pazia nzito mbele ya macho ya watu, miongoni mwao wakiwa Wakristo.

Athari na matokeo ya waumini wa Kikristo kutosoma eskatolojia ni makubwa. Kwanza na muhimu zaidi, waumini hao huishi katika ujinga bila kujua kinachowakabili. Ujinga huu huwaelekeza katika hali ya kuridhika, hali ambayo itamletea muumini huyo wa Kikristo maangamizi makubwa. Shetani hutumia ujinga kama huo na kuwahujumu waumini wa Kikristo. Maarifa ni nguvu, kama Hosea alivyoonya katika Hosea 4:6 '*Watu wangu wanapotea kwa kukosa maarifa*'. Kuonywa mapema ni kujiandaa mapema.

SURA YA 1

DHANA YA WIKI 70 ZA DANIELI

Wakati Nabii Danieli alipotoa unabii kuhusu mwisho wa nyakati, Biblia inarekodi katika Danieli 9:24-27,

> *"Wiki sabini zimetangazwa kwa ajili ya watu wako na mji wako mtakatifu, ili kumaliza uasi, kumaliza dhambi, na kufanya upatanisho kwa ajili ya uovu, kuleta haki ya milele, kusaini maono na nabii, na kutia mafuta mtakatifu zaidi. Tambua basi na ufahamu kwamba kutoka kutoa neno la kurejesha na kujenga Yerusalemu mpaka kwa kuja kwa mtu aliyeinuliwa, mkuu, kutakuwa na wiki saba. Kisha kwa wiki sitini na mbili, Yerusalemu itajengwa tena na mita mraba na handaki, lakini wakati mgumu. Na baada ya wiki sitini na mbili, mtu aliyeinuliwa atakatiliwa mbali na hatokuwa na kitu. Mwisho wake utakuja kama mafuriko, na mpaka mwisho kutakuwa na vita. Uharibifu umekwishaamriwa. Naye atafanya agano imara na wengi kwa wiki moja, na kwa nusu ya wiki atakomesha dhabihu na sadaka. Na juu ya mabawa ya machukizo atakuja yule anayefanya uharibifu, mpaka uamuzi wa uharibifu utakapomwagwa" (ESV).*

Wanatheolojia wengi wa Biblia wanapingana kwamba "wiki" katika muktadha huu inamaanisha miaka. Hivyo, sabini - saba inaweza kurejelea wiki za miaka ambazo jumla yake ni miaka 490. Unabii huu unagawanya vipande hivi katika sehemu ndogo, yaani, sehemu moja ya miaka 49, sehemu nyingine ya miaka 434, na sehemu nyingine ya miaka 7. Sehemu ya mwisho ya miaka 7 kulingana na unabii huu tena imegawanywa katika sehemu mbili sawa ya miaka 3 ½ kila moja. Kulingana na unabii, tangu wakati wa kutolewa kwa unabii huu hadi Yerusalemu irejeshwe na mtu aliyeinuliwa akaja, kutakuwa na "wiki" na miaka sitini na mbili. Kwa maneno mengine, saba za saba zinatuleta miaka 49, wakati saba za sitini na mbili ni miaka 434. Ikiwa vipande hivi viwili vingeongezwa pamoja, yaani miaka 49 na miaka 434, jumla ni miaka 483.[1]

Wanatheolojia wengine wa Biblia wanatazama wiki sabini za unabii wa Danieli kuhusu Wayahudi. Kulingana na shule hii ya mawazo, Kanisa kwa sasa linabaki kama watu wa Mungu tu kwa sababu Israeli ilifutwa na Mungu kutokana na kutokuamini, kama tunavyoona kufananishwa na Mtume Paulo katika Warumi 11:15. Kulingana na maandiko haya, hatua hii ya Mungu ni ya muda, kwani Israeli itarudishwa kwa imani na neema wakati Bwana wetu Yesu atakaporudi mara ya pili.

Mapema katika sura (Danieli 9:2), Danieli anaeleza jinsi alivyoelewa kwa kusoma vitabu kuhusu unabii huu uliotolewa kwa Yeremia. Alisoma kwa uangalifu ili kupata ufahamu wa idadi ya miaka. Zaidi ya kusoma, alijitolea kwa maombi ya kina. Katika aya ya 3, anaandika kwamba aliweka uso wake kwa Bwana, na kumtafuta kwa maombi na dua, pamoja na kufunga, na kwa gunia na majivu. Aliungama dhambi za watu wake - Israeli. Baada ya kujitolea kwa kina na kutubu, Mungu alimtuma malaika Gabrieli kwa Danieli kufunua ufunuo wa kina kuhusu nyakati za mwisho.[2]

Matarajio ya Danieli yalikuwa urejesho wa mara moja na kamili wa uwezo, kwa sababu alipokea unabii huu karibu mwishoni mwa utumwa wa Israeli huko Babeli. Hata hivyo, kama anavyoelezea Randall Price, "Alikuwa akijifunza kwa njia tofauti. Malaika Gabrieli alifika na kufunua kwamba utimilifu kamili wa mpango wa urejesho ungekuwa bado katika siku zijazo na uendeleaji. Gabrieli alifunua hii kwa kuelezea vipindi maalum vya wakati, kila kimojawapo kikijumuisha matukio maalum yaliyolenga kujiandaa Israeli kwa utimilifu wa mwisho wa mpango wa urejesho wa Mungu."

Aprili 6, mwaka wa 32 BK kwa hivyo inawekwa kama hitimisho la mwaka wa kwanza wa wiki 69. Kuzingatia kwamba wiki 69 za miaka saba, kila mwaka ukiwa na siku 360, basi hesabu itakuwa kama ifuatavyo: 69×7×360= siku 173,880. Ikiwa tunaanza kutoka tarehe 14 Machi ya 445 KK, jumla itatuongoza kwa Aprili 6, mwaka wa 33 BK ambayo ilifanyika kabla ya kifo cha Bwana wetu Yesu Kristo tarehe 14 Nisani 33 BK3. Chuck Smith (1984) anathibitisha. Anaandika, "Hasa siku 173,880 baadaye, tarehe 6 Aprili, mwaka wa 32 BK3, Yesu aliingia Yerusalemu kwa ushindi katikati ya vifijo vya wanafunzi wake ambao walikuwa wakiimba kutoka Zaburi 118 ambayo ni mojawapo ya Zaburi za Kimesiya".[4] Utekelezaji halisi wa unabii huu ni ushahidi na uthibitisho wa kuonyesha usahihi wa Danieli kwa upande mmoja, na kwa kuashiria msukumo wa Maandiko Matakatifu kama ukweli wa imani ya Kikristo.

Jambo muhimu la kuzingatia ni kwamba katika Danieli 9:26-27; kuna wakuu wawili tofauti waliotajwa. Wa kwanza, "Masihi Mfalme", na wa pili, "Mkuu atakayekuja". Wa pili hawezi kudaiwa kuwa Masihi kwa sababu ni watu wanaomilikiwa na mkuu atakayekuja, watakaosababisha uharibifu wa mji wa Yerusalemu baada ya kifo cha Masihi.

Kwa sababu huu ni ukweli wa kihistoria, Yerusalemu iliharibiwa na watu wa Warumi mwaka wa 70 BK. Hii ina maana, kwa hivyo, kwamba "mkuu atakayekuja" hawezi kuwa Masihi wa Kiyahudi. Badala yake, Mkuu aliyezungumziwa hapa atatokea katika Milki ya Roma. Hii ndio Danieli sura ya saba inarejelea kama "pembe ndogo" ambayo inatokea haraka kutoka katikati mwa wafalme kumi wa Milki ya Roma iliyofufuliwa kuelekea mwisho.

Kulingana na Danieli, Mungu ana malengo sita ambayo ameyagawa katika seti mbili. Hata hivyo, Masihi alikatiliwa kabla ya kutimiza kazi hiyo. Seti ya kwanza ya tatu ni: kumaliza uasi, kumaliza dhambi na kufanya upatanisho kwa maovu ilitimizwa katika upatanisho wake. Seti ya pili: kuleta haki ya milele, kusaini maono na unabii, na kutia mafuta mtakatifu zaidi, itatimizwa wakati wa kuja kwake mara ya pili, wakati taifa la Kiyahudi litakaporejeshwa.[5]

Unabii ulikuwa wa hakika, kwamba Masihi angekuja wiki sitini na tisa, ambazo kama tulivyoona hapo juu zilikuwa 483. Hasa siku 173,880, tarehe 6 Aprili mwaka wa 32 BK, Yesu aliingia Yerusalemu kwa ushindi. Ilikuwa siku iyo hiyo ambayo alikuwa ataanzisha ufalme wake kati ya watu wake, lakini walimkataa. "Alikatwa na hakuwa na chochote". Chuck Smith (1984) anaeleza zaidi, "Hii ilikuwa siku ambayo Mungu aliahidi Masihi atakuja, na Mungu alitekeleza ahadi yake." Hata hivyo, kama Roho Mtakatifu alivyotabiri kupitia nabii Isaya katika sura ya 53:

> *"Alidharauliwa na kukataliwa na watu" na, kama malaika alivyomwambia Danieli, "Masihi atakatiliwa mbali", vivyo hivyo Yesu alikataliwa, akateswa na kukatiliwa mbali bila kupokea ufalme.*[6]

Kuna wanatheolojia wengine wa Biblia ambao wanadai kwamba seti nzima ya malengo sita ya kimesiya yalitimizwa wakati wa kuja kwa Kristo mara ya kwanza. Randall Prince (2000:2/3) anaona "wiki zote sabini zilivyotimizwa kwa mfululizo bila kukatizwa, ndani ya karne ya kwanza".[7] Hoja hii kwamba Masihi alitimiza ahadi zote alipokuja katika ujio wake wa kwanza, ni dhaifu. Utekelezaji wa seti ya pili ya ahadi unapaswa kuonekana kutoka mtazamo wa baadaye. Malengo haya yanapaswa kutafsiriwa kwa dhahiri kwamba Masihi bado ataleta haki ya milele. Atatimiza lengo hilo wakati wa Ufalme wake wa Milenia.

Kulingana na Randall (2000:2/3), "malengo matatu ya kwanza yanahusiana na dhambi za taifa la Israeli; wakati malengo matatu ya mwisho yanahusu wokovu wake. Hivyo, kipindi cha kutimiza malengo yote lazima kiunganishwe na utume wa Masihi kwa Israeli ambao kihistoria unajumuisha majilio yote mawili." [8] Dhambi ilishughulikiwa wakati wa upatanisho. Hata hivyo, Masihi alikatiliwa mbali kabla ya kutimiza malengo yote. Hali hii ilibadilisha mpango wa unabii wa Israeli kwa ukombozi wao, hivyo, kuusogeza mbele hadi tarehe ya baadaye. Israel bado inasubiri hii itendeke. Ndio maana Israel itadanganywa kwa urahisi na "mkuu atakayekuja," kwa matumaini kwamba yeye ndiye Masihi. Waliikosa fursa, ambayo ilikuwa baraka kwa Mataifa. Kama tunavyosoma katika Yohana 1:11-12:

> *Alija kwa walio wake, nao hawakumpokea. Lakini wote waliompokea, aliwapa uwezo wa kufanyika watoto wa Mungu, ndio wale waliaminio jina lake.*

Baada ya Masihi kukatiliwa mbali, watu wa mkuu atakayekuja watavunja mji na patakatifu. Na mwisho, kwa hiyo, utakuja kama mafuriko. Hii kweli ilitokea mwaka wa 70 BK.

Kama vile John Gill anavyoeleza, "Warumi, chini ya Vespasian kama mkuu wao, mfalme na jenerali, muda mfupi baada ya kukatiliwa mbali kwa Masihi, waliingia katika nchi ya Yudea, na kuuharibu mji wa Yerusalemu na hekalu lililokuwamo. Mji na taifa vilikuwa chini ya jeshi la Kirumi, ambalo kama mafuriko, lilizidi kuenea nchi, na kuvunja kila kitu mbele yake."[9]

Zingatia maneno haya, "na mwisho, kwa hiyo, utakuja kama mafuriko." Hii ni kauli ya kutisha inayoelezea athari mbaya. David Green (2012:9) anaelezea hali hii ya kutisha. Anaandika, "Mnamo 70 BK, kuzingirwa na Warumi kwa Yerusalemu kilikuwa kilele cha 'Uasi Mkuu' kilichotokea miaka minne mapema. Titus alianza mashambulizi yake kwa Yerusalemu mwezi Machi 70 BK, kwa msaada wa majeshi manne ambayo yaliwanasa kati ya watu 600,000 - 1 milioni (makadirio ya Josephus) katika jiji hilo. Hali ya wakazi ilizidi kuwa mbaya kwa sababu kikundi cha Kiyahudi chenye msimamo mkali, Sicarii, kilichoma chakula cha akiba cha Wayahudi kama sehemu ya mkakati wa kuwalazimisha kupigana na Warumi badala ya kujadiliana kusalimu amri. Baada ya uharibifu wa ukuta wa tatu na ngome ya Antonia, Warumi walijitahidi kuchukua Hekalu. Hekalu lilibomolewa kabisa."[10]

Sababu ya uvamizi wa Yerusalemu ilikuwa uasi wa Israeli dhidi ya utawala wa Kirumi. Ingawa waliweza kudhibiti mamlaka ya Kirumi kwa miaka minne, hatimaye Yerusalemu ilibidi ipigwe, ili kutimiza unabii wa Danieli. Kushindwa kwa uasi kulikuwa na matokeo mabaya kwa Wayahudi. Kulingana na *Christianity Today*, "Mapinduzi ya Kiyahudi yalikuwa na athari mbili. Kwanza, ilimaanisha mwisho wa taifa la Kiyahudi hadi wakati wa kisasa. Na pili, uharibifu wa hekalu ulimaanisha mabadiliko katika ibada ya Kiyahudi (ingawa mabadiliko hayo yalikuwa yameanza tangu Wayahudi watawanyike ulimwenguni kwa angalau miaka mia sita)."[11]

Josephus Flavius, mwanahistoria maarufu wa Kiyahudi, anatoa maelezo ya moja kwa moja ya shambulio la kikatili la Warumi dhidi ya Hekalu wakati wa uvamizi wa Yerusalemu mwaka 70 BK. Anaandika:

> *"Askari wa Kirumi alirusha kiburudisho chenye moto kupitia dirishani hadi kwenye patakatifu. Moto ulipopanda, Wayahudi walikusanyika ili kuokoa jengo lao takatifu ambalo walikuwa wamelilinda kwa uaminifu mkubwa. Walishuhudia likichomwa mbele ya macho yao. Hakuna kuhimiza au kitisho ambacho sasa kingeweza kuzuia harakati za majeshi; kwa sababu ghadhabu ilikuwa juu. Walikusanyika karibu na kuingia, wengi wakafinywa na wenzao, wengine wakikwama katika vifusi vilivyoteketea na kujaa moshi kwenye mahandaki, wakafa*

kwa mateso. Waasi hawakuweza kusaidia; mauaji na kukimbia vilienea kote. Wengi wa waliouawa walikuwa raia wanyenyekevu, dhaifu na wasio na silaha, na waliuawa walipokamatwa. Mlima wa maiti uliongezeka juu na juu karibu na madhabahu. Mto wa damu ulitiririka chini ya ngazi za Hekalu, na miili ya waliouawa juu ilishuka chini. Huku hekalu likiwaka moto, washambuliaji waliliteka nyara, na watu wasiokuwa na hesabu walikamatwa na kuuawa. Hakukuwa na huruma kwa umri na hakukuwa na heshima yoyote kwa hadhi; watoto na wazee, watu wa kawaida na makuhani, wote walichinjwa. Kila darasa lilifuatwa na kusagwa katika kushikwa kwa vita, iwe walilia huruma au wakatoa upinzani. Sauti za waasi waliyozingirwa na moto na upanga, hofu ya watu ambao, wakiwa wamekatwa juu, walikimbia mikononi mwa adui, na vilio vyao walipokutana na hatima yao. Vilio kwenye milima vilichanganyika na vile vya umati katika mji huo chini; na sasa watu wengi ambao walikuwa wamechoka na kufumba mdomo kama matokeo ya njaa, walipotazama hekalu likiwaka moto, walipata nguvu tena ya kulilia na kuomboleza."[12][13]

Josephus alikuwa kiongozi wa zamani wa Uasi wa Kiyahudi ambaye alisalimu amri kwa Warumi na kupata kibali kutoka kwa Vespasian.[14] Uelewa huu unaonyesha jinsi uvamizi wa Yerusalemu ulivyokuwa wa kutisha, na hasa Hekalu. Yesu katika Luka 19:41-44 alilia kwa ajili ya mji wa Yerusalemu. Alijua uharibifu ambao ulikuwa ukisubiri mji huo kwa muda usiozidi miongo mitatu iliyofuata ungekuwa mkubwa sana. Biblia inarekodi:

> *"Alipokaribia akauona mji akalia kwa ajili yake, akisema, Ungeweza kujua, hata wewe, leo, mambo yaliyo kwa ajili ya amani yako! Lakini sasa yamefichwa machoni pako. Kwa maana siku zitakuja kwako, kwamba adui zako watakutia mizingoni, watakuzunguka pande zote, watakuzingira pande zote. Watakupindua hata chini, nawe na watoto wako ndani yako; wala hawatawacha jiwe moja juu ya lingine kwa sababu hukuutambua wakati wa kutembelewa kwako."*

Katika Luka 13:34, Yesu anaendelea kueleza hisia na huruma kama hiyo kwa mji wa Yerusalemu. Tunasoma:

> *"Ee Yerusalemu, Yerusalemu, uwauaye manabii, na kuwapiga kwa mawe wale waliotumwa kwako; ni mara ngapi nalitaka kuwakusanya watoto wako kama vile kuku awakusanyavyo chakula chini ya mbawa zake, wala hamkutaka!"*

Katika aya hii tunaweza kusikia maumivu ya moyo wa Mungu! Hatuwezi kuisoma bila kuona machozi ya Mungu na kusikia upendo wa Mungu kwa mji huu. Moyo mkubwa wa Mama wa Mungu unapatikana hasa katika maneno, "kama kuku anavyokusanya vifaranga vyake chini ya mbawa zake!"[15]

Thomas Hale (2000) anaendelea kuelezea, "Kutoka kwenye Mlima wa Mizeituni, Yesu angeona mji mzima uliowekwa mbele yake. Alifahamu kwamba viongozi wa Kiyahudi walimkataa. Alifahamu kwamba watu wa Yerusalemu wangelia juu ya kifo chake (Mathayo 15:12-15). Na pia alifahamu kwamba janga kubwa lingelikumba mji huo na watu wake kwa sababu walikuwa wamemuua Mwana wa Mungu. Kwa hiyo, alilia juu ya mji huo. Alisema, "Kama wewe ... ungalijua siku hii jinsi itakavyoleta amani yako." Kama tu watu wa Yerusalemu wangekuwa wamekiri na kumkaribisha Kristo, mji ungeokolewa. Kungekuwa na amani kwa watu wa Yerusalemu. "Lakini sasa amani imefichwa machoni pako," alisema Yesu. Fursa ya kutubu ilipotea. Nyoyo zao zilikuwa zimekwisha kuwa ngumu, macho yao yalikuwa yamefungwa. Hawakutambua wakati wa kuja kwa Mungu, yaani, kuja kwa Mwanawe Yesu. Kisha Yesu alitabiri kwamba, badala ya amani, upanga ungekuja Yerusalemu. Jeshi la adui lingezunguka mji na kuuharibu kabisa na kuua wakazi wote (Yeremia 6:6; Luka 21:6; 20-24). Unabii huu ulitimizwa miaka arobaini baadaye katika 70 BK, wakati jeshi la Kirumi lilipokuja na kuharibu kabisa Yerusalemu."[16]

Utambulisho wa mwana-Mfalme katika Danieli 9:27 umekuwa wa utata. Wengine wanadai kwamba huyu hawezi kuwa Mpinga Kristo kwa sababu mwana-mfalme ni Mroma wakati huyu wa pili ni Myahudi. Mtoaji wa "agano imara" uliotajwa katika Danieli 9:27 hawezi kuwa mkuu wa Masihi. Hii ni kwa sababu maagano yake na watu wake wateule ni ya kudumu, bila kikomo au wakati maalum wa miaka saba. Wanathibitisha kwamba "yeye" katika Danieli 9:27 ni Mpinga Kristo.[17]

Wengine wanachukulia "yeye" katika Danieli 9:27 kurejelea Masihi na si Mpinga Kristo. Kulingana na watetezi hawa, "yeye" lazima awe Yesu kwa sababu katika Mathayo. 26:28, Yesu anasema, "Kwa maana hii ni damu yangu ya agano jipya, inayomwagika kwa ajili ya wengi kwa msamaha wa dhambi." Ni Kristo ambaye anafanya agano imara na si Mpinga Kristo.

Geoff Wright (2015) anasema kwamba wiki ya sabini ya Danieli ilianza mwaka 63 BK na kumalizika mwaka 70 BK. Kulingana na yeye, wiki ya sabini ya Danieli ilibidi kumalizika BK 70 kwa sababu ndipo hekalu na Yerusalemu vilipoharibiwa. Hii ni kwa sababu moja ya matukio yaliyokuwa yakitarajiwa ilikuwa "watu wa mkuu atakayekuja watavunja mji na patakatifu." [19]

"Agano imara" inayohusisha Mkuu wa Kirumi na watu Wayahudi italeta wakati na uharibifu usio sawa kwa Wayahudi. Kilele cha kipindi hiki cha miaka saba kitapelekea mwisho wake, mchakato mzima wa wiki ya sabini, na hivyo, kuleta ahadi na baraka kubwa za Israeli kama ilivyoelezwa katika Danieli 9:24, kuanzisha wakati wa dhiki ya Yakobo.[20]

Lakini, kuna wale ambao wanachukulia wiki ya sabini kama kuanza mwanzoni mwa kipindi cha dhiki. Wanadai kwamba kiongozi anayehusiana na watu, yaani, Warumi, ambao wanatarajiwa kuharibu hekalu, atathibitisha agano na wengi (Israeli) kama ilivyoonekana katika Danieli 9:27. Wanabashiri kwamba agano hili linahusiana na Hekalu.

Ujenzi wa Hekalu ni muhimu sana kwa taifa la Kiyahudi, haswa unapoangaliwa kutoka mtazamo wa uasi. Itatoa nafasi kwa ibada na kutoa dhabihu. Walakini, ingawa muhimu kwa Uyahudi, itaashiria mwanzo wa "wakati wa dhiki ya Yakobo" ikiangaliwa kutoka mtazamo wa kabla ya dhiki.

Kwenye kipindi cha katikati ya juma la sabini, hekalu litachukuliwa na kutiwa unajisi na Mpinga-Kristo. Katika Mathayo 24:15; Yesu alisema:

> *"Basi mtakapoona chukizo la uharibifu lililonenwa na nabii Danieli, likisimama mahali patakatifu (aye asomaye na afahamu)."*

Mtume Paulo alilitaja tukio hili la kutiwa unajisi kuwa ishara ya kujitokeza kwa "mwanadamu wa dhambi", na kuanza kwa hukumu ya Mungu (2 Wathesalonike 2:4-12). Masihi hatimaye atarudi na kumwangamiza Mpinga-Kristo na jeshi lake (Ufunuo 19:20). Wakati huo, taifa la Israeli litatubu. Tunasoma katika Warumi 11:26-27:

"Na hivyo, Israeli wote wataokolewa. Kama ilivyoandikwa, Atakapokuja kutoka Sayuni Mwokozi, Atakayewaondolea dhambi uasi, kutoka kwa Yakobo."

Chuck Smith (1984) anaeleza, "Mpinga-Kristo atafanya agano na taifa la Israeli. Atawapa haki ya kujenga hekalu lao huko Yerusalemu na kuahidi kuwaletea amani. Kisha, baada ya miaka mitatu na nusu, Mpinga-Kristo atavunja agano hilo na kusababisha dhabihu na sadaka za kila siku huko Yerusalemu kukoma. Atasimama mahali patakatifu pa hekalu lililojengwa upya na kutangaza kuwa yeye pekee ndiye Mungu. Madai yake ya kuabudiwa kama Mungu ndiyo chukizo linalosababisha ukiwa. Wakati huo, macho ya Wayahudi yatafunguka na wataona kwamba walikuwa wamedanganywa." [21]

Kama ilivyoelezwa awali, malengo matatu ya kwanza yaliyotekelezwa na Masihi yanahusiana na dhambi za Israeli, wakati matatu ya mwisho yanahusu wokovu wake. "Kutimia kwa malengo ya mwisho matatu kunangojewa wakati wa mwisho. Neno 'kuja na haki ya milele' linahusu kurejeshwa kwa utawala wa miaka elfu, au 'utawala wa haki' utakaobadilisha kukataa kwa Masihi na Israeli (Isaya 1:26; 11:2-5; 32:17; Yeremia 23:5-6; 33:15-18). Urejesho huu wa baadaye unaweza pia kutia muhuri maono na unabii." Lengo la mwisho, "kutia mafuta mtakatifu zaidi", pia lazima litazamwe kwa mtazamo wa baadaye, hasa, kwa wakati ujao uliowekwa wakfu kwa patakatifu pa hekalu", anaeleza Randall Price (2000:2/3). [22]Kukamilika kwa mlemgo haya ya mwisho kutakua ni kilele cha mpango wa unabii kuhusu Israeli.

Kwa kuzingatia Utume wa Kimesiya ya Danieli, Randall anaongeza, "Utume wa Masihi kwa Israeli unaanza na kusulubiwa kwake kama mwokozi wa Israeli na kilele chake ni enzi yake kama Mfalme wa Israeli. Hivyo, sala ya Danieli ya kukomesha uhamisho inaweza kutimizwa tu wakati mambo yote ya ombi lake yatakapotimizwa, na hii inaweza kufanikiwa tu katika enzi inayokuja ya utawala wa Masihi".[23]

SURA YA 2

MAKANISA SABA

Makanisa yaliyoelezwa katika Ufunuo yanahusiana na makanisa saba halisi yaliyotajwa katika Ufunuo 2 na 3. Makanisa haya ya imani ya Kikristo ya awali yalikuwa yamejitokeza katika Asia Ndogo wakati wa utawala wa Dola la Roma. Ingawa makanisa haya yalikoma kustawi wakati wa karne za utawala wa Kiislamu uliofuata baada ya Warumi, mabaki ya uchimbuaji wa maeneo haya saba yaliyotajwa bado yapo katika Uturuki ya leo.

Makanisa haya saba yalikuwa yapo katika sehemu ya magharibi mwa Asia Ndogo, ambayo ni Uturuki ya leo. Kwa sababu mbalimbali kama biashara, kijeshi, na raha, miji hii ilijikuta ikigeuka kuwa vituo vya kitamaduni vilivyojulikana kwa njia mbalimbali katika historia. Katika kipindi cha karne chache za kwanza, muda mfupi baada ya Huduma ya Yesu Kristo, miji hii pia ilikuwa muhimu katika Ukristo wa hapo awali.[1]

Ni muhimu kutambua kwamba haya Makanisa saba yalipokea barua kutoka kwa Bwana. Katika barua hizo, Bwana Yesu aliyataja makanisa haya kila mojawapo na kuwakemea na kuwasihi kila mmoja kuhusu njia wanazoweza kurudi katika hali sahihi. Sehemu kubwa ya ushauri ililenga viongozi wa kanisa kuhusu njia ambayo ukweli unapaswa kufundishwa au la. Mtume Paulo ndiye aliyeanzisha na kuimarisha makanisa haya na kanisa kuu likiwa ni Efeso. Ingawa barua hizi ziliandikwa kwa kuyalenga makanisa saba katika Asia Ndogo wakati huo, kuna uhusiano mkubwa wa ujumbe kwa Kanisa la sasa. Yaliyomo katika barua hizo ni kweli yametoka kwa Yesu

Kristo. Yohana alikuwa tu anatenda kama mjumbe kupitia uandishi wake.[2]

Barua hizi zimekuwa kitovu cha maslahi katika Kanisa la leo. Hata hivyo, kujaribu kuzielewa ni jambo la kusisimua. Makanisa haya saba ambayo yamegunduliwa kijiografia hayakufanya kazi nzima ya ushirika wa Kikristo wa karne ya kwanza. Mbali na hayo saba, kulikuwa na Makanisa mengine kama vile Filipi na Kolosai, kati ya mengine. Basi mtu anajiuliza kwa nini Mungu alichagua makundi haya saba kutoa mwongozo wa wakati wote kwa watu wake kupitia karne zote.[3]

Kukabiliana na haya Makanisa, Mungu alithibitisha kwamba anaelewa kazi zao. Kwa maneno mengine, alielewa wanachopitia na jinsi walivyokabiliana na kila changamoto. Aliwashauri kutubu kwa matendo yao mabaya na kudumisha imani yao ili kupata wokovu. Ni muhimu kutambua kwamba, ingawa hali zao wakati huo zilikuwa tofauti, kulikuwa na kufanana katika ujumbe wa Makanisa haya. Fundisho la msingi katika Ufunuo 2 na 3 ni kwamba Mungu alielewa changamoto zilizoyakumba Makanisa na ushirika wa karne ya kwanza. Ujumbe mfupi kwa Makanisa haya ulilenga kuinua ushirika ili kudumisha amri za Mungu ili kupata thawabu baadaye.[4]

Katika kuchunguza suala hili, Profesa John Walvoord (1989) anasema kwamba mafundisho mengi ya Biblia yanachukulia kwamba mbali na athari zinazojulikana za ujumbe huu, Makanisa saba yanawakilisha tukio lenye mfumo wa historia ya Kanisa, lilioonekana kutoka kwa umri wa kiroho. Wanafikiria kwamba Efeso inaonekana kuwa kielelezo kwa Kanisa la wakati wa mitume kwa ujumla na kwamba matangazo ya uovu yanayoishia Laodikea inaonekana kuashiria hali ya mwisho ya uasi wa Kanisa. Mwendelezo wa ujumbe kwa Makanisa haya unaonekana kuchaguliwa kimungu kutoa kupitia kwa unabii mwendo wa kuongoza wa historia ya Kanisa.[5]

Kutazamwa kutoka mtazamo mwingine, ujumbe ulioelekezwa kwa Makanisa saba ya Ufunuo "unaweza kueleweka kama ushauri na onyo kwa Wakristo wa nyakati zote. Majibu ya kila Kanisa kwa ushauri uliotolewa yanaweza pia kuonekana kama mitazamo. Uhusiano wa ujumbe huu na Wakristo katika historia unakuwa wazi na taarifa za kufunga kwa kila moja ya Makanisa saba. (Ufu. 2:7, 11, 7, 29; Ufu. 3:6, 13, 22). Sehemu muhimu lakini mara nyingi huachwa katika ujumbe huu ni umuhimu mkubwa juu ya kushinda. Kila ujumbe unamalizika na kumbusho kwamba wale wanaoshinda watapewa thawabu na Mungu (Ufu. 2:7, 11, 17, 26; 3:5, 12, 21)" kama anavyobainisha David Treybig.[6]

Mungu aliiweka kimkakati Makanisa saba katika wakati maalum katika historia ili kutumika kama mfano kwa Kanisa la Yesu Kristo. Ujumbe kwa Makanisa haya saba una umuhimu mkubwa kwa Kanisa la kisasa kama anavyoeleza David Treybig. "Wanatuonyesha kuwa Kanisa la Mungu na wanachama wake walikuwa wamepangiwa kukabiliana na majaribu mengi katika karne zilizopita kabla ya kurudi kwa Yesu Kristo. Walakini, Mungu aliahidi kurejesha thawabu yake kwa Kanisa na waumini wake ikiwa wangefanikiwa kudumisha imani kwake. Thawabu hizi ni pamoja na kula matunda ya mti wa uzima (Ufu. 2:7), kupewa taji ya uzima (mstari wa 10), kupewa jina jipya (mstari wa 17), kupewa mamlaka juu ya mataifa (mstari wa 26), jina la mtu kuandikwa katika Kitabu cha uzima (Ufu. 3:5), kuwa nguzo katika Hekalu la Mungu (mstari wa 12) na kukaa na Kristo katika kiti chake cha enzi (mstari wa 21). Thawabu hizi pia zinaweza kuwa zetu ikiwa tutafuata maonyo yaliyotolewa kwa haya Makanisa. Kushawishi huku kutoka kwa Mungu kututia moyo kwamba kutumikia kwake kuna thamani ya jitihada."[7]

Hivyo basi, kwa Kanisa la kisasa, ujumbe unaotoka kwa faraja, ushauri, himizo, onyo na vitisho ni wazi kabisa na unahitaji majibu. Majibu yoyote Kanisa na washirika wake wanayochukua yana matokeo; thawabu kwa upande mmoja, na hukumu kwa upande mwingine. Adhabu ya maovu haya itatolewa wakati wa kurudi kwa Kristo.

Elwood McQuaid (1992:2/3) anatambua maeneo manne muhimu ambayo ujumbe huu kwa Makanisa saba ya Ufunuo unapaswa kuonya Kanisa katika kizazi chochote kile. Mojawapo ya masuala haya ni "**ukiukaji wa mafundisho**" (2:14). Kulikuwa na kosa miongoni mwa Makanisa ya kuanguka katika "vitendo vya Wanikolai" (2:6). Ikiwa haitadhibitiwa, mafundisho haya yangeweza baadaye kufyonzwa na kuwa sehemu ya mazoea yao ya ibada. Jamii zilizozunguka Makanisa haya ziliishi katika tamaduni ya kimaadili. **Upotovu wa kingono** kati ya jamii za kipagani pia ulikuwa ukikubalika kama desturi. Uovu huu ulikuwa ukisogea polepole katika Kanisa wakati huo, ukatishia usafi wa makanisa haya. Eneo lingine kuu lililotiliwa maanani na ujumbe huu ni "**mazoea ya kuabudu sanamu**". Hii ilikuwa njia ya maisha katika ulimwengu wa zamani. Ilikuwa mazoea ambayo yalikuwa yakisogea polepole katika Kanisa katika karne ya kwanza. Eneo la nne na muhimu zaidi ambalo ujumbe ulikuwa ukiashiria ni "**kuondolewa kwa kinara**". Hii ilikuwa onyo kali, ikifafanua matokeo ya kujinyenyekeza kwa vifaa hivi vya kipagani na vya kishetani. Ikiwa hawakugeuka kutoka kwa uovu huu, hukumu kali ingewafikia.[8]

Kuangalia kwa ufupi Kanisa la kisasa kunaleta mfanano wa karibu na makanisa saba yanayothibitisha anwani sawa. Kanisa la kisasa linakabiliwa na upotovu mkubwa wa mafundisho. Kuna mafundisho mengi ambayo yamejipenyeza ndani ya Kanisa leo na kusababisha ibada ya kiibada. Injili ya ustawi ambayo imelikumba kanisa hilo kwa kishindo katika miaka ya hivi majuzi inaangukia katika kundi hili. Kashfa za ngono zimejitokeza katika Kanisa la kisasa linalohusisha uongozi wa Kanisa na kundi la kawaida. Uovu umesamehewa katika Kanisa kwa kivuli cha kulinda wale wanaoitwa "watoaji waaminifu". Mungu anatoa onyo kali kwa Kanisa la kisasa kupitia Makanisa haya saba. Kwamba, ikiwa haitatubu na kurudi kwenye mstari, hukumu kali itakuwa inawangoja.

Kwa mtazamo wa haraka, hivi ndivyo Makanisa haya saba yangeweza kuelezewa:

Kanisa la Efeso - Ufu. 2:1-7

Efeso ilikuwa iko Uturuki ya kisasa. Efeso ilikuwa miongoni mwa miji mikuu na tajiri iliyotanda kando ya eneo la Mashariki la Bahari ya Mediterranean. Ni huko Efeso ambapo Artemis - mungu wa Kigiriki alikuwa amewekwa. Mungu alisifu Kanisa hili kwa mambo machache. "Kristo anapongeza juhudi kubwa na uvumilivu wa waamini wa Efeso kwa kutokata tamaa." Waliichukia kazi za Wanikolai. Licha ya sifa nzuri, Mungu alikuwa na jambo dhidi ya Kanisa la Efeso. Kwanza kabisa, walikuwa wamepoteza "upendo wao wa kwanza".[9] Walikuwa wamepoteza upendo wao kwa Mungu Mwenyewe. Katika mstari wa 5, kupoteza huku kwa upendo kwa Bwana kunaitwa "imeanguka". Lakini upendo wa Mungu kwao ni thabiti, haujabadilika. Ndio maana katika Ufunuo 3:19, Yesu anathibitisha kwamba "Kila ampendaye, huwakemea na kuwarudi. Sababu ya Mungu kutulazimisha kutubu ni kwa sababu ya upendo wake kwetu.

Fikiria jinsi ulivyokuwa mchangamfu katika sala, kujifunza Biblia, na uinjilisti ulipopata wokovu. Pindi muda ulivyopita, bidii ilianza kupungua. Ni wakati huu ambapo waumini Wakristo wanaanza kumchukua Mungu, nafasi yao na haki za Kikristo kwa wepesi. Wale wanaojibu wito wa kutubu watapata heshima ya kushiriki katika mti wa uzima kwa sababu Kristo alishinda kwa ajili yetu.

Kanisa la Smirna-Ufunuo 2: 8-11

Smirna kama Efeso, pia ilikuwa Katika Uturuki ya kisasa. Mji wa Smirna pia uliitwa Izmir. Jiji hili lilikuwa kando ya pwani ya Bahari ya Aegean ya Asia Ndogo wakati huo. Smirna ilikuwa upande wa kaskazini mwa Efeso. Jiji hilo lilikuwa na majengo yenye kuvutia. Pia ilikuwa moja ya miji yenye mafanikio na yenye kuelea katika Asia Ndogo karibu karne ya 7 KK. Hata hivyo, ilijengwa upya katika karne ya 3 KK na ikawa mshirika wa Roma. Baadaye, jiji hili lilifikiwa na Injili iliyokuwa imeenea kutoka Efeso.

Kama David Levy (1992:2/3) anavyosema, " Neno Smirna linamaanisha Mzizi au uchungu na kutoa picha ya mateso ya Yesu, ambayo yalimalizika kwa kifo chake.[10] Bwana akajifunua kwa Kanisa la Smirna kuwa Bwana wa kimungu. Alisema, "Mimi ndiye wa kwanza na wa mwisho", ikimaanisha kwamba uzima wa milele unapatikana tu ndani yake. Yesu alifunuliwa kwa Kanisa hili kama Bwana aliye sulubiwa na kufufuliwa. Ni muhimu kutambua kwamba Kanisa la Smyrna lilikuwa linakabiliwa na mateso mabaya wakati wa Yohana alipokuwa akiandika Kitabu cha Ufunuo. Utambulisho huu wa Bwana kwa Kanisa la Smyrna ni muhimu sana kama njia ya kutia moyo jamii inayoteseka ya waumini.

Smirna haikupokea shutumu yoyote kama tunavyoona na makanisa mengine. Badala yake, tunamwona Bwana akiwapongeza kwa kujitolea kwao kwake na kusimama kweli katika injili. Yesu alitambua matendo yao wakati wa mateso makali. Mateso hayo yalikuwa makali sana hivi kwamba, "walilishwa kwa simba, wakasulubiwa, wakauawa na mbwa-mwitu, wakatiwa lami na kuchomwa moto, wakachopekwa kwenye mti, na kuchemshwa katika mafuta."[11] hizo zilikuwa njia katili sana na zisizo na huruma zilizotumiwa dhidi ya Waumini Wa Smirna.

Shukrani nyingine kutoka kwa Bwana kwa Kanisa la Smirna ilikuwa kuhusu umaskini wao mkubwa ambao ulitokana na msimamo wa Kanisa hili kwa Kristo. Msimamo huo thabiti ungemaanisha kushindwa kupata kazi, kupiga marufuku kununua katika maduka yao, au wizi katika nyumba zao ili kuwaangamiza kiuchumi kama njia ya adhabu. Yesu angeweza kuhusiana kwa urahisi na umaskini wao, kwa sababu ingawa alikuwa tajiri, aliishi maisha duni wakati wa huduma yake ya kidunia. Ingawa Waamini wa Smirna walikuwa maskini kimwili, walikuwa matajiri sana katika upendo na kitia-moyo cha kimaandiko, ambacho kilikuwa baraka za kiroho na matunda ya roho. Walikuwa matajiri kiroho kwa sababu walikuwa wameweka hazina zao mbinguni na si katika mali za kidunia.

Katika mstari wa 9, tunaona kwamba watesaji wao wakuu wa likuwa Jamii ya Kiyahudi Huko Smirna ambao walikuwa wakitumiwa na Shetani kwa kukufuru, " sinagogi la Shetani."Wangejaribiwa na kuteswa kwa siku kumi. Kumekuwa na mjadala juu ya taarifa ya "siku kumi". Ingeweza kurejelea " kuteswa kwa kipindi fulani cha wakati."

Yesu anahimiza Kanisa la Smirna lisiogope. Uaminifu wa Mungu ungewalinda na majaribu haya yote na kuwapa njia ya kuepuka. Alikuwa akiwaambia tu, kwamba neema yake inatosha kabisa wakati wa uchungu wa mateso na majaribu. Baada ya kushinda majaribu hayo, thawabu kubwa ingewangojea. Hivyo basi walipaswa kubaki kuwa imara katika Bwana. Ujumbe huu ulikusudiwa kuhimiza hata Kanisa la kisasa. Kwamba Kanisa halipaswi kuogopa kile wanachopitia, kwa sababu majaribu hayo ni ya muda fulani, huku wakiiibuka washindi na mwishowe kupokea taji zao.

Kanisa la Pergamamu-Ufunuo 2:12-17

Kanisa la Pergamamu lilikuwa katika mji wa Pergamosi ambao pia uliitwa Pergamoni au Pergamamu. Jiji hilo lilikuwa Magharibi mwa Asia Ndogo, ambayo iko katika Uturuki ya leo. Mji huo uko kaskazini mwa Smyrna na uko kilometa 15 ndani ya Bahari ya Aegea. Kwa muda, Pergamos ilitumika kama mji mkuu wa Mkoa wa Asia Ndogo wakati huo. Jambo muhimu la kuzingatia ni kwamba ni hapa ambapo Paulo, Phillipo na wenzake wengine waliandaliwa na Lydia wakati yeye (Lydia) na nyumba yake walibatizwa.

Sifa ya pekee ya Pergamamu, "ilikuwa dini zake za kipagani, na mahekalu mengi ya kipagani. Dionysus, mungu wa mimea, na Aesculapius, mungu wa uponyaji, walikuwa miongoni mwa miungu ambayo watu waliabudu hapa. Shule ya matibabu iliambatanishwa na ibada hii ya kipagani, na ishara inayojulikana ya taaluma ya matibabu-nyoka aliyepigwa karibu na fimbo – ilionekana hapa kwanza. Madhabahu kubwa iliyowekwa wakfu kwa mungu mkuu mwokozi Mgiriki, Zeu Olympus, ilikuwa Katika Pergamamu. Mfumo mwingine wa kidini wa kishetani ulioanzishwa katika Babiloni na mke wa Nimrodi ulipata makao mapya katika Pergamamu. Kwa ibada ya Kaisari, Zeu, Aesculapius, na miungu mingine ya uwongo, Shetani alikuwa amejiweka imara katika jiji lote." [12]

Yesu alijifunua kwa Kanisa la Pergamamu kuwa " mtu anayebeba upanga wenye kuwili."Hii ilimaanisha kwamba neno la Bwana lilikuwa hukumu kama tulivyosoma Katika Waebrania 4:12:

> *Basi Israeli wote wataokolewa; kama ilivyoandikwa, atatoka Sayuni, Mkombozi, naye Atauacha uovu Wa Yakobo:*

Yesu alitambua kazi ambayo Kanisa la Pergamamu lilikuwa likifanya. Alitambua maeneo matatu muhimu yenye thamani ya sifa hiyo. Eneo Moja lilikuwa ukweli kwamba walishikilia jina lake kwanza. Eneo jingine lilikuwa kwamba hawakuwa " wamekataa imani Yake."Walikuwa tayari kumkiri Mungu na kumwabudu yeye peke yake. Kwa kufanya hivyo katikati ya ibada ya kipagani, walikuwa wakijihatarisha wenyewe. Eneo lingine linalostahili kutambuliwa lilikuwa kuuawa kwa Antipa, ambaye aliuawa kwa sababu ya uaminifu wake katika Kristo.

Licha ya sura nzuri ya Kanisa la Pergamamu, Kristo alikuwa na jambo dhidi yao. Kanisa hili lilikubaliana na "mafundisho ya Balaamu" ya uwongo na lilishindwa kuwafukuza wale walioushikilia. Kama David Levy anavyoeleza, "Balaamu alikuwa nabii mwenye kipawa ambaye alifanya ukahaba kwa ajili ya faida ya kifedha na heshima ya kilimwengu. Aliajiriwa na Balaki, Mfalme wa Moabu, kutamka laana juu ya Taifa la Israeli. Balaamu alijaribu mara tatu bila mafanikio kulaani Israeli kwa sababu ya nguvu ya Mungu ya kuzuia (Hesabu 22:14-21; 23:24). Akiwa amevunjika moyo na kushindwa kwake, Balaamu alianzisha wazo kuwa wanaume wa Israeli kuoa wanawake wa Moabu, ili kuleta ndoa mchanganyiko, na kusababisha maelewano ya kiroho (Hesabu 22:5; 23:8; 31:15-16)." [13]

Yesu pia alielekeza kidole cha lawama kwa Kanisa hili kwa kuvumilia "mafundisho ya Wanikolai" ambayo Kristo alichukia (mstari wa 15). Hilo lilikuwa tokeo la uhuru wa kiroho uliochochea maisha ya uasherati na kumkana Mungu kuwa Muumba. Kama Vile Jina Pergamum linarejelea ndoa, Kanisa hili lilikuwa limeunganishwa na ulimwengu. Kristo hangekubali aina hiyo ya kuungana tena. Kama Mtume Paulo alivyoonya, waumini hawapaswi kufungwa nira na wasioamini kwa sababu hakuna uhusiano kati ya nuru na giza (2 Kor. 6:11-7:1).

Kristo anadai toba kutoka kwa Kanisa la Pergamamu, lau sivyo angewaweka kwenye upanga wa kinywa chake. Kwa kuelezea vingine, angewafungulia hukumu yake kali kwa ajili ya dhambi ya maelewano. Kanisa la kisasa linapaswa kujifunza kutokana na onyo hili Kwamba Kristo anahitaji uaminifu kamili na hakubali maelewano yoyote na ulimwengu.

Kuna uhakikisho kwa wale wanaoshinda. Bwana anaahidi kuwapa "mana iliyofichwa" (mstari wa 17), kama alivyofanya kwa Waisraeli jangwani. Mana hii iliyofichwa ni riziki ya kiroho katika matembezi yao ya imani. Walihakikishiwa "jiwe jeupe", yaani, kibali cha Mungu, lililowekwa pamoja na faraja yake wakati wa mateso. Bwana pia aliwaahidi jina jipya. Huu ni utambulisho wa uhusiano wao na Mungu.

Kanisa la Thyatira-Ufunuo 2:18-29

"Wakati mmoja Thyatira ilijulikana kwa kazi ya shaba na kufuma. Katika nyakati za kisasa, ni eneo kubwa zaidi la Uturuki linalokuza tumbaku na mafuta ya zeituni. Kanisa la kale la Thyatira katika Ufunuo linaweza kutambulika kutokana na Mskiti Mkuu wa Akhisar wa kisasa. Jengo la Kanisa ni Kanisa la zamani la Byzantine ambalo lilibadilishwa baada ya ushindi wa Ottoman. Leo, kuna mambo machache yanayoonyesha kwamba wakati mmoja Ukristo uliendelea kusitawi katika eneo hilo." [14]

Yesu alikuwa akizungumzia suala la nidhamu ya Kanisa kwa Kanisa la Thyatira. Ingawa ni jiji dogo lililowekwa kati ya Perga mamu na Sardi, ni Kanisa lililotumiwa ujumbe mrefu zaidi ukilinganisha na yale mengine. Kwanza, Bwana alisifu Kanisa hili kwa kazi yake, hisani, huduma, imani na uvumilivu. Hizi ni sifa nzuri sana. Tukiangalia barua hiyo kwa makini, yaonekana kwamba Kristo alikuwa akisifu sehemu ndogo tu ya kutaniko kubwa kama tunavyoona katika mstari wa 24. Anatoa changamoto kwa kikundi hiki kidogo kubaki waaminifu hadi atakaporudi. Kwa hiyo inaonekana kwamba Bwana alikuwa akijaribu kutenganisha wachache wazuri kutoka kwa wengi waovu.

Kwa mtazamo hasi, tunaona mzozo uliopo kati ya waumini wa Kanisa hili. Kulikuwa na kundi dogo la waumini ambao walikuwa waaminifu kwa Bwana, wakati wengine, ambao waliunda kundi kubwa, waliruhusu mafundisho ya Yezebeli kuingia, na kulishawishi Kanisa kwa udanganyifu wa uovu huu. Kanisa lilikuwa limekubali mafundisho ya Yezebeli, mwanamke aliyedai kuwa nabii wa kike, hivyo kulitongoza Kanisa katika uasherati na kula vitu vilivyotolewa dhabihu kwa sanamu. Uovu wa Yezebeli unaelezwa vizuri katika maandiko. Alikuwa malkia mwovu ambaye alianzisha roho kali za ibada ya sanamu na upotovu wa kijinsia kwa Waisraeli wakati wa Eliya (1 Wafalme 16:30-32; 19:1-3). Mfumo wa ibada ya sanamu na upotovu wa kingono wa Yezebeli ulikuwa umeingia katika Kanisa la Thyatira.

Bwana alikemea Kanisa hili la uzinzi na akawapa nafasi ya kutubu ambayo hawakuichukua (mstari wa 21). Bwana daima hutoa neema yake kabla ya hukumu. Katika (mstari wa 22), Yesu atangaza hukumu yake juu ya Kanisa hili:

> *Tazama, nitamtupa kitandani, na wale wanaofanya uzinzi pamoja naye katika dhiki kuu, isipokuwa watubu matendo yao.*

"Bwana anaahidi mateso makali kwa wale waliofuata uongozi mbaya wa Kanisa hili. Majaribu, dhiki, na kifo vingekuja juu yao, na wale waliobaki wangejua kwamba Bwana alikuwa bado anatawala."[15]

Mungu daima atakuwa na masalia yake wakati wowote. Kanisa la Thyatira lilikuwa limejaa ukosefu wa adili na ibada ya sanamu. Hata hivyo, bado kulikuwa na masalia ya kimungu katikati yao ambao walipinga dhambi hizi. Hao ndio waumini wa kweli. Bwana aliwatia moyo na kuwahimiza "washike mpaka atakapokuja" (Mstari wa 25). Anawapa ahadi kubwa ya thawabu atakaporudi.

Kanisa la Sardi-Ufunuo 3:1-6

Sardisi ni mji mwingine kati ya miji saba ya Makanisa saba katika Ufunuo 2 na 3. Jiji hili lilikuwa upande wa magharibi wa Asia Ndogo, ambayo ni Uturuki ya kisasa. Sardisi ilikuwa kilometa 50 mashariki mwa Smirna na kwenye ncha ya chini, kilometa 30 upande wa kusini-mashariki wa jiji la Thyatira. Mwanzoni mji huo ulikuwa mji mkuu wa Lydia. Baadaye ikawa sehemu ya Roma mnamo 129 KK. Jambo moja muhimu kukumbuka ni kwamba huko Sardisi, upagani ulistawi. Idadi ya Wakristo katika Sardisi haikuwa kubwa. Pia ilikuwa dhaifu, jambo lililowachangia kurudi kwenye dini zao za zamani. Sardis ulikuwa mji wa kibiashara ambao ulikuwa umekua tajiri kutokana na viwanda vya nguo, rangi na vito. Hata hivyo, la kusikitisha ni kwamba, jiji hili lilikuwa kitovu cha ibada ya kipagani. 16

Ingawa Bwana Yesu Katika Makanisa manne yaliyotangulia alikuwa na jambo zuri la kuzungumzia na kuwapongeza, hakuwa na la kupongeza Kanisa la Sardisi. Sardisi ina sifa nzuri kulingana na viwango vya kibinadamu, na kwa mtazamo wa kidunia Kanisa hili lilikuwa hai na lenye afya. Fred Hartman anaelezea hali ya Sardis vizuri sana. Anasema, " lilikuwa nzuri sana, sifa yake ilikuwa bora. Yaelekea watu walikuja kutoka mbali na karibu ili kuhudhuria ibada hizo, lakini sifa yake yenye kung'aa ilififia upesi. Kanisa hili lilikuwa kama maua yaliyokatwa kwenye kaburi siku mbili baada ya mazishi; kisha yakakauka.[17] Hivi Ndivyo Yesu anavyolielezea Kanisa la Sardi Katika Ufunuo. 3:1:

> *"Najua matendo yako, ya kuwa una jina unaloishi, na umekufa.*

Kutoka kwa mtazamo wa umma, Kanisa la Sardis lilionekana kuwa hai na zuri, lakini si hivyo na Yesu. Ni Uamuzi wa Kristo ambao ulikuwa muhimu na sio jinsi watu walivyoliona. Ingawa sifa ya Kanisa hili hapo Zamani ilionekana kuwa hai, hakukuwa na maisha huko Sardis sasa. Ingawa kanisa la Jimbo la Sardisi lilikuwa baya, bado kulikuwa na waumini wachache waliokuwa wamesimama wima. Lakini hata waumini hawa wachache wazuri walikuwa karibu kumezwa. Yesu anawatia moyo waumini hawa wachache waaminifu kuamka na kuimarisha kile kinachobaki na kinachokaribia kufa, "kwa maana sijaona matendo yako yamekamilika mbele za Mungu Wangu" (Mstari wa 2). Kwa waumini hawa wachache waaminifu, yote hayakuwa yamepotea. Hata hivyo, ikiwa hawangekuwa waangalifu, wangepoteza hata kidogo walichokuwa nacho.

Kwa wale waumini wachache waaminifu walioshikilia imani na kutubu, Yesu anawapa ahadi maalum kama tunavyoona katika (mstari wa 4(b). Kwamba watatembea pamoja naye "katika nyeupe", kwa maana wanastahili. Mavazi haya meupe yaliyotajwa na Bwana yanaashiria usafi wao katika mji mchafu. Bwana anaahidi kuwatambua katika siku zijazo, kwani wamevaa Kama yeye na kutangazwa kuwa wanastahili na Mungu.

Kanisa la Philadelphia-Ufunuo 3: 7-13

Philadelphia pia lilikuwa jiji lililoanzishwa Katika Uturuki ya kisasa, ambapo wakati huo ilikuwa Asia Ndogo. Mji huu pia uliitwa Alasehir. Ulikuwa kilometa 30 katika Sehemu ya Kusini-mashariki ya Sardisi Katika Asia Ndogo. Mji huu ulianzishwa na Attabus II Philadelphia Pergamos. Jiji hilo lilitumiwa kama mlango wa wazi wa utamaduni wa Kigiriki. Jiji hili liliathiriwa na tetemeko la ardhi mnamo 17 BK. Baadaye lilijengwa upya na Maliki Tiberio. [18]

Kanisa la Philadelphia, kama Kanisa la Smyrna halikupokea shutuma kutoka kwa Bwana, bali sifa. Maneno ya Yesu katika mstari wa 8 yanatia moyo sana:

> *Najua matendo yako; tazama, nimekuwekea mlango ulio wazi mbele yako, wala hakuna mtu awezaye kuufunga; kwa maana una nguvu kidogo, na umelishika neno langu, wala hujalikana jina langu.*

Kwa Sababu waumini huko Philadelphia walikuwa "wameshika neno Lake, na hawakukana jina lake," ambayo ni kwamba, waliunga mkono imani na kushuhudia jina la Yesu (Mstari wa 8), na kwa sababu walikuwa na neno la uvumilivu wake (mstari wa 10), Kristo pia anaahidi kuwahifadhi katika saa ya majaribu, ambayo itakuja juu ya ulimwengu wote, kuwajaribu wanaokaa duniani. Kama Will Varner (1992: 2/3) anavyosema, "Hapa kuna mojawapo ya ahadi zenye thamani zaidi katika neno la Mungu. Pia ni ahadi ambayo ina athari kubwa kwa nyakati za mwisho." [19]

Kanisa la Laodikia-Ufunuo 3:14-22

Jiji la Mwisho kati ya majiji saba yaliyotajwa lilikuwa Laodikia. Kama majiji mengine sita, jiji hilo lilikuwa katika Uturuki ya kisasa. Laodikia pia iliitwa Denizli. Jiji hili lilianzishwa maili 40 Kusini masharikimwa Philadelphia na maili 80 Mashariki mwa Efeso kuelekea magharibi mwa Asia Ndogo wakati huo. Laodikia lilikuwa jiji lenye utajiri mwingi wa raslimali. Pia lilijulikana kwa kuwa na shule maarufu sana ya matibabu wakati huo. Jiji hili liliuza nguo nzuri za sufu kwa ulimwengu wa nje. Jiji hilo pia lilijulikana kwa dawa ya macho. [20]

Jiji hilo lilipata tetemeko kubwa la ardhi mnamo 60-61 BK. Raia wake walithibitisha kujitosheleza kwao, wakipuuza utegemeo wowote kutoka kwa serikali ya Roma, na kujenga upya jiji hilo kwa kutumia mali zao wenyewe. Labda hii inaweza kueleweka vizuri kutoka kwa maana ya jina lake. Laodikia kutoka kigiriki maana ya **watu** na **kuhukumu, kuamua** au **kutoa maamuzi,** kuonyesha utawala wa kibinafsi. [21]

Paulo alikuwa na wasiwasi mkubwa juu ya Kanisa hili kama tunavyoona katika Wakolosai 2:1; 4:15-16. Kanisa hilo lilikua sana kwa miaka mingi. Walakini, sio mengi ya uwepo wake yanaweza kuzingatiwa leo. Hata hivyo, " wanaakiolojia wamegundua majengo takribani ishirini katika eneo hilo. Kanisa kubwa zaidi Huko Laodikia, lililoitwa Kanisa la Laodikia, lilichukua eneo lote la jiji na lilianza mwanzoni mwa karne ya nne. [22]

Kristo haoni chochote cha kusifiwa katika Kanisa hili. Badala yake, anatoa karipio. Karipio hilo halikuhusianishwa na kosa lolote lisilo la adili au la mafundisho kama ilivyofanywa na makanisa mengine. Tatizo lake lilikuwa uvuguvugu. Hakuwa baridi wala moto kwa Bwana. Kutokana na maelezo ya Kristo, uvuguvugu ni mbaya zaidi kuliko kuwa baridi kabisa. [23]

"Neno **uvuguvugu** linarejelea wasioamini ambao, wanapofunuliwa kwa neema ya kuokoa ya Mungu katika Kristo, hukiri imani ndani Yake, lakini hawamwamini kwa kweli katika wokovu. Wana aina ya nje ya bidii kwa ajili ya Kristo lakini hawana maisha halisi ya kiroho; hivyo, wao ni vuguvugu (mchanganyiko wa moto na baridi). Wale ambao Yohana alisema walikuwa "pamoja na" waamini katika makanisa lakini hawakuwa " wa " waamini, ni mifano ya watu wenye joto (1 Yohana 2:19)," asema Renald Showers. (1992:2/3) [24]

Kwa nini Kanisa la Laodikia lilikuwa vuguvugu? "Walikuwa vuguvugu kwa sababu walikuwa wameruhusu utajiri na mtazamo wa kujitosheleza wa jiji lao kuathiri utajiri wao wa kiroho. Walihisi kujitosheleza kiroho na kuridhika na walikuwa na hakika kwamba hawakuhitaji kitu kingine chochote katika ulimwengu wa kiroho, hata maisha ya kweli ya kiroho katika Kristo. Tathmini ya kristo ya hali yao ya kiroho ilitofautiana kabisa na yao wenyewe. Alisema kwamba hawakujua hali yao ya kweli ya kiroho. Kwa kweli, walikuwa katika hali mbaya, duni. Mji wao ulikuwa tajiri, lakini walikuwa katika umaskini wa kiroho. Yesu alitishia kulitapika." [25]

Muhtasari

Makanisa saba ya Kitabu cha Ufunuo yalikuwa Makanisa haswaa yaliyokuwepo Asia Ndogo katika karne ya kwanza, na Uturuki ya kisasa. Ni kielelezo cha kweli cha Kanisa la Yesu Kristo katika kipindi chote cha historia ya Kanisa. Kila Moja ya Makanisa haya saba inawakilisha hali fulani au hali inayopatikana katika makanisa yetu siku hizi. Yesu alitumia makanisa haya kutuma ujumbe wenye nguvu sana kwa mwili wake kuhusu jinsi wanavyoishi na kujiendesha wenyewe, na matokeo ya baadaye ya hali hiyo ya mambo.

Kwa Mfano, Kanisa la Efeso, lilisifiwa na Yesu kwa sababu ya bidii na uvumilivu wake. Pia walichukia matendo ya Wanikolai. Hata hivyo, walishutumiwa kwa kupoteza upendo wao wa kwanza. Je, Hilo laweza kusemwa na Kristo kuhusu Kanisa letu la leo? Upendo ambao kanisa lilikuwa nao kwa uinjilisti, funzo la Biblia na sala. Baada ya muda, hamu na mshawasha wa kuyaendeleza mambo hayo ilipungua. Hatuna msukumo katika utumishi wa ufalme. Tumepoteza upendo wa kwanza. Kama vile Kristo alihitaji vitu hivi vitatu kutoka kwa Kanisa la Efeso:

i. Kumbuka jinsi ulivyoanguka
ii. Tubu
iii. Rudi nyuma na ufanye kile ulichokuwa ukifanya.

Mambo haya vile vile yanahitajika kutoka kwa kanisa la leo. Kushindwa kufanya hivyo, adhabu itakuwa kubwa. Ataondoa kinara Chake mahali pake.

Yesu alivutiwa na Kanisa la Smirna. Kanisa hili lilisimama kwa injili ya kweli licha ya mateso yenye kuogofya zaidi ambayo Kanisa hili lilipitia Chini ya wafalme wa Roma. Waumini Wa Smirna pia walikuwa maskini kimwili, lakini matajiri kiroho. Waliweka hazina zao Mbinguni na sio Duniani. Kanisa la Kristo limekuwa likiteswa tangu karne ya kwanza. Kanisa la Smirna hutumika kama kitia moyo kwa wale wanaopitia mateso kama hayo kushikilia imani licha ya hali waliyoko. Kwa kubaki mwaminifu katika Kristo, Bwana anawahakikishia kwamba atawahifadhi katika saa ya dhiki. Waumini ulimwenguni pote wanapopitia majaribu ya kila aina, wanaweza kutiwa moyo na ushuhuda wa Kanisa la Smirna.

Kanisa la Pergamamu lilipongezwa na Kristo kwa kushikamana na jina lake na kutokukana imani yake. Wanaweka maisha yao katika hatari ya kukiri Kristo. Hata hivyo, Kristo aliwashutumu kwa kuvumilia fundisho bandia la Balaamu. Pia walivumilia fundisho la Wanikolai. Kwa maneno mengine, kanisa hili liliolewa na ulimwengu. Yaani; lilikuwa na maelewano na dunia. Kanisa la leo linaweza kushutumiwa kwa njia iyo hiyo. Kuna udunia mwingi katika madhabahu na mahekalu kwa kisingizio cha "burudani ya injili". Waumini wa kikristo wanavutiwa sana na burudani ya kidunia. Bwana alionya Kanisa la Pergamamu dhidi ya upotovu wa maadili, walimu wa uwongo na mafundisho ya uzushi. Anaonya Kanisa la leo kwa maovu yayo hayo kupitia Kanisa la Pergamum.

Kanisa la Thyatira lilikubali ibada ya sanamu kupitia fundisho la Yezebeli. Fundisho la Yezebeli pia lilihusianishwa na dhambi ya kingono na upotovu. Thyatira waliruhusu mazoea ya kipagani ya ulimwengu katikati yao. Hali hii inajulikana sana na Kanisa la leo. Dhambi ya ngono na kashfa miongoni mwa viongozi wa kidini zimeshuhudiwa katika makanisa yetu leo. Mazoea ya ibada ya sanamu pia yamejificha katika ibada ya Kanisa letu. Yesu anakemea dhambi hizi katika kanisa la leo kupitia Kanisa la Thyatira.

Kuhusu Kanisa la Sardisi, hali ilikuwa ya kusumbua. Yesu hakuwa na kitu cha kupongeza kanisa hili. Lilikuwa hai japo lilikuwa limekufa. Kutoka kwa macho ya watazamaji, lilionekana kuwa la kupendeza sana. Lakini Kwa Kristo lilikuwa limekufa. Wakati mwingine tunadanganywa na uimbaji wenye nguvu kutoka kwa kikundi cha sifa na ibada, na wachungaji wanaosisimua katika baadhi ya makanisa yetu, na tunafikiria kuwa uwepo wa Mungu upo hapo. Wakati mwingine tunadanganywa na ustadi wa Muundo na majengo ya kifahari ya baadhi ya makanisa na vifaa vya kisasa, makutaniko makubwa yayojaa furifuri ukumbini mwa kanisa na kudhani uwepo wa Mungu uko katika makanisa hayo. Lakini Yesu kristo anaona" ganda tupu " katika makanisa hayo.

Kanisa la Philadelphia, linapongezwa sana na Bwana kama vile alivyolipongeza Kanisa la Smyrna. Kristo hakuwa na malalamiko dhidi ya kanisa hili. Waamini Wakristo katika Kanisa la Philadelphia waliendelea na imani bila kutetereka. Bwana anaahidi kulihifadhi saa ya jaribio. Bwana Kupitia Kanisa la Philadelphia anahakikishia Kanisa la kisasa, ikiwa litabaki aminifu, litaokolewa kutoka kwa dhiki itakayokuja juu ya dunia yote.

Bwana anaelekeza kidole cha lawama kwa Kanisa la Laodikia. Halikuwa moto wala baridi, bali lilikuwa la uvuguvugu. Waumini wachache wa Kikristo waliojitolea walikuwa wakididimizwa na wengi waovu. Katika Makanisa yetu, tuna waumini wanaojitolea na ambao wanajikuta wamemezwa na waumini wasiojitolea, ambao huwa ndio wengi. Bwana anawatia moyo wale waumini wachache waliojitolea kuwa imara dhidi ya kumezwa na wengi wasiojitolea.

Kanisa la laodikia lilikuwa tajiri na lilikuwa lenye kujitosheleza. Ni hali hii ya mambo ambayo ilisababisha uvuguvugu wao. Bidii ya kumpenda na kumtumikia Mungu ikawa haipo. Kupenda mali kuliwafunga macho. Imani ikawa ni jambo tu la kawaida kama ibada. Kristo anatoa onyo kali kwa kanisa la kisasa kupitia Kanisa la Laodikia. Kwamba atawatapika kutoka kinywani mwake ikiwa hawatatubu na kumrudia.

Kwa muhtasari, hebu tuone jinsi David Treybig anavyoyaangazia makanisa haya saba ya Ufunuo:

- Efeso (Ufunuo 2: 1-7): Usipoteze upendo wako kwa ukweli wa Mungu au watu wake.
- Smirna (Ufunuo 2: 9-11): Endelea kuwa mwaminifu mbele ya dhiki na umaskini.
- Pergamo (Ufunuo 2: 12-17): Pinga ushawishi wa Shetani, hata kifo; ikiwa ni lazima.
- Thyatira (Ufunuo 2: 18-29): Pinga mafundisho ya uwongo.
- Sardi (Ufunuo 3: 1-6): Usipuuze mambo uliyosikia. Endelea kuwa na bidii na usafi katika mwenendo.
- Philadelphia (Ufunuo 3: 7-13): Vumilia na utembee kupitia milango ambayo Mungu anafungua.
- Laodikia (Ufunuo 3:14-22): Usiwe vuguvugu kuhusu njia za Mungu.

SURA YA 3

KUZALIWA KWA TAIFA LA KIYAHUDI

Mandhari ya Kihistoria

Watu Wa Kiyahudi wametembea njia ya matuta na mandhari sumbufu kwa kipindi kirefu kabla ya Bwana Baron Rothschild kupokea, kwa niaba ya watu wa Kiyahudi, barua rasmi ya kutambuliwa na idhini kuidhinisha makazi ya kitaifa kwa Wayahudi katika nchi ya Palestina. Hata hivyo, Walishindwa na Waingereza katika vita vya kwanza vya Dunia, na Baada ya hapo Palestina ikawa chini ya udhibiti wa Waingereza. [1]

Eneo lililowekwa alama kwa ajili ya taifa la Kiyahudi lilikubaliana na eneo lililothibitishwa katika maandiko. Lilienea kutoka bahari ya Mediterania hadi Iraki, ikijumuisha Yordani ya leo. Mungu alimwahidi mtumishi wake kwamba angewaongeza wazao wake. Pia alimpa Ibrahimu ardhi hiyo kwa kadiri macho yake yalivyoweza kuona. Mungu alithibitisha agano hili na Isaka, na Yakobo (Mwanzo 13: 14-16). [2]

Ibrahimu akawaacha watu wake, akaenda nchi ambayo Mungu alikuwa amemwonyesha. Alipokuwa akikaa katika nchi ya Kanaani, Mungu alimhakikishia kwamba nchi hiyo ingekuwa yake yeye na wazao wake (Mwanzo 12: 7, 13: 15-16). Ibrahimu na Mkewe Sara walikuwa na umri mkubwa, lakini hawakuwa na mwana wa kutimiza ahadi ya Mungu. Katika kukata tamaa kwa Sarah kutoka kwa mtazamo wa kibinadamu, alimshawishi Ibrahimu kutafuta mwana kupitia mjakazi wake-Hagari (Mwanzo 16: 2). Hagari alizaa mwana aliyeitwa Ishmaeli. Lakini Ishmaeli hakuwa mwana wa ahadi. Katika wakati wa Mungu, aliwatembelea Ibrahimu na Sara na kuwaahidi mwana (Mwanzo 18: 10-15). Ahadi hii ilitimia walipomzaa mwana aliyeitwa Isaka (Mwanzo 18: 10-15).

Baada ya Kifo cha Ibrahimu na Sara, Isaka aliendelea kuishi katika nchi hii, Vivyo hivyo na Mwanawe Yakobo. Njaa kali ilipiga na kuvuruga kukaa kwa Yakobo Kanaani, ikimchochea kuhamia Misri kutafuta chakula. Hakujua kwamba Suluhisho lake lilikuwa mikononi mwa Mwanaye Yusufu ambaye alikuwa ameuzwa kwa Wamisri na ndugu zake. Yusufu, akiwa katika nafasi ya mamlaka, alipanga jinsi jamaa zake watakavyokaa katika nchi ya Misri. Yusufu alitawala akiwa kamanda wa pili katika nchi ya Misri. Baadaye, Farao aliyekuja baada ya Yusufu hakujua historia hii, na kwa hivyo Waisraeli ambao walikuwa wameongezeka kwa idadi, waliteswa. Katika siku zake za machweo, Yakobo aliwaambia wanawe wachukue mifupa yake ili kuzikwa juu ya baba yake (Mwanzo 49:29-33).

Dubby tal na Moni (2003) wanatupa muhtasari wa matukio haya vizuri. Wanaandika, " Uhamiaji wa Ibrahimu kwenda nchi ya Israeli ulikuwa mwanzo wa safari ndefu ambayo watu wa Israeli wangesafiri kabla ya hatimaye kutua katika nchi. Safari hii ingekuwa uhamisho mrefu na mgumu katika Misri, ikifuatiwa na kutoka kwao kwa miujiza na hatimaye kupokea Torati (Sheria ya Kimungu). Baadaye wangekaa katika nchi ya Israeli, ambako Mfalme Daudi angewatawala watu wake, na Mfalme Sulemani, mwana wake, angeanzisha ufalme wake wenye nguvu na kujenga Hekalu. Safari hiyo ingeendelea na uhamisho kwenda Babeli, kisha kurudi na kujenga upya Hekalu la pilikisha uharibifu wake ambao ungeashiria mwanzo wa uhamisho mrefu na wenye uchungu zaidi. Katika miaka 2000 iliyofuata, Wayahudi wangeteswa vibaya sana hadi hatimaye wangerudi nyumbani na kuanzisha Taifa la Israeli." [3]

Waisraeli Wahamishiwa Misri Kwa miaka 400

Uhamisho wa Waisraeli katika Misri kwa miaka 400 ulikuwa umetabiriwa. Mungu alimwambia Ibrahimu kwamba wazao wake watakuwa katika nchi isiyo ya kawaida ambapo watateswa kwa miaka 400 kama ilivyoandikwa katika (Mwanzo 15: 13):

> *Kisha Bwana akamwambia Abramu, " Ujue kwa hakika kwamba uzao wako utakuwa wasafiri katika nchi ambayo si yao na watakuwa watumishi huko, nao watateswa kwa miaka mia nne."(ESV)*

Walikwenda Misri kupitia Yakobo kutafuta chakula. Yusufu-Waziri mkuu aliwakaribisha na kuwaweka. Idadi yao iliongezeka na kusitawi. Hali hii iliwaogopesha wenyeji wao - Wamisri. Mary Chaignot anaeleza sababu ya mgogoro na Farao na Wamisri. "Mfalme mpya, ambaye Yusufu hakumaanisha chochote, aliingia madarakani Misri. Hata hivyo, Farao huyu anatazama huku na huku na kuwaona Waisraeli wengi. Anasema kuwa Waisraeli wamekuwa wengi sana na vita vikizuka, watajiunga na maadui zetu, watapigana nasi na kuondoka nchini." [4]

Waisraeli walilazimishwa kufanya kazi ngumu (watumwa) kwa karne nne. Farao alihisi kutishiwa na idadi yao na akaanzisha mpango wa jinsi ya kuzuia ongezeko hili la idadi ya watu. Alifikiria mauaji ya kimbari. Farao aliwaita wakunga wote na kuwapa maagizo madhubuti (amri)kwamba wakati wa kuzaa watoto wa kiebrania, wanapaswa kumuua mtoto yeyote wa kiebrania lakini waachilie wasichana. Hata hivyo, wakunga walipinga amri ya Farao. Walimwogopa Mungu na wakaamua kutokuwa sehemu ya mpango huu mbaya (Kutoka 1: 15-22). Mpango huo mbaya uliposhindwa, Farao aliamuru kwamba wavulana wote waebrania waliozaliwa wauawe.

Farao alikuwa amebonyeza kitufe kibaya wakati huu. Mungu aliingilia kati. Badala ya mauaji ya wavulana waebrania, hali ilikuwa kinyume. Mungu aliagiza kwamba Waisraeli wapake damu kwenye nguzo zao za milango, kwa maana malaika wa Bwana angewatembelea na kuwaua wazaliwa wote wa kwanza wa Wamisri na watumishi wote wa kike na wazaliwa wa kwanza wa wanyama (Kutoka 11 na 12) Farao alipigwa kwenye mchezo wake mwenyewe.

Mwanzoni, mpango wa kuwaua wavulana waebrania ulikuwa umemlenga Musa. Mungu alimwokoa kwa ajili ya utume mkubwa uliokuwa mbele yake. Yaani, ukombozi wa Waisraeli (Kutoka 2). Mungu alimtayarisha Musa kwa ajili ya kazi muhimu iliyokuwa mbele yake. Miaka yake arobaini ya kwanza ilikuwa katika kasri la Farao. Kisha akaendelea na awamu ya pili ya mafunzo jangwani kwa miaka mingine arobaini. Waisraeli walimfikia Musa kwa kilio. Kilio chao kilimfikia Mungu, naye akamwagiza Musa kwa msaada wa Ndugu yake (Haruni) awaokoe Waisraeli.

Kutoka Na Uzoefu Wa Jangwa

Licha ya fadhaa za wana wa Israeli na mahitaji ya Mungu ya kuruhusiwa kuondoka, Farao alikaidi. Hata hivyo, hatimaye alikubali kuwaacha waende. "Waisraeli waliwapora Wamisri vito, fedha, dhahabu na mavazi (Kutoka 12:35-36).[5] Farao akawaruhusu Waisraeli waondoke baada ya hukumu ya Mungu juu ya wazaliwa wao wa kwanza. Wamisri walikuwa tayari kuwaacha Waisraeli waende, kwa sababu walihisi walikuwa sababu kuu ya msiba huo uliowapata. Lakini hata baada ya kuwaachilia, Farao bado aliwafuatilia Waisraeli. Alikuwa na uchungu sana nao.

Nyuma ya Waisraeli kulikuwa na jeshi la Farao katika harakati kali. Mbele yao kulikuwa na Bahari Nyekundu. Wakajikuta katika njia panda na wakamlilia Musa. Mungu alimwagiza Musa cha kufanya. Aliangusha fimbo yake juu ya Bahari Nyekundu na bahari ikagawanyika ikiwaruhusu kupita. Hata hivyo, jeshi la farao halikuwa na bahati. Huo ulikuwa mtego wao wa kifo ambao wote walikufa. Mungu alifanya muujiza mkubwa machoni pa watu Wake, Waisraeli.

Safari ambayo ingechukua siku chache ilidumu miaka 40. Mungu aliruhusu uzoefu huu kuwafundisha Waisraeli mafunzo makubwa jangwani. Aliwapa chakula kilichoandaliwa tayari (mana) kutoka mbinguni. Aliwapa maji kimuujiza. Alihakikisha kuwa walikuwa na afya njema ya mwili, na nguo zao hazikuraruka kamwe. Alipigana vita vyao. Mungu alifanya haya yote, kuwafundisha Kwamba alikuwa mtoaji wao, mlinzi na mponyaji. Kwa hivyo, walihitaji kumwamini yeye na yeye peke yake.

> *"Kwa sababu Ya kutotii, Waisraeli walioishi Wakati huo walikatazwa kuingia Katika Nchi Ya Ahadi. Mungu alisema: "Hakuna hata mmoja wa hawa si mmoja wa kizazi hiki kibaya-atakayeona nchi nzuri ambayo niliapa kuwapa mababu zako "(Kum. 1:35).*

Kwa sababu ya kutotii kwao, wana wa Israeli walioondoka hawakuruhusiwa kuingia nchi ya ahadi isipokuwa tu Kalebu na Yoshua, washiriki pekee wa msafara wa kijasusi ambao waliwatia moyo Waisraeli kutii amri ya Mungu (Hesabu 13:30)". [6] Hukumu hii inaeleza waziwazi Jinsi Mungu anavyoona dhambi ya kutotii. Kutoka kwa watu wote walioondoka Misri, wawili tu: Kalebu na Yoshua ndio waliingia katika nchi ya ahadi. Kwa kweli, miaka arobaini ni muda mfupi. Wale ambao waliondoka Misri katika umri wa kati bado wangekuwa na nguvu kuingia katika nchi ya ahadi. Ni wazi kwamba wale walioingia Kanaani walikuwa watoto waliozaliwa jangwani.

Kukaa Katika Nchi ya Ahadi

Baada Ya kuwa Uhamishoni Misri Kwa Miaka 400, Hatimaye Waisraeli walirudi katika nchi ambayo Mungu alikuwa amewaahidi Kupitia Ibrahimu. Kuingia na kukaa katika nchi ya ahadi hakungekuwa rahisi na starehe. Walilazimika kuwashinda wakaaji wa Kanaani. Kazi ya Kwanza ya Yoshua ambaye alikuwa akiongoza Waisraeli baada ya Musa, ilikuwa ushindi wa Yeriko. Mungu aliwapigania na ukuta ukaanguka, ukiruhusu kutekwa kwa jiji

(Yoshua 6). Kutoka hapo, Yoshua aliwaongoza watu kuteka majiji zaidi.

Baada ya ushindi huu, Yoshua aligawanya ardhi kwa kila moja ya makabila kumi na mawili ya Israeli mbali na Lawi, ambaye urithi wake ulikuwa Bwana (Yoshua 13-21). Kikwazo kimoja kikubwa kilichosimama njiani ni jinsi ambavyo wangehusiana na Wakanaani. Musa alikuwa amewaonya mapema, kwamba watapofika kwenye nchi ya Ahadi na kufanikiwa, hawapaswi kumsahau Mungu wao. Musa aliogopa kwamba wangekubaliana kwa urahisi na Wakanaani, kumwacha Mungu, na kuabudu miungu ya Wakanaani. Hofu yake hatimaye ilitimia. Walifunga ndoa pamoja nao na kuabudu miungu ya Wakanaani. Yoshua pia aliwaonya dhidi ya uovu huu kabla ya kufa (Yoshua 24: 14-24).

Baada ya kifo cha Yoshua, mahakimu walichaguliwa kutawala Israeli. Mungu pia aliteua manabii na makuhani. Miongoni mwao alikuwa Samweli ambaye aliwahi kuwa nabii wa Bwana (1 Samweli 3:19; 4:1; 7:3-5). Samweli pia aliwahi kuwa kuhani (1 Samweli 7: 9-10). Waisraeli walitaka mfalme ili wawe kama majirani zao. Mungu hakufurahishwa na mahitaji haya kwa sababu wakati wote, alikuwa ametumikia kama mfalme wao.

Hata hivyo, huo ulikuwa mwanzo wa utawala wa wafalme, Sauli akiwa mfalme wa kwanza wa Israeli. Sauli hakumtii Mungu na badala yake akaja Daudi. Sulemani alichukua Madaraka kutoka kwa baba yake Daudi. Baada ya Kifo cha Sulemani mwaka 922 KK, Mwanawe Rehoboamu alichukua kiti cha enzi. Ni wakati huu ambapo makabila kumi ya kaskazini yalimwasi na kuunda ufalme wao wenyewe. Hilo lilitokeza " Ufalme wa Gawio."Ufalme ulikuwa: Yuda na Benyamini (Ufalme Wa Kusini). Makabila mengine kumi yalifanyiza ufalme wa kaskazini (Israeli). Mji mkuu wa Yuda ulikuwa Yerusalemu.

Israeli Ilitawanyika na Kuhamishwa

Mungu aliwaweka Waisraeli katika nchi ya Ahadi, nchi ya maziwa na asali. Katika vita vyote vilivyohusisha Israeli dhidi ya majirani zake wenye uhasama, Mungu aliwapigania vita hivi. Mungu alithibitika kuwa "Mungu wao" na wao kuwa "watu Wake". Kama ilivyotajwa mapema, Waisraeli walionywa wasiabudu miungu ya Wakanaani, au waolewe nao kwa sababu hilo lingeleta najisi.

Dhambi ya ibada ya sanamu ilikuwa dhambi kubwa sana mbele za Mungu. Ni dhambi hii ambayo ilisababisha kutawanyika kwao na kuwa watumwa. "Uhamisho na kuwa ugenini ndiyo adhabu ambayo Mungu aliiweka juu ya Israeli kwa sababu ya ibada ya sanamu na kutokuamini (Kum. 28:64-68;Isaya 6:11-12; 39: 1-7; Yer. 6: 1-8; 19:1-13; z. 5: 5-12; Amosi 8:1-12). Labda fungu la msingi juu ya habari hiyo liko Katika Kumbukumbu la Torati. 29:24-28". Mataifa yote yatauliza, " Kwa nini Bwana amefanya hivi kwa nchi hii. "Ndipo watu watajibu," ni kwa sababu waliacha agano la Bwana na wakaanza kuabudu miungu mingine. Kwa Hivyo, hasira ya Bwana iliwaka. Bwana aliwang'oa kutoka nchi yao kwa hasira yake, na ghadhabu kubwa kisha akawatupa katika nchi nyingine walipo leo."Duane Garett (2012:4) anaelezea. [7]

Utekwa huo ulitokea katika mawimbi matatu. Ya kwanza ilifanyika mnamo 605 KK. Hapo ndipo Wababiloni walipopata mamlaka kwa mara ya kwanza katika Yuda (2 Wafalme 24: 1). Nebukadreza alizingira Yerusalemu, akaiteka na kuchukua baadhi ya watu muhimu zaidi, Miongoni mwao, Danieli (Danieli 1:1-7). Wimbi la pili lilitokea baada ya Yuda kuasi dhidi ya Wababiloni. Katika 597 KK, Yerusalemu ilishindwa mara ya pili na jeshi la Nebukadreza. Zaidi ya wanaume 10,000: maafisa, askari na mafundi walichukuliwa mateka kwenda Babeli (2 Wafalme 24: 10-17). Wimbi la tatu lilitokea mwaka wa 586 KK, baada ya uasi mwingine wa Yudea kuangamizwa na Nebukadreza. Wakati huu aliwasha moto jiji, na kuharibu Hekalu. Wayahudi waliobaki walipelekwa Uhamishoni Babeli (2 Wafalme 25: 1-21).[8]

Maisha ya Waisraeli waliokuwa uhamishoni yamekuwa yenye kuumiza na yenye kudhalilisha. "Waliteseka mikononi mwa wanajeshi, wadadisi, wauaji na watetezi.. Walilazimika kuvaa nembo zenye kudhalilisha zilizowatambulisha kuwa Wayahudi. Walipatwa na mateso ya kurundikwa katika vijiji duni vilivyoharibika ambapo walinyimwa hata haki za kimsingi ambazo watu wengine walifurahia."Anaelezea Elwood McQuaid (2003:1/2).[9]

Kuzaliwa Kwa Taifa la Kiyahudi

Israeli ya kisasa inatokana na harakati ya Uyahudi iliyoanzishwa katika karne ya 19 Na Wayahudi walioishi katika Milki ya Urusi na ambao walikuwa wametafuta kuundwa kwa eneo la Serikali ya Kiyahudi baada ya kuhimili ukandamizaji. Theodor Herzl anasifiwa kwa kuanzishwa kwa Uyahudi ya kisasa katika 1897. Licha ya kifo chake mwaka 1904, mchango wa Herzl ulichangia pakubwa kuelekea uhuru wa Israeli. Kutokana na matokeo ya uzoefu wa kutisha kufuatia mateso ya Nazi, Wayahudi wengi walioishi Urusi na Ulaya Mashariki waliuawa, inakadiriwa kuwa karibu milioni 6. Jambo hilo lenye kuogofya lilitia moyo harakati ya Uyahudi iliyoongoza Kwenye uhamiaji mkubwa Katika Israeli.[10]

Baada ya kuanguka kwa Milki ya Ottoman Wakati wa Vita vya kwanza vya Ulimwengu, Uingereza ilichukua Mamlaka ya Palestina. Mwaka 1917, Uingereza ililalamika katika "Azimio la Balfour" lililoonyesha kupendelea kwa kuanzisha nchi ya Kiyahudi katika Palestina. Licha ya ukweli kwamba nchi za Kiarabu zilipinga, Azimio la Balfour liliongezwa katika mamlaka ya Uingereza juu ya Palestina ambayo ilikuwa imeidhinishwa na Jumuiya ya Mataifa mnamo 1922. Kwa sababu ya upinzani wa Waarabu katika kuanzisha taifa la Kiyahudi katika nchi ya Palestina, udhibiti wa Uingereza uliongezwa hadi miaka ya 1920 na 1930.[11]

Kufuatia Matokeo ya maangamizi makuu Huko Uropa, Wayahudi wengi, bila idhini, waliingia Palestina wakati wa vita vya pili vya Dunia. Wayahudi wenye msimamo mkali walitumia ugaidi dhidi ya majeshi ya Uingereza katika Palestina walipohisi kwamba walikuwa wameacha ajenda ya Uyahudi. Waingereza hawakuweza kupata jibu la shida hiyo na kwa hivyo walikabidhi jambo hilo kwa Umoja Wa Mataifa. Umoja wa Mataifa mnamo novemba 1947 ulikubali kugawanya Palestina. Kulingana na mpango huo mpya, Wayahudi walipaswa kupata zaidi ya asilimia 50 ya ardhi ya Palestina licha ya kwamba iIdadi yao ya watu katika Palestina ilikuwa chini ya nusu. [12]

Kufikia Mei 14, 1948, Wayahudi walikuwa wamepata udhibiti wa Sehemu yao ya Palestina na kuongezea maeneo mengine ya ziada ya nchi za Kiarabu. Mnamo Mei 14, 1948, Uingereza iliacha mamlaka yake, na kufungua njia ya kutangaza Taifa la Israeli siku iyo hiyo. Hatimaye, Taifa la Israeli lilianzishwa. Siku iliyofuata, mchanganyiko wa askari kutoka Misri, Yordan, Iraq, Lebanon na Syria ziliishambulia Israel. Majeshi ya mataifa hayo matano ya Kiarabu yalikuja na jeshi kubwa mno likiwa na nia ya kuivunjilia serikali ya Israeli na watu Wake, Wayahudi. Kwa kuanzishwa kwa Taifa la Israeli, unabii wa manabii kuhusu kuzaliwa upya kwa taifa la Kiyahudi ulitimia.[13]

"Uwezo wa majeshi hayo ya Kiarabu ulishindwa kwa urahisi na Jeshi la Israeli lisilo na vifaa vya Kutosha. Licha ya kuwa na vifaa haba, walifanikiwa kuwashinda Waarabu na kuunganisha maeneo muhimu kama Galilaya, Pwani ya Palestina na sehemu ya Yerusalemu Magharibi. Uhamisho mkubwa wa Waarabu wakati wa vita uliacha Palestina ikitawaliwa na Wayahudi. Wakati wa vita vya siku sita mwaka wa 1967, Israeli iliongeza tena ardhi zaidi katika eneo lake, ikitwaa mji wake wa kale wa Kiarabu wa Yerusalemu, Eneo la Sinai, ukanda wa Gaza, Ukingo wa Magharibi na Vile vile Milima ya Golani."[14]

Hali Baada ya Kuzaliwa Kwa Israeli

Kuzaliwa kwa Taifa la Israeli tarehe 14 Mei 1948 ilikuwa ishara kubwa na mafanikio makubwa kwa taifa la Kiyahudi. Mafanikio hayo ya pekee yalipatana pia na unabii wa Ezekieli katika Eieli. 36:1-2. Katika unabii Huo, Mungu alikuwa ametangaza kwamba nchi aliyowapa ingekuwa ukiwa na isiyo na watu tangu kipindi ambacho wangekuwa uhamishoni. Na Kweli, Kwa Miaka 2000 ambapo Wayahudi walikuwa uhamishoni, ardhi ilibaki tasa na bila watu. Mungu pia aliahidi katika unabii, kwamba baada ya kuwahamisha kurudi kwenye ardhi yao, wataongezeka, ardhi itakuwa yenye rutuba na kwamba Mungu atawafanikisha. [15]

Sehemu ya pili ya unabii pia imetimia. Licha ya ukubwa wa Israeli kijiografia na ukame, taifa hili dogo limeibuka kama mzalishaji anayeongoza wa matunda na bustani, ambapo jangwa limegeuzwa kuwa la kilimo nchi. Israel sio tu kwamba imekuwa ikijilisha na kuji itosheleza kwa vyakula, bali pia ulimwengu kupitia Mpango Wa Kibbutz.[16] Galilaya Export Limited ni ya pili katika uuzaji wa mazao safi na vifaa kwa wateja duniani kote. [17]

Israel inaongoza ulimwenguni katika sayansi, teknolojia na katika uwanja wa matibabu. "Kama kiongozi wa kimataifa wa sayansi, teknolojia na uvumbuzi, Israeli ni nyumbani kwa moja ya uchumi wa utafiti na maendeleo katika ulimwenguni," serikali ya Canada inabainisha.[18] Huduma ya Israeli ya Mambo ya nje inatupa picha wazi. "Nguvu kuu za nchi zinabaki kuwa uwezo wake wa kiwango cha ulimwengu kwa uvumbuzi (3rd), ambayo inategemea biashara ya ubunifu sana ambayo inafaidika na uwepo wa taasisi bora za utafiti ulimwenguni zinazolenga mahitaji ya sekta ya biashara. Uwezo bora wa uvumbuzi wa Israeli, ambao unasaidiwa na sera za ununuzi wa umma za serikali, unaonyeshwa katika idadi kubwa ya hati miliki nchini (4th). Mazingira yake mazuri ya kifedha, hasa kuthibitishwa na urahisi wa upatikanaji wa mtaji wa hatari (3rd), imechangia pakubwa katika kufanya Israeli kuibuka kuwa na nguvu ya uvumbuzi."[19] Israeli pia inaongoza katika sayansi ya matibabu. Kama Aharon anaelezea, " Ni maarufu duniani kote kwa uhodari wake wa kiteknolojia katika nyanja kama usalama wa mtandao, akili ya bandia, IT na uhamaji mzuri. Israeli pia inaendelea kutambuliwa kwa michango yake muhimu kwa ulimwengu wa bioteknolojia na sayansi ya maisha – teknolojia, ambayo husaidia kuboresha huduma za afya na ubora wa maisha kwa mamilioni ulimwenguni." [20]

Wayahudi hawakujua amani kwa miaka mingi. Kama inavyoonekana hapo awali katika sura hii, Mara tu baada ya Israeli kutangazwa kuwa taifa tarehe 14 Mei 1948, majirani zake watano Waarabu walifanya njama na kuvamia kwa lengo la kuiangamiza kabisa. Majirani hawa hawakuweza kufikiria jinsi wangeishi pamoja na Israeli kama jirani wa karibu. Tangu uhuru wake, Israeli imepigana vita kadhaa vikubwa na majirani zake Waarabu.

Vita Vya Siku Sita (Juni 5-10, 1967)

Kuondolewa kwa kikosi cha dharura cha Umoja wa Mataifa katika Ukanda wa Sinai na Gaza mnamo Mei 19, 1967, kulimchochea Rais Wa Misri – Gamal Abdel Nasser kupeleka wanajeshi 100,000 wakifuatana na mizinga 1,000 kwenye mpaka wake na Israeli. Majeshi ya Syria yalifuata mfano huo kwa kukusanyika kwenye Milima ya Golan. Mnamo Mei 23, Nasser aliweka askari kwenye kingo za Mfereji wa Suez ili kuzuia meli za Israeli kuelekea Eilat. Mda si muda, Israeli ilijikuta imezungukwa na askari wa adui 250,000, mizinga 2,000 na ndege za kivita 700. La kushangaza ni kuwa, Marekani na Ufaransa ambao walikuwa wauzaji wakuu wa Silaha kwa Israeli walikataa kuipa silaha. Wakati uo huo, Urusi ilitoa silaha kwa kiasi kikubwa kwa mataifa shambuliaji ya Kiarabu.[21]

Licha ya usaliti wa washirika wake (Marekani na Ufaransa) ambao ulipunguza nguvu zake za silaha, Israeli iliwakabili maadui zake. Mnamo juni 5, Israeli ilianzisha shambulio la mapambazuko dhidi ya maadui wake wa pamoja na katika masaa 3 tu, ndege 391 na wapiganaji 60 wa angani walikuwa wameangushwa na kuharibiwa na Israeli. Israeli ilichukua udhibiti kamili wa anga ya Mashariki ya Kati. Licha ya Uhakikisho wa Jordan wa kutoshambulia Israeli, Jordan bado iliendelea na kushambulia Israeli mnamo juni 5. Israel ilijibu kwa uchokozi huu,ikishinda Jordan kwa urahisi mnamo juni 7. Siku iyo hiyo, Israeli liliteka Yerusalemu ambayo ilikuwa makao ya mahali patakatifu zaidi, miongoni mwao ikiwa ni Mlima wa Hekalu na ukuta Wa Kulia (Magharibi). Mfalme Hussein wa Jordan hakuwa na chaguo ila kutaka kusitishwa kwa mapigano na kukabidhi Ukingo Wote Wa Magharibi Kwa Israeli. [22]

Mnamo juni 8, wanajeshi Wa Israeli waliendelea hadi Ghuba la Suez, wakizungukwa na jeshi la Misri, na kuchukua Sinai nzima. Israeli pia iliteka Milima ya Golan kaskazini. Syria, licha ya ulinzi wake wote, mizinga iliyochimbiwa, uwanja wa mabomu ya ardhini, waya wa miiba, mabwawa ya saruji, mizinga mikubwa na askari pia, walipata pigo kubwa kutoka kwa Israeli. Kufikia mwisho wa siku ya sita, ambayo ni chini ya juma moja, Israeli ilikuwa imedhibiti Ukingo wote wa Magharibi, Yerusalemu, Eneo la Sinai, Ukanda wa Gaza na Milima ya Golan. Ni Dhahiri kusema kwamba huu ulikuwa ni mkono wa Mungu. Kwa kuzingatia nguvu za kijeshi za Majirani watano wa Israel wenye uhasama, usaliti wa Marekani na Ufaransa kwa kushindwa kuipa silaha, na kwa vita vilivyomalizika kwa rekodi ya siku sita, mtu anaweza tu kuona mkono wa Mungu.

Vita Vya Yom Kippur (Oktoba 6-Novemba 11, 1973)

Vita Vya Yom Kippur ni vita vingine vikubwa ambavyo Israeli imepigana na majirani zake wa Kiarabu tangu uhuru wake mnamo 1948. Majirani wa Israeli walitumia ujanja wao vilivyo. Yaani, kutambua wakati mzuri wa kushambulia Israeli. Lakini hawakujua kwamba walikuwa wakibonyeza kitufe kibaya. Kwa ufupi, waligusa Israeli isiyoweza kuguswa.

Walipanga siku takatifu zaidi ya Israeli katika kalenda ya Kiyahudi - Yom Kippur. "Ni Siku ya Upatanisho, inayoonwa kuwa sikukuu muhimu zaidi katika imani ya Kiyahudi. Nyakati nyingine huitwa "Sabato ya Sabato."Kwa sababu hii, Hata Wayahudi ambao hawazingatii mila nyingine huepuka kazi, ambayo ni marufuku wakati wa likizo na kushiriki katika huduma za kidini Kwenye Yom Kippur." [23]

Saa 2: 00 alasiri ya oktoba 6, 1973, Wakati Wa Yom Kippur, Siria na Misri zilishambulia taifa dogo la Israeli wakati uleule kutoka kila pembe. Washambuliaji walijua kwamba askari wa Israeli hawakuwa kazini ili kushiriki Yom Kippur. Ghafla, ving'ora vililia huko Yerusalemu na Tel Aviv. Ujumbe wa ving'ora ulikuwa wazi kabisa, kwamba kuna kitu kibaya. Wasyria na Wamisri waliamini kuwa huu ulikuwa ni ushindi wa moja kwa moja, kama kufumba na kufumbua. Waliujua kuwa, ni wakati wa kuangamiza Israeli.

Katika Milima ya Golan kulikuwa na mizinga 1,200, ikichukua eneo la maili ishirini. Katika Sinai, Wamisri walikuwa wamekusanya mizinga 3,000 na vipande 1,000 vya makombora makubwa. Luteni Zvi Greengold alivaa sare yake haraka na kukimbilia kuongoza Kikosi Cha Zwick akiwa na Kifaru kimoja kilichokuwa hakifanya kazi. Alitumia mbinu na ustadi kwa kutumia Kifaru kimoja tu. Kuendesha kwa kuharibu mizinga ya Syria kutoka mbele, kisha akahamia nyuma na kurudia hatua hii. Katika mchakato huo, aliishia kugonga mizinga mingi ya Syria. Wasiria walifikiri kwamba kikosi chote cha Israeli kilikuwa kikiwashambulia, kwa hiyo wakarudi nyuma. Hii ilimpa fursa Lt. Greengold kuweza kuwasiliana na makao makuu, ambao walidhani alikuwa na kitengo kizima kwenye uwanja wa vita. Wasiria walikuwa wameendelea na walibakisha maili moja tu kufika makao makuu ya jeshi la Israeli ya Milima ya Golan. Wakati huu, upande wa Israeli ulikuwa na mizinga miwili tu katika ulinzi wa makao makuu ya kijeshi dhidi ya maelfu ya vifaru vya Syria.

Kilichofanya mizinga ya Syria kusimama maili moja kutoka makao makuu bila kusonga mbele bado ni kizungumkuti. [24]

Chini ya Sinai, Wamisri walikuwa wakipanga kuchukua Bar - lev ndani ya siku moja. Badala yake, ilichukua masaa 5 tu, jambo ambalo liliwashangaza. Kutoka mahali walipokuwa Tel-Aviv, walitenganishwa tu na mizinga tisini ya Israeli iliyopigwa. Kwa maelfu ya mizinga yao, walisimama na hawakuendelea hadi Tel-Aviv. Tena, kama Vile Wasiria walisita na kutoendelea, ni nini kilichowazuia wasisonge mbele? Hayo ni maajabu mengine yasiyoweza kuelezeka.. Walisimama kwa masaa mengi bila kuendelea na hivyo basi, kuwapa Waisraeli wakati wa kutosha wa kuhamasisha na kushambulia. [25]

Katika eneo la Milima ya Golan, Waisraeli waliwasukuma Wasiria hadi maili kumi na mbili hadi Damasko. Waisraeli walikuwa tayari kulipua mji mkuu Wa Syria kwa makombora yao ya 155mm ya maili kumi na saba. Huko Sinai, Kwa busara, Jenerali Ariel Sharon alivuka Mfereji wa Suez na kunasa jeshi lote la tatu la Misri, hivi kwamba, wangepata tu chakula, dawa na vifaa vingine kupitia Waisraeli.[26]

Muda mfupi kabla ya vita kuanza, Urusi ilikuwa imetoa vifaa vingi na vya hali ya juu vya kijeshi kwa Syria. Pia walituma wataalamu ili kuendesha mizinga hiyo. Warusi pia walituma askari wa kuangusha ndege ili kuwasaidia Wasiria na Wamisri. Warusi Wengi waliokuwa wakisimamia mizinga hiyo walikamatwa na Waisraeli kama ilivyoripotiwa katika Gazeti la Time. Israeli lazima walijuta kwa nini hawakupiga Mabomu Damaski licha ya kuukaribia kabisa mji huo. Jenerali Sharon aliomba ruhusa ya Kwenda Cairo kwa kuwa Wamisri walikuwa tayari wamenaswa. Hata hivyo, alisimamishwa na Marekani. Katika Vita Vya Yom Kippur, Urusi ilihusika kikamilifu. Ni busara kusema kwamba vita hivi vilikuwa kati ya Israeli na Urusi na Sio Israeli dhidi ya Syria na Misri. Israeli iliibuka mshindi. Kwa

Kweli, Misri na Syria wangefika Israeli kwa urahisi sana katika vita hivi bila pingamizi. Ilikuwa vigumu kueleza ni nini hasa kilichowazuia askari-jeshi wa adui wasisonge mbele. Mtu anaweza tu kuhitimisha, ni mkono wa Mungu uliowazuia wasisonge mbele.

Mashambulizi ya Kigaidi Yanayoendelea

Wayahudi hawajajua amani tangu uhuru. Kumekuwa na mashambulizi ya kigaidi ya mara kwa mara dhidi ya raia wa Israeli ndani ya Israeli na mahali pengine ulimwenguni. Kuna vikundi vingi vya kigaidi na wapiganaji, vyote vinavyolenga kuwashambulia Waisraeli. Miongoni mwa makundi haya ni Muslim Brotherhood ambayo ilianza Misri Mwaka 1928 na kuenea katika nchi nyingine za Kiarabu kwa lengo moja – kupambana na Israeli. Kisha kuna Jihadi ya Kiislamu ya Palestina ambayo mara nyingi huitwa Jihadi ya Kiislamu. Ilianzishwa mwaka 1979. Ni mgawanyiko wa tawi la Ukanda wa Gaza la Muslim Brotherhood. Inaaminika kwamba mashambulizi yake dhidi ya Waisraeli ni vita takatifu (Jihadi). Mbali na Israeli, lengo lingine la vikundi hivi ni Marekani.[27]

Hammas ni kundi jingine la kigaidi lililoanzishwa mwaka 1987 kutokana na kuchanganyikiwa kwamba Shirika la Ukombozi wa Palestina (PLO) lilikuwa likipoteza ardhi na hivyo ilikuwa ibaki aminifu kwa Palestina. Hezbollah ni kundi la kigaidi lililoanzishwa mwaka 1982 kwa kujibu "Operesheni ya Galilaya" ya Israeli."Kundi hili limefungwa kiitikadi na Iran. Hezbollah inatumia mashambulizi ya kujitoa mhanga kama moja ya mikakati yake dhidi ya Waisraeli. Hezbollah pia ni adui wa Marekani. Chama Cha Popular Front for The Liberation of Palestine (PFLP) kilianzishwa mwaka 1967 ili kuondoa Israel na kuunda Serikali ya Kisoshalisti, ya kidemokrasia, ya Palestina. Kundi hili liko katika orodha ya Marekani ya mashirika ya kigaidi ya kigeni.[28]

Al-Fatah ilianzishwa na Yasser Arafat mwaka 1959. Lengo kuu la kundi hili ni mashambulizi ya kigaidi dhidi ya Israeli. Pia linasaidia mashambulizi dhidi ya Marekani. Pia kuna kundi lingine la kigaidi linalojulikana kama "Intifada" ambalo limekuwa na mapinduzi mawili ya Vurugu ya Wapalestina na Waarabu huko Gaza na Yudea / Samaria (Ukingo wa Magharibi). Ya kwanza ilianza Desemba 1987 hadi Septemba 1993, na ya pili ilianza Septemba 2000. Wapalestina huita kundi hili Al-Asqa Intifada, Wakati Waisraeli wanaliita Vita Vya Oslo.[29] Al Qaeda ni shirika lingine la Kiislamu lenye msingi mpana ambalo lilianzishwa na Osama bin Laden katika miaka ya 1980. Mwanzoni, kikundi hicho kilianzishwa kama mtandao wa vifaa uliokusudiwa kusaidia Waislamu kupigana dhidi ya Umoja wa Kisovyeti wakati wa vita vya Afghanistan. Hata hivyo, kundi hilo lilibadilisha mwelekeo na lengo lake limekuwa kuharibu maslahi na miundo misingi ya Marekani na Israeli. Kikundi kingine ni Islamic State of Iraq and Syria (ISIS) ambacho kimejionyesha kama shirika linalopinga Israeli. ISIS ni kundi la Jihadist la Sunni ambalo linadai mamlaka ya kidini juu ya Waislamu. Kuwepo kwake tangu kuanzishwa kwake mwaka 2014 kunaweza kuwa na deni Kwa Al-Qaeda ambao waliongoza sana kundi hili ingawa baadaye walitengana. Tofauti na makundi mengine ya kigaidi ambayo yanaonyesha uadui mkubwa Kwa Israeli, ISIS haijatoa umakini mkubwa katika kupanga ugaidi kwa Israeli.

Haya ni baadhi tu ya makundi ya kigaidi ambayo yameundwa kwa lengo la kushambulia raia wa Israeli popote walipo. Kwa Sababu ya Marekani kuunga Mkono Israeli, pia imeathiriwa na magenge hayo ya kigaidi. Lengo la makundi haya na mengine ambayo hayajatajwa hapa ni kuharibu amani ya Waisraeli na ikiwezekana, kuiangamiza Israeli kabisa.

SURA YA 4

MILKI YA ROMA

Falme Nne Katika Maono ya Danieli

Katika historia, ulimwengu umeona falme zenye nguvu zikija na kusimamia utawala wa kisiasa wa ulimwengu. Kulingana na maono ya Danieli kuhusu wakati wa mwisho, kungekuwa na falme zilizo tayari kutawala ulimwengu (Danieli 2:31-35). Katika maono kulikuwa na picha na kichwa cha dhahabu. Hii iliwakilisha ufalme wa Babeli wa Nebukadreza ambao ulitawala kati ya BC 626 BC 538. Kifua na mikono ya fedha katika sanamu iliwakilisha Wamedi na Uajemi ambao walishinda Babeli mnamo 539 KK (Dan. 5:26-31). Ufalme huu wa pili ulitawala kutoka 539 KK hadi 330 KK. Sanamu hiyo pia ilikuwa na tumbo na mapaja ya shaba yaliyowakilisha utawala wa Wagiriki ambao waliwaondoa Wamedi-Waajemi kwenye kiti cha Ufalme. Wagiriki walitawala kuanzia 330 K. w. k. Hadi 63 K. w. k. (Dan. 8:20-21). "Aleksanda Mkuu aliongoza jeshi la Ugiriki katika mfululizo wa maendeleo ya kijeshi yaliyoanza mwaka wa 334 K. w. k. na kuwashinda Wamedi na Waajemi."[1]

Picha ya maono ya Danieli ilikuwa na miguu ya chuma na miguu sehemu ya chuma na sehemu ya udongo. Hii kwa mfano iliwakilisha ufalme wa nne wa ulimwengu ambao ni ufalme mmoja katika hali, lakini tofauti katika muundo (chuma na udongo), na katika dutu (vidole kumi). Milki ya nne ya ulimwengu ilikuwa ufalme wa Roma. Ilitawala kutoka K. W. K. 63 hadi Wakati wa Yesu Kristo. Kati ya metali hizo nne, chuma ina nguvu zaidi, na kama chuma huvunja vitu vipande vipande, hivyo itaponda na kuvunja wengine wote.[2]

Milki ya Roma ilianguka mnamo septemba 476 BK, wakati maliki Wake wa mwisho Romulus Augustulus alipoondolewa na Mkuu wa Ujerumani aliyeitwa Odovacar. Jeshi la Roma halikuweza kuwazuia wavamizi wasiingie katika Milki ya Roma ili kushinda. Hilo liliashiria mwisho wa milki iliyokuwa imetawala kwa miaka 500[3], Miongoni mwa mambo yaliyochangia katika kuanguka kwa Milki ya Roma yalikuwa: moja, kodi kubwa ya kudumisha jeshi iliwatosa watu kwenye umaskini mkubwa. Mbili, idadi kubwa ya raia wakawa watawa na kukataa kupata watoto, na hivyo kupunguza idadi ya watu. Na tatu, mlipuko wa tauni ambao ungeweza kuua watu 5,000 kwa siku pia ulipunguza sana idadi ya watu ambao wangejiunga na jeshi. [4]

Mnyama Mwenye Vichwa Saba na Pembe Kumi

Kwenye matukio matatu tofauti katika Ufunuo ni marejeleo ya "wanyama" ambao huonekana na maelezo ya kawaida: wana vichwa saba na pembe kumi (Rev. 12:3; 13:1; 17:3). Wanyama hawa ni akina nani? Katika Ufunuo 12: 3-4, Yohana anaona "joka kubwa lenye vichwa saba na pembe kumi". Ufunuo 12: 9 inatambua joka hili. Inasemekana kwamba Yeye ndiye nyoka wa zamani anayeitwa "ibilisi na Shetani". Vichwa saba na pembe kumi ni za "joka" ambaye ni Shetani. Kwa kuwa vichwa saba na pembe kumi ni za joka, uhusiano wao lazima uwe wa kishetani.[5]

Mnyama wa sura ya 13 anatoka baharini, akiwa na pembe kumi na vichwa saba. Mnyama huyu hufanya vita na watakatifu. Katika marejeleo haya, vichwa saba na pembe kumi ni za "mnyama anayetoka baharini". Mnyama anapewa miaka 3 ½ kumpinga Mungu na kufanya vita na watu wa Mungu. Picha hii Katika Ufunuo 13 inakubaliana na hiyo Katika Danieli 7:1-7. Danieli aliona wanyama wanne wakiinuka kutoka baharini. Watatu wa kwanza walikuwa simba, dubu na chui. Mnyama wa nne, hata hivyo, alikuwa tofauti na wale watatu – alikuwa na pembe kumi. Kwa hiyo, inaonekana kwamba Ufunuo 13 Na Danieli 7 zinarejelea jambo moja.

Maono ya danieli katika sura ya saba yanaweza kufupishwa kama ifuatavyo:

i. Danieli anaona wanyama watatu wa kwanza (simba, dubu na chui) wakiinuka kutoka baharini (Dan. 7:1-6).
ii. Daniel anaona mnyama wa nne wa kutisha ambaye ni wa kipekee kutoka kwa wengine kwani ana pembe kumi (Dan. 7:7).
iii. Kutoka pembe kumi, aliona "pembe ndogo" ambayo ilitamka kufuru kubwa (Dan. 7:8).
iv. Mnyama wa nne atauawa (Dan. 7:11).
v. Wanyama wengine (watatu wa kwanza) wataongezwa maisha yao kwa wakati uliowekwa (Dan. 7:12).
vi. Kristo anarudi kuanzisha ufalme wa Mungu duniani (Dan. 7:13, 14)

Maono yanaonyesha falme ambazo zitaonekana Duniani. Maono haya yanafanana na ndoto ambayo Danieli alikuwa ametafsiri katika sura ya 2, yaani: Babeli, Uajemi, Ugiriki na Roma (Danieli 2:36-43).[6]

Milki ambazo tayari zilikuwa zimekuja na kupita wakati wa Yohana ni rahisi kutambua. Falme hizi ni: Misri, Ashuru, Medo-Uajemi na Ugiriki. Falme hizi zote zilikuwa na athari mbaya kwa taifa la Israeli. Hata hivyo, misri na Ashuru hazikuingizwa katika unabii huo kwa sababu unabii wa Yohana unaeleza wakati ujao na si wakati uliopita. Milki ya sita inaelezwa na malaika kama "na mmoja ni" na hii ni Roma kwa sababu Yohana aliishi wakati wa utawala wa Kirumi. Kwa hiyo, inamaanisha kwamba milki sita tayari zimeshuhudiwa. Kuhusu milki ya saba kulingana na malaika, " bado haijaja."Hii itakuwa milki tawala ya mwisho ya ulimwengu.[7]

Tangu wakati Milki ya Roma ilipoanguka, kumekuwa na falme au utawala mwingine ambao umetekeleza mamlaka na kuathiri ulimwengu wote. Wasomi fulani huona falme zinazowakilishwa na pembe kumi za mnyama wa nne kuwa kile kinachoitwa "Milki ya Magharibi ya Waroma". Hizi ni:

1. Ufalme wa Vandals na Alans Huko Uhispania na Afrika
2. Ufalme wa Suavian Nchini Uhispania
3. Ufalme wa Wavisigoth
4. Ufalme wa Alans Huko Gallilla
5. Ufalme wa Burgundy
6. Ufalme wa Frances
7. Ufalme wa Uingereza
8. Ufalme wa Hunns
9. Ufalme wa Lombard
10. Ufalme wa Ravenna[8]

Wengine huona falme hizo kuwa zile ambazo zingekuwa chini ya kile ambacho kingeitwa "Mifumo Mikubwa ya kidini bandia" ambayo inawakilishwa Katika Biblia na pembe ndogo katikati ya pembe kumi zilizoongoza kwenye kuondolewa kwa zile tatu za kwanza kama ilivyotabiriwa Katika Danieli 7:8, 20, 24-27. Mifumo hii ya kidini inayotajwa hapa katika maandiko haya ni Kanisa la Kirumi na Upapa. Inafaa kumbuka kuwa Roma "mji mkuu" umetawala falme zingine zote za ulimwengu kupitia ushawishi wake mkubwa.[9]

Kulingana na maoni hayo, pembe kumi zilizounganishwa na Milki ya Roma, huanza na Waharibifu waliotawala kuanzia mwaka wa 439 W. k. Lakini ufalme uliondolewa kupitia amri ya upapa. Hili ni rejelewa la" kung'olewa " kutokana na pembe ya kichwa (Danieli 7:8, 20). Ufalme huu ulianguka mnamo 534 BK. Pembe ya pili kati ya zile kumi ilikuwa Heruli iliyotawaliwa kuanzia mwaka wa 476

W.k. hadi 493 W. k. Pembe ya tatu kati ya kumi ilikuwa Ostrogoths. Utawala wao ulianza mwaka 493 B. k. lakini ufalme huo ulianguka mwaka 554 B. k. Pembe ya nne kati ya zile kumi ilitokea wakati Milki ya Roma iliporudishwa kwa sehemu katika 527 W. k chini ya Justinian. Akiwa maliki Mkristo, Justinian aliamini kwamba alikuwa na wajibu wa kimungu wa kurudisha milki ya Roma kwenye mipaka yake ya awali.[10]

Pembe ya tano kati ya zile kumi ilikuwa Charlegne, anayejulikana pia kama Charles Mkuu. Alitawazwa kuwa maliki wa Roma na Papa. Pembe ya sita kati ya zile kumi ilikuwa Otto Mkuu aliyekuwa mfalme wa Ujerumani na Pia Duke wa Saxony kabla ya kuwa maliki. Anajulikana kwa kuwa mwanzilishi wa"The Holy Roman Empire". Charles Wa Tano aliyetawala kuanzia mwaka wa 1530 W. k. aliwakilisha pembe ya saba kati ya pembe kumi. Ilikuwa Wakati wa utawala wake ambapo Waprotestanti walianza na alikuwa maarufu kwa mchango wake katika upinzani wa marekebisho ya kiprotestanti.[11]

Pembe nane kati ya kumi zilikuwa Napoleon wa kwanza, aliyeanza kutawala mwaka wa 1804 W. k. hadi 1814 W. k. Alifanikiwa kuunganisha majimbo yaliyokuwa yametawanyika ya Ujerumani katika milki moja. Anajulikana kwa kuwa Kansela wa kwanza wa Ujerumani. Utawala wake ulikoma mwaka wa 1890. Benito Mussolini na Adolf Hitler walikuwa wa kumi kati ya pembe kumi zilizounganishwa n Milki ya Roma na wa saba kati ya vichwa saba vya mnyama aliyepanda na kahaba Mkuu. Mussolini alikuwa Waziri Mkuu wa Italia kuanzia mwaka 1922 hadi 1943. Hitler kwa upande mwingine alikuwa Kansela wa Ujerumani kutoka 1933-1945. Ikumbukwe kwamba mikataba ya baadaye iliyoanzisha Jiji la Vatican ilisainiwa na Mussolini mnamo 1929.[12]

Milki Ya Roma Iliyofufuliwa-Milki Ya Mwisho Ya Ulimwengu

Katika maono ya Danieli, picha aliyoona ilikuwa na miguu na vidole, sehemu iliyotengenezwa kwa chuma sehemu ya udongo. "Vidole kumi vya miguu vya sanamu hiyo katika Danieli 2: 41-43 vinalingana na pembe kumi za mnyama wa nne katika Dani. 7:7,24. Pembe ndogo huchipuka kati ya kumi ili kumkufuru Mungu."[13] Katika maono ya Danieli, pembe kumi zilitoka kwa yule mnyama asiyeelezeka anayewakilisha Roma. Unabii wote wa Danieli unaonyesha kuwa ufalme wa mataifa kumi, milki ya mwisho ya ulimwengu iliyoanzishwa kabla ya yesu kurudi, itahusiana na Dola ya Kirumi.[14]

Milki hii ya mwisho ya ulimwengu au serikali inawakilishwa katika unabii wa Biblia kama: vidole kumi vilivyotengenezwa kwa chuma na udongo. "Maneno haya yanaweza kutafsiriwa kihalisi " watajichanganya na uzao wa wanadamu" na wamepewa tafsiri kadhaa. Wengine huiona kuwa inahusu siasa za ndoa za watawala, wakati wengine wanafikiri inaelezea aina ya kidemokrasia ya serikali kinyume na udikteta, au jaribio la kuchanganya utawala wa sheria na utawala wa vurugu. Vyovyote vile, ufalme wa nne haufikii umoja wa kweli."[15] ufalme huu unaharibiwa na ufalme mkuu Wa Mungu kama ilivyoelezwa Katika Danieli 2: 41-45.

Huu ndio ufalme maarufu ambao utawaua Waumini wa Kikristo bila huruma na kuthubutu kupigana na Bwana Yesu Kristo (Danieli 8:23-25). Huyu ndiye mnyama anayebeba pembe mbili zinazofanana na mwana kondoo lakini anazungumza kama joka kama inavyoonekana katika Ufunuo 13: 11.[16.] kulingana na unabii huo, milki nyingine ya ulimwengu itakayotawala bado haijaanzishwa. Hata hivyo, milki hiyo itakuwa na muungano wa mataifa.

Ufunuo 17: 12-14 inaelezea unabii wa pembe kumi (wafalme) ambao utampa mnyama nguvu zao. Mnyama aliyeelezewa hapa ni Mpinga Kristo ambaye atafunuliwa katika siku za mwisho. Wasomi wengi wanaamini kwamba pembe kumi au wafalme ni mataifa ya muungano wa Ulaya ambayo yatatokea katika Milki ya Roma iliyofufuliwa. Kulingana na Danieli 7: 7-8, unabii huo unadhihirisha kwamba kungekuwa na baraza la mwisho la ulimwengu linaloongoza ambalo Mpinga Kristo angetoka. Ufalme huo unawakilishwa na safu zilizotengenezwa kwa picha ambayo imetengenezwa kwa chuma na udongo.

Nabii Danieli alionyeshwa pembe ndogo iliyoinuka katikati ya pembe za mnyama aliyekuwa na meno yaliyotengenezwa kwa chuma. Wasomi fulani wa Biblia huona vidole kumi vya miguu vinavyolingana na pembe kumi kwenye mnyama wa Ufunuo 7. Wanasema kwamba mnyama katika swala hili ni Kanisa la papa la Roma, wakati pembe kumi ni wafalme au falme zinazohusika na kuupa nguvu utawala wa upapa katika siku zijazo. Muungano huu wa mamlaka tawala (mamlaka za kiraia) kwa msaada wa chuma, utampa nguvu Mnyama wa Katoliki ya Kirumi ambaye ishara yake katika unabii ni mchanganyiko wa chuma na udongo.

Kwa maoni ya msomi huyo, Ukatoliki ni hiyo dini ya uasi-imani yenye ufisadi ambayo mamlaka za ulimwengu katika siku za mwisho zitaibuka na muungano wenye nguvu. Katika siku za mwisho, tutashuhudia Baadhi ya Makanisa ya kiprotestanti ambayo ni waasi - imani wakielekea Roma. Dini nyingine za ulimwengu pia, zitafanya vivyo hivyo na kuunda muungano wa kimataifa na mamlaka za kiraia.[17]

Tayari hatua hii imeshuhudiwa katika siku za hivi karibuni wakati viongozi wa kidini kutoka dini kuu za ulimwengu walipomtembelea na kumtambua Papa Francis katika Ukumbi wa Clementine katika jumba la Apostolic la Vatican mnamo 2013. Miongoni mwa viongozi wa kidini katika mkutano huo Walikuwa Bartholomew I wa Kanisa la Orthodox, wawakilishi wa Wabudhi, Sikh, Dini za Kihindu na Waumini wa Jainist.[18]

Wasomi wengine wa Biblia huona pembe kumi kuwa zinawakilisha Muungano wa mataifa ya Ulaya ambayo zamani yalikuwa Milki ya Roma. Kulingana na maoni haya, Muungano wa Ulaya utampa Mpinga Kristo msaada wa kisiasa, kiuchumi na kijeshi ambao utamwezesha kupata ushawishi kutawala ulimwengu.[19]

Katika Danieli 8: 9, tunatambulishwa kwa " pembe mbili ndogo."Pembe hizi mbili ndogo zinawakilisha nini? Kulingana na Profesa Douglas Bookman, " pembe ndogo za mstari wa 9 zinafanana na zile za kwanza lakini pia ni tofauti sana. Pembe hizo mbili haziwezi kuwa mtu yule yule. Na bado usomaji makini wa sura ya 7 na 8 unatoa orodha ya kufanana. Sura zote mbili kwa mujibu wa wakati wa Danieli zilihusu wakati ujao. Kwa mtazamo wa leo, hata hivyo, mhalifu katika Danieli 8 ameshajitokeza, lakini historia bado inasubiri pembe ndogo ya siku za Mwisho ya Danieli 7.[20]

Kwa mtazamo wa Herb Hirt (2009:7/8), kuna ufananisho kati ya pembe ndogo ya zamani na ya baadaye, ambapo kuna marejeleo ya Antiochus Epiphanes ambaye mapema mnamo 167 KK, alikuwa amejenga sanamu ya mungu wa Ugiriki Zeus Katika Hekalu la Yerusalemu ili kujionyesha. Kitendo hiki kinahusiana na pembe ndogo katika Danieli 7 na 8 pamoja. Pembe ndogo ya sura ya 7 hutoka katika Milki ya Roma, ilhali pembe ndogo ya sura ya 8 hutoka Katika Milki ya Ugiriki. Zinaonekana kufananishwa tena Katika Danieli 11:21-45. Hivyo, Yesu alifunua mfalme wa wakati ujao mwenye kukufuru ambaye atatokea wakati wa Dhiki Kuu na kuharibu Hekalu kwa kujenga sanamu yake mwenyewe ndani yake.[21]

Dola ya awali ya Kirumi iliundwa kwa wingi wa kidini, nguvu za kijeshi na motisha ya kiuchumi. Dola ya Kirumi itakayokuja itakuwa ufalme wa ulimwengu mzima ukiwa na sifa sawa na hilo Dola la awali. (Danieli 7:23). Jimmy De Young (2009: 3/4) anakubaliana na msimamo huu. Anaangalia kwa karibu uhusiano kati ya NATO na Muungano wa Ulaya. Anaeleza mambo manne ambayo Milki ya Roma iliyofufuliwa itatumia kuathiri na kusaidia katika kutimiza unabii: (i) lugha ya kawaida, (ii) mfumo wa kiuchumi wa Kawaida, (iii) muundo wa Kisiasa, na (iv) shughuli za Kijeshi. Lugha ya Kiingereza imekubaliwa kama luga ya mawasiliano ya vyombo vya habari na matumizi katika mtandao. NATO pia ni tawala iliyotambulika. Hatua nyingine muhimu ni kupitishwa kwa Euro kama sarafu rasmi ya Jumuiya ya Ulaya.[22]

Sifa moja kuu ya Milki ya Roma iliyofufuliwa ni nguvu na ukatili wake wa kimabavu, unaoonyesha mtawala wake, Mpinga-Kristo. Itakuwa chombo Cha Shetani kuharibu kila kitu kilicho cha heshima na kuwafanya wanadamu wote kuwa watumwa watakaolazimishwa kufanya mapenzi yake. Mtawala wa himaya hii mbaya huonyesha uasi wa mwanadamu dhidi ya Mungu. Badala ya mwanadamu kutubu kufuatia hukumu kali iliyotolewa Duniani, mwanadamu ataendelea kukaidi. Badala yake, atamkufuru Mungu aliye hai.

Utawala huu mbaya wa Dola ya Kirumi utanuia kuharibu ustaarabu wote na mwanadamu, kuua na kuchukua mateka. Charles McCracken (2009:7/8) anatoa maelezo ya wazi, "kiumbe wa mwisho aibukaye kutoka baharini alikuwa "katili na wa kutisha sana". Alikuwa na meno makubwa ya chuma; alikuwa akila, akivunja vipande vipande, na kukanyaga mabaki kwa miguu yake, na alikuwa na pembe kumi " (7:7). Bila kifani na mnyama, yeyote, nyama hili linaashiria "nguvu ya ulimwengu ya kipekee, ya kikatili na hata ya kulipiza kisasi."[23]

Katika Ufunuo 13, kuna wanyama wawili wanaotoka baharini. Mmoja ana pembe kumi huku mwingine akiwa na pembe mbili. Mwenye pembe mbili ni Mpinga Kristo. Kutakuwa na mifumo miwili ya uovu katika utawala huu. Mmoja ni wa kisiasa, wakati mwingine ni wa kidini, na zote mbili zinapishana moja kwa nyingine. Viongozi wa mifumo hii miwili ya waovu wanaofanya kazi kwa pamoja, hatimaye watatupwa kwenye ziwa la moto.

SURA YA 5

JUKUMU LA AMERIKA KATIKA RATIBA YA WAKATI WA MWISHO

Kuna shule ya mawazo ambayo inashikilia kwamba Amerika haionekani mahali popote katika unabii wa wakati wa mwisho. Maoni haya yanadai kwamba Zekaria 14: 2, inasema kwamba mataifa yote duniani yatakusanyika Yerusalemu wakati wa mwisho katika kuja kwa Bwana Wetu Yesu Kristo, Amerika ikiwa miongoni mwao. Walakini, itakuwa tu ganda la ilivyo leo. Kutokana na sehemu kubwa ya idadi ya watu wake kunyakuliwa, sekta zote muhimu za Marekani zitaathiriwa. Udhibiti wake wa kijeshi, kiuchumi na kiteknolojia utaathiriwa. Itaanguka kutoka nafasi yake ya kwanza ulimwenguni hadi kiwango cha nane au tisa ulimwenguni," anaelezea Ankerberg.[1]

Ukweli mmoja usiopingika ni kwamba Marekani ni taifa tajiri zaidi duniani leo. Nafasi yake kama tawala kuu pekee ulimwenguni haina shaka. Utajiri wa Marekani katika maliasili huiweka mbele ya nchi yoyote nyingine kiuchumi. Inaongoza katika teknolojia na udhibiti wa kijeshi. Mafanikio yake huvutia watu kutoka kila sehemu ya ulimwengu.

Wale wanaoshikilia kwamba Amerika iko katika unabii wa Biblia unaohusu wakati wa mwisho pia wanatoa msimamo wao. Baadhi ya watetezi katika shule hii ya mawazo wanataja Ufunuo 13: 11-18 unaoonyesha Marekani ikionyesha unabii wa wakati wa mwisho. Katika kifungu hiki, mnyama anayetoka Duniani, ambaye kulingana na wasomi hawa ni Ameerika, atazungumza kama joka (Shetani). Inamaanisha kwamba Marekani, kupitia ushawishi wa Shetani (joka) mwishoni mwa wakati itawashawishi watu wa ulimwengu kumwabudu Shetani kwa namna fulani dhidi ya matakwa yao lau sivyo wataadhibiwa. Itayaongoza mataifa ya Dunia kumwabudu Mpinga Kristo kwa Papa.[2]

Pendekezo hili linaweka Amerika moja kwa moja Katika Ufunuo 13:11-18. Mnyama huinuka kutoka Duniani. Amerika ilianzishwa jangwani na sio nje ya vita au ugomvi. Wakati huo hakukuwa na watu. Marekani ilitambuliwa kama taifa kuu la ulimwengu mwaka wa 1798. Huu ndio wakati ambapo upapa ulijeruhiwa kama ilivyoelezwa katika maono ya Yohana. Ufunuo 13: 11 inaelezea kuibuka kwa mnyama aliye na sifa za "mwanakondoo". Mamlaka hiyo mpya (Marekani) ingejengwa kutokana na kanuni za Kikristo. Marekani ilianzishwa chini ya kanuni za Kikristo. Pembe mbili zilizoelezewa hapa, zinaweza kurejelea vyama viwili vya kisiasa ambavyo vimetawala Amerika kwa miaka mingi, kulingana na shule hii ya mawazo.[3]

James Warden (2017) katika kitabu chake "*Bible Prophecy and Trump*" anatambua Amerika katika unabii wa mwisho wa wakati kupitia Rais Donald Trump. Mwanzoni, yeye aona kwamba jina "Donald" lamaanisha mtawala wa ulimwengu lakini si Mpinga-Kristo, bali, mtu wa hatima. Anarejelea Danieli sura ya 8 na anaelezea kwamba yeye ndiye mfalme aliyetabiriwa wa Magharibi ambaye "wakati wa mwisho" atatimiza unabii katika kufanya taifa lake " kubwa sana "(Danieli 8: 9). Warden analinganisha utawala wa Trump na ule wa Alexander The Great – Mfalme hodari wa Magharibi wa Ugiriki, ambaye angeidhibiti Mashariki ya Kati; hivi kwamba hakuna mtu angeweza kumzuia. Aliweka Ulaya kwenye ramani kama tawala kuu la kutambulika. Warden anaelezea kwamba unabii unasema kwamba itatumika tena "wakati wa mwisho" kumtambulisha mfalme wa magharibi na tabia ya "mbuzi" kabla ya kuongezeka kwa mataifa mengine manne ambayo Mpinga Kristo ataibuka "katika nyakati za mwisho", ambaye Danieli anamwita " pembe ndogo "(Danieli 8: 9).[4]

Kiashiria kingine cha utambulisho wa mtawala huyu kulingana na Warden ni tabia ya Mbuzi wa Billy anayejulikana kwa utu wake wa ukaidi. Warden anaelezea zaidi kwamba nabii Daniel anamwita mfalme huyu kwa mfano mbuzi wa kiume, ambaye atadhibitiwa na "hasira" ambapo kamusi ya Webster inafafanua hasira hiyo kama"mtazamo tayari wa kuwasha". Pia ana hasira kali na hukasirika kwa urahisi. Ni tabia hii ya" hasira " kulingana na Nabii Danieli ambapo "wakati wa mwisho mfalme huyu atadhibitiwa na hasirar" na hasira yake ilichochewa dhidi ya Uajemi, inayoitwa Iran tangu 1936 (Danieli 8:5).[5]

Kulingana na James Warden (2017), sehemu ya kwanza ya Daniel sura ya nane iko katika fumbo ambapo fumbo hilo linafunuliwa baadaye katika sura inayoelezea "pembe mbili" kama Mfalme wa Medi na Uajemi / Iran. Daniel alitabiri kwamba" wakati wa mwisho", mfalme wa magharibi atawakanyaga viongozi wa Iraq na Iran. Baada ya septemba 11, 2001, mfalme Wa Magharibi – Rais George W. Bush alianzisha mashambulizi dhidi ya Iraq katika vita vilivyojulikana kama "Uhuru wa Iraq " ambapo dikteta Wake Saddam Hussein aliuawa 2003. Hii ilikuwa hatua ya Kwanza ya Unabii Wa Danieli.[6]

Warden anaeleza kwamba wakati mfalme huyu wa mbuzi dume kutoka magharibi atashinda Iran/Uajemi, taifa lake litakuwa "kubwa sana". Wakati "mfalme wa magharibi" ataharibu mfalme huyu wa pili akiwa kiongozi wa Iran, basi taifa lake litakuwa "kubwa sana" Kulingana Na Danieli 8: 8. Kulingana Na unabii Wa Danieli, mfalme ambaye alikuwa akitabiri juu yake ilikuwa " kwa kusudi kwamba walio hai wajue kwamba aliye juu zaidi anatawala katika ufalme wa wanadamu, na kumpa yeyote atakaye "(Danieli 4:17).

Ulimwengu wote na hata Wamarekani, ulishangazwa na uchaguzi wa Donald Trump kama Rais wa Marekani" [7]

Ni muhimu kutambua kuwa watandawazi-waandalizi waovu ambao wataandaa jukwaa la utawala wa Mnyama watatoka Amerika, na mipango ya kuweka jukwaa la "Utaratibu Mpya wa Ulimwengu" itaanguliwa katika taifa hilo kubwa. Janga la virusi vya Korona, lililopangwa kwa miaka, na kuishia kwa chanjo ya lazima ya ulimwengu kwa upande mmoja, na ajenda ya kupunguza idadi ya watu ulimwenguni kwa upande mwingine, yote ni vidokezo kwamba Amerika itachukua jukumu muhimu katika mpango wa wakati wa mwisho.

Kufuatia shule mbili tofauti za mawazo, moja ikisema kwamba Amerika imetajwa katika unabii wa wakati wa mwisho, na nyingine ikipinga, ni hakika kwamba Amerika itakuwa mhusika mkuu katika uzuaji na utekelezwaji wa matukio ya wakati wa mwisho. Ichangie moja kwa moja au katika pembezoni, ushawishi wake katika kuamuru matukio ya wakati wa mwisho utahisiwa sana.

SURA YA 6

URUSI KATIKA RATIBA YA WAKATI WA MWISHO

Kama Michael Peck (2016) anaelezea, "kwa karibu miongo minne na nusu, wakati huo chini ya muungano wa Umoja wa Kisovyeti, Urusi ilifurahia nafasi ya uongozi katika ngazi ya ulimwengu, kwa msaada wa Adolf Hitler. Wanazi hao walikuwa wamefikiria kwamba wangeleta Muungano wa Sovieti chini ya utawala wa Ujerumani. Ilikuwa ni makosa makubwa kwa upande wa Hitler. Hitler akiwa na tamaa yake ya kupanuka na kutawala Ujerumani, alivamia Muungano wa Sovieti. Badala yake, mpira uligeuka dhidi ya Ujerumani. Wanajeshi milioni nne wa Nazi walivuka mpaka wa Urusi mnamo juni 22, 1941, ambapo walitarajia kuteka Kremlin kwa urahisi. Walikuwa wamepuuza sana nguvu za kijeshi za Urusi. Haikuwa tu Hitler na majenerali wake ambao waliamini Urusi ingeanguka, lakini hata Uingereza na Amerika. Kabla ya vita vya pili vya Ulimwengu, Uingereza ilikuwa ikidhibiti robo ya uso wa Dunia. Pia ilikuwa na jeshi la wanamaji lenye nguvu zaidi ulimwenguni. Ufaransa ilikuwa jeshi lenye nguvu zaidi la nchi kavu katika Ulaya Magharibi. Ujerumani ilikuwa na jeshi lenye kuogopwa zaidi bila taifa lolote kuithubutu tangu 1870."[1]

Michael Peck aeleza zaidi kwamba, Baada ya Mei 1945, Uingereza ilifilisika, Ufaransa ikaharibiwa, nao Wajerumani walitazama mizinga ya urusi ikisafiri kupitia magofu ya Berlin. Huu ulikuwa ushindi wa kushangaza kwa Urusi ambao uliashiria mwanzo mpya wakawa nguvu tawala ya ulimwengu. Urusi ambayo ilikuwa chini ikawa moja kati ya nguvu tawala za ulimwengu, ikishiriki utukufu huo na mshindani wake, Amerika. Washindani wengine ama walivunjiliwa mbali, wakatawaliwa au wakaishiwa na nguvu.[2]

Kwa miongo minne na nusu, Umoja wa Kisovyeti ulitoa mwongozo kama nguvu tawala ya ulimwengu, ikienda sambamba na Amerika. Hilo liliashiria mwanzo wa vita baridi kati ya mataifa hayo mawili makubwa. Nguvu hizi mbili zilipimana nguvu za kisilaha kwenye jukwaa la ulimwengu.[3] Nchi nyingine za ulimwengu zilichukua nafasi ya watazamaji, huku wachezaji wakiwa ni Marekani na Urusi.

Vita baridi, ushindani kati ya Marekani na Urusi, ulidumu kwa miongo kadhaa na ulisababisha mashaka ya kupinga ukomunisti na matukio ya kimataifa ambayo yalisababisha mataifa hayo mawili makubwa kuwa karibu na hatari ya nyuklia.[4] Ikumbukwe kwamba " wakati wa vita vya kidunia vya pili, Marekani na Umoja wa Kisovyeti walikuwa wamepigana pamoja kama washirika dhidi ya Ujerumani, Italia na Ujapani. Hata hivyo, muda mfupi baada ya vita, uhusiano wao ulizorota. Wamarekani wakati wote walikuwa na shutuma juu ya ukomunisti wa Sovieti, na hasa, Utawala wa Kikatili wa Joseph Stalin ulioendelezwa na urusi dhidi ya raia wake. Kwa upande mwingine, Urusi iliwachukia Wamarekani kwa kukataa kwa miaka kumi kuichukulia Urusi kuwa sehemu halali ya Jumuiya ya Kimataifa na kusita kwao kujiunga na vita vya pili vya ulimwengu, jambo lililochangia kwenye vifo vya mamilioni ya Warusi. Upanuzi wa Zamani wa Sovieti katika Ulaya ulichochea zaidi hofu ya Marekani kwamba Urusi ingeweza kudhibiti ulimwengu. Wasovieti pia walikasirishwa na kuongezeka kwa silaha za Marekani. Katika hali hiyo ya mazingira ya uadui, ilikuwa haiwezekani kuepuka vita baridi." [5]

"Wamarekani walifuata mbinu ya kuzuia, ambayo walifikiri ingeweza kudhibiti mielekeo ya Muungano wa Sovieti. Chini ya sera ya kuzuia, Wamarekani walifikiri kwamba mbinu hiyo ingewafanya waendelee kushikilia kwa miongo minne iliyofuata. Mkakati wa kuzuia pia ungetoa sababu ya kujenga silaha zisiyo na kifani nchini Marekani. Wakati huo, Marekani iliomba kutengenezwa kwa mabomu ya atomu. Hilo liliashiria mwanzo wa mashindano ya silaha zenye kuua. Wasovieti walipojibu, walijaribu bomu lao la atomu katika 1949. Kutokana na maendeleo haya, Rais Truman alitangaza kwamba Marekani ingeendelea kuunda silaha hatari zaidi za uharibifu - bomu ya hidrojeni. Stalin alifanya vivyo hivyo."[6]

"Vita baridi sasa vilienda hatua nyingine ya juu zaidi. Waliendeleza shughuli zao hadi angani. Wamarekani walianza uchunguzi wa anga. Wasovieti walikuwa wametengeneza kombora La R-7 lenye uwezo wa lulenga katika anga la marekani. Wamarekani walizindua satellite yake chini ya NASA, na kusababisha mashindano ya silaha za angani. Hata hivyo, Wasovieti walionekana kuwa hatua moja mbele. Walimzindua mtu wa kwanza angani mnamo aprili 1961. Wamarekani pia chini ya Neil Armstrong na Apollo II wakawa binadamu wa kwanza kutua kwenye mwezi mnamo julai 20, 1969."[7] "Mashindano ya silaha na anga yalionekana kuwa yanaelekeza ulimwengu kwenye mwelekeo hatari. Ulimwengu ulikuwa katika mazingira yenye uhasama. Rais Richard Nixon alianza kampeni ya kidiplomasia ya kukabiliana na mbio hii ya silaha. Ilizaa matunda. Mnamo 1972, Leonid Brezhnev alitia sahihi mkataba wa kupunguza silaha hatari (SALT), ambao ulikataza utengenezaji wa makombora ya nyuklia pande zote mbili na kuchukua hatua kuelekea kupunguza tishio la miongo kadhaa ya vita vya nyuklia. Muda mfupi baada ya hapo, Kuvunjika kwa Muungano wa Sovieti kulianza. Matatizo makubwa ya kiuchumi yalichangia kuvunjika kwa muungano huo. Kufikia Wakati huo, ushawishi wa Muungano wa Sovieti Katika Ulaya Mashariki ulikuwa umepungua. Katika 1989, kila serikali ya kikomunisti katika eneo hilo ilibadilisha serikali yake na ile isiyo ya kikomunisti. Mnamo novemba 1989, Ukuta Wa Berlin ulibomolewa. Kufikia Mwaka wa 1991, Muungano wa Sovieti ulikuwa umesambaratika. Vita baridi vilikuwa vimekwisha."[8]

Muungano ambao ulikuwa umeshikilia mataifa ya kikomunisti pamoja - Umoja wa Kisovyeti, hatimaye ulianguka mnamo Disemba 31, 1991. Nguvu tawala hiyo ya zamani ilibadilishwa na nchi 15 huru. Armenia, Azerbaijan, Belarus, Estonia, Georgia, Kazakhstan, Latvia, Kyrgyzstan, Lithuania, Moldova, Urusi, Tajikistan, Turkmenistan, Ukraine na Uzbekistan.[9] muungano uliozaliwa na "mapinduzi Makubwa ya oktoba ya 1817" ulikuwa umekufa kabisa kufikia Disemba 31, 1991, miaka 74 baadaye.[10]

Kifo cha Muungano wa Sovieti kilikuwa baraka kwa Marekani. Nguvu ambayo ilikuwa mpinzani mkuu wa Marekani ilikuwa imevunjika. Hii iliiacha Marekani ikiwa pekee kama nguvu tawala ya ulimwengu kwa sasa. Hakukuwa na mamlaka hata moja ya kuzuia Marekani. Marekani ilitumia fursa hii ya ombwe tupu kuingiza ushawishi wake katika uwanja wa kimataifa. Walakini, hali hii ilionekana kubadilika kuelekea mwisho wa muongo wa pili wa karne ya 21. China imejitosa uwanjani, na ushawishi wake wa kimataifa unatishia sana nafasi ya Nguvu ya Kimataifa ya Marekani.

Kamwe usimdharau mshindani aliyepigwa kumbo na kuangushwa ulingoni kwenye pigano la ndondi. Anaweza kuonekana ameshindwa na kuishiwa nguvu. Lakini dakika chache baadaye anageuza meza chini juu katika raundi inayofuata ya mashindano. Urusi imekuwa chini kwa miongo mitatu. Kuvunjika kwa Muungano wa Sovieti kuliidhoofisha sana Urusi. Walakini, kuidharau na kuipuuza ni kufanya kosa kubwa.

Urusi imekuwa na changamoto za ndani ambazo zinatokana na kwikwi za kijamii, kisiasa na kiuchumi. Wapinzani wao wakuu-Wamarekani, hawapaswi kusherehekea. Ingawa kiteknikali iliangushwa, imepumzika vya kutosha na kuyapoza majeraha yake. Kama Larisa Epakto (2017) anaelezea, "uchumi Wa Urusi ni takriban ule wa Italia au Canada na inategemea mafuta. Ingawa Urusi ni moja ya wazalishaji wakuu wawili wa mafuta duniani, kushuka kwa bei ya mafuta na vikwazo vya kiuchumi ilivyowekewa na nchi Za Magharibi ikiwa ni pamoja na Marekani kwa sababu ya kuunganisha Crimea na uingiliaji wake Katika Ukraine na Syria, ilisababisha kuathirika kwake kiuchumi. Walakini, uchumi wa Urusi ulianza kuboreshwa kutoka 2017, alisema Christopher Miller wa Chuo kikuu cha Yale. Shirika la Fedha duniani na Benki Ya Dunia wamekadiria kuwa Pato la Taifa la Urusi litakua kwa asilimia 1 au 2 zaidi ya 2017, kutokana na mabadiliko katika uchumi wa ndani kwa bei ya nishati na kuongeza uzalishaji wa mafuta", alisema.[11]

Kuhusu nguvu za kijeshi, Larisa Epakto anaongeza, " Urusi inajaribu kujijenga upya. Baada ya vita vya siku tano huko Georgia Mnamo 2008, udhaifu katika jeshi la urusi ulibainika. Tangu wakati huo, jeshi la urusi limefanyiwa ukarabati ili kufanya jeshi lake kuwa la kitaalam zaidi na la kisasa, na pia kuchukua nafasi ya vifaa vyake vya zamani ambavyo vilidhoofika baada ya siku zake za soviet. Urusi inaongoza ulimwengu katika idadi ya silaha za nyuklia na ina mifumo ya makombora ya hali ya juu. Lakini kwa mapana, jeshi lake ni kivuli cha ilivyokuwa wakati wa miaka ya 1960. Urusi Na Marekani kwa Pamoja zinashikilia asilimia 93 ya vichwa vya nyuklia ulimwenguni. Kwa upande wa kusoma na kuandika, Urusi inashika nafasi ya juu kidogo kuliko Marekani, kulingana na CIA World Factbook."[12]

Elwood McQuaid (2005:5/6) anakubaliana na Maoni ya Urusi kuibuka tena. Anasema, " ilikuwa ni upumbavu kuamini kwamba, ingawa kufilisika na kukata tamaa baada ya kuvunjika Kwa Urusi, Urusi ingeridhika kuketi katika kiti cha nyuma cha gari la kisiasa la kimataifa chini ya ukarimu wa mataifa ya magharibi. Kinachofanyika kwa sasa kinadhihirisha ukweli huu."[13]

Urusi imethibitisha uhusiano wake na Syria. Imefuta deni kubwa la Syria la dola bilioni 10 na katika tamko rasmi, ilianza uhusiano wao wa karibu ambao ulianza nyuma katika enzi ya vita baridi. Warusi wameripotiwa kukubali kuuza makombora ya hali ya juu nchini Syria. Urusi imerudi Mashariki Mwa Mediterania na kuanzisha vituo vya kudumu vya kijeshi vya Urusi nchini Syria. Ingawa Urusi ilitaka kuwa na jukumu la mwamuzi katika Mashariki ya Kati, wasiwasi wake ni namna ya kuzuia ushawishi wa Uturuki katika eneo hilo. Ushiriki wa Iran katika masuala ya Syria ambayo inaonekana kuwa na malengo ya muda mrefu si wazi sana. Kulingana na maoni ya Dmitrig Flolovskiy (2020), "Kwa utabiri mwingi unaodai kuwa Moscow ina nia zaidi ya kuongeza ufikiaji wa mikoa yake na kusawazisha uhusiano wenye shida na Magharibi, matokeo ya kubadilishana kidiplomasia na hafla zilizo ardhini nchini Syria zinaweza kutumika kama mtihani wa malengo halisi ya kampeni ya kijeshi."[14]

Urusi ina jukumu lipi katika mpango wa wakati wa mwisho? Urusi inaonekana katika unabii wa wakati wa mwisho? Urusi imetajwa katika maandiko kuhusu mpango wa wakati wa mwisho? Kulingana na wasomi wengi wa Biblia, Nabii Ezekieli anatoa majibu ya maswali hayo matatu. Nabii Ezekieli anatoa maelezo marefu juu ya sehemu ambayo Urusi itahusika katika unabii wa wakati wa mwisho (Eieli 38 na 39). Kutokana na sura hizi mbili, imebainika kuwa Kutakuwa na uvamizi mkubwa wa Israeli kutoka kwa mchanganyiko wa mataifa sita (Eieli 38:5-6). Muungano huu wa mataifa utaongozwa na " Gogu wa nchi ya Magogu "(Eieli 38: 2). Waandishi wa Ugiriki wanahusisha Magog na Waskithe.[15]

Revised International Standard Bible (1988) inaeleza kwamba Kikundi kikuu cha Wasikithe kilikaa karibu na Bahari Nyeusi "kutoka Caucasus, karibu na Mto Danube".[16] ni dhahiri kabisa kwamba Nchi ya Magog ilikuwa iko karibu na Bahari Nyeusi na

Kaspi[17] kuelekea kaskazini mwa Milima ya Caucasus, ndani ya mkoa wa Kusini wa Karne ya 20 ya Urusi.

Kutokana na maoni ya wasomi hao, Ezekieli anataja "Gogu" kuwa "Meshek" na "Tubal". Gogu hapa anarejelea mtu kutoka nchi ya Magogu ambayo iko kaskazini kabisa mwa Israeli kulingana na Eieli 38:15; 39: 12. Wafafanuzi wa biblia huibua maoni kwamba " Rosh "inahusu Urusi," Meshek " inaweza kurejelea Moscow leo, wakati Tubal inaweza kurejelea Siberia. Hilo lamaanisha kwamba Biblia inataja Urusi, ingawa si kwa jina kuhusiana na unabii wa wakati wa mwisho. [18][19]

Kulingana na maono ya Ezekieli Katika Sura ya 38 Na 39, wavamizi hao wanatoka kaskazini ili kushambulia Israeli. Urusi wakati mmoja ilikuwa nguvu kubwa wakati wa vita baridi. Ilianguka na kuiacha Amerika kama nguvu pekee. Walakini, Kutokana na mtazamo wa mambo, Urusi inarejelea nafasi yake ya zamani ya ulimwengu. Ina ushawishi mkubwa miongoni mwa mataifa ya Kiarabu na Kiislamu. Imekuwa ikisaidia mataifa haya ya Kiarabu na Kiislamu katika kushambulia Israeli tangu kuzaliwa kwake mnamo 1948.[20]

Tutashuhudia katika siku zijazo Urusi ikitekeleza ushawishi sawa kwa ulimwengu huu wa Kiislamu dhidi ya Israeli kama Ilivyotabiriwa na Nabii Ezekieli. Katika muungano huu pia itakuwa Sheba na Dedan ambayo huhusishwa na sehemu ya Kaskazini ya Afrika. Tarshishi ambayo imetajwa katika unabii huu inaweza pia kutaja Hispania.

Wasomi fulani wa Biblia wanadokeza kwamba vita hivyo vikubwa vilivyotabiriwa na Ezekieli huenda vikawa mojawapo ya shughuli ambazo zingechangia mwanzo wa dhiki. Wengine wanafikiri kwamba itafanyika katikati ya dhiki.[21] Kwa hali yoyote ile, jambo moja lililo wazi hapa ni kwamba vita hivi ni tofauti kabisa na vita vya Har- Magedoni vitakavyofanyika mwishoni mwa dhiki.

Kwa mtazamo huu, Inaonekana Kwamba Urusi itaongoza uvamizi huu wa baadaye dhidi ya Israeli kama ilivyotabiriwa katika Eieli 38-39. Ni nini kinachoweza kuwa sababu ya Urusi kuongoza uvamizi huu? "Sababu moja kubwa ni kwa sababu Urusi inapinga Wayahudi. Kabla ya ukomunisti, Urusi ilihusika pakubwa katika mateso ya Kikatili ya Wayahudi. Baada ya Muungano wa Sovieti kuporomoka, mateso dhidi ya Wayahudi ilipungua. Wayahudi wamelaumiwa kwa matatizo yote nchini Urusi na hata wameshutumiwa kuwa chanzo cha virusi vya UKIMWI. Haishangazi wakati ukomunisti ulipoanguka, Kulikuwa na uhamisho mkubwa wa Wayahudi Kutoka Urusi kwa sababu ya mateso haya."Renald Showers (1995:8/ 9) anabainisha. [22]

Wasomi fulani wa Biblia wanatofautiana kuhusu maoni ya kwamba neno" Rosh " linarejelea Urusi. Tom Finley anasema kwamba wakati Yohana aliandika kuhusu uvamizi Wa Gogu na Magogu katika Ufunuo 20:7, anaelezea kama ushirika wa kimataifa na si tu mshambuliaji kutoka kaskazini ya mbali. Kwa hivyo, Eieli 38 hutumiwa kwa njia ya ulimwengu wote. Kutoka kwa hoja ya Finley (2012)," Gogu na Magogu " inamaanisha vita vya Har-Magedoni pia.[23]

John (2008) kutoka" *True Discernment* "pia hakubaliani na maoni kwamba" Rosh " ni Urusi. Anataja kwamba " The Grace Online Library "hukanusha dai la kwamba" Rosh " ni Urusi ya kisasa. Anasema kwamba " Hakuna uthibitisho kutoka Mashariki ya Karibu ya Kale kwamba nchi inayoitwa Rosh iliwahi kuwepo."Anadai kwamba watetezi wanaathiriwa na utaratibu wa etymolojia ambao sio sauti ya lugha, badala ya kuiona kutoka kwa mtazamo wa hemenetiki[24]

Vita hivi kulingana na Ezekieli vitakuwa kubwa na vyenye athari mbaya. Mungu atatekeleza hukumu yake juu ya Gogu wa Magogu na washirika wake katika kuwalinda watu wake Israeli. Miili ya wale watakaouawa katika vita hivi vya jeshi lililoanguka la Magogu itachukua muda wa miezi saba kuzikwa na miaka saba kuharibu silaha zao (Eicli 39: 3-5, 9-20).[25] Tukio hili la kimuujiza litakusudiwa kuwashawishi Waisraeli wamrudie Mungu.

Ikiwa "Rosh" ni Urusi ya kisasa kama wasomi wengi wa Biblia wanavyodai, basi hakuna shaka Kwamba Urusi itachukua jukumu muhimu katika kutimiza unabii wa wakati wa mwisho uliotabiriwa na Nabii Ezekieli. Itaongoza muungano mkubwa wa mataifa kwa lengo la kuharibu Israeli. Hata hivyo, Mungu hataruhusu hilo. Kama alivyoahidi kupitia nabii Wake Katika elieli 38: 23, ataingilia kati katika kulinda Taifa Lake Israeli. Atawaangamiza maadui wa watu wake kama onyesho kwa mataifa ya ulimwengu kwamba yeye ndiye Mungu Mkuu, Mungu wa ulimwengu na muumba wa wanadamu na yote yaliyopo.[26]

SURA YA 7

VITA VYA ISRAEL NA HAMAS

Siku Ya Mashambulizi

Mnamo tarehe 7 oktoba, 2023, Wanamgambo Wa Hamas waliwashambulia Waisraeli Katika mpaka Wa Kusini na Ukanda wa Gaza. Ilidhaniwa Kwamba Waisraeli 1,400 waliuawa. Kulingana na Wizara ya Mambo ya Nje ya Israeli, Karibu Waisraeli 1200 waliuawa katika shambulio la oktoba 7, 2023. Waliuawa kikatili kwa damu baridi. Washambuliaji hao pia waliwateka nyara watu 240 wakiwemo wanajeshi wa Israel, raia, watoto wachanga pamoja na watu kutoka nchi nyingi za kigeni.

Wanajeshi wa Palestina walifanya shambulio hilo kwenye miji, Kibbutzim (jamii ya wakulima ya watu 400 iliyoko kilomita 2 tu kutoka Gaza), na vituo vya kijeshi Kusini mwa Israeli. Ilijumuisha mauaji ya raia wa Israeli, ikiwa ni pamoja na wanawake na watoto katika maeneo ya makazi na katika tamasha la muziki .[1]

Mapema Jumamosi asubuhi ya oktoba 7, 2023, Kundi la Palestina lenye silaha la Hamas lilizindua "Operation Al-Aqsa Flood" dhidi ya Israeli. Kundi hilo lilishambulia kutoka nchi kavu, baharini na angani. Awamu ya kwanza ya makombora ilirushwa saa 6.30 asubuhi au (03:30 GMT).

Mashambulizi ya asubuhi yalitokea Kwenye Simchat Torah, likizo ambayo hutukia mwisho wa tamasha la Kiyahudi la wiki nzima linalojulikana kama Sukkot, au Sikukuu ya Hema.

Msemaji wa Hamas Khaled Qadoni alikuwa ameiambia Al-jazeera kwamba operesheni ya kijeshi ya makundi hayo ilikuwa ni jibu kwa ukatili wote ambao Wapalestina wamekabili kwa miongo kadhaa.

Kwa kukabiliana na shambulio hilo, Israeli ilijibu kwa kukata upatikanaji wa chakula, umeme, na mafuta kwa zaidi ya wakazi milioni 2.3 wa Ukanda wa Gaza na kuharibu eneo hilo kwa mfululizo wa mabomu. Katika muda wa majuma matano ya kwanza, Mashambulizi ya ndege ya Waisraeli yalikuwa yameangamiza vitongoji vyote, yakahamisha zaidi ya asilimia 70 ya wakazi wa Gaza, na kuua watu 11,078 kulingana na utawala wa Palestina.

Vita Hivi Vinaweza Kusababisha Mzozo Wa Kieneo

Mzozo kati ya Israel na Wanamgambo wa Hamas huko Gaza unaweza kusababisha vita ambavyo vinaweza kuvuta mataifa zaidi. Kulingana na ripoti ya NBC News, kuongezeka kwa hasira Katika Miji Mikuu ya Mashariki ya Kati na sehemu kubwa ya ulimwengu juu ya shida ya raia wa Palestina, ilikuwa Gaza inaongeza mafuta zaidi kwa mchanganyiko tayari tete ambao ulikuwa umeona vurugu zikienea hadi Ukingo wa Magharibi, mpaka wa Kaskazini ya Israeli, Bahari Nyekundu na Iraq na Syria, ambapo vikosi vya Marekani vilikuwa vimeshambuliwa mara kwa mara na ndege zisizo na rubani na roketi kutoka kwa wawakilishi wa Iran.

Maafisa wa ujasusi wa Marekani na Magharibi walisema Iran haionekani kuwa na silaha katika vita vya moja kwa moja na marekani na badala yake ilikuwa ikitumia washirika wake kudhoofisha Israeli na kushinikiza Magharibi. Maafisa hawa walisema kwamba kulikuwa na hatari kubwa kuwa mawakala wa Iran walihusisha mashambulizi zaidi na kujaribu vikosi vya Israeli na Marekani. Mapigano hayo yangeweza kuongezeka kwa kasi, na kusababisha vita visivyotarajiwa na kuzua matokeo mabaya na yasiyotabirika.

Mwezi mmoja tu baada ya shambulio la Oktoba 7, wanamgambo wanaoungwa mkono na Iran walikuwa wamefanya mashambulizi 28 ya roketi na ndege zisizo na rubani dhidi ya vikosi vya Marekani nchini Iraq na Syria. Kwa kujibu, Rais Biden aliamuru shambulio la anga muda mfupi baadaye dhidi ya ghala la silaha Mashariki mwa Syria. Endapo Marekani ingetumia nguvu zaidi, haikujulikana ikiwa wanamgambo wanaounga mkono Iran hawangelipiza kisasi.

Hii inatukumbusha matukio ambayo yalisababisha Vita vya Kwanza vya Ulimwengu. Kulingana na wachambuzi, kulikuwa na hatari kubwa kwamba jaribio la mwigizaji mmoja la kumzuia adui linaweza kutafsiriwa kama kitendo cha uchokozi, au kwamba roketi moja iliyopoteza mwelekeo na inayosababisha majeruhi wengi inaweza kuwasha moto eneo hilo.[2]

Kushindwa Kwa Ujasusi wa Israel Katika Shambulio La Hamas

Mkuu wa Shirika la Ujasusi la ndani la Shin Bet la Israeli alichukua jukumu la kushindwa kuzuia Hamas kutekeleza vurugu zake mbaya kupitia miji ya Israeli.[3] Kama ilivyoripotiwa na Financial Times, afisa mwandamizi wa ujasusi wa Kijeshi wa Israeli alikataa ongezeko la joto la kina akitabiri uvamizi wa Hamas wa Oktoba 7, akiuita "hali ya kufikiria". Walinzi wa Mpaka wa Israeli na Gaza, wengi wao askari wa kike ambao walitazama na kuchambua kanda za video na data nyingine zilizokusanywa karibu na uzio wa elektroniki unaozunguka eneo hilo, walituma ripoti ya kina wiki kadhaa kabla ya shambulio hilo kwa afisa wa juu zaidi wa ujasusi. Ripoti hiyo ilitumwa kwa kutumia mfumo salama wa mawasiliano na ilikuwa na onyo maalum la kulipua vituo vya mpaka katika maeneo kadhaa, kuingia katika eneo la Israeli na kuchukua Kibbutzim.

Kushindwa kwa Israeli kuzuia shambulio hilo, ambalo serikali iliripoti kuwa liliua zaidi ya watu 1200, lilionekana kama kushindwa kwake kwa ujasusi mkubwa tangu Misri na Syria zilipoanzisha shambulio la ghafla mnamo 1973 Kwenye shambulizi la Yom Kippur, katika siku takatifu zaidi ya Uyahudi.

Kulingana na chanzo cha habari hii, askari wa ngazi ya chini pia waliwaonya wachambuzi wao wa video kadhaa ambazo zilionyesha

Hamas ilikuwa ikifanya mazoezi ya kuchukua mateka, na kwamba walihisi shambulio lilikuwa karibu. Memo hiyo ilianzishwa na Kuonekana Kwa Kamanda wa juu wa Jeshi la Hamas anayesimamia mafunzo hayo. Kwa kushangaza, ofisa huyo wa cheo cha juu wa ujasusi alijibu kwa kusema kwamba "hii ilikuwa hali ya kuwaziwa". Hakuna hatua iliyochukuliwa. KAN, kituo cha utangazaji cha Umma cha Israeli, kiliripoti maelezo ya baadaye ya onyo kama hilo lililotumwa na askari wa ngazi ya chini kwa wazee wao. KAN iliongeza kuwa onyo hilo lilijumuisha uwezekano wa ndege kuangushwa na Hamas kuinua bendera zake juu ya Eneo la Israeli. Kiini cha habari kinachojulikana kwa mawasiliano kiliiambia FT kwamba majadiliano ndani ya jamii ya ujasusi kuhusu kushindwa kushughulika juu ya memo hiyo kinaweza kulinganishwa na tukio la baada ya kushindwa ujasusi kabla ya vita vya 1973.

Viini hivi vya habari vilisema kuwa maonyo hayo yalikataliwa sio tu kwa sababu yalitoka kwa askari wa ngazi ya chini, lakini kwa sababu yalikinzana dhidi ya imani ya Serikali ya Israeli kwamba ilikuwa imezuia Hamas kupitia kizuizi cha adhabu, kwa kulipua uwezo wake wa kijeshi na kutumia misaada na pesa kama njia ya kutuliza kundi la wapiganaji wa Palestina. Shambulio kama hilo la Hamas mara moja lingesababisha vita na Serikali ya Kiyahudi, ambayo jamii ya ujasusi ya Israeli iliamini kundi la wanamgambo lilikuwa likitafuta kuepuka.[4]

Ripoti nyingine zilionyesha Kuwa Hamas ilikuwa imeidanganya Israel wakati ilipanga shambulio hilo lenye uharibifu mkubwa. Kulingana na Shirika la Habari la Reuters, kampeni ya udanganyifu ilihakikisha kuwa Israel ilifumaniwa wakati kundi la Kiislamu La Palestina – Hamas, lilipoanzisha shambulio lake lenye uharibifu, na kuwezesha jeshi linalotumia mabuldoza, ndege za kuruka na pikipiki kuvamia jeshi lenye nguvu zaidi Mashariki ya Kati. Shambulio la oktoba 7, ukiukaji mbaya zaidi katika ulinzi wa Israeli tangu majeshi ya Kiarabu yalipoanzisha vita mnamo 1973, lilifuatiwa na miaka miwili ya hila na Hamas ambayo ilihusisha kuweka mipango yake ya kijeshi chini ya vifuniko na kushawishi Israeli kwamba haikutaka mapigano. Wakati Israel iliamini kuwa Hamas ilikuwa imechoka na vita na hivyo basi kutoa motisha za kiuchumi kwa wafanyakazi Wa Gaza, wapiganaji wa kikundi hiki walikuwa wakifundishwa vita, kiini cha habari karibu na Hamas kilisema.[5]

Huduma za ujasusi za Israeli ni kati ya zilizo bora ulimwenguni. Ilitokeaje basi kufumaniwa? Ni moja kati ya huduma zilizo bora zaidi za kijasusi. Matokeo ya shambulizi hili basi yalikuwa machungu na yalidhihirisha kushindwa kitaaluma. Kuchunguza sababu za msingi za kutofaulu kwa akili wazi ilikuwa muhimu ili kuepuka kosa kama hili siku zijazo.

Swali la kwanza ambalo wachunguzi walihitajika kuuliza ni kama Shin Bet, Mossad, na Jeshi la Ulinzi la Israeli walitoa maonyo ya shambulio lililokuwa linakaribia, je, maonyo hayo yalikuwa maalum na ya vitendo, au ya jumla sana? Ripoti zingine zinaonyesha kuwa ujasusi wa Marekani na Israeli walikuwa wakitazama kuongezeka kwa mivutano, lakini Ujasusi wa Israeli ulitoa onyo maalum kwa walinzi wa mpaka, japo maonyo hayo hayakuzingatiwa kwa sababu zisizoeleweka.

Kisha, wachunguzi walihitajiwa kuchunguza kama huduma zao zilikuwa zimekusanya habari kuhusu uwezekano wa shambulio hilo na walikuwa wakiliweka katika mifumo hiyo. Wachunguzi walikuwa wachimbue mifumo ya habari kwa viashiria kwamba Hamas ilipanga mashambulizi makubwa, ikiwa ni pamoja na kutoka Habari kutoka viini vya ujasusi imara.

Ikiwa habari ilikuwepo, na wachambuzi waliikosa au kuikataa, huduma za ujasusi basi zilikabiliwa na matokeo chungu zaidi. Yaani kupuuza uchambuzi ulioletwa, mapuuza ambayo yalitokana na makosa ya kibinadamu.[6]

Ingawa viashiria vyote vilionekana kuwa vimeonyesha upungufu mkubwa katika ujasusi wa Israeli kuhusiana na shambulio la Oktoba

7, inaonekana kuna tofauti nyingine kali na msimamo huu. Kwamba Israeli ilikuwa na ufahamu wa shambulio hili, muda mrefu kabla ya kutokea. Katika hati iliyoainishwa ya kurasa 40, yenye nembo "Ukuta Wa Yeriko" kama ilivyoripotiwa Na Richard Brown-Natural- News, mkakati mbaya wa uvamizi ambao ulionyesha kwa karibu matokeo halisi ya shambulio hilo, na kusababisha takriban majeruhi 1,200 - hati iliyotafsiriwa na kukaguliwa na New York Times, haikutaja tarehe ya shambulio hilo lakini ilitoa hatua kwa hatua njama za lililokusudiwa: kuvamia ngome za Ukanda wa Gaza, kuteka miji ya Israeli na kuvamia vituo muhimu vya kijeshi, pamoja na makao makuu ya kijeshi.

Licha ya mpango huo wa kina uliokuwa ukienea sana miongoni mwa viongozi wa Kijeshi na ujasusi wa Israeli, wataalam wakati huo waliamini kuwa shambulio la kiwango kama hicho lilikuwa zaidi ya Uwezo wa Hamas. Hata hivyo, haikujulikana Ikiwa Waziri Mkuu Benjamin Netanyahu au viongozi wengine wa juu wa kisiasa walijua hati hiyo. Hati hiyo ilizingatiwa lakini ilionekana kuwa haiwezekani wakati huo.

Mnamo julai, 2023, miezi mitatu kabla ya shambulio hilo, mchambuzi mkongwe wa Kitengo Cha 8200, Shirika la Ujasusi la Ishara La Israeli, alielezea wasiwasi juu ya Hamas kufanya mazoezi ya mafunzo sawa na mpango wa Ukuta wa Yeriko. Hata hivyo, kanali mmoja katika idara ya Gaza alikataa maonyo yake.

Maonyo haya, ikiwa yangezingatiwa yangeweza kuchochea jeshi la Israeli kuimarisha mkoa wa kusini, ambapo mashambulizi hatimaye yalitokea, kwa hivyo, kuzuia ukatili ulioshuhudiwa siku hiyo ya umwagaji damu.[7]

Ikiwa kwa kweli ujasusi Wa Israeli ulifahamu shambulio hili na onyo lililofuata kabla ya shambulio hilo, basi mtu anaachwa akijiuliza kwa nini hakuna hatua zilizochukuliwa kuzuia shambulio hilo. Ni kosa hili katika usalama wa taifa na kushindwa kuzuia kabla ya tendo kunaotatanisha.

Unabii Wa Kibiblia Kuhusiana Na Shambulio La Hamas

Wasomi wengi wa Biblia wanahusisha vita vya Israeli na Hamas vilivyotokana na shambulio la 7 Oktoba, 2023 na Ezekieli 38. Hata hivyo, maoni yaligawanyika kati ya Wasomi Wa Biblia Kuhusu Ezekieli38. Wasomi ambao wanashikilia uhusiano wa Ezekiel 38 na Mgogoro Wa Hamas ni hasa watetezi wa unyakuo wa kabla ya dhiki. Eieli 38 inaelezea Gogu wa nchi ya Magogu kuvamia Israeli kabla ya kuja kwa Pili Kwa Kristo (Tazama Sura Ya 6 – Urusi katika Mpango wa Wakati wa Mwisho katika kitabu hiki). Katika Eieli 38 ,Ezekieli alitabiri dhidi ya Gogu, ambapo Gogu anajulikana kama Mkuu wa Rosh, Meshach na Tubal. Kulingana na wasomi fulani, Rosh huonwa kuwa inataja Urusi na Meshech Kuwa Moscow. Ni jeshi hili la Gogu ambalo litashambulia Israeli. Ezekieli alifafanua jeshi hilo kuwa kubwa, lenye kasi, lenye vifaa vizuri na tayari kwa ushindi. Kwa kufuata maelezo haya ya Ezekieli, basi Wanamgambo Wa Hamas wanakosa kuafiki maelezo haya.

Wengine wanaona Wanamgambo Wa Hamas kama kichocheo ambacho kingeanzisha vita. Vita ambavyo baadaye vingehusisha mataifa mengine makubwa kama Iran na Uturuki-ambapo Iran hatimaye ingejiunga katika mzozo kwa kuunga Mkono Hamas, Wakati Uturuki inajiunga na mzozo kupitia Hezbollah kutoka kaskazini mwa Gaza.

Wasomi waliotofautiana Kuhusu msimamo Wa Eieli 38, walidai Kwamba Gogu kama Ilivyoelezwa na Ezekieli ingekuwa jeshi kubwa sana lenye vifaa vya hali ya juu. Ingeshambulia kutoka kaskazini. Mnamo Oktoba 7, 2023, Washambuliaji Wa Hamas walikuja kutoka kusini na ilihusisha kundi la wanamgambo – sio jeshi lililostawi. Kulingana na wasomi hawa, mzozo wa Hamas na Israeli haufai Eieli 38. Wengine bado wanaona Vita Vvya Hamas na Israeli kama kitangulizi cha vita vikuu ambavyo vitakuja baadaye vikiongozwa na Gogu wa Magogu.

SURA YA 8

UJENZI WA HEKALU LA TATU

Hekalu La Kwanza

Yote ilianza Wakati Mfalme Daudi alinunua Mlima Wa Hekalu Kutoka Kwa Ornan Myebusi (1 Mambo ya nyakati 21:24-26). Daudi alitaka kumjengea Mungu hekalu, lakini Mungu alitangaza kwamba lingejengwa na mwana wake Sulemani. Sulemani alitimiza ahadi hiyo na kumjengea Mungu hekalu. [1] Hekalu lilikusudiwa kuwa makao ya kudumu ya Sanduku la Agano.[2] Hekalu hili lililojengwa na Sulemani liliharibiwa mwaka wa 587/586 K.w.k. na Wababiloni walipoteka Yerusalemu. Ilikuwa na matokeo mabaya sana kwa Wayahudi. Tukio hili liliashiria mabadiliko katika historia ya Waisraeli.[3]

Hekalu La Pili

Msukumo wa kujenga upya Hekalu la Pili ulikuwa wa kimungu. Hagai na Zekaria wanajulikana wakiwahimiza viongozi na watu kujenga upya Hekalu (Ezra 1-6). Ezra 3 inaonyesha mwanzo wa ukarabati, na ujenzi wa madhabahu na kuweka misingi ya hekalu. Hata hivyo, ujenzi wake ulikabiliwa na upinzani lakini hatimaye ulikamilishwa katika 516/515 K. w. k., wakati wa utawala wa Mfalme wa Uajemi Dario (525 – 486 k. w. k.). Ingawa Hekalu hilo halikufanana na lile la kwanza, lilikuwa na sura mpya. Ilimaanisha upya wa maisha ya Kiyahudi baada ya maisha yenye uharibifu katika uhamisho. Hekalu la kwanza lilijengwa na Sulemani, Hekalu la pili lilijengwa kupitia juhudi za pamoja za watu wenyewe. Jambo moja linalokeza ni kwamba kwa kuwa hakukuwa na ufalme, Hekalu la pili lilikuja kuchukua nafasi kubwa zaidi katika maisha ya Yudea kuliko Hekalu la Sulemani.[4]

Muda wa Hekalu la pili umegawanywa katika enzi tatu. Hizi ni:

i. Enzi ya uajemi (586-332 KK)
ii. Enzi Ya Hellenistic (332-63 KK)
iii. Enzi Ya Kirumi (63 KK-AD 334)

Ujenzi wa Hekalu la pili uliongozwa na Zerubabeli. Changamoto zilizowakumba wajenzi zilijumuisha upinzani mkali katika ujenzi wa Hekalu la pili kutoka kwa Wasamaria, mapungufu kutoka kwa watu wa Kiyahudi yaliyotokana na umaskini wao wa kibinafsi na kutanguliza ujenzi wa nyumba zao za kibinafsi badala ya nyumba ya Mungu. Hata hivyo, hatimaye Hekalu lilikamilishwa. Nabii Hagai alikuwa ametabiri kwamba Mungu angeliwezesha taifa kumaliza kujenga upya Hekalu. [5]

Mnamo 37 KK, Mfalme Herode alipanua Mlima Wa Hekalu na kujenga upya Hekalu kwa idhini ya umma.[6] Viini Vingine vya habari vinadai kwamba Hekalu la pili lilijengwa upya na Herode Mkuu mnamo 20-18 KK. Wayahudi waliongoza uasi uliosababisha vita kati yao na Waroma. Katika mwaka wa 70 W. k., Waroma walivamia Yerusalemu na kuharibu Hekalu, na kuacha sehemu tu ya ukuta wa magharibi, sehemu ambayo imekuwa takatifu sana kwa Wayahudi hadi leo. Waislamu wamekuwa wakishikilia sehemu ya Yerusalemu na wanadai umiliki wa Mlima wa Hekalu. Kumekuwa na jaribio la makusudi la Wapalestina kuharibu ushahidi wa Hekalu kwa kubeba vitu vya kale vya waakiolojia wa Israeli. Lengo ni kuharibu kabisa uthibitisho wa kuwapo kwa Wayahudi Mlimani. [7]

Historia inathibitisha kwamba Wayahudi walifukuzwa kwa nguvu Kutoka Mlima Mtakatifu ambao Mfalme Daudi alikuwa amenunua (1 Mambo ya Nyakati 21:24-26). Kufukuzwa huko kulifanywa baada ya Waroma kuharibu Hekalu hilo. Kisha Wayahudi wakatawanyika huku watu wa mataifa wakichukua mahali hapa. Watu wa mataifa waliendelea kudhibiti Mlima Mtakatifu hadi 1967 wakati askari Wayahudi walipata udhibiti wa mji na Mlima [8], hii ikichangiwa pakubwa na ushindi wa vita vya siku sita (Juni 5-10, 1967).

Kuna mabaki muhimu ya akiolojia kutoka kipindi cha Hekalu la pili. Baadhi yayo ni: makaburi ya Bonde la Kidwin, ukuta wa Magharibi, Sanduku la Robinson, makao ya Herode, makaburi mengine mengi, na kuta.[9] Hii inadhibitisha ukweli wa kihistoria, kwamba wale wanaohusika na juhudi za kuharibu ushahidi wa kuwepo Kwa Hekalu, na kufuta historia kama walivyofanya kwa kubadilisha Mlima wa Hekalu kuwa Haram al-Sharif, jina la kiarabu la Mlima wa Hekalu[10], hawatafanikiwa kwa sababu ardhi hii ni takatifu na ujenzi huu una idhini ya kimungu, ambapo Mungu alitoa kibali kwa Sulemani kumjengea Hekalu (1 Mambo ya nyakati 17). Isitoshe, Mfalme Daudi alinunua ardhi hiyo kutoka kwa Ornan Mye- busi, hasa kwa ajili ya kujenga Hekalu la Mungu.

Kwenye magofu ya Hekalu la pili mmjengwa msikiti wa Kiislamu. Hii ni madhabahu ya Kiislamu iliyoko kwenye Mlima wa Hekalu katika jiji la Kale la Yerusalemu. Mwamba ambao Juu yake msikiti huu wa Kuba umejengwa ni takatifu kabisa kwa Wayahudi na Waislamu. Msikiti wa Kuba na Al-Asqa zote mbili ziko mahali ambapo Hekalu la Sulemani lilikuwa. Mahusiano haya ya madhabahu ya Kiyahudi na Kiislamu yamesababisha mvutano kati ya Wayahudi na Waislamu kwa miaka mingi.

Ujenzi Wa Hekalu La Tatu

Hekalu la tatu linatarajiwa kujengwa mahali ambapo Mahekalu mawili ya awali yaliambatana na utimizo wa unabii wa wakati wa mwisho. Hekalu hili litakuwa muhimu sana katika mpango wa wakati wa mwisho. Ni Katika Hekalu hili ambapo Mpinga Kristo ataingiana kufika kwenye patakatifu pa patakatifu akidai kuabudiwa. Kitendo hiki cha unajisi kitaleta enzi ya wakati wa "Dhiki ya Yakobo" kama Ilivyotabiriwa na Danieli na kusisitizwa na Yesu Kristo (Danieli 9:27; Mathayo 24:15). Chukizo hilo la Mpinga Kristo linalochafua mahali patakatifu litasababisha ukiwa.

Eneo la Hekalu hilo ni la kihistoria na la kibiblia. "Maandiko yanarekodi kuwepo kwa kihistoria na eneo la kijiografia la Mahekalu ya Kiyahudi ambayo, katika historia ya Kiyahudi, yamewekwa Kwenye Mlima Moriah. Hili ndilo eneo ambalo lilijitokeza kwa Mara ya kwanza wakati Mungu alipomwamuru Ibrahimu kumtoa sadaka mwanawe Isaka kwenye mlima maalum katika nchi ya Moria (Mwanzo 22:2). Baadaye, Mungu aliwaweka Waisraeli katika nchi ya Israeli (2 Samweli 7: 10) na kumwambia Mfalme Daudi kwamba mwanawe atamjengea nyumba. Bwana alithibitisha uchaguzi wake wa mahala pa ujenzi wa Hekalu wakati aliamuru Daudi kununua kinu ya Kupuria ya Ornan Myebusi (2 Mambo ya nyakati 3: 1). Waisraeli waliporudi kutoka Babiloni, walijenga Hekalu la pili mahali ambapo lile la kwanza lilikuwa."Anaelezea Randall Price (2011: 1/ 2).[11]

Kujenga Hekalu la Tatu ni kutimiza unabii wa wakati wa mwisho. Hakuna juhuzi zozote za Wapalestina zinazoweza kubadilisha ukweli wa kihistoria na mpango wa Mungu. Manabii Danieli, Ezekieli na Yohana waliandika juu ya ujenzi wa Hekalu la Tatu na Yesu alithibitisha uwepo wake. Yesu pia alikuwa ametabiri juu ya uharibifu wa Hekalu la Pili. Wakati wa ujenzi wake pia ulitabiriwa.

Kwa nini ujenzi wa Hekalu la Tatu ni muhimu sana? Kuna sababu kadhaa. Tangu kuharibiwa kwa Hekalu la Pili katika mwaka wa 70 BK, Wayahudi hawatoi tena dhabihu. Kutoa dhabihu ni utendaji mtakatifu sana kwa Wayahudi. Kukosekana kwa Hekalu lililopo kumewanyima fursa hiyo ya kufanya shughuli hii. Wayahudi wanahisi walemavu bila kutoa dhabihu kwa Yahweh. Tofauti na kanisa ambalo dhabihu zake ni za kiroho, na kwa hivyo, zinaweza kutolewa mahali popote, wakati wowote na muumini yeyote wa Kikristo (1 Petro 2: 5), sivyo ilivyo kwa watu wa Kiyahudi. Kwa Wayahudi, dhabihu hutolewa mahali maalum (Hekalu). Zinatolewa na mtu maalum (Makuhani wa Walawi), na hutolewa kwa wakati maalum. Ndiyo maana kujenga Hekalu la Tatu ni muhimu kwa watu wa Kiyahudi.

Ujenzi wa Hekalu la Tatu pia unaonyesha jambo muhimu katika kutimiza unabii wa wakati wa mwisho. Nabii Danieli Katika Danieli 9: 27 alitabiri juu ya ukiwa (uharibifu) ulioazimia kutokea katika unabii wa wakati wa mwisho. Uharibifu huu utasababishwa na mtawala mwovu kuja, akasimama kwenye patakatifu pa patakatifu na kuchafua madhabahu takatifu zaidi. Pia atathibitisha agano hilo na wengi kwa juma moja na katikati ya juma hilo atafanya dhabihu hiyo ikome. Ni uchafu huu ambao utaanzisha wakati wa shida ya Yakobo na Dhiki Kuu. Kwa Hiyo, Hekalu la Tatu lina ufunguo muhimu sana wa kalenda ya wakati wa mwisho. Wyatt (2020) akimnukuu Darrell Bock anaongeza kuwa, " Hekalu la Tatu lina jukumu muhimu katika Ukristo kama ishara ya Kuja kwa Pili Kwa Yesu, kama ilivyoelezewa katika Kitabu cha Ufunuo"[12] Hata hivyo, Wakristo wamegawanyika kuhusu Hekalu hili la Tatu kama litajengwa kwa mikono ya wanadamu. Wakristo wanaosoma Biblia kihalisi, na ambao huwa wahafidhina wa kitheolojia, wanaamini Hekalu litakuwa jengo halisi."Wyatt Massey (2020) anamnukuu Bock. [13]

Ingawa maandalizi ya kujenga Hekalu la Tatu yanaonekana wazi, kuna vizingiti vingi vilivyowekwa kwa ujenzi wake. Yehuda Shurpin anaelea baadhi ya changamoto. Kwanza, kuna swali la "ni nani lazima ajenge hekalu hili"? Kulingana Na Yehuda, wajibu wa kujenga upya Hekalu unapaswa kuonekana kutoka vipimo viwili. Moja, wajibu huu wa kujenga unaweza kutumika tu wakati idadi kubwa ya Wayahudi watakuwa wanaishi Katika Israeli, hali ambayo sio kwa sasa. Mbili, inaweza kutumika tu wakati kuna mfalme Wa Kiyahudi au nabii.[14]

Swali la pili ambalo Yehuda anauliza ni " vipi Hekalu litajengwa?"Kulingana na maoni yake, Hekalu la Tatu na la mwisho litajengwa kulingana na unabii wa Ezekieli. Kwa hiyo, jambo lenye kutatanisha zaidi ni mahali hususa pa kuweka madhabahu kwa ajili ya kutoa sadaka kwa Wayahudi. Madhabahu hii inapaswa kuwa mahali hususan ambapo udongo wa kumuumba Adamu ulichukuliwa, kisha mahali papo hapo ndipo (Adamu) alipotoa dhabihu Kwa Mungu, na pia akajenga madhabahu ya kumtoa dhabihu Isaka. Hata kama tatizo la mahali pa kujenga Hekalu lilitatuliwa, hakuna anayeweza kukanya ga eneo hilo kwa sababu ya hali ya uchafu hadi majivu ya ndama mwekundu yapatikane kwa ajili ya kuwekwa wakfu.[15]

Kulikuwa na uvumi Kwamba Hekalu la Tatu lingejengwa upya wakati wa utawala wa Trump. Ni muhimu kutambua kwamba ingawa Trump alishawishi uhamisho wa Ubalozi wa Marekani kutoka Tel Aviv Kwenda Yerusalemu, bado hajatoa taarifa yoyote kuhusu ujenzi katika Mlima wa Hekalu. Hata hivyo, Kulikuwa na ombi rasmi kutoka kwa Baraza kuu la Kiyahudi kwa Marais Trump na Putin (Urusi) kusaidia katika kujenga Hekalu.[16]

Je, kuna dalili zozote za ujenzi wa Hekalu la Tatu? Kulingana na Mradi Wa Biblia wa unabii Wa Kimesiya, "matayarisho mengi ya ujenzi wa Hekalu la Tatu tayari yamekamilishwa na Taasisi ya Hekalu, ambayo Kiongozi wake ni Rabi, Yisrael Ariel, Mkurugenzi na mwanzilishi wa Taasisi hiyo. Kama sehemu ya agizo lake, shirika hili la Kiorthodoksi la Kiyahudi limekamilisha urejesho na ujenzi wa vyombo vitakatifu kwa matumizi katika huduma kwenye Hekalu Takatifu. Hii sio mifano, lakini vyombo halisi, vilivyotengenezwa kwa dhahabu, shaba, fedha na mbao. Miongoni mwao ni vyombo vya dhahabu na fedha vinavyotumiwa katika uvumba na ibada za dhabihu za Cohen HaGadol (Kuhani Mkuu) na ala za muziki za Walawi. Pia baada ya miaka mingi ya utafiti, vazi takatifu au ephod ya Cohen HaGadol na vilevile Choshen (bamba la kifuani) na tziz zahar (Taji la Dhahabu) vimekamilishwa."[17]

Msimamo huu wa Mradi wa Biblia wa Unabii wa Kimesiya unaafikiana na ule wa Randall Price (1997/1998:1/2) ambaye anaona kwamba "eneo lenye ekari 35 kwenye sayari ya Dunia lenye cheche bila shaka ni eneo lililofanyizwa na jukwaa la mstatili katika sehemu ya Mashariki ya Yerusalemu ambapo Hekalu la Zamani la Kiyahudi lilikuwepo."Randal anathibitisha kwamba kiashiria kingine ni ongezeko la jitihada za kiakiolojia (uchimbuzi) za kutambua mahali halisi ambapo Hekalu la Sulemani lilikuwa. Hii ni kwa Sababu eneo la Hekalu lilichaguliwa Kimungu (Mwanzo 22:2, 2 Samweli 24:18, 1 Mambo ya nyakati 21: 18). Utafiti mbalimbali wa kiakiolojia unaonyesha Kwamba Hekalu hilo lilijengwa upande wa kaskazini- magharibi wa jukwaa hilo, karibu meta 330 kutoka kwenye Kilima cha Kuba ya Mwamba ya Kiislamu. Bado kuna watafiti wengine ambao wanafikiria kuwa Hekalu lilikuwa mahali ambapo hiyo Kuba ya Mwamba (Dome of the Rock) iko sasa.[18]

Kiashiria kingine Randall anatambua ni jukumu muhimu walilonalo watafiti, wabunifu na mafundi wa " Temple Institute " (Mradi wa Biblia wa Unabii wa Kimesiya) wanatekeleza kwa sasa. Wameanza kutengeneza vyombo ambavyo vimeidhinishwa kidesturi, mavazi na bidhaa nyingine muhimu ambazo zingeweza kutumiwa katika Hekalu la Tatu. Ishara nyingine muhimu ambayo Randall (1994) anataja ni kutayarisha makuhani kwa ajili ya Hekalu. Mbinu ya kisayansi imegunduliwa ambayo inaweza kutambua kabila la Lawi kutoka miongoni mwa Wayahudi duniani kote. Kwa kutumia vipimo vya DNA, wanaweza kutambulika popote walipo ulimwenguni. Baada ya kutambuliwa, wanafundishwa ukuhani kwa kusudi la kutumikia katika Hekalu la Tatu.[19]

Ishara ya kuvutia zaidi hata hivyo, ni swala la utakaso wa Hekalu. Kulingana na Kitabu cha Hesabu, kila Myahudi amechafuliwa baada ya kutawanyika. Vivyo hivyo, mahali pa Hekalu ni najisi kwa sababu limekanyagwa na watu wa Mataifa. Ili Hekalu la Tatu lijengwe, eneo hilo lazima litakaswe. Kuitakasa na kubadili uchafu huu, ni kupitia kwa majivu kutoka kwa ndama mwekundu (Hesabu 19 & 20). Mnamo tarehe 28 agosti 2018, ng'ombe mwekundu alizaliwa nchini Israeli katika kipindi cha Miaka 2000.[20]

Kati ya kuanza kwa Hema na kumalizika kwa Hekalu la Pili, kumekuwa na ndama wekundu tisa waliozaliwa katika nchi ya Israeli. Kuwasili kwa ndama mwekundu wa kumi kungetayarishwa na Mfalme wa Kimesiya. Hii ni kwa mujibu wa mafundisho ya Kiyahudi. Kwa hivyo, mpangilio wa kisasa na uwasilishaji wa kisiasa na Wayahudi wa Orthodox unaonyesha utimilifu wa Hekalu la Kiyahudi litakalojengwa.[21]

Kwa kuwa Kuba la Mwamba liko mahali ambapo Mahekalu ya Kwanza na Ya Pili yalikuwa, je, kujenga upya Hekalu la Tatu kunaweza kusababisha vita na ulimwengu wa Kiislamu? Matthew Wagner (2009) anasema kwamba, "Kujenga Hekalu la Tatu Huko Yerusalemu hakutahitaji uharibifu wa (Kuba la Mwamba). "Mradi wa Maono ya Mlima Mtakatifu wa Mungu" unatarajia kuondoa ugomvi wa kidini kwa kuonyesha kwamba maono ya mwisho wa Siku ya Wayahudi yanaweza kukidhi kwa usawa utawala wa sasa wa usanifu wa Uislamu kwenye Mlima Wa Hekalu."Maono haya ya madhabahu ya kidini katika ukaribu wa amani yanaweza kubadilisha Mlima Wa Hekalu kutoka mahali pa ubishi hadi katika jukumu lake takatifu la asili kama mahali pa ibada inayoshirikiwa na Wayahudi, Waislamu na Wakristo", alisema Yoav Frankel, mkurugenzi wa Taasisi hiyo.[22]

Gills Frasser (2013) anatofautiana na maoni ya Matthew Wagner. Kulingana na Fraser, "itakuwa vigumu kueleza jinsi ilivyo hatari kujenga upya Hekalu la Tatu kwenye (Kuba la Mwamba). Kwa upana, sio tu hali ya kuangazia joto la cheche inayoweza kuzuka kutoka kwa mlipuko utokanao na mvutano wa Mlima wa Hekalu. Endapo watafanikiwa kuijenga Hekalu palipo Kuba la Mwamba, Waislamu bilioni moja ulimwenguni pote wangepandwa na ghadhabu na kuzua rabsha zisizo kifani. Shlomo Arisky anaiona hali ikiwa hata mbaya zaidi itakayotokana na Mawazo machafu ya mahasidi wa mpango wa Mungu kuhusu Mlima Wa Hekalu, " Fraser anasema.[23]

Kwa maoni ya ulimwengu, Mlima wa Hekalu haumaanisha chochote. Lakini Kwa Wayahudi, Waislamu na Wakristo, eneo hilo la ekari thelathini na tatu linamaanisha kila kitu. Ndicho kitovu kinachoangaziwa pindi mwisho wa nyakati unapowadia. Maandiko ni wazi juu ya ujenzi wa Hekalu la tatu - Hekalu la Dhiki, kuhusiana na: mahali litapojengwa na wakati wa kujengwa, kulingana na 2 Wathesalonike 2:4. Wengi hata hivyo, wana shaka kuhusu uwezekano wa kulijenga hili Hekalu. "Wanashangaa vipi Kuba la Mwamba linavyoweza kuondolewa na nafasi yake kuchukuliwa na Hekalu la Dhiki. Kuna nadharia mbalimbali kuhusu jambo hilo. Lakini jambo moja ni hakika. Kwamba, wakati utakapofika wa hekalu kujengwa, msikiti utakuwa umeshaondoka kwa hali yoyote ile. [24] Anaelezea Elwood McQuaid (2003: 9/10).

Kulingana na McQuaid, Hekalu la Dhiki si sura ya mwisho katika mpango wa Mungu. Kwa kurejelea Eieli 40-44, " Hekalu la Milenia llitajengwa katika Mlima Wa Hekalu wakati wa utawala wa Masihi Duniani. Eieli anaeleza kuhusu muundo wa hekalu hilo ambao haujawahi kuonekana katika sayari hii. Katika nyumba hii, iliyoandaliwa kwa ajili ya mfalme wa wafalme, itagubikwa na utukufu wa Bwana, ambao ulikuwepo katika Hekalu la Sulemani, kisha kuondo- ka na kamwe haukukaa Katika Hekalu la Pili."(Eieli 43: 4-5).[25]

Wale wanaojaribu kuharibu historia, kuwafukuza Wayahudi kutoka nyumbani kwao kwa haki ya kimungu, na kuharibu jiji ambalo Mungu aliweka jina Lake - Yerusalemu, watakuwa katika mshtuko mkubwa. Upinzani wao katika ajenda ya Mungu ya Wakati wa Mwisho utaishia kwa matokeo mabaya. Kwa maana hakuna mtu awezaye kusimama kinyume na kuzuia njia ya Mungu – Mungu Mwenyezi, na kufaulu. Kwa maana, kwa majio ya sura yake, mito hukauka, ardhi hutetemeka, na milima huyeyuka.

SURA YA 9
UNYAKUO WA KANISA

Maoni Mbali Mbali Kuhusu Unyakuo

Kimsingi, neno "unyakuo" halionekani katika maandiko. Hata hivyo, idadi kubwa ya waumini wa Kikristo hutumia neno hilo kwa kubadilishana na kurudi kwa pili kwa Bwana Yesu Kristo. Hii hasa ni kwa waumini wanaoshikilia mtazamo wa baada ya dhiki. Je, Unyakuo na Kurudi kwa Pili kwa Bwana ni kitu kimoja au matukio mawili tofauti? Kwa nini kuna maoni mengi tofauti? Haya ni maswali yanayovuta hisia za yeyote anayechunguza esketolojia.

Neno "unyakuo" linatokana na kitenzi cha Kilatini *"rapto,"* linalomaanisha "kunyakua" na "kuondoa." Linatokana na kifungu "kuchukuliwa" kama ilivyoonekana katika 1 Wathesalonike 4:17. Ni hali ya kuondolewa na hisia kubwa; furaha ya kupendeza au kutoa furaha kubwa.[1] Ili kuelewa vyema, Unyakuo unaweza kueleweka kama Yesu akishuka kutoka mbinguni mara moja kuwachukua waamini wa Kikristo, wakiwa hai au waliokufa, kutoka duniani ili kukutana na Bwana Yesu Kristo. Wakati wa mkutano huo, waamini hawa watapata miili isiyoweza kufa na iliyotukuzwa. Kwa wale wanaoshikilia mtazamo wa kabla ya dhiki, waamini waliobadilishwa watakutana na Bwana hewani na kwenda naye mbinguni. Kwa wale wa baada ya dhiki, baada ya miili yao kubadilika, watakutana na Bwana angani, kisha kuungana naye pamoja na msafara wa mbinguni, na kuja pamoja na Bwana kutawala naye katika milenia.

Swali kuu si ikiwa kutakuwa na Unyakuo wa Kanisa kwa sababu mitazamo mbalimbali ya unyakuo inakubaliana juu ya hilo, bali, lini litatokea. Wasomaji na wasomi wa Biblia hufasiri maandiko tofauti kuhusu mada hii. Mgogoro huu unahusu wakati wa tukio hilo, hivyo kuufanya kuwa na utata. Kuna mitazamo kadhaa ya Unyakuo katika somo la esketolojia. Hii ni: (i) mtazamo wa baada ya dhiki, (ii) mtazamo wa katikati ya dhiki, (iii) kabla ya ghadhabu, (iv) mtazamo wa kabla ya dhiki.

1. Mtazamo wa Baada ya Dhiki

Mtazamo wa baada ya dhiki unapendekeza kuwa Kanisa litapitia juma la 70 la Danieli kisha litanyakuliwa mwishoni mwa Dhiki. Kulingana na mtazamo huu, Unyakuo wa Kanisa na kurudi kwa pili kwa Kristo ni tukio moja tu litakalotokea wakati wa kurudi kwa Kristo. Kuna mitazamo miwili ndani ya mtazamo wa baada ya dhiki:

i. **Kiwango cha kawaida cha baada ya dhiki:** Mtazamo huu unasema kuwa Kanisa limekuwa katika Dhiki tangu kuanzishwa kwake. Kwa maneno mengine, Kanisa limepitia dhuluma katika historia yake yote. Kwa hiyo, Dhiki haitakiwi kuonekana kutoka mtazamo wa baadaye, bali badala yake kama tukio la mara kwa mara.
ii. **Mtazamo wa baadaye wa Dhiki:** Mtazamo huu uliboreshwa na kitabu cha George Ladd "The Blessed Hope" ambacho kilitangaza wazo kwamba kutakuwa na kipindi cha miaka saba kinachotukia pindi tu kabla ya kurudi kwa pili.

Utetezi wa Mtazamo wa Baada ya Dhiki

Mtazamo huu unasema kuwa **unyakuo wa Kanisa na kurudi kwa pili kwa Kristo vitatokea kwa wakati mmoja.** "Siku ambayo Kristo atarudi duniani kuanzisha ufalme wake, wafu wa Kristo watainuka kwanza kukutana na Kristo, kisha wale walio hai na wamegeuzwa watafuata. Watakutana hewani na kurudi mara moja duniani kama jeshi kubwa la viumbe visivyo na mwili kumshinda

Mnyama na Nabii wa Uongo katika Bonde la Yehoshafati (Ufu. 19:14; Yoeli 3: 1-2; Zekaria 14: 1-5)."[2] Msimamo huu wa tukio la kutokea wakati mmoja hutumia tafsiri za moja kwa moja na za mfano wa maandiko.[3]

Kuna wengine katika mtazamo huu wanaodai kuwa Kanisa liko katika Dhiki kwa sasa. Lakini kwa sababu baadhi ya unabii haujatimizwa, **Unyakuo/Kurudi kwa Pili si tukio la karibu**. Wanaaamini katika kipindi cha dhiki cha miaka saba kabla ya kurudi kwa pili kwa Kristo. Watetezi wa msimamo huu wanaoshikilia "kipindi cha dhiki cha miaka saba kabla ya kurudi kwa pili kwa Kristo" wanatafsiri vitabu vya Danieli na Ufunuo kwa njia halisi zaidi kuliko wengine wa mtazamo wa baada ya dhiki. Hata hivyo, hawaweki mpaka wazi kati ya Kanisa na Israeli. Mtazamo wa mwisho unajaribu kuoanisha nyendo (mtazamo unaofundisha utengano kati ya Israeli na Kanisa) na baada ya dhiki (ambao kawaida hawafanyi hivyo). Hatua hii inatofautisha kati ya Kanisa na Israeli. Inasema kwamba **Kanisa litapitia kipindi cha dhiki cha miaka saba lakini litakwepa hasira ya Mungu**.[4]

Mtazamo wa baada ya dhiki una msingi wa kihistoria. Wakati mitazamo mingine kama mtazamo wa kabla ya dhiki ni mpya, mtazamo wa baada ya dhiki umekuwa na historia ndefu. Mtazamo huu unasema kuwa Unyakuo utatokea mwishoni mwa Dhiki na unahusiana na Kurudi kwa Pili kwa Kristo.[5]

Udhaifu wa Mtazamo wa Baada ya Dhiki

- Mtazamo huu hautofautishi kati ya mateso na Dhiki Kuu. Huku mitazamo mingine yote ikikubaliana na Kanisa kupitia mateso, wana shida na wazo la Kanisa kupitia Dhiki Kuu kama inavyofundishwa na mtazamo huu wa baada ya dhiki.
- Mtazamo huu unakanusha fundisho la kutarajia: Itakuwaje

ikiwa Bwana atarudi wakati wowote sasa? Je! Wafuasi wa mtazamo huu hawatafumaniwa bila kuwa tayari?

- Kuunganisha Kanisa pamoja na Israeli kunamaanisha kwamba wakati wa "mateso ya Yakobo" unaweza pia kuhusisha Kanisa.
- Katika mtazamo wa baada ya dhiki, hakuna binadamu "wasio na utukufu" katika milenia (Ufunuo 20:8; 19:20-21).
- Wakati Yesu anaposema "wateule" katika Mathayo 24:31, anarejelea Kanisa au Wayahudi? Andiko hilo (Mathayo 24) linalenga Wayahudi. Je! Kristo katika hiki kifungu anajibu maswali kuhusu mustakabali wa Israeli na ufalme wa milenia?

2). Mtazamo wa Katikati ya Dhiki

Wanaoshikilia mtazamo wa katikati ya dhiki wanashikilia kuwa Unyakuo wa Kanisa utatokea katikati ya miaka saba ya kipindi cha Dhiki. Kwa kuwa nusu ya pili ya juma la 70 la Danieli ndio wakati ghadhabu ya Mungu itamwagwa, watetezi wa katikati ya dhiki wanaamini kwamba Kanisa halitachukuliwa kutoka duniani kabla ya wakati huo.

Mtazamo wa katikati ya dhiki unategemea imani zifuatazo: **Kwanza,** kwamba Kanisa limeahidiwa dhuluma na Dhiki (2 Timotheo 3:12). **Pili,** kwamba tarumbeta ya saba inayopigwa katika Ufunuo ni ile ile iliyotajwa katika 1 Wakorintho 15:52, ambapo Kanisa liko katikati ya Dhiki. Pigo la tarumbeta ya saba linaanzisha Dhiki Kuu ya ghadhabu ya Mungu juu ya dunia (ambayo Kanisa itaikwepa), kwani Mungu alitangaza kuwa wakati wa ghadhabu ya Mungu "umefika" (Ufu. 11:18). Kulingana na waamini wa katikati ya dhiki, mihuri saba na hukumu sita za tarumbeta zilizomwagwa awali katika Kitabu cha Ufunuo hazifanyi ghadhabu ya Mungu, bali ni ghadhabu ya mwanadamu au ya Shetani kwa binadamu.[6] **Tatu,** mtazamo huu unashikilia kuwa Unyakuo wa Kanisa na kurudi kwapili kwa Kristo ni matukio tofauti. **Nne,** ghadhabu ya Mungu inamwagwa tu katika nusu ya pili ya juma la 70 linaloitwa Dhiki kuu.

Kulingana na mtazamo huu, Kanisa litapitia sehemu ya dhiki, halafu litanyakuliwa kabla ya maangamizi makubwa kutokea duniani. Wanadai kuwa sehemu ya Kanisa itanyakuliwa, wakati sehemu nyingine itaachwa duniani kupitia Dhiki yote. Kwa maneno mengine, Unyakuo utakuwa kabla ya dhiki kwa baadhi na baada ya dhiki kwa wengine.[7] Mtazamo wa katikati ya dhiki pia unaona kizazi cha mwisho cha Kanisa kabla ya unyakuo, kikipitia ghadhabu ya mwanadamu badala ya ile inayotokana na Mungu.[8]

Udhaifu wa Mtazamo wa Katikati ya Dhiki

- Ina tatizo la kutarajia, kwa sababu kulingana na mtazamo huu, kuna matukio wazi kama muhuri na kusaini kwa mkataba wa amani kati ya Wayahudi na Mpinga Kristo.[9]
- Tarumbeta zinazotajwa katika Ufunuo 10 na 11 ni tarumbeta za hukumu, wakati tarumbeta katika 1 Wakorintho 15:52 ni mojawapo ya wokovu na ufufuo.
- Katika taswira ya mbinguni ya Ufunuo 5, Bwana Yesu anapewa kitabu chenye muhuri unaohusisha hukumu zote za Dhiki. Ni Kristo anayevunja muhuri na kuachilia hukumu duniani. Hivyo, inaonekana kuwa kipindi chote ni ghadhabu ya kimungu.[10]

3). Mtazamo wa Unyakuo Kabla ya Ghadhabu

Mtazamo huu ni karibu sawa na mtazamo wa katikati ya dhiki ila tu mabadiliko machache tu. Mtazamo huu unasema waamini wa Kikristo watanyakuliwa karibu na ¾ ya Dhiki. Mtazamo huo unagawa juma la 70 la Danieli katika vipindi vitatu vikubwa vinavyoonekana na kujulikana, yaani (i) Mwanzo wa "utungu wa kujifungua" (ii) Dhiki Kubwa, (iii) Siku ya Bwana. Katika mtazamo huu, Siku ya Bwana ni ghadhabu ya Mungu inayodumu mwaka mmoja na inajumuisha kurudi kwa Bwana. Mpaka siku hii, yote yanayotokea yanachukuliwa kuwa ghadhabu ya Shetani, na sio ghadhabu ya Mungu.[11]

UDHAIFU WA MTAZAMO wa Unyakuo Kabla ya Ghadhabu

- Hakuna mahali Danieli anaelezea vipindi hivi tofauti. Danieli alizungumzia tu vipindi viwili (Danieli 9; Mathayo 24; Ufunuo 12:6, 14).
- Neno Dhiki hutumika kuelezea jumla ya juma la 70 la Danieli, wakati pia hutumika kumaanisha "utungu wa kujifungua" (2 Wafalme 19:3; Yer. 6:24).
- Siku ya Bwana inahusishwa na jumla ya kipindi cha Dhiki (Mathayo 24:21; Dan. 12:1; Yoeli 2:1; Yer. 30:7). Siku ya Bwana pia ni refu zaidi ya mwaka mmoja (Yoeli 2:28-32; Zekaria 14:1-21; Isaya 30:23-25).[12]

4.) Mtazamo wa Unyakuo wa Sehemu

Mtazamo huu unasema ni sehemu tu ya Wakristo watakaondolewa duniani kabla Mungu hajamwaga ghadhabu yake wakati wa Dhiki. Kikundi hiki cha waamini wa Kikristo watakaoondolewa duniani ni wale waliotembea kwa uaminifu katika maisha yao ya Kikristo. Waamini watakaosalia watanyakuliwa wakati wa kipindi chote cha Dhiki pindi wakibadilisha njia zao. Kulingana na mtazamo huu, Dhiki itakuwa muhimu sana kwa waamini kwa sababu itatumika kuwatakasa ili waweze kustahili unyakuo. Waamini watakaonyakuliwa wakati wa Dhiki wataitwa "washindi" kulingana na mtazamo huu. Watetezi wa mtazamo huu hutumia Mathayo 24:40-51; 1 Wathesalonike 5:6-10; 2 Timotheo 4:5 na Ufunuo

3:3-10 kusaidia madai yao. Hata hivyo, mistari hii mara nyingi hutafsiriwa vibaya au kunukuliwa nje ya muktadha na kushindwa kufafanua kati ya Kanisa na Israeli.[13]

5.) Mtazamo wa Baada ya Dhiki, Kabla ya Ghadhabu

Mtazamo huu ni sawa na ule wa baada ya dhiki. Unakubaliana na mitazamo miwili; ule wa baada ya dhiki na mwingine, kabla ya ghadhabu. Mtazamo huu unasema kwamba kuchukuliwa kwa Kanisa kutakuwa mwishoni mwa Dhiki Kuu. Unafundisha kwamba matukio matatu makubwa yanatokea kwa pamoja, yaani: Kuja kwa Kristo mara ya pili kwa nguvu na utukufu na kuchukuliwa kwa Kanisa pamoja na kuanza kwa siku yake ya kisasi dhidi ya dhambi. Mtazamo huu unasema kwamba ghadhabu ya Mungu inaanza wakati wa Kunyakuliwa na inaendelea hadi Har-Magedoni mwishoni mwa miaka 3 ½ ya wakati wa dhiki ya Israeli. Kulingana na mtazamo wa kabla ya ghadhabu, Kunyakuliwa hakutokei katikati mwa dhiki, bali ni katikati ya miaka saba ya mwisho ya dhiki ya Israeli. Ni baada ya dhiki, kabla ya ghadhabu.[14]

Tanbihi:

i. Mtazamo huu unachukulia "Dhiki Kuu" kama vita vya Mpinga Kristo na watakatifu ambavyo vitadumu kwa miaka 3 ½.
ii. Kanisa litapitia "Dhiki Kubwa". Kanisa halitabahatika kuepuka "Dhiki Kuu".
iii. Inachukulia "Dhiki Kuu" na wakati wa "Taabu ya Yakobo" kama matukio mawili tofauti yaliyotenganishwa na Kunyakuliwa.

Udhaifu:

Haizungumzii kabisa kuhusu fundisho la ujio wa ghafla. Hii inaweza kuchangia kuridhika kwa wafuasi wake. Kulingana na mtazamo huu, Kunyakuliwa na Kuja kwa Kristo vitakavyotokea kwa pamoja vitatanguliwa na ishara, ikiwa ni pamoja na dhiki ya watakatifu. Ikiwa Kristo atakuja leo, kama vile fundisho la ujio wa ghafla linavyosema, wafuasi wa mtazamo huu watafumaniwa bila kuwa tayari.

6.) Mtazamo wa Kunyakuliwa Kabla ya Dhiki

Wanaoshikilia mtazamo wa kabla ya dhiki wanaamini kwamba Kanisa litanyakuliwa kabla ya kuanza kwa Dhiki ya miaka saba iliyotabiriwa na Danieli katika Danieli 9:24-27. Kulingana na mtazamo huu, wale wanaomwamini Kristo (wafu na walio hai) watanyakuliwa pamoja, ambapo watakutana na Bwana hewani na kuwa naye milele. Mtazamo huu unasema kuwa kipindi cha dhiki kimegawanywa katika sehemu mbili kila moja ikiwa na miaka 3 ½. Sehemu ya kwanza inaitwa mwanzo wa utungu, wakati sehemu ya pili ni Dhiki Kuu. Kulingana na mtazamo huu, Wakristo hawataipitia dhiki. Wataondolewa duniani kabla ya kuanza kwa kipindi cha dhiki, na kitadumu kwa miaka saba.

Utetezi wa Mtazamo wa Kunyakuliwa Kabla ya Dhiki

i. **Tofauti kati ya Kanisa na taifa la Israeli** - Mtazamo huu unatofautisha wazi kati ya Kanisa na Israeli. Kulingana na wanaoshikilia mtazamo wa kabla ya dhiki, Mungu ameweka mpangilio tofauti kuhusu Kanisa na Israeli. Kanisa halichukui nafasi ya Israeli. Kulingana na mtazamo huu, Wayahudi wanaomkubali Yesu Kristo hawachukuliwi kama Wayahudi au sehemu ya taifa la Israeli, bali wanachukuliwa kama Kanisa na wananyakuliwa pamoja na waumini Wakristo wa mataifa.

ii. **Kanisa halihitaji dhiki** - Kusudi kuu la Dhiki ni kuleta Israeli kwenye hatua ya wokovu na tayari kukubali Masihi na ufalme wake, kitu walichokataa miaka elfu mbili iliyopita.

iii. **Kanisa halielekezwi kwa ghadhabu** - Hii haimaanishi

kuwa Kanisa haliepukwi na majaribu na dhiki kwa maana maandiko yanasema hivyo (1 Thes. 3:3; 2 Tim. 3:12; 1 Petro 4:12-16). Kuna tofauti kati ya majaribu na dhiki itakayosababishwa na Mungu. Kanisa limehakikishiwa kukwepa (1 Thes. 1:9-10 na Thes. 5:9-10).

iv. **Kuna tofauti kati ya Kunyakuliwa na Ujio wa Pili wa Yesu Kristo** - Mistari ya Kunyakuliwa: (1 Thes. 4:13-17; 1 Kor. 15:51-53; Yohana 14:1-2). Mistari ya Ujio wa Pili: (Yoeli 3:12-16; Ufunuo 19:11-12; Zekaria 14:1-5; Mathayo 24:29-31). Ni matukio mawili tofauti.

- Katika Kunyakuliwa, waumini wanakutana na Kristo angani wakati Ujio wa Pili, Kristo anashuka hadi mlima wa Mizeituni.
- Hakuna hukumu inayotajwa katika Kunyakuliwa, lakini mistari ya Ujio wa Pili inataja hukumu.
- Hakuna kumbukumbu ya ufalme wa milenia katika Kunyakuliwa, lakini inatajwa katika Ujio wa Pili.
- Katika Kunyakuliwa, Bwana anarudi mbinguni, lakini katika Ujio wa Pili, Kristo anashuka na kubaki duniani.

i. **Kuja kwa Kristo ni dhahiri** (Yakobo 5:7-9; 1 Thes. 1:10; Tito 2:13; Warumi 13:11-14; 1 Kor. 15:51-53).

ii. **Kuna muda kati ya Kunyakuliwa na Ujio wa Pili** - Waumini watapewa thawabu punde tu baada ya kuja kwake (1 Petro 5:4; 1 Kor. 3:11-5:5; 2 Kor. 5:10).Pia Harusi ya Mwana-Kondoo (Ufunuo 19:7-9; Waefeso 5:27; Yohana 3:29).

iii. **Hakuna ushahidi wa uwepo wa Kanisa katika Dhiki** - Neno "Kanisa" halitokei katika mojawapo ya mistari iliyotajwa.

iv. **Hakuna ishara inayotangulia Kunyakuliwa** - Waumini wanapaswa kuwa tayari wakati wote kwa sababu Kristo anaweza kuja kwa Kanisa wakati wowote. Hakuna ishara za kutazama[15]

v. **Tafsiri halisi** – Wanaoshikilia mtazamo wa kabla ya dhiki wanaamini kwamba maaandiko yanayohusika na kunyakuliwa ni lazima yatafsiriwe kwa njia halisia wala si njia ya mafumbo.[16]

Udhaifu wa Mtazamo wa Kabla ya Dhiki

Wanaoshikilia mtazamo wa kabla ya dhiki wanaamini kwamba Kanisa halitapitia dhiki yoyote, badala yake Kanisa litanyakuliwa mwanzoni mwa kipindi cha miaka saba ya dhiki. Pia, wanaamini kwamba Kanisa halitakuwepo duniani wakati wa utawala wa Mpinga Kristo. Je, itakuwaje endapo Kanisa litajikuta katika Dhiki na wakati wa utawala wa Mpinga Kristo ilhali wafuasi hawa hawakuwa tayari kwa hali hii? Hawatajikuta kabisa wamechanganyikiwa?

Kunyakuliwa na Kuja kwa Pili – Kutoka Kwa Mitazamo Tofauti ya Unyakuo

Kunyakuliwa kwa Kanisa na Kuja kwa Kristo mara nyingine huchukuliwa kama kitu kimoja na sawa, na kutumika kwa namna inayobadilikana, au kuchukuliwa kama matukio mawili tofauti, kulingana na mtazamo fulani. Hebu tuangalie kwa kifupi matukio haya mawili yanavyoonekana kulingana na mitazamo ya Kunyakuliwa. (**Angalia maelezo zaidi kutoka kwa kitabu hiki katika Sura ya 23 kuhusu Kuja kwa Pili kwa Kristo**).

Kunyakuliwa na Kuja kwa Pili – Kutoka Kwa Mtazamo wa Katikati ya Dhiki

<u>Unyakuo</u>

Kulingana na mtazamo huu, Kunyakuliwa kwa Kanisa kutatokea katikati ya miaka saba ya Dhiki. Watetezi wa mtazamo huu wanashikilia sababu mbili. Mosi, Kanisa limeahidiwa mateso kama ilivyoonekana katika 2 Timotheo 3:12. Pili, baragumu la saba katika

Ufunuo ni sawa na lile lililotajwa katika 1 Wakorintho 15:52, ambapo Kanisa liko katikati ya Dhiki.

Kutokana na mtazamo huu, Kanisa litapitia sehemu ya Dhiki ambayo itakuwa hafifu. Kisha litanyakuliwa kabla ya dhiki kali kuikumba Dunia. Kwa maneno mengine, Kanisa litaondolewa kabla ya Mungu kuachilia ghadhabu yake juu ya Dunia na wakazi wake.

Mtazamo huu unategemea Ufunuo 7:14 ambapo "Umati Mkubwa" unaonekana kutoka katika Dhiki Kuu. Dhiki Kuu inaanza katikati ya kipindi cha miaka saba cha Dhiki. Mtazamo huu unasema kwamba Kunyakuliwa hakuwezi kutokea kabla ya hapo. Phil Gregg (2016) anatoa muhtasari wa mfululizo wa matukio ya Kunyakuliwa na mistari inayohusika inayopendekeza kipindi cha miaka mitatu na nusu ya Dhiki kabla ya Kunyakuliwa.

- Maandiko yanayohusiana na miaka ya kwanza 3 ½. Wakati, mara mbili na nusu ya wakati - watakatifu watatiwa mikononi kwa mateso - (Dan. 7:25; 9:27; 12:7 , 11, 12)
- Kuchukuliwa hutokea katika (Ufu. 11:15) kwa baragumu la 7
- Mataifa yatakanyaga mji mtakatifu kwa miezi 42 (Ufu. 11:2; Luka 21:24)
- Mashahidi wawili watatabiri kwa siku 1260 (Ufu. 11:3)
- Wanawake (watu wa Mungu) watatunzwa kwa siku 1260 / miaka 3 ½ (Ufu. 12:6, 14)
- Mnyama anapewa mamlaka kwa miezi 42 (Ufu. 13:5)17

Mtazamo wa nusu ya dhiki unapinga kwa dhati mtazamo wa kabla ya dhiki na baada ya dhiki. Phil Gregg (2016) anachambua mitazamo hii miwili.

1. **Kuhusu Mtazamo wa Kabla ya Dhiki, Mtazamo wa Katikati ya Dhiki Wanadai:**

i. Hao wanawake wanaosemwa katika Ufunuo 7:14 ni lazima wawe wale waliouawa wakati wa Dhiki Kuu. Hakuwezi kuwa na Kunyakuliwa kwingine, kwa sababu Kunyakuliwa hutokea mara moja tu.
ii. Ikiwa mtazamo wa kabla ya dhiki ni sahihi, basi Wakristo wote ni lazima waachwe nje ya kundi hili, kwa sababu katika mtazamo huu, hakuna mmmuni wa Kanisa aliyepitia Dhiki kwa vyovyote vile.
iii. Umati huu ni mkubwa sana. Hivyo, lazima kuwe na idadi kubwa ya watu wanaoingia katika ufalme kwa kipindi hiki cha miaka 7 baada ya Kanisa kunyakuliwa hadi mbinguni. Mmoja baada ya mwingine, au kwa makundi, wote waliuawa hivo basi hawakuonekana na Yohana mbinguni.[18]

1. **Kuhusu Mtazamo wa Baada ya Dhiki, Watetezi wa Katikati ya Dhiki Wanadai:**

i. Ikiwa Kanisa litapitia miaka yote 7 ya dhiki, basi kundi hili ni Kanisa, ambapo sasa wamefika mbinguni.
ii. Hata hivyo, Wakristo wote katika dhiki wanatarajiwa kuuawa kulingana na Ufunuo 13:15. Kwa maana alipewa mamlaka ya kuipa pumzi sanamu ya Mnyama, ili iseme na kusababisha wote wanaokataa kuiabudu sanamu hiyo wauawe.
iii. Kwa hivyo, tufikiapo mwishoni mwa Dhiki, ni nani kati ya walio hai atakayekuwa amebaki ili kunyakuliwa? Wote watakuwa wamekufa na kuwa mbele za Mungu, hivyo hakutakuwa na mtu wa kunyakuliwa.[19]

Mtazamo wa nusu ya dhiki kwa hiyo, unasisitiza kwamba Kunyakuliwa kutatokea miezi 42 baada ya Mpinga Kristo kufanya makubaliano ya miaka 7 kurejesha mgogoro wa Mashariki ya Kati mwanzoni mwa Dhiki Kuu. Wakati huo, waamini wa kweli, walio hai na wafu, wataitwa kujiunga na Yesu hewani, kisha kunyakuliwa mbinguni kwa "Karamu ya Harusi ya Mwana-Kondoo."[20]

Kuja kwa Pili kwa Kristo

Mtazamo wa Nusu ya Dhiki unashikilia imani kwamba Kuja kwa Pili kwa Kristo kunakaribia. Hakuna anayejua wakati, hata Yeye mwenyewe hakujua saa kamili (Mathayo 24:36; Marko 13:32). Steve Lemke (2020) anafafanua matukio yanayohusiana na kurudi kwa Kristo.

1. Matukio ya mwisho yatafuatiwa na ishara za mwisho, kama ilivyoelezwa katika Mafundisho ya Kiesikatolojia (Mathayo 24:1-18, 29-31; Marko 13:1-23, 24-27; Luka 21:5-24; 25-28).
2. Ishara za mwisho zitaanzisha Dhiki, ilivyoelezwa katika Ufunuo kama mihuri saba na baragumu saba (Ufu. 5-9). Kuanza kwa Dhiki hakutaonekana wazi; hivyo, hakuna mtu atakayeweza kuweka tarehe sahihi ya matukio ya mwisho kulingana na tarehe ya mwanzo wa ishara za mwisho. Hivyo, inaweza kutarajiwa kurudi kwa Kristo kuwa karibu na kwa wakati wowote.
3. Wakati ishara zote za nyakati za mwisho zilizozungumziwa katika mafundisho yote ya kieskatolojia, yaani Danieli, mafundisho ya mwisho, Wathesalonike, na Ufunuo zimetimizwa, matukio ya mwisho yataanza. Matukio haya yataanzishwa na kelele ya Malaika Mkuu, kurudi kwa Yesu mawinguni kwa utukufu mwingi, na Kunyakuliwa kwa Kanisa kabla ya milenia.
4. Wakati watakatifu wanafurahia mapumziko yao, bakuli la ghadhabu litamwagwa kwa wasioamini wanaobaki duniani (Ufu. 14:17-18:24). Hii ni **Dhiki Kuu,** ambayo itakuwa na kufanana kwingi na mapigo yaliyomwagwa Misri kabla

ya Kutoka. Dhiki Kubwa itadumu miaka 3 ½, ambayo kulingana na mtazamo huu inaweza kuwa tafsiri halisi au mafumbo.

5. Baada ya Dhiki Kubwa, Kristo atakuja tena katika **Kuja Kwake Mara ya Pili** kuanzisha **Utawala wake wa milenia,** kufanya **hukumu ya mwisho,** na kuashiria **hatima za milele** za Mbinguni na Moto wa Jehanamu.[21]

Tanbihi:

Mtazamo wa Katikati ya Dhiki unatenganisha Kunyakuliwa na Kuja kwa Pili kwa Yesu Kristo, ukivichukulia kama matukio mawili tofauti na kuweka muda kati yao.

Kunyakuliwa na Kuja kwa Pili – Kutoka Kwa Mtazamo wa Baada ya Dhiki

Kunyakuliwa

Wafuasi wa nadharia hii wanapendekeza kwamba Kanisa litapitia wiki ya sabini ya Danieli na litanyakuliwa tu mwishoni mwa Dhiki. Katika kitabu chake "*Post Tribulation Rapture*," Roy Anderberg (2008) anatoa muhtasari wa kulinganisha wa Kunyakuliwa na Kuja kwa Pili kwa Kristo. Muhtasari huu wa hatua kumi na tatu utatusaidia kuelewa wazi mtazamo wa baada ya dhiki kuhusu matukio haya mawili.

1. Kuja kwa Kristo (Parousia) ni tukio moja sawa na kutokea na kufunuliwa kwake, na ni tukio moja la wakati mmoja.
2. Parousia inatokea mwishoni mwa wiki muda mfupi baada ya hapo.
3. Matukio ya ulimwengu yanayohusiana na Parousia katika Mathayo 24 ni sawa na yale ambayo Isaya, Yoeli, Yesu, Yohana, na Paulo walitabiri au kuandika kuhusu.
4. Siku ya Bwana iko mwishoni mwa wiki na Wakristo hawatashtushwa inapokaribia.

5. Siku ya Bwana inahusiana moja kwa moja na Parousia na hutokea mara moja baada ya Kunyakuliwa.
6. Muhuri wa sita unaanzisha matukio sawa ya ulimwengu na kuwasilisha ghadhabu ya Mungu kwa wasioamini. Waumini hawahusishi na ghadhabu ya Mungu.
7. Mwisho wa dunia na wakati wa mavuno hutokea wakati huo huo mwishoni mwa wiki, au muda mfupi baadaye.
8. Mashahidi wawili watakufa na kufufuka mwishoni mwa wiki ya 70.
9. Siku ya mwisho, na tarumbeta ya mwisho pia hutokea wakati uo huo mwishoni mwa wiki au muda mfupi baadaye.
10. Roho Mtakatifu anabaki na watakatifu kwa wiki nzima ya 70.
11. "Mzuiaji" katika 2 Wathesalonike, Sura ya 2, sio Roho Mtakatifu bali ni Mikaeli (mtetezi wa Israeli). Yeye ndiye anayeweza kuwa mpinzani bora.
12. Kunyakuliwa sio kimya wala siri, na ni kama vile ujio wa Pili wa Kristo ambao Yesu anazungumzia katika Mathayo 24, ikitokea mwishoni mwa wiki au muda mfupi baadaye.
13. Tuzo kwa waamini hazitafanywa wakati wowote katika wiki, bali wakati wa kutokea kwa Kristo na kuanzishwa kwa ufalme.[21]

Kutokana na muhtasari wa Anderson na mchango wake katika kitabu chake, tunaweza kutoa hitimisho kwamba, mtazamo wa baada ya dhiki unashikilia:

i. Kunyakuliwa na Kuja kwa Pili kwa Bwana vitatokea pamoja mwishoni mwa wiki ya 70.
ii. Mpinga Kristo atapigana na watakatifu kwa miaka 3 ½. Israeli pia itakuwa katika shida kwa miaka 3 ½ - wakati wa "Shida ya Yakobo" itakayoanza mara tu Kanisa

litakaponyakuliwa mwishoni mwa kipindi cha Dhiki ya miaka 7.

iii. Kunyakuliwa si kimya kama ilivyodaiwa na mtazamo mwingine.
iv. Matukio ya ulimwengu yaliyotajwa na Yesu katika Mathayo 24 yatatangulia Kunyakuliwa na Kuja kwa Pili.
v. Kuja kwa Pili kwa Kristo ni mwishoni mwa wiki na haitawashangaza Wakristo.
vi. Waamini hawako chini ya ghadhabu ya Mungu.
vii. Israeli na Kanisa ni vitu tofauti.
viii. Ujenzi wa Hekalu la Tatu na kufunuliwa kwa Mpinga Kristo ni ishara inayotukia kabla ya kuja kwa Kristo.
ix. Kunyakuliwa kunatokea kati ya muhuri wa sita na wa saba.
x. Madhumuni ya "Siku ya Bwana" ni kuadhibu waovu.
xi. Kunyakuliwa kunatokea katikati ya mkataba wa amani wa miaka 7 wa Israeli.

Kunyakuliwa na Kuja Kwa Pili - Kutoka Kwa Mtazamo wa Baada ya Dhiki na Kabla ya Ghadhabu

Nadharia hii inachukua mtazamo wa kunyakuliwa kutoka kwa mtazamo wa baada ya dhiki na kabla ya ghadhabu. Watetezi wa mtazamo huu wanaamini kwamba Kunyakuliwa kwa Kanisa kutatokea mwishoni mwa "Dhiki Kuu." Nadharia hii inadai kuwa Kuja kwa Kristo kwa nguvu na utukufu, Kunyakuliwa kwa Kanisa, na kuanza kwa Siku ya Mungu ya kulipiza kisasi dhambi zinatokea wakati mmoja mwishoni mwa Dhiki Kubwa.

Msimamo wa Nadharia Hii Kuhusu Kunyakuliwa na Kuja Kwa Pili Kwa Kristo

1. Msimamo wa nadharia hii ni kwamba Kunyakuliwa kwa Kanisa na ghadhabu ya Mungu zinaunganishwa na kutokea kwa pamoja moja baada ya nyingine. Yaani, ghadhabu ya Mungu inamwagika kwa wasio waumini mara tu baada ya

"mkusanyiko wetu kwake" (Kunyakuliwa). Hakuna kutenganisha wakati kati ya Kunyakuliwa kwa Kanisa na Kuja Kwa Pili kwa Kristo.

2. Kunyakuliwa kunaanza wakati muhuri wa sita unafunguliwa (Ufu. 6:12b-14). Linganisha maandiko haya na (Mathayo 24:29-31).
3. Kanisa linaepushwa na ghadhabu ya Mungu. Mara tu baada ya Kunyakuliwa, Mungu anamwaga ghadhabu yake juu ya waovu duniani.
4. Baada ya Kunyakuliwa, neema ya Mungu kwa Mataifa inaisha. Kulingana na mtazamo huu, hakuna wokovu zaidi. Hakuna kitu kama "watakatifu wa Dhiki." Kunyakuliwa kunamaliza "enzi ya Kanisa."
5. Siku ya Bwana inamaanisha:

i. Wokovu kwa mwamini.
ii. Uharibifu ghafla wa ghadhabu ya Mungu kwa wale walioko gizani.[23]

Tanbihi:

- Mtazamo wa baada ya dhiki na mtazamo wa baada ya dhiki kabla ya ghadhabu ni jambo moja sawa.
- Mtazamo huu unashikilia kwamba "kizuizi" katika 2 Wathesalonike 2:6-7 ni Malaika Mkuu Mikaeli.

Kunyakuliwa na Kuja Kwa Pili - Kutoka Kwa Mtazamo wa Kabla ya Dhiki

Mtazamo wa kabla ya dhiki unashikilia kwamba Kanisa litanyakuliwa kabla ya Dhiki ya miaka saba iliyozungumziwa na Danieli (Danieli 9:24-27). Mtazamo huu unaamini kwamba waamini wa Kristo (waliopo na waliokufa) watanyakuliwa pamoja na kumkuta Bwana angani na kuwa naye milele. Kulingana na mtazamo huu, Dhiki imegawanyika katika sehemu mbili sawa za miaka 3 ½. Sehemu ya kwanza inaitwa "mwanzo wa utungu wa uzazi" wakati sehemu ya pili ni "Dhiki Kuu."

David Levy (2018) anatoa muhtasari wa ulinganisho wa mtazamo wa kabla ya dhiki kuhusu Kunyakuliwa na Kuja Kwa Pili kwa Kristo.

1. Jinsi Unavyoangazia Mtazamo wa Unyakuzi Kabla ya Dhiki Kuhusu Kunyakuliwa na Kuja Kwa Pili kwa Kristo
2. Wakati wa Kunyakuliwa, waamini wanakutana na Kristo angani (1 Wathesalonike 4:17). Wakati wa Kuja Kwa Pili kwa Kristo, hakuna mkutano unaoendelea (Zekaria 14:4).
3. Wakati wa Kunyakuliwa, waamini waliozaliwa mara ya pili pekee ndio watakaomwona Kristo (Yohana 14:3). Wakati wa Kuja Kwa Pili kwa Kristo, ulimwengu wote utamwona (Mathayo 24:30, Ufunuo 1:7).
4. Wakati wa Kunyakuliwa, waamini wanachukuliwa mbinguni (Yohana 14:3). Wasioamini wanabaki duniani kustahimili Dhiki. Wakati wa Kuja Kwa Pili, waamini wanarudi duniani pamoja na Kristo kuingia katika Ufalme wa Milenia (Mathayo 25:34). Wasioamini wanaosalia baada ya Dhiki Kuu, watatwaliwa na kutupwa katika moto wa milele (mstari wa 41).
5. Wakati wa Kunyakuliwa, Kristo anarudi kwa ajili ya Kanisa lake (1 Wathesalonike 4:17). Wakati wa Kuja Kwa Pili, Kanisa lake linarudi naye kwa utawala duniani wakati wa ufalme wa milenia (Ufunuo 19:14).
6. Kunyakuliwa kunawezekana wakati wowote. Hakuna ishara au matukio yanayopaswa kuutangulia. Ishara nyingi na matukio hutokea kabla ya Kuja Kwa Pili kwa Kristo (Mathayo 24:4-30).
7. Dhiki Kuu - Wakati Mungu anapomwaga ghadhabu yake

duniani - haitawaathiri waamini kwa sababu watakuwa wameshanyakuliwa (1 Wathesalonike 5:9). Dhiki Kuu itaumiza wasioamini wote watakaokuwa duniani (Ufunuo 6:18).

8. Ingawa Kanisa linatajwa mara 19 katika sura tatu za kwanza za Kitabu cha Ufunuo, halitajwi tena mpaka (Ufunuo 22). Kwa maneno mengine, maandiko hayataji neno "kanisa" inaposhughulikia ghadhabu ya Mungu ya Dhiki katika Ufunuo 6:8, lakini yanazungumzia kuhusu wasioamini na jinsi watavyoteseka na kufa (Ufunuo 6:8; 8:11).[24]

Tanbihi

Kuhusu 2 Wathesalonike 2:6-7 inavyoshughulikia ni nani anayezuia mtu wa dhambi, watetezi wa kabla ya dhiki bado wanaamini ni nguvu za Roho Mtakatifu zinazofanya kazi ndani ya Kanisa.[25]

Ni vyema kufahamu kwamba kutoka kwa nadharia zote za Kunyakuliwa zilizojadiliwa, mitazamo miwili ndiyo inayojitokeza kwa uwazi. Hii ni:

(i) Mtazamo wa Kunyakuliwa kabla ya Dhiki (ii) Mtazamo wa Kunyakuliwa baada ya Dhiki. Mtazamo wa Kunyakuliwa baada ya Dhiki una historia ndefu ikilinganishwa na mtazamo wa kunyakuliwa kabla ya dhiki ambao ni wa hivi karibuni zaidi. Mtazamo wa hivi punde umechukua nafasi ya wazi na tofauti kuhusu mafundisho ya Kunyakuliwa na kurudi kwa Bwana.

Hebu tuangalie kwa kifupi mitazamo hii miwili na jinsi inavyokinzana.

Mtazamo wa Kunyakuliwa Kabla ya Dhiki

1. Matukio ya ulimwengu yanayotajwa katika (Mathayo 24) yatakuja baada ya Kunyakuliwa. Kanisa halingeshuhudia matukio hayo.

2. Kristo anaonekana mara mbili. Kwanza, kuchukua Kanisa lake mwanzoni mwa wiki ya sabini. Kisha anaonekana mara ya pili mwishoni mwa wiki pamoja na Kanisa, ambalo alililichukua miaka 7 iliyopita. Licha ya Bibi Arusi, anakuja na jeshi la mbinguni (waamini wa Agano la Kale, mashahidi wa Dhiki, malaika watakatifu). Anakuja kuanzisha Ufalme wake wa milenia katika kuja kwake mara ya pili.
3. Anapokuja kwanza kuchukua Kanisa, anabaki angani kupokea Bibi Arusi. Katika kuja kwake mara ya pili, anagusa ardhi katika Mlima wa Mizeituni (Matendo 1:9-11).
4. Wakati wa Kunyakuliwa, ni waamini pekee wanaoona kuja kwake. Ni tukio la Bi Harusi tu. Dunia haijui kinachoendelea. Tukio hilo ni kimya. Katika kuja kwake mara ya pili, kila mtu anaona kuja kwake kwa kuwa ni hadharani.
5. Baada ya Kunyakuliwa mwanzoni mwa wiki, Bibi Harusi anachukuliwa na Bwana Arusi kwa Baba yake. Wakati wa miaka 3 ½ baada ya Kunyakuliwa, mambo mawili muhimu yanatokea mbinguni kuhusu bibi arusi (i) Karamu ya arusi ya Mwana-Kondoo (ii) Hukumu ya watakatifu. Wakati haya mawili yanatokea mbinguni, chini duniani, ghadhabu ya Mungu inamwagika kwa wakazi wake - "Dhiki Kuu".
6. Kunyakuliwa kabla ya dhiki inashikilia mafundisho ya dharura. Hakuna ishara wakati wa Kunyakuliwa. Kunaweza kutokea wakati wowote bila onyo. Katika kuja kwake mara ya pili, kuna ishara nyingi zinazotangulia kuja kwake.
7. Kanisa halingepitia Dhiki yoyote. Mungu atawaokoa watakatifu wake kutoka kwa mateso haya. Ndio maana Kanisa linanyakuliwa mwanzoni mwa wiki kabla ya kuanza kwa Dhiki. Dhiki ni kwa wasioamini duniani.
8. Israeli itatakaswa wakati wa "Taabu ya Yakobo" na nusu ya pili ya kipindi cha Dhiki.

9. Siku ya Bwana kulingana na Mtazamo wa kabla ya dhiki inamaanisha Bwana kuja kuanzisha Ufalme wake (ufalme wa miaka elfu). Inafanyika mwishoni mwa wiki.
10. Kunyakuliwa hutokea kabla ya kufunguliwa kwa muhuri.

Mtazamo wa Kunyakuliwa Baada ya Dhiki

1. Kunyakuliwa kwa Kanisa na kuja kwa pili kwa Kristo kutatokea pamoja. Kristo atachukua Kanisa lake na watakutana naye angani. Baada ya kuungana naye angani, watarudi pamoja duniani. Matukio haya mawili yatatendeka kwa wakati mmoja mwishoni mwa wiki ya sabini.
2. "Siku ya Bwana" itatokea mara moja baada ya Kunyakuliwa na inahusiana na Mungu kuwamwagia ghadhabu yake ulimwenguni ambao umelitesa Kanisa.
3. Kanisa lazima lipitie Dhiki (kipindi cha miaka saba), kama ilivyorekodiwa katika maandiko. Hata hivyo, Mungu ataokoa Kanisa lake kutoka hasira yake, ambayo ataimwaga duniani mara tu Kanisa linaponyakuliwa.
4. Kunyakuliwa sio kimya wala siri. Inahusiana na kuja kwake mara ya pili ambapo kila mtu atashuhudia. Bwana ataonekana mawinguni kwa nguvu na utukufu mbele ya kila mtu.
5. Mtazamo wa kunyakuliwa baada ya dhiki unashikilia kwamba fungu "kuweza kutokea wakati wowote" linaeleweka vibaya na watetezi wa kunyakuliwa kabla ya dhiki. Wakristo hawatashtuka wakati siku ya Bwana inapokaribia.
6. Israeli itapitia kipindi kigumu chini ya utawala wa Mpinga-Kristo kwa miaka 3 ½. Hii ni baada ya Mpinga-Kristo kuvunja makubaliano katikati ya wiki.
7. Kunyakuliwa kutatokea katikati ya makubaliano ya amani

ya miaka saba ya Israeli na Mpinga-Kristo.

8. Kunyakuliwa kutatokea mwishoni mwa Dhiki Kubwa (itakayowapata waumini) lakini kabla ya ghadhabu ya Mungu (itakayowapata walimwengu wasioamini).
9. Kunyakuliwa kutatokea mwanzoni mwa muhuri wa sita.
10. Matukio ya angani yaliyotajwa na Yesu katika Mathayo 24 yatafuata Kunyakuliwa na kurudi kwa Yesu Kristo. Yatakuwa ishara za kutokea kwa matukio hayo mawili.
11. Dhawabu kwa waamini hazitatolewa wakati wowote wakati wa wiki, badala yake, wakati wa kutokea kwa Kristo na kuwekwa kwa ufalme.
12. Kanisa litapitia wakati mgumu kwa miezi 42 chini ya utawala wa Mnyama. Wengi watakatwa vichwa, kuteswa, na kuuawa kwa kukataa kupokea alama ya Mnyama au kuabudu sanamu yake. Itakuwa hali mbaya zaidi kwa Kanisa ambayo haijawahi kushuhudiwa katika historia ya wanadamu.

Hali Itakuwaje ulimwenguni mara tu baada ya Kanisa kunyakuliwa? Hebu tuangalie kwa kifupi hali hii inavyoonekana kutoka mitazamo tofauti ya Unyakuo.

Hali Baada ya Unyakuo Kama Inavyoonekana Kutoka Kwa Mitazamo Tofauti

Mazingira Baada ya Unyakuo - Kwa Mtazamo wa Kati ya Dhiki

Mtazamo wa Kati ya Dhiki unafundisha kuwa Kunyakuliwa kwa Kanisa kutatokea katikati ya miaka saba ya kipindi cha Dhiki. Kulingana na maoni haya, Kanisa litakipitia nusu ya kwanza ya Dhiki ambayo itakuwa nyepesi. Kanisa limeahidiwa mateso kama ilivyoonekana katika 2 Timotheo 3:12. Hata hivyo, hii isifungamanish- we na Dhiki Kuu inayolenga ulimwengu muovu.

Baada ya Kunyakuliwa kwa Kanisa, dunia itabaki bila mashahidi. Ingawa hali hii itadhibitiwa na mchango wa wahubiri 144,000 Wayahudi, dunia itakuwa haina Mungu. Mpinga-Kristo atatekeleza utawala wake wa ukatili duniani kwa miaka 3 ½ kabla ya Yesu kurudi akifuatana na Kanisa. Karamu ya arusi ya Mwana-Kondoo itafanyika ndani ya nusu ya pili ya miaka saba ya Kipindi cha Dhiki.

Wakati waamini wa kweli watakaponyakuliwa, uasi utaanza. Hii itakuwa aina ya dini itakayokuwa haina maadili kabisa, na hivyo itaongoza dunia kusikofaa. Ulimwengu muovu utarithi utajiri wa waamini waliyonyakuliwa. Kwa kuwa watakuwa na alama ya Mnyama, watakuwa na uhuru wa kununua au kuuza. Kisiasa, dunia itakuwa chini ya udhibiti wa Mnyama - serikali ya "Utaratibu Mpya wa Ulimwengu." Mpinga-Kristo atakuwa kiongozi wa kisiasa wa dunia, wakati Nabii wa Uongo atakuwa kiongozi wa kiroho.

Wakati huu, ghadhabu ya Mungu itamwagika duniani. Matukio ya angani yaliyozungumziwa na Bwana katika Mathayo 24 yataonekana wakati huu. Ghadhabu ya Mungu itaongezeka kwa nguvu na ukubwa pindi muda utakavyosonga. Itakuwa wakati mbaya duniani ambao haujawahi kushuhudiwa tangu dunia kuumbwa. Kutakuwa na vita vikubwa wakati huu vitakavyolenga Israeli, ambayo itafanyiwa majaribio makali wakati huu.

Mnyama atakuwa na udhibiti wa majeshi ya ulimwengu. Kilele cha vita hivi vya ulimwengu kitakuwa "Vita vya Har-Magedoni" ambavyo vitapiganwa kuelekea mwisho wa Dhiki kuu. Ni vita hivi ambavyo vitaashiria mwisho wa ulimwengu. Mpinga Kristo akiamuru majeshi ya ulimwengu atadhubutu kumkabili Bwana na Jeshi Lake la Mbinguni. Kwa upanga utakaotoka kinywani mwake, atawaua adui zake wote.

Mazingira Baada ya Kunyakuliwa - Kwa Mtazamo wa Baada ya Dhiki

Kunyakuliwa kulingana na nadharia hii kutatokea mwishoni mwa wiki ya sabini. Tukio hili litatokea karibu na kurudi kwa Bwana

Yesu Kristo kwa nguvu na utukufu. Kanisa litanyakuliwa na kukutana na Bwana angani (walio hai na wafu). Kisha Kanisa pamoja na Bibiarusi watashuka duniani kuanzisha utawala wa miaka elfu wa Kristo. Matukio haya mawili (Kunyakuliwa na kurudi kwa pili kwa Kristo) yatafanyika kwa wakati mmoja.

Siku ya Bwana itatokea mara moja baada ya Kunyakuliwa kwa Kanisa. Siku ya Bwana inahusishwa na hukumu. Mungu atamwaga ghadhabu yake juu ya dunia mara tu baada ya Kunyakuliwa kwa Kanisa. Mungu atakuwa anawalipizia kisasi watakatifu wake. Hali itakuwa mbaya kwa wenyeji wa dunia. Hukumu za tarumbeta na bakuli zitaachiliwa duniani na wakaao humo. Matukio ya angani yaliyotajwa katika Mathayo 24 na Bwana Yesu yatashuhudiwa na ulimwengu wakati huu.

Mnyama atakuwa na mamlaka ya nguvu za kisiasa na kijeshi duniani. "Utaratibu Mpya wa Ulimwengu" utakuwa umewekwa miaka 7 mapema. Mpinga-Kristo pia atakuwa na udhibiti wa uchumi wa dunia kupitia alama yake. Atatawala kwa ukatili. Watu wote duniani watakuwa chini ya alama ya Mnyama. Kunyakuliwa kwa Kanisa kutaliacha pengo kubwa la kiroho. Pengo hili litajazwa na wahubiri 144,000 Wayahudi (Ufunuo 7, 14). Lengo la wahubiri hawa litakuwa hasa kwa nyumba ya Israeli, japo pia wataufikia ulimwengu.

Mnyama ataweka pamoja majeshi yote ya dunia na kuelekea Israeli kwa "Vita vya Har-Magedoni". Lengo litakuwa kufuta Israel kutoka kwa uso wa dunia. Mnyama atakuwa amewatesa Wayahudi kwa ukatili zaidi kwa miaka 3 ½. Wayahudi wengi watageukia Bwana kupitia huduma ya wahubiri 144,000 Wayahudi.

Mazingira Baada ya Kunyakuliwa - Kwa Mtazamo wa Kabla ya Dhiki

Kutokana na watetezi wa mtazamo wa kabla ya dhiki, hali itakuwa vipi baada ya Kanisa kunyakuliwa? Ni yepi yatakayojiri hapo punde? Inawezekana kwamba magazeti makubwa yakawa na vichwa vya habari vya kuvutia kama: "Mamilioni wamepotea! Uvurugaji kote! Viongozi wa kidini wa dunia wamegawanyika kuhusu kilichotokea", n.k. Vyombo vya habari vingetangaza "HABARI ZA HIVI PUNDE" kwenye skrini zao. Ernest Angley (1950), mmoja wa watetezi wa mtazamo huu katika kitabu chake "RAPTURED," anaelezea hali kwa njia ya kusisimua sana:

> *"Ilikuwa machafuko kamili! Watu waliokuwa wakiendesha magari ghafla walitoweka, wakiacha magari yakiacha kuendelea. Treni bila waelekezi ziliharibika, na ndege, ghafla bila marubani, ziliporomoka chini. Watu wa dunia walishangazwa walipotafuta bila mafanikio wapendwa wao "*[26]

Waamini wote wa Kikristo waliozaliwa mara ya pili watakuwa wametoweka na Kunyakuliwa. Kutoweka kwa mamilioni ya waamini hawa kutakuwa na athari kwa uchumi na miundo ya kijamii ya mataifa ya dunia.

a. Uasi-Imani

Neno "uasi-imani" halipatikani katika tafsiri za Kiingereza za Biblia Takatifu. Ni maelezo ya uasi wa Israeli dhidi ya Mungu. Kwa Kigiriki, inahusu kwa ujumla kuacha Ukristo kwa ajili ya kutokuamini.[27] Uasi-imani, unaotokana na neno la Kigiriki *"apostasia,"* linalomaanisha kupinga mfumo au mamlaka yaliyowekwa au kuvunja imani.[28]

Kulingana na mtazamo wa kabla ya dhiki, Biblia inatabiri kuwa kutakuwa na uasi-imani mkubwa (apostasia) mwishoni mwa nyakati (2 Thes. 2:3). Uasi-imani wa mwisho wa nyakati utajumuisha kukataa kabisa ufunuo wa Mungu ambao ni mwendelezo wa ulimwengu uliopotoka tayari. Mtume Paulo alikuwa anarekebisha kosa miongoni mwa waamini wa Kikristo huko Thesalonike kwamba Yesu tayari amekuja na kwamba walikuwa wamekosa Kunyakuliwa. Haya yalikuwa mafundisho ya uwongo. Paulo alilazimika kuwaandikia barua, akawahakikishia kuwa siku ya Bwana bado haijatokea.

Anawahakikishia waamini hawa kuwa siku ya Bwana itakuja kabla ya mambo mawili kutokea. Kwanza, kuanguka au uasi-imani mkubwa, na pili, kufunuliwa kwa mtu wa upotovu. Mara tu Mtu wa upotovu (Mpinga-Kristo) atakapofunuliwa, basi mwisho wa nyakati utakuwa umeshatokea. Kumekuwa na tafsiri nyingi za huyu mtu tangu karne ya kwanza, lakini maoni mengi ya hayo si ya kweli.

Yesu alitabiri juu ya uasi-imani huu kama ilivyorekodiwa katika Mathayo 24:10-12:

> *"Na wengi watajikwaa, nao watawasaliti na kuchukiana. Na manabii wengi waongo wataibuka, nao watapotosha wengi. Na kwa sababu ya kuongezeka kwa maasi, upendo wa wengi utapoa."*

Katika maandiko haya, Yesu anasisitiza sifa za uasi-imani mkubwa mwishoni mwa nyakati. Udanganyifu, manabii waongo, mauaji na upendo wa nafsi vitashuhudiwa kwa kiwango kikubwa duniani sasa kuliko wakati wowote ule. Walakini, kiwango cha maovu haya kitazidi kuongezeka baada ya Kunyakuliwa.[29]

Leo hii, tunashuhudia kuongezeka kwa manabii waongo pindi siku ya kurudi kwa Bwana inavyokaribia. Lengo lao kuu likiwa waamini walio imara ili kuwapotosha. Baadhi ya mafundisho yanayoenezwa na manabii hawa waongo ni kubadilisha utu wa Kristo, kujaribu kubadilisha Utatu, au hata kukataa Utatu kabisa.

Sifa nyingine ya manabii waongo hawa ni kwamba wanauza Injili kibiashara kama ilivyoelezwa na Mtume Petro katika 2 Petro 2:3. Lengo kuu ni kutumia na kudhibiti hadhira yao kwa lengo la kuvuna mengi kutoka kwao. "Injili ya ustawi" kama inavyojulikana, imepata umaarufu katika wakati wetu. Tunashuhudia kila uchao kuibuka kwa makanisa haya ya injili ya ufanisi yanayokua kwa kasi na kuvutia halaiki kubwa. Ni Injili ya tamaa na huku mwili wa Kristo ukiathirika pakubwa.[30]

b)Vita Kati ya Mataifa

Vita kati ya mataifa vitakuwa hali nyingine itakayoshuhudiwa katika wiki ya sabini baada ya Kanisa kunyakuliwa. Yesu katika Mathayo 24 aliashiria kwa dhati ishara mojawapo ya kurudi kwake mara ya pili. Aliwaambia wanafunzi wake kwamba kabla ya mwisho wa enzi, kutakuwa na vita na uvumi wa vita. Hata hivyo, hautakuwa mwisho bado. Katika Mathayo 24: 6-7a tunasoma:

> *"Na mtasikia habari za vita na uvumi wa vita; jiwekeeni moyo, maana hayo hayana budi kuja yote; lakini mwisho hauji bado. Maana taifa litaondoka kupigana na taifa, na ufalme kupigana na ufalme..."*

Vita vimepiganwa kwa karne nyingi na kote katika historia. Yesu alisema kwamba kutakuwa na uvumi wa vita na mataifa kupigana. Kadri tunavyokaribia kurudi kwa Bwana, uvumi wa vita na mataifa kupigana vitakuwa jambo la kawaida. Tunakaribia kushuhudia vita vikubwa vinavyohusisha silaha za kisasa siku zijazo.

Kumekuwa na uvumi mkubwa wa vita vya tatu vya dunia. Korea Kaskazini imekuwa ikiitishia Marekani na mashambulizi ya makombora. Mivutano imeongezeka kati ya Urusi na Marekani, haswa kuhusu suala la Syria. Mgogoro wa Venezuela pia umevutia mataifa makubwa duniani kama vile Marekani, Urusi na China. Mivutano inaongezeka siku baada ya siku kati ya Marekani na China katika Bahari ya China Kusini. Yesu alimaanisha hapa kuwa ripoti kuhusu vita litakuwa jambo la kawaida. Alikuwa anajaribu kudokeza kwamba vita vitakuwa jambo la kawaida ndani ya nchi na kati ya mataifa.

Leo, siku haipiti bila kusikia kuhusu mzozo wa kijeshi nchini Syria, Kati na Mashariki mwa Afrika, Amerika Kusini, Ukanda wa Gaza, n.k. Taarifa kama hizo zinasumbua akili zetu. Yesu anaendelea kusema kwamba tunaposikia uvumi wa aina hii, tusiwe na wasiwasi na kupotosha umakini wetu. Badala yake, tunapaswa kumtazama. Yeye na mambo ya ufalme. Kwa maana hiyo itakuwa ishara tu ya mwisho wa nyakati, lakini sio mwisho halisi.

Nukuu ya 'World News' (2018:4; 9) iliripoti kwamba mvutano unaoongezeka juu ya Syria, Iran, na Ukanda wa Gaza pamoja na Bahari ya Kusini mwa China, hali inayochochea hofu ya kuzuka kwa mgogoro wa kiulimwengu. iliendelea kuripoti kwamba, "uwezekano wa mashambulizi dhidi ya waasi wa Syria huenda ukachochea kisasi cha Marekani na kuzua hofu kwamba ulimwengu uko kwenye ukingo wa vita vya ulimwengu."[31] Wakati hali ilivyoongezeka katika sehemu hiyo ya dunia, CNN (2018:14; 4) iliripoti kwamba idara ya ujasusi na wataalamu wa kijeshi wa Marekani wameandaa orodha ya vituo vya silaha za sumu vya Syria ambavyo huenda vikashambuliwa ikiwa Trump atafikiria kuamuru mashambulizi mengine kuelekea Syria.[32]

Katika mzozo huu wa Syria, Marekani inaamini kwa dhati kwamba Urusi inahusika katika uimarishaji wa meli za kivita kwenye Bahari ya Kati inayodaiwa kuielekea Marekani. Tishio kama hilo halipaswi kuchukuliwa kwa urahisi na Marekani. Hali hii ikiendelea, wasiwasi unaongezeka pia katika Bahari ya Kusini mwa China, Ukanda wa Gaza, na Iran, ambapo Marekani katika maeneo haya yote inakuwa ndio lengo. Mvutano huu ni wa kichochezi na unaweza kusababisha migogoro mikubwa duniani.

c)Utaratibu Mpya wa Ulimwengu

<u>Ufafanuzi</u>

Fungu"Utaratibu Mpya wa Ulimwengu" halionekani katika Maandiko. Lakini Biblia, kupitia unabii wa Danieli na Yohana, inaelezea waziwazi mfumo huu utakaoitawala dunia. Katika muhtasari wa 'video 666: *'Utaratibu Mpya wa Ulimwengu'*, tunapata maelezo wazi sana ya Utaratibu huu. Inasema, "Kwa karne nyingi, nasaba za kale na za kifalme zimekuwa zikifanya njama ili kufikia 'Utaratibu Mpya wa Ulimwengu', serikali ya kiimla itakayotawala dunia nzima. Uumbaji wa falme, taasisi, na mashirika ya kimataifa yote ni sehemu ya mpango wa dhati wa kutawala ulimwengu wote. Chini ya uangalizi wa 'hiari' na 'maendeleo', binadamu wamekuwa wakifanyiwa hadaa na nguvu mbaya ambazo ni za kale kama binadamu mwenyewe. Nguvu hizi zimekuwa zikiongoza matukio ya dunia tangu nyakati za kale na zimeacha nyayo za uwepo wao katika nambari, herufi, na ishara... ikiwa ni pamoja na 666, nambari ya Mnyama. Chunguza ukweli nyuma ya ajenda ya ulimwengu na jinsi Mpinga-Kristo anavyochangia katika unabii wa utumwa/utawala wa nguvu uliopewa wachache wateule."[33]

Maelezo haya yanaweka "Utaratibu Mpya wa Ulimwengu" katika mtazamo wake sahihi kulingana na Maandiko. Ni mfumo wa utawala ambao Mnyama atautumia kutawala dunia. Wahusika wakuu waliohusika katika kuweka msingi wa mfumo huu ni mashirika makubwa ya kimataifa, ambayo yana ushawishi mkubwa katika mambo ya dunia. Maelezo kama "watandawazi" na "mpango wa kupunguza idadi ya watu" yote yanakusudiwa kuandaa uwanja kwa mfumo huu - "Utaratibu Mpya wa Ulimwengu."

i. Teknolojia

Maendeleo katika teknolojia ni hatua kubwa katika kurahisisha malengo ya "Utaratibu Mpya wa Ulimwengu". Leo ni rahisi kuudhibiti ulimwengu kuliko ilivyokuwa miaka mia moja iliyopita. Dunia imekuwa kijiji cha kimataifa. Mtandao umekuwa na jukumu muhimu katika kuunganisha dunia. Usafiri wa anga umepata msukumo mkubwa kutokana na teknolojia, hivyo, kufanya usafiri kote duniani kuwa wa haraka. Na satelaiti za dunia, mawasiliano na shughuli za kibiashara zimefanywa kuwa rahisi. Kwa kubonyeza kitufe, unafahamu kile kinachotokea kote duniani papo hapo na kwa wakati halisi. Maendeleo haya ya teknolojia ni hazina kubwa kwa kiongozi wa dunia anayekuja.

Muundo wa "Utaratibu Mpya wa Ulimwengu" utategemea nguzo nne kuu: (i) Kisiasa, (ii) Kiuchumi (iii) Kidini (iv) Kijeshi. Ni katika maeneo haya manne ambayo kiongozi anayekuja atafanya kazi kushikilia mamlaka yake. Kila mwanadamu duniani, na kila serikali, itatii utawala huu wa kiimla. Upinzani wowote dhidi ya mfumo huu utakabilianwa nao vilivyo.

i. Uchumi

KATIKA MUHURI WA TATU, tunaona ukilenga hukumu kupitia machafuko ya kiuchumi. Nguvu ovu zitakazohusika na kuuandaa mfumo huu, itasababisha kimakusudi kuvurugika kwa uchumi wa dunia. Kuna kusudi la kusababisha upungufu wa chakula, ili kusababisha njaa kubwa. Katika Ufunuo 6:6, tunaelezwa kwamba kipimo cha ngano kwa dinari moja na vipimo vitatu vya shayiri kwa dinari moja. Kawaida, wakati kuna upungufu wa bidhaa, bei huongezeka. Kwenye uchumi uliopondeka, watu hawatakuwa na pesa za kununua chakula. Watakuwa na kidogo tu, kiwango cha mshahara wa siku, ambapo shayiri itapendelewa kuliko ngano kwa sababu ya uwezekano wa kumudu. Matokeo ya upungufu kama huo yatakuwa wizi ili kuishi. Inaaminika kwamba vizuizi kati ya mataifa ya dunia kutokana na Covid-19 ilikuwa ni hatua iliyopangwa vizuri na waandalizi wa "Utaratibu Mpya wa Ulimwengu" kwa lengo la kuuangamiza uchumi wa dunia.

Ripoti ya Benki ya Dunia (2020:8;6) kuhusu athari za kiuchumi ulimwenguni wakati wa Covid-19 inasema "Janga la Covid-19 limeenea kwa kasi isiyo ya kawaida, kuambukiza mamilioni na kuleta shughuli za kiuchumi karibu kusimama kabisa huku nchi zikiweka vizuizi vikali kuzuia kuenea kwa virusi. Inatarajiwa kwamba janga hilo litaziingiza nchi nyingi katika mdororo wa kiuchumi mwaka 2020, na mapato kwa kila mtu yakishuka katika sehemu kubwa za nchi za dunia tangu mwaka 1870. Janga na jitihada za kulidhibiti vimechochea kuporomoka kwa kutisha kwa mahitaji ya mafuta na kuporomoka kwa bei ya mafuta. Ikiwa mlipuko wa Covid-19 utaendelea, ikiwa vizuizi vya usafiri vitaongezwa au kurudishwa, au ikiwa kuvuruga kwa shughuli za kiuchumi kutachukua muda mrefu, mdororo unaweza kuwa mkubwa zaidi."[34]

Mgogoro wa kiuchumi ambao dunia itapitia labda utachochea kuibuka kwa mfumo wa fedha wa dunia. Katika swala hili, Benki ya Dunia na Shirika la Fedha la Kimataifa zitatekeleza jukumu muhimu kuelekea lengo kama hilo. Kutakuwa na haja ya kuleta utaratibu kupitia mfumo wa ulimwengu unaoweza kusaidia kugawanya rasilimali kwa haki na kwa usawa.

Hali iliyopo itaandaa ulimwengu kwa ajili ya Mpinga-Kristo. Mfumo utaanzishwa ambapo hakuna mtu atakayeweza kununua au kuuza bila alama ya yule mwenye mamlaka. Watu watashawishiwa kwa urahisi na uanzishwaji wa shughuli za kiuchumi zisizotumia pesa. Waendelezaji wa mfumo huo watayatumia maneno kama usalama, urahisi na usafi kuwavutia watu ambapo watu watatekwa kwa urahisi na wazo hilo, wakilitaja kuwa zuri na la kupendeza. Chipu itawekwa chini ya ngozi yako, hautalazimika kubeba funguo zako, pasipoti, kitambulisho, kadi za mkopo, n.k. Usalama na urahisishaji wa mambo vitaonekana kuwa vivutio vya kushawishi wengi.[35]

"Mbali na chipu, njia nyingine zinaweza kuundwa kama matumizi ya chale ya lasechaler. Katika chale (tattoo), Biblia nzima inaweza kuhifadhiwa kichwani mwa pini, historia ya mtu inaweza kuhifadhiwa kwa urahisi na kwa siri kwenye sehemu ya mwili, kwa mfano mkono. Chale kama hiyo itakuwa njia isiyosababisha maumivu ya kuchora, ikitoa utambulisho halisi ambao hauwezi kunakiliwa au kuibiwa."[36]

"Inashangaza kufikiria nini kitatokea baada ya mamilioni ya waumini wa Kikristo kunyakuliwa. Punde tu baada ya Unyakuo, madai ya fidia kutoka kwa familia za wale ambao watapata kunyakuliwa yatajazwa kufikia trilioni za dola. Madai kama hayo yangeweza kusababisha kufilisika kwa sekta ya bima. Hatua nyingine itakuwa mauzo kwenye soko la hisa ambapo watu watatumia fursa ya hali iliyopo kuuza hisa zilizobaki za waumini walionyakuliwa. Katika mchakato huo, soko la hisa litaporomoka, kama vile sekta ya bima. Wahusika muhimu wa kifedha watashiriki na kufungia shughuli zote za benki, hatua ambayo itasababisha taharuki kubwa," anafafanua Reinkens.[37]

Kuanguka kwa uchumi wa Dunia kutasababisha mgogoro wa kijamii-uchumi. Ghasia za kijamii zitatanda duniani kote. Ni wakati wa kilele cha mgogoro huo ndipo Mnyama atakapojitokeza. Ataleta suluhisho kwa machafuko na dunia itamkubali. Katika kuelezea hali hii, Dave Breese anaandika, "Kutatokea mtu mwenye mpango. Atatangaza, 'Nina mfumo wa kiuchumi utakaofanya kazi.'[38]

iii) Dini Moja ya Dunia

Kunyakuliwa kwa Kanisa kutasababisha machafuko na hofu wakati uleule. Mark Robinson (2000:8/9) anaeleza kwamba "Wengi watafikiria kutafuta majibu, hasa Wakristo waliobaki. Kwa bahati mbaya, watakwenda kutafuta majibu kutoka kwa watu wasiofaa kwa sababu waumini wa kweli tayari watakuwa wamekwishaondoka, wakiacha nyuma manabii wa uongo. Manabii wa uongo wanaelezwa na Biblia kama 'mabirika yasiyo na maji... wanaosema maneno makubwa yenye ubatili...? huku wao wenyewe wakiwa watumishi wa uharibifu." (2 Petro 2:17-19). Ni kinaya gani? Watu kutafuta msaada kutoka kwa yule asiye na suluhisho![39]

Robinson anaendelea kueleza kwamba "wakati huu wa kutokwa na subira wakati wa Dhiki, Mungu atatoa wainjilisti Wayahudi 144,000. Tofauti na manabii wa uongo, hawa wainjilisti watatoa kweli ya kimungu inayohubiri wokovu. Manabii wa uongo, kwa upande mwingine, watakuwa wakishughulika na kuupotosha ulimwengu kukubali ibada moja. Watawahadaa watu kwamba kukubali mfumo huu mpya wa kidini kutapelekea ushindi. Kwa kushangaza, wengi watauamini uwongo huu. Kampeni ya uvumilivu wa kidini na kukubali dini moja ya dunia itakuwa imezaa matunda kama inavyoonyeshwa katika Ufunuo 7."[40]

Maendeleo hivi karibuni ya kidini yanamaanisha tunaelekea kwenye ulimwengu mmoja wenye dini moja. Oktoba 1999, wawakilishi kutoka dini ishirini kutoka mataifa arobaini na manne walikutana Vatican kujadili fursa za ushirikiano katika milenia mpya. Mei 2000, maaskofu wa Kianglikana na Wakatoliki wa Kirumi kutoka madhehebu kumi na tatu walikutana Toronto kwenye tume ya pamoja kufikiria umoja.[41] Viongozi wa kidini wa madhehebu makubwa pia walitoa heshima kwa Papa Francis mwaka 2013.[42]

Makao Makuu ya Dini ya Dunia yanayojulikana kama 'Nyumba ya Familia ya Ibrahimu' yalikuwa yanatarajiwa kufunguliwa mwezi Februari, 2022, kwenye Kisiwa cha Saadiyat huko Abu Dhabi, Falme za Kiarabu. Jengo hili la kiekumene litakuwa na sinagogi, msikiti na kanisa katika jengo moja. Hii ilifuata Papa Francis na Imam Mkuu wa Al-Azhar, Dr.Ahmed el-Tayeb, kusaini tarehe 4 Februari, 2019 *'hati ya undugu wa kibinadamu kwa amani ya dunia'.* Hati hiyo ilihimiza uvumilivu wa kidini na mazungumzo. Haya yote yanahusiana na kuunganisha dini za dunia chini ya kivuli cha 'amani'.

"Mpinga-Kristo atakubaliwa na kutambuliwa na viongozi wote. Mtu muhimu wa kidini duniani anayejulikana kama Nabii wa

Uongo katika Ufunuo 19:20 atafanya ishara na maajabu kama ilivyoelezwa katika Ufunuo 13:11-15 ili kuwafanya watu duniani kote kumwabudu Mpinga-Kristo ambaye atakuja katikati ya kipindi cha Dhiki. Atadai kuwa Mungu na kudai kuabudiwa. Kwa sababu ya hamu yake kubwa ya kutaka kuabudiwa, mtu huyu aliyetiwa nguvu na shetani atasambaratisha mifumo mingine yote ya kidini iliyomleta madarakani (Ufu. 17:16). Atakuwa mkatili kwa yeyote atakayejihusisha na Mungu, waumini wa Kikristo au watu wa Kiyahudi," Mark Robinson anaeleza.[43]

i. Mfumo wa Kisiasa

Mbali na mgogoro wa kiuchumi, Kunyakuliwa kutasababisha msukosuko wa kisiasa katika kiwango cha kimataifa. Maeneo yote muhimu kama vile teknolojia, miundombinu, fedha na sekta ya kisiasa ya mataifa yenye jamii kubwa ya Kikristo kama vile Marekani, Korea Kusini, Canada, Afrika Kusini mwa Jangwa la Sahara, na wengine wataathirika vibaya. Kwa kusambaratika kwa sekta hizi kutokana na kupotea kwa mamilioni ya watu waliokuwa wakiendesha sekta hizi. Nchi kama Marekani - nchi pekee yenye nguvu kubwa itaathirika sana na kupunguzwa kuwa nchi ya daraja la pili tu," Robinson anasema.

Kama vile Robinson anavyoeleza, "Nchi za Ulaya zilizokuwa chini ya Milki ya Roma zitakusanyika karibu na kiongozi wa ulimwengu kama ilivyoelezwa katika Danieli 7:7-8, 9:27, 11:36-39. Kiongozi huyu - Mpinga-Kristo, anayejulikana pia kama mtu wa uasi, atahujumu kwa ukatili wote watakaompinga. Atakusanya mamlaka yake ya kisiasa kama inavyoonekana katika Ufunuo 13:7, nguvu yake ya kijeshi kama ilivyoorodheshwa katika Ufunuo 13:14, nguvu yake ya kiuchumi kama ilivyo katika Ufunuo 13:16-17, pamoja na utawala wake wa kidini kama ilivyoelezwa katika Ufunuo 13:3-4. Mwishowe, kiongozi huyu atatawala si tu Ulaya, bali atapanua utawala wake hadi sehemu kubwa ya dunia. Biblia inaelezea utawala wake kama utawala mbaya, wa kishetani na mbaya kabisa ambao dunia haijawahi kuushuhudia."[44]

Nguvu za kishetani zimekuwa zikifanya kazi nyuma ya pazia kuandaa mpango mkubwa wa "Utaratibu Mpya wa Ulimwengu." Michael Thomas Hays (2013) katika ujumbe wake wa kukuza kitabu chake "*Kuinuka kwa Utaratibu Mpya wa Ulimwengu - Upunguzaji wa Binadamu*", anabainisha kwamba "kikundi cha kishetani kilichokuwa kikitawala wanadamu kwa maelfu ya miaka bado wanafanya hivyo hadi leo. Serikali ya Kishetani ya Dunia inayotabiriwa katika Biblia inaendelea nyuma ya pazia kupitia jina la kuvutia "Utaratibu Mpya wa Ulimwengu." Hii si nadharia ya njama... ni ukweli uliothibitishwa katika kitabu hiki. Teknolojia iliyopo sasa inaweza kutimiza mambo yote ya unabii wa Kibiblia kuhusu Siku za Mwisho, ikiwa ni pamoja na kufufuka kwa Mpinga-Kristo. Kwa kweli, Mpinga-Kristo alikuwa muundaji wa Utaratibu Mpya wa Ulimwengu zaidi ya miaka 4000 iliyopita."[45]

Tanbihi:

Kulingana na mtazamo wa kunyakuliwa kabla ya dhiki kama ilivyoonekana katika mjadala hapo juu, matokeo ya kunyakuliwa kwa kanisa ambayo itatokea mwanzoni mwa wiki ya sabini italeta athari mbaya katika kila sekta. Kwa kuwa kunyakuliwa kutatokea kabla ya kuibuka kwa Mpinga-Kristo kulingana na mtazamo huu, athari zote zilizojadiliwa chini ya "Utaratibu Mpya wa Ulimwengu", kama vile wimbi la kuiacha imani, vita kati ya mataifa, nk. hazitawaathiri Wakristo kwa sababu Kanisa tayari litakuwa limenyakuliwa.

Walakini, hali ni tofauti kabisa linapokuja suala la mtazamo wa kunyakuliwa baada ya dhiki. Kulingana na mtazamo huu, Kanisa litapitia kipindi chote cha dhiki cha miaka 7. Kanisa litanyakuliwa baada ya kipindi hicho cha Dhiki. Kulingana na mtazamo wa kunyakuliwa baada ya dhiki, Kanisa litakuwepo wakati wa utawala wa Mpinga-Kristo na enzi ya alama ya Mnyama. Kwa hiyo, athari zote zilizojadiliwa hapo juu chini ya "Wimbi la Kuiacha Imani," vita kati ya mataifa, na "Utaratibu Mpya wa Ulimwengu" zitaathiri moja kwa moja Kanisa kwa sababu Kanisa litakuwepo duniani wakati huu. Kanisa kwa hiyo litapitia athari zilizojadiliwa hapo juu kwa ukamilifu.

Mitazamo mbalimbali ya kunyakuliwa iliojadiliwa katika mjadala hapo juu inaweza kupunguzwa kuwa hadi miwili, yaani, Mtazamo wa Kunyakuliwa Kabla ya Dhiki na Mtazamo wa Kunyakuliwa Baada ya Dhiki. Mtazamo wa Kunyakuliwa Kabla ya Dhiki unaamini kwa dhati kwamba Kanisa halitakuwepo wakati wa Dhiki na enzi ya Mpinga-Kristo. Kwamba Kanisa litanyakuliwa miaka 7 kabla ya enzi ya Mnyama kuanza. Kulingana na mtazamo huu, Kanisa litaepuka mateso na ukatili wa Mnyama. Wakati dunia inapopitia utawala huu wa ukatili, Kanisa litakuwa mbinguni likisubiri kurudi pamoja na Kristo katika kuja kwake mara ya pili.

Mtazamo wa Kunyakuliwa Baada ya Dhiki, kwa upande mwingine, unaamini kwa dhati kwamba Kanisa litapitia kipindi chote cha dhiki cha miaka 7. Litateseka kwa miezi 42 chini ya utawala wa ukatili wa Mpinga-Kristo. Wakati huu, hakuna mtu atakayeweza kununua au kuuza bila alama ya Mnyama. Mpinga-Kristo ataliweka Kanisa chini ya utawala wa ukatili ambapo mamilioni watauawa.

Maagizo ya chanjo yaliyoshuhudiwa ulimwenguni kote wakati wa janga la Covid 19, ambapo wale wasio na Kadi ya Kijani/ Pasipoti ya Kidijitali/ Pasipoti ya Kinga/ Pasipoti ya Chanjo (inayomaanisha kitu kimoja), walikuwa wakikataliwa kupata huduma za kijamii, kuingia katika maduka ya chakula, kusafiri na kufutwa kazi, kwa kweli ni ishara ya kuwaandalia watu kuipata alama ya Mnyama. (Angalia mjadala wa Kitangulizi cha alama ya Mnyama katika sura ya 11ya kitabu hiki).

Hiki ni kiashiria chenye nguvu kwamba Kanisa litakuwa chini ya utawala wa Mpinga-Kristo, ikiwa kile tunachoshuhudia mbele yetu ni jambo linalostahili kutiliwa maanani. Ufunuo 13 unatukia na kufunuliwa mbele ya macho yetu. Hii inafanya Mtazamo wa Kunyakuliwa Baada ya Dhiki kuaminika zaidi kuliko Mtazamo wa Kunyakuliwa Kabla ya Dhiki au mtazamo wowote mwingine wa Unyakuo.

SURA YA 10

MPINGA-KRISTO

Biblia inamrejelea Mpinga-Kristo kama mtu wa uasi, mwana wa upotevu, na Mnyama. Nabii Danieli anamtaja kama yule atakayekufuru kwa kiburi (Danieli 11:36). Kama ilivyoelezwa na Danieli, atajiinua juu ya Mungu. Hii ni kukufuru tupu. Kwa kushangaza, hatajiinua tu juu ya Mungu Mweza, bali atajitukuza juu ya miungu yote. Atadhihaki dini zote zijulikanazo na kutangaza hadharani kuwa kiongozi wa mifumo yote ya kidini ambayo kwa kinaya itakuwa imempa nafasi hiyo.

Jinsi anavyoingia kwenye Enzi ya Nyakati za Mwisho

Mpinga-Kristo anaingiaje kwenye enzi ya nyakati za mwisho? Kulingana na mtazamo wa kunyakuliwa kabla ya dhiki, Danieli 9:26-27 inaelezea hatua yake ya kuingilia. Andiko linasema:

> *"Na baada ya majuma sitini na mawili, Kristo atakatwa, lakini si kwa ajili yake mwenyewe; na watu wa mkuu atakayekuja watabaribu mji na patakatifu. Na mwisho wake utakuwa kwa gharika, na hata mwisho wa vita ukiwa umeamuliwa. Naye ataithibitisha ile agano kwa wengi kwa juma moja; na katikati ya juma atakomesha dhabihu na sadaka; na kwa mabawa ya machukizo kuna ukiwa; hata ukomo, ambao umeamuliwa, utamwagika juu ya ukiwa."*

Katika aya ya 26, Danieli alitabiri kwamba Masihi atakatwa baada ya majuma sitini na mawili. Kulingana na unabii huu, Masihi atauawa, "si kwa ajili yake mwenyewe." Kwa maana nyingine, kifo cha Masihi kitakuwa ukombozi wa binadamu ambao utakuwa wa kujitolea. Atajitoa kama mwana-kondoo, kuuliwa kwa ajili ya binadamu.

Aya ya 27 mara nyingi huibua mjadala. Kulingana na John Gill, "yeyote atakayethibitisha agano na wengi" anatoka mahali pengine. Kwa hiyo, yeye si Myahudi. Aya hii inahusiana na kile kinachotokea kwenye juma moja iliyobaki. Wale wanaoshikilia wazo hili wanasema hawezi kuwa Masihi anayethibitisha agano. Badala yake, inapaswa kueleweka kuwa watu wa mkuu atakayekuja ni watu wa Kirumi, wanaokuja na kuharibu mji na Hekalu. Kisha mkuu wa watu hao ataingia katika agano nao, kwa muda wa juma moja.

Katikati ya juma, atafanya dhabihu na sadaka zisitishwe. Wakati Warumi walipoharibu Hekalu mnamo AD 70, dhabihu katika Hekalu ilisitishwa. Kisha watu wa Kirumi wataifanya nchi hii kuwa ukiwa. Machukizo ya Warumi yataendelea hadi wakati wa mataifa utakapokamilika.[1]

Watetezi wa mtazamo wa kunyakuliwa kabla ya dhiki wanachukulia Danieli 9:27 kuhusu "yule anayethibitisha agano" kumaanisha Mpinga-Kristo. Kuanza kwa juma hili moja (juma la sabini) hutokea wakati Mpinga-Kristo anafanya agano na Wayahudi kwa kipindi cha miaka saba. Madhumuni ya agano hili ni kutoa amani kwa Israeli. Hata hivyo, katikati ya kipindi hiki, Mpinga-Kristo atavunja agano na kusababisha dhabihu na sadaka kusitishwa. Katikati ya juma, Mpinga-Kristo atasimama mahali patakatifu na kudai kuabudiwa, kusababisha machukizo ya ukiwa (Mathayo 24:15).[2]

Chuck Smith (1984) anathibitisha msimamo huu wa kunyakuli wa kabla ya dhiki kuhusu maono ya Danieli. Anaandika, "Mpinga-Kristo atafanya agano na taifa la Israeli. Atawapa haki ya kujenga hekalu yao Yerusalemu na kuahidi kuwaletea amani. Kisha baada ya miaka mitatu na nusu, Mpinga-Kristo atavunja agano na kusababisha dhabihu na sadaka za kila siku huko Yerusalemu kusitishwa. Atasimama mahali patakatifu pa Hekalu lililojengwa upya na kutangaza kuwa yeye pekee ni Mungu. Dai lake la kuabudiwa kama Mungu ndilo chukizo litakalosababisha ukiwa."[3]

Wolston (1983), mtetezi wa kunyakuliwa kabla ya dhiki, ana mtazamo kama huo kuhusu Danieli 9:27. Anasema, 'kwa muda wa miaka mitatu na nusu - miezi arobaini na miwili (Ufu. 11:3), au "wakati, na nyakati, na nusu wakati" (Ufu. 12:14) - "mkuu atakayekuja" atawatesa watakatifu wa Mungu, na kisha "hukumu itatua, nao watanyang'anya enzi yake, kuteketeza na kuharibu hadi mwisho." (Dan7: 26).[4]

Watetezi wa mtazamo wa kunyakuliwa kabla ya dhiki wanasisitiza kwamba Danieli 9:27 inahusu Mpinga-Kristo na si Masihi. Ni Mpinga-Kristo atakayethibitisha agano na wengi. Kisha katikati ya juma, atafanya dhabihu na sadaka zisimame. Katika kuenea kwa machukizo, atasababisha ukiwa. Kulingana na mtazamo wa kunyakuliwa kabla ya dhiki, Mpinga-Kristo anaingia kwenye matukio ya mwisho wa enzi katika Danieli 9:27.

Hata hivyo, watetezi wa mtazamo wa kunyakuliwa baada ya dhiki wanapingana na tafsiri hii. *Maoni ya Jameson-Faussett-Brown* yanachukulia, "yule atakayethibitisha agano" kumaanisha Kristo (Isaya 42:6). "Nitakutoa uwe agano la watu" - angalia pia Luka 22:20 - "Agano Jipya katika Damu yangu". Wakati Israeli ilipomkataa Kristo, agano lilichukuliwa kuwa limekufa, hivyo ufalme ukahamia kutoka Israeli kwenda kwa Mataifa.

Masihi alitarajiwa kusababisha dhabihu zote na sadaka kwa ujumla "kusitishwa" kabisa. Yesu alikufa katikati ya juma la mwisho (BK 30). Maisha yake ya unabii yalidumu miaka 3 ½, wakati uo huo ambao "watakatifu watatiwa mikononi mwa Mpinga-Kristo" (Dan. 7:25). Kuhusu "kuenea kwa machukizo," inayohusiana na machukizo yaliyofanywa na watu wasio watakatifu dhidi ya Mtakatifu, Hatakufutilia mbali tu mji na patakatifu kama ilivyotajwa katika Dan. 9:25, bali pia ataendeleza ukiwa hadi wakati wa kumalizika "uliopangwa" na Mungu, wakati ambapo mwisho wa nguvu za dunia utahukumiwa na utawala utapewa watakatifu wa Aliye Juu Zaidi (Dan. 7:26, 27).5 Richard Ritenbaugh, mtetezi wa mtazamo wa baada ya dhiki kuhusu Danieli 9:27, anasema kwamba "yeye" anayethibitisha agano inamaanisha Kristo na si Mpinga-Kristo, kwa sababu mada kuu ya sehemu hii ni Masihi. Ritenbaugh anajiuliza kwa nini Mnyama angeharibu mji (Yerusalemu) na patakatifu katika Danieli 9:26, na "kisha

.... kuthibitisha agano kwa juma moja" (Aya ya 27) na Wayahudi walioshindwa. Wakati ni mbaya! Aya za 26-27a zinaongelea matukio yaliyotokea karne ya kwanza.

Kulingana na Ritenbaugh, ina maana zaidi kumhusisha Mwokozi na agano hili. Alikuwa "amekatwa lakini si kwa ajili yake mwenyewe" (aya ya 26a) kwa kifo chake cha ukombozi mnamo AD 31. Alitumia miaka 3 ½ "kuthibitisha agano [Agano Jipya] na wengi," na "katikati ya juma [alimaliza] dhabihu na sadaka" (aya ya 27a) kwa dhabihu ya maisha yake kamili. Hii inaendelea tu kutaja yale yaliyosemwa katika aya ya 26a. Ikiwa hii ndiyo hali, wazo zima la miaka saba ya dhiki linapotea," anaeleza.[6]

Kutoka kwenye mjadala huo, watetezi wa mtazamo wa kabla ya dhiki wanashikilia kwa dhati kwamba Danieli 9:27 inahusu Mpinga-Kristo. Hata hivyo, msimamo huu unapingwa na watetezi wa mtazamo wa baada ya dhiki wanaochukulia "yeye anayethibitisha agano na wengi" kumaanisha Masihi. Kwa mtazamo wa kabla ya dhiki, Mpinga-Kristo anaingia kwenye ratiba ya mwisho katika Danieli 9:27. Kuhusu Danieli 12:11, mtazamo wa baada ya dhiki unachukulia aya hii kuta ja matukio ya kihistoria yanayohusiana na Antioko, aina ya Mpinga- Kristo kwa upande mmoja, na uvamizi wa Warumi wa Yerusalemu na Hekalu mnamo AD 70 kwa upande mwingine. Walakini, wanaiona hali hiyo ikirudiwa muda mfupi kabla ya kurudi kwa Kristo.

Wanayaona machukizo yanayosababisha ukiwa kutoka kwa mtazamo wa kihistoria ambapo mnamo 63 KK, Jenerali wa Kirumi,

Pompey, alitia unajisi Hekalu kwa kuingia patakatifu pa patakatifu. Hata hivyo, hakupora Hekalu. Mtazamo wa kihistoria pia unachukulia ukiwa uliotajwa na Yesu katika Mathayo 24:15 kama uharibifu wa Yerusalemu na Hekalu na Warumi mnamo AD 70. Kuhusiana na Antioko kama aina ya Mpinga-Kristo, watetezi wa mtazamo wa baada ya dhiki wanachunguza unajisi wa tarehe 25 ya mwezi wa Kislevu (Novemba - Desemba 168 KK kwenye kalenda ya Kirumi), wakati Mfalme Antioko wa Syria alijenga madhabahu kwa mungu wa Kigiriki Zeus kwenye Mlima wa Hekalu huko Yerusalemu na kutoa nguruwe juu yake.

Nani Anayezuia Mpinga-Kristo Asiweze Kufunuliwa?

Kama vile Danieli 9:26-27 inavyozua mjadala mkubwa wa tafsiri, hali sawa na hiyo inajitokeza katika 2 Wathesalonike 2:6-7 kuhusu swali - "nani anayezuia Mpinga-Kristo asifunuliwe? Mzozo huu umekuwa kati ya watetezi wa kabla ya dhiki kwa upande mmoja, na watetezi wa baada ya dhiki kwa upande mwingine, kati ya wachambuzi wengine huru. Suala la nani anayezuia mwovu wa sheria asifunuliwe limeleta mapendekezo mengi, kama vile: serikali ya kibinadamu, kumfunga Shetani, Kanisa, Roho Mtakatifu, kuhubiri Injili, taifa la Kiyahudi, Mikaeli Malaika Mkuu na Mungu Mwenyewe, kati ya mapendekezo mengine. 2 Wathesalonike 2:6-7 inasema:

> *"Sasa mnajua kinachoshikilia ili asifunuliwe wakati wake. Kwa sababu ile siri ya uovu tayari inafanya kazi; lakini yule anayeshikilia sasa atashikilia mpaka atakapokuwa nje ya njia. Ndipo huyo mwovu atakapofunuliwa, ambaye Bwana atamwangamiza kwa pumzi ya kinywa chake na kumuangamiza kwa mwangaza wa kuja kwake."*

John Ankerberg anadai kuwa ikiwa yule anayezuia anaweza kuelezewa kwa hali ya jinsia ya kiume, ni lazima awe na nguvu za kimiujiza za kuzuia siri ya shetani ya uovu, basi Roho Mtakatifu anafaa vizuri sifa za mwenye kuzuia. Ankerberg anapendekeza kuwa kuzuia uovu huu ni kupitia Wakristo, mwili wa Kristo, ndani yao ambapo Anakaa na kufanya kazi kuzuia mawimbi yanayokua ya maisha yasiyo na sheria.[7]

Compelling Truth inajibu kuhusu ni nani anayezuia mwovu wa sheria asifunuliwe, inadai kwamba, "ili mtu awe na nguvu hii dhidi ya Mpinga-Kristo, mwenye kuzuia lazima awe kitu cha kimungu na labda kitu chema. Hii itaondoa chaguo za Shetani, roho mbaya, au serikali ya kibinadamu. Ni Mungu tu aliye na uwezo wa kushinda nguvu za Shetani. Kwa hivyo, Kanisa au malaika hawangekuwa kizuizi hapa. Kuna uwezekano mkubwa, uwepo wa ndani wa Roho Mtakatifu unazuia nguvu ya uovu na ufunuo wa Mpinga-Kristo."[8]

Mtazamo kwamba yule anayezuia mwovu wa sheria asifunuliwe ni Roho Mtakatifu, unakubaliwa kwa dhati na watetezi wa kabla ya dhiki. Wanadai kuwa hakuna nguvu nyingine inayoweza kushinda nguvu za Mpinga-Kristo ambaye ana nguvu za kishetani. Hakuna mfumo wa kibinadamu unaoweza kulinganishwa na nguvu hizo. Kulingana na wao, anayefaa zaidi kuwa mwenye kuzuia ni Roho Mtakatifu, akifanya kazi kupitia Kanisa.

Ritenbaugh, mtetezi wa mtazamo wa baada ya dhiki, anadai kwamba "kuna mambo mawili yanayojitokeza wazi katika unabii huu. Moja ni kwamba uasi ulikuwa tayari ukifanya kazi siku za Paulo na pili ni kwamba una nguvu ya uwezo wa kishetani. Yule "anayezuia" lazima awe wa uwezo wa kishetani ili kuzuia. Kwa hivyo, Yule anayezuia lazima awe Mungu. Atakapoinua kizuizi, mtu wa dhambi atakuja kwa nguvu kamili."[9]

Alan Kurschner (2015:12; 5) hata hivyo, anachukulia Malaika Mikaeli kama mwenye kuzuia katika 2 Wathesalonike 2:6-7. Alan anaamini kwamba kutambua yule anayezuia kama Mikaeli ndiyo tafsiri inayolingana zaidi na nafasi ya kabla ya ghadhabu. Alan anaamini kwamba tafsiri hii si mpya, kwani kumekuwa na wataalamu na waanatheolojia wapatao kumi na wawili katika miaka mia moja iliyopita ambao wamekuwa na msimamo huu.[10]

Mpinga Kristo Atatokea Wapi?

Katika Ufunuo 13:1-10, Yohana alimuona mnyama akiondoka baharini, na mnyama huyu alikuwa na vichwa saba na pembe kumi, na juu ya pembe zake kulikuwa na taji kumi, na juu ya vichwa vyake jina la kukufuru. Mnyama huyu ndiye Mpinga Kristo aliyetabiriwa pia na Danieli. Maandiko yanathibitisha kuwa anatokea baharini. Swali linalojitokeza wakati huu ni, mahali gani, kijiografia, mnyama (Mpinga Kristo) atatokea?

Wanatheolojia wa Biblia wako katika muafaka kwamba Mpinga Kristo atatokea katika Milki ya Kirumi iliyofufuliwa.[11] Hata hivyo, maoni yanatofautiana kuhusu nchi ambapo mtawala huyu wa kimataifa atatokea. Tofauti hii inatokana na tafsiri ya maandiko. Msimamo mmoja ulio dhabiti ni kwamba Mpinga Kristo atakuwa wa asili ya Kiyahudi. Kulingana na Rev. Jerry Falwell (1999:16; 1), Mpinga Kristo labda yuko hai leo na ni Myahudi wa kiume. Ikiwa atakuwa Bandia ya Kristo, Mchungaji Falwell anasema, lazima awe Myahudi.[12]

Thomas Ice (2009) anasema ingawa ni imani iliyoenea katika historia ya Kanisa kwamba Mpinga Kristo atakuwa Myahudi, uchunguzi wa hivi karibuni unaonyesha kwamba hakuna msingi halisi wa maandiko kwa mtazamo huo. Badala yake, Biblia inafundisha kuwa Mpinga Kristo atakuwa wa asili ya Mataifa. [13]

Wanaoshikilia maoni kwamba Mpinga Kristo atakuwa Myahudi wanadai kwamba kwa sababu ya chuki dhidi ya Wayahudi,[14] Wayahudi wanasingiziwa matatizo yote ya ulimwengu. Pia wanadai kwamba Mpinga Kristo lazima awe Myahudi kwa sababu Wayahudi wanaweza kukubali Masihi Myahudi tu.[15] Wanaotetea wazo hilo pia wanadai kwamba Mpinga Kristo atatoka kabila la Kiyahudi la Dan. Msaada wa maandiko kwa hoja hii, kulingana na Thomas Ice, umetolewa nje ya muktadha. Thomas anaamini kwa dhati kwamba Mpinga Kristo atakuwa wa asili ya Mataifa na labda wa asili ya Kirumi, kutoka kwenye Milki ya Kirumi iliyofufuliwa.[16]

Kulingana na Watson Goodman (1985), Mpinga Kristo anaweza kuwa na sura ya mtu aliyekuwepo awali kama Nero au Yuda Iskarioti. Anaeleza kwamba Nero angeweza kuonekana tena kama Yuda Iskarioti, na kisha mtu wa dhambi angeweza kuonekana tena kama Nero, hivyo kutimiza maelezo yote kwa mwana wa upotovu. Kuna uwezekano mkubwa kwamba hii ndiyo njia ambayo Mungu atatimiza unabii wake.[17]

Watson pia anadai kwamba Mpinga Kristo atakuwa Mwashuru. Ananukuu Micah 5:5-6; Isaya 10:57, 14:24-26; 31:6-9. Anaonyesha kwa dhati kwamba atakuwa Mwashuru na anawapinga wale wanaoshikilia kwamba atatokea katika Milki ya Kirumi ya zamani. Kulingana naye, Milki ya Kirumi ya zamani haikuwa tu Ulaya bali ilienea zaidi hadi Kaskazini mwa Afrika, Israel, na mpaka mipaka ya Mashariki ya Mesopotamia, inayojulikana kama Siria, Iraq, na Iran.[18]

Hata hivyo, kuna maoni yanayopingana kuhusu mahali Mpinga Kristo atatokea. Kulingana na *Daily Chess* (2015:2; 7), Mpinga Kristo atatokea katika moja ya pembe kumi (kutoka kwa ufalme uliogawanyika wa Alexander Mkuu). Kwa kulenga haswa, Mpinga Kristo atatokea Uturuki. Uturuki ilikuwa sehemu ya Milki ya Kirumi ya Mashariki. Kulingana na maoni haya, Yesu alilenga haswa kwa kusema kwamba Mpinga Kristo atatokea Pergamo nchini Uturuki (Ufunuo 2:13). Madai hayo pia yanaeleza kuwa Mnyama (Mpinga Kristo) anatoka katika ufalme wa nane ambao Yohana alionyeshwa. Kichwa cha sita kilichokuwepo wakati wa Yohana kilikuwa Milki ya Kirumi. Tano za kwanza zilikuwa Misri, Ashuru, Babeli, Media-Persia, na Ugiriki. Kichwa cha saba kwa hiyo kingewakilisha falme au himaya zifuatazo:

1. Misri
2. Ashuru
3. Babeli
4. Media-Persia
5. Ugiriki
6. Milki ya Kirumi
7. Ufalme wa Kiislamu wa Miilki ya Ottoman
8. Ukhalifa wa Kiislamu uliofufuliwa (Ufunuo 17: 12-16) Ukhalifa wa Kiislamu uliofufuliwa (Ottoman) ambao utatoa

Mpinga Kristo ulikuwa sehemu ya Milki ya Kirumi (Dola ya Kirumi ya Mashariki).[19]

Uturuki: Eneo la Pili Muhimu Zaidi Duniani

Uturuki ndilo eneo muhimu zaidi kijiografia duniani baada ya Israeli. Ni nini kinachofanya Uturuki kuwa muhimu hivyo?

1. Bustani ya Edeni, makao ya familia ya kwanza ya Adamu na Hawa, na mahali ambapo binadamu alianzia, inasemekana kuwa ilikuwa Mesopotamia. Hili ni eneo linalojumuisha sehemu ya kaskazini mwa Iraq na kuelekea Uturuki mashariki. Hii ni muhimu sana linapokuja suala la Mungu, binadamu, na uumbaji (Mwanzo 1-4).
2. Baada ya mafuriko kupungua, Safina ya Nuhu ilishuka kwenye Mlima Ararat nchini Uturuki. Huu ni mtazamo mwingine muhimu sana wa Kibiblia (Mwanzo 8:4).
3. Makanisa saba ambayo Yesu aliyaandikia katika Kitabu cha Ufunuo yote yapo nchini Uturuki: Efeso, Smirna, Pergamo, Thyatira, Sardi, Filadelfia, na Laodikeia (Ufu. 1:2-3:22). Huu pia ni mtazamo mwingine muhimu sana wa Kibiblia.
4. Ni nchini Uturuki ambapo Mnyama (Mpinga Kristo) atatokea, kulingana na mtazamo wa Kiislamu, hivyo

kutimiza unabii wa mwisho wa wakati.

Uturuki inafungua Biblia katika Mwanzo (Bustani ya Edeni), na kuifunga katika Ufunuo (Mpinga Kristo). Mungu alikuwa na mpango mahsusi katika Bustani ya Edeni - Uturuki. Hata hivyo, Shetani aliingia kwenye eneo hilo na kuusambaratisha. Ni nchini Uturuki ambapo mwanadamu (Adamu) anadanganywa na Shetani. Ni pia nchini Uturuki ambapo mwanadamu anadanganywa tena na Shetani kupitia Mpinga Kristo, kulingana na mtazamo wa Kiislamu wa mahali ambapo Mpinga Kristo atatokea.

Baada ya viumbe vyote kuangamizwa na mafuriko, kuna uwezekano mkubwa kuwa ni nchini Uturuki ambapo Mungu alianza sura mpya na mwanadamu - kupitia Nuhu na familia yake. Ni nchini Uturuki, ambapo Mungu, kupitia Mwanawe Yesu Kristo, aliwasilisha ujumbe wa Injili kwa muhtasari kwa Jumuiya ya Kristo, kupitia makanisa saba.

Ni viashiria hivyo vinne hapo juu vinavyofanya Uturuki kuwa mahali muhimu zaidi duniani baada ya nchi ya Israeli kwa kadiri ya Mungu, binadamu, Ukristo, na Maandiko Matakatifu (Biblia) yanavyohusika.

Utawala wa Mpinga Kristo

Mara tu atakapojitokeza, Mpinga Kristo ataishawishi Israeli. Atasaini makubaliano ya amani na Israeli na kuahidi kuilinda dhidi ya majirani zake wenye uadui. Ataruhusu Israeli kujenga hekalu upya,[20] na kuwapa Wayahudi haki ya kutoa dhabihu katika hekalu lililojengwa upya. Israeli itamkubali kama Masihi aliyekuja kuhifadhi maslahi yake. Uhusiano imara utakuwa umewekwa kati ya Mpinga Kristo na Israeli.

Mpinga Kristo, mtu mwenye mamlaka na nguvu, atakuwa kiongozi mwenye uwezo zaidi katika historia ya ulimwengu (Ufu. 13). Mpinga Kristo atajitokeza kwa umaarufu wa umma na mpango wa amani wenye mafanikio na mfumo mpya kabisa wa kiuchumi.

Atafanya miujiza na uchumi wa dunia na atajulikana kama mtu wa miujiza. Watu watamtazama kama mwokozi wa dunia.[21] Kutakuwa na harakati makusudi za kuharibu uchumi wa dunia ili kutoa fursa kwa kuibuka kwake.

Mpinga Kristo ataonekana katikati ya mgogoro wa kiuchumi na machafuko ya kijamii duniani. Hali hii tete itatoa mazingira kamili kwake kuibuka. Atatokea katikati ya machafuko, kutokuwa na uhakika, kukata tamaa, na kushindwa kwa uchumi wa dunia. Hii itampa fursa ya kutatua matatizo haya. Ataleta mpango wa kutatua migogoro hii. Ndiyo maana dunia itamkumbatia kama mtendaji wa miujiza na mchambuzi wa matatizo. Janga la Covid-19, ni mfano mzuri kwani inasemekana kuwa ni janga lililobuniwa na mwanadamu, likilenga kufikia malengo ya Mnyama. Vizuizi na kufungwa wakati wa Korona, vilichukuliwa vivyo hivyo. Kama mambo yaliyopangwa kimaksudi ili kuuharibu uchumi wa nchi mbalimbali za dunia. Benki ya Dunia tayari imeonyesha kwamba ikiwa Covid-19 ingeendelea, ingesababisha janga la kiuchumi duniani.[22]

Mtu huyu wa uasi ataabudu nguvu za kijeshi. Kama kiongozi mkatili, ataamini tu katika nguvu yake ya kijeshi. Danieli anamleta Mpinga Kristo katika Danieli 11:36-39, huku Paulo akimtambulisha katika 2 Wathesalonike 2. Katika Danieli 11:36-39, tunaona sifa tatu kuhusu Mpinga Kristo:

i. Ana kiburi kisichoelezeka na kujifanya kuwa bora kuliko miungu yote.
ii. Malengo yake yanaelekezwa sana kwenye vita.
iii. Anamheshimu "mungu wa kigeni" ambaye ni Shetani, ambaye anampa nguvu. (Ufu. 13:2).[23]

Nguvu yake ya kushinda inaonekana wakati anachukua udhibiti wa eneo kubwa. Kutoka kwa Ufunuo wa Yohana, tunamwona

Mnyama kama mshindi mkubwa wa kijeshi. Hii inathibitishwa na watu wanaojibu kwa kujiuliza "ni nani kama huyu mnyama? Ni nani awezaye kupigana naye?" (Ufu. 13:4b). Nchi nyingi zitajiunga naye. Hata hivyo, Edomu na Amoni wataokolewa kutoka mikononi mwake. Ardhi ya Israel itavamiwa na Mnyama. Wayahudi walifundishwa na manabii kukimbia kutoka kwa mtu huyu kwenda "jangwani" (Zek. 12 na 14), ambapo mkono wa Mungu utawalinda.[24] Hakuna sehemu ya dunia itakayoshindwa kuhisi joto la nguvu za kijeshi za Mpinga Kristo.

Mpinga Kristo atatangaza vita kamili dhidi ya Kanisa. Huku watetezi wa kunyakuliwa kabla ya dhiki wakidai kwamba Kanisa halitakuwepo wakati wa utawala wa Mnyama, wala kupitia Dhiki, watetezi wa kunyakuliwa baada ya dhiki wanapinga msimamo huu. Kulingana na mtazamo wao, Kanisa litakuwepo wakati wa utawala wa Mnyama, na pia litapitia Dhiki Kuu.

Shetani atajaribu kumaliza waamini hao wa Kikristo kupitia Mpinga Kristo. Katika Ufunuo 13:7, Biblia inaandika:

> *"Na ikapewa kufanya vita na watakatifu, na kuwashinda; na ikapewa mamlaka juu ya kila kabila, na lugha, na taifa."*

Baadhi ya wachambuzi wa Biblia wanadai kwamba watakatifu waliotajwa hapa ni Wayahudi. Kwa kifupi, tujiulize swali hili, "ni nani hawa watakatifu?"

Watson Goodman (1985) ananukuu ufafanuzi wa kamusi ya World Book wa neno "Mtakatifu" kama "mtu mtakatifu sana, aliye safi moyoni na mwaminifu katika maisha." Wale waliokombolewa na Kristo katika Kanisa la Agano Jipya bila shaka walitajwa kama watakatifu kama tunavyoona katika Wafilipi 4:21-22, "Salamu kila mtakatifu katika Kristo Yesu... Watakatifu wote wanakusalimu "[25]

Kutoka kwa ufafanuzi uliotolewa hapo juu na maandiko yanayotajwa, tunaweza tu kufikia hitimisho kwamba watakatifu ni waamini wa Kikristo. Kanisa la Yesu Kristo linajumuisha watakatifu hawa. Huyu ni Bibi wa Kristo. Mpinga Kristo atapigana vita dhidi ya Kanisa kwa miezi 42 (Ufu. 13:7). Shetani anachukia watakatifu kwa shauku, ndiyo sababu atakuwa mkatili sana kwa kundi hili. Katika Dhiki Kuu, waamini wengi wa Kikristo watauawa na Mpinga Kristo.

Je, watakatifu ni sawa na wateule? Je, wateule ni Wayahudi au waamini wa Kikristo (Kanisa)? Biblia inatuambia kwamba Kristo atakaporudi, malaika wake watawakusanya wateule wa Mungu. Katika Mathayo 24:31, tunasoma:

> *"Na atawapeleka malaika zake pamoja na sauti kuu ya tarumbeta. Nao watakusanya wateule wake kutoka pepo nne, kutoka mwisho mmoja wa mbingu hadi mwisho mwingine."*

Kutoka kwenye maandiko haya, inaonekana wazi kwamba wateule ni sawa na watakatifu. Ni waamini waliozaliwa mara ya pili, watakaokuwa wameyatakasa mavazi yao. Hii itatokea wakati wa Kurudi kwa Yesu.

Tuirejelee hoja yetu. Mpinga Kristo atapigana vita katili dhidi ya waamini wa Kikristo, kwa ukatili ambao haujawahi kushuhudiwa katika historia ya mwanadamu. Yesu alielezea jinsi Dhiki Kuu itakavyokuwa mbaya kwa watakatifu. Hii ilitokea mwaka wa 70 BK wakati Yerusalemu ilivamiwa. Hali hiyo itajirudia wakati wa Dhiki Kuu. Katika Mathayo 24:15-22 tunasoma:

> *"Wakati mtakapoona chukizo la uharibifu, lililonenwa na nabii Danieli, likisimama mahali patakatifu (ayesoma na afahamu;) Ndipo walio Uyahudi na wakimbilie milimani. Yeye aliye juu ya dari, asishuke atoe kitu kilichomo nyumbani mwake; wala asiye shambani, asirudi nyuma kuichukua nguo yake. Ole wao wajaao na mimba, na wanaonyonyesha, siku hizo! Lakini ombeni kwamba*

kukimbilia kwenu kusiwe wakati wa baridi wala siku ya sabato. Kwa kuwa wakati huo kutakuwa na dhiki kubwa, isiyokuwa tangu mwanzo wa ulimwengu hata sasa, wala haitakuwa tena. Nayo kama siku zile hazikupunguzwa, asingeokoka mtu awaye yote; lakini kwa ajili ya wateule waliowachaguliwa, zitapunguzwa siku zile."

Kuna tafsiri kadhaa za kifungu hiki. Wengine wanadai inahusu Wayahudi na eneo la kijiografia la Yudea kwa sababu ya kurejelea Sabato. Hiyo ni sawa ikizingatiwa uvamizi wa kihistoria wa Yerusalemu mwaka wa 70 BK. Yesu aliwashauri wenyeji wa Yerusalemu kutoroka haswaa. Kama ilivyoelezwa awali, mwaka wa 63 BK, Jenerali wa Kirumi - Pompey alitia unajisi Hekalu kwa kuingia patakatifu pa patakatifu. Hekalu hiyo ilichafuka. Tarehe 25 ya mwezi wa Kislevu mwaka wa 168 KK, Mfalme Antioko Epifano alivamia Yerusalemu na kujenga madhabahu za Hekalu la Yerusalemu, na kutoa nguruwe, hivyo, kuchafua patakatifu.

Baada ya uvamizi wa Yerusalemu na Warumi mwaka wa 70 BK, kulikuwa na mauaji makubwa ya wenyeji wa jiji hilo. Yale ambayo Yesu alikuwa ametabiri miaka arobaini kabla yalitokea. Kwa kuangalia kwa mtazamo wa baadaye, Hekalu la Tatu litakalojengwa upya huko Yerusalemu litachafuliwa na Mpinga Kristo atakapoingia mahali patakatifu na kutaka kuabudiwa. Hili ndilo chukizo alilozungumzia Bwana kwa kurejelea nabii Danieli.

Shetani anachukia Mungu na kila kitu kinachohusiana naye. Ndio maana kupitia Mpinga Kristo, atakuwa na ghadhabu sana na Kanisa na Wayahudi kwa sababu wanahusiana moja kwa moja na Mungu. Lengo lake litakuwa kufuta waamini wa Kikristo na Wayahudi katika uso wa dunia. Atapigana vita dhidi ya Kanisa kwa lengo hili. Katika vita vya Harmagedoni, Mpinga Kristo atakusanya majeshi yote ya dunia kuelekea Israeli kwa lengo sawa; kuangamiza kabisa Israeli. Kama wakati huo usingefupishwa, hakuna mtu angeokolewa, lakini kwa ajili ya "wateule," wakati ulifupishwa. Mungu hatawaachilia wakati huu wa mahitaji makubwa. Hata hivyo, Kanisa litateseka kwa muda, 'litanywea kikombe alichonywea Mwanawe.'

Katika Ufunuo 13:1-4, Yohana alionyeshwa joka (Shetani) na Mpinga Kristo (Mnyama) wakitokea baharini. Mnyama anaeleweka kuinuka kutoka eneo lenye watu wengi au kutoka kwa wengi wanaoishi duniani. Joka ni ishara ya Kibiblia ya Shetani. Shetani atampa nguvu na mamlaka Mpinga Kristo. Katika Ufunuo 13:11-13, tunashuhudia Utatu usiotakatifu ukiwa kazini. Mnyama wa pili ni Nabii wa Uongo anayepewa jukumu la kuwavuta watu kwa Mpinga Kristo, kwa njia ileile Roho Mtakatifu anavyowavuta watu kwa Kristo katika Utatu Mtakatifu. Nabii wa Uongo na Mpinga Kristo wanashirikiana, na mwishowe wanaangamia pamoja.[26]

Katika Ufunuo 13:11, tunaambiwa kwamba mnyama huyu (Nabii wa Uongo) anafanana na mwana-kondoo lakini anasema kama joka. Shetani anafanya Nabii wa Uongo aonekane kama mwana- kondoo mpole na mnyenyekevu, wakati kwa kweli, ana moyo mharibifu. Ingawa wanafanya kazi kwa pamoja, lengo la Mpinga Kristo litakuwa la kisiasa, wakati jukumu la Nabii wa Uongo litakuwa la kidini,[27] na hivyo mnyama wa pili kuchangia kwa kiasi kikubwa kwa mnyama wa kwanza (Mpinga Kristo).

Nabii wa Uongo, kama manabii wa uongo wa leo, atazungumza yale watu wanayotaka kusikia na hivyo kuvutia umati mkubwa. Atakuwa na nguvu za kuiga miujiza, kama kuita moto kutoka mbinguni. Aina hizi za miujiza zitawadanganya wengi. Nabii wa Uongo atawadanganya watu kwa kujenga sanamu ya kuabudu Mpinga Kristo. Kisha atafanya sanamu hiyo iongee.[28]

Jukumu kubwa lingine la Mnyama wa pili (Nabii wa Uongo) litakuwa kulazimisha watu kuchukua alama kwenye vipaji vyao vya uso au kwenye mkono wa kulia. Wale wasio na alama watanyimwa kabisa shughuli zote za biashara kupitia mfumo utakaoongozwa na Mnyama. Wale wasio na alama watakufa njaa kwa sababu hawataweza kununua chochote au kupata dawa yoyote kwenye maduka ya dawa. Alama hiyo pia itakuwa tiketi ya usafiri. Itakuwa ni janga halisi kwa wale wasio na alama.

Kuanguka na Hatima ya MpingaKristo

Kulingana na mtazamo wa kabla ya dhiki, "Mpinga Kristo atavunja makubaliano aliyofanya na Israeli. Hii itakuwa mwanzo wa wakati wa shida ya Yakobo. Mpinga Kristo atavamia Israeli baada ya kuvunja agano alilofanya na taifa hilo (Dan. 9:27). Atachukua nusu ya mji mtakatifu wa Yerusalemu (Zekaria 14:2) na kutekwa kwa watu wa Israeli. Walakini, Mungu atalinda Israeli ili isiangamizwe (Ufu. 12:6, 13-16). Kujibu uvamizi huu, Misri na Siria watafanya mashambulizi ya kulipiza kisasi. Misri na mataifa ya Kaskazini mwa Afrika yataanguka mbele yake, na majeshi yake yatachukua sehemu kubwa ya Mashariki ya Kati."[29]

Kuhusu watetezi wa baada ya dhiki, wakati Mpinga Kristo atafanya makubaliano ya miaka saba na Israeli, ndio wakati "Dhiki Kuu" itaanza. Israeli itafurahia amani kwa miaka 3 ½, wakati Mnyama anachukia Kanisa kupitia uadui mbaya zaidi katika historia yake. Baada ya miaka 3 ½ ya vita na watakatifu (Kanisa), au mwisho wa Dhiki Kuu, Kanisa litanyakuliwa. Litanyakuliwa katikati ya miaka saba ya mwisho ya Israeli. Kisha Mnyama atageuka dhidi ya Israeli kwa miaka mingine 3 ½ hadi vita vya Harmagedoni. Miaka saba ya mwisho ya Israeli itaanza wakati anafanya makubaliano ya amani na Mpinga Kristo na kuishia kwenye vita vya Harmagedoni.

Shambulio la Mpinga Kristo dhidi ya Israeli litazua mashambulizi makali kwake kutoka kwa mataifa ya Mashariki ya Kati. Mataifa ya kaskazini na mashariki yataishambulia Israeli, na majeshi yote ya dunia yatakusanyika kupigana na Israel (Ufu. 16:12-16). Ni wakati huu ndipo hukumu ya bakuli ya sita itatekelezwa. Zile roho tatu chafu zinazofanana na vyura zitafanya ishara za kipekee na kukusanya mataifa yote ya dunia kuelekea Israeli. Kisha watapiga kambi bonde la Harmagedoni.[30]

Nia ya awali ya majeshi haya itakuwa kumshambulia Mpinga Kristo. Hata hivyo, kutokana na ushawishi wa kishetani, watageuka na kupigana na Israeli na Mungu wa kweli na Aishiye. Ni hapa ambapo Mpinga Kristo na majeshi ya dunia watashindwa na Bwana Yesu Kristo kwa upanga kutoka kinywani mwake. Ni nani awezaye kustahimili hasira ya Mungu? Yeye ni Mwenyezi Mungu, Muumba wa Mbingu na Dunia, na vyote vilivyomo. Mpinga Kristo na Nabii wa Uongo watapelekwa kuzimu wakiwa hai, kama inavyoonekana katika Ufu. 19:20, hii ikiwa ndiyo hatima yao ya mwisho.[31]

SURA YA 11

ALAMA YA MNYAMA

Kitabu cha Ufunuo kinatabiri serikali ya baadaye ambapo Shetani atakuwa mamlakani. Atawadanganya watu na kupanga udanganyifu kupitia Nabii wa Uongo (Ufu. 13:14-18). Kuna onyo kali, kwamba yeyote atakayechukua alama hiyo atakuwa amefanya kitendo kibaya na kisichoweza kurekebishika cha kukataa Mungu na kukubali Mpinga Kristo kama Mungu, hivyo, kupata hukumu ya milele (Ufu. 14:9-11).

Kabla ya Alama ya Mnyama, Nabii wa Uongo, ambaye ni mshirika wa Mpinga Kristo atafanya miujiza ya bandia na kuonyesha mamlaka ya kidini kwa nguvu za dunia. Miujiza yenye kusisimua zaidi itakuwa pale Mpinga Kristo atakapofufuka baada ya kuuawa. Nabii wa Uongo atafanya sanamu iongee na kutaka iabudiwe. Yeyote atakayekataa atauawa.[1]

Kumekuwa na tetesi kwa miaka mingi juu ya alama hii ni nini. Walakini, hakuna mtu anayejua itakuwa nini na itawekwa vipi ndani ya mwili wa binadamu. Baadhi ya watu wamependekeza kuwa inaweza kuwa ni chipu ndogo, chale au hata siku ya ibada. Alama hii inawezekana kuwa inahusiana na uchumi wa dunia katika siku zinazokuja. Baadhi wanafikiria alama kama ishara ya kimwili, wakati wengine wanaitazama kama alama ya kiroho isiyoonekana.

ALAMA YA KIROHO - ISIYODHIHIRIKA

Wale wanaofikiri alama ya mnyama inahusiana na siku ya ibada wanadai kwamba msisitizo uko katika ibada, hivyo, kuifanya njia ya ibada iwe na uaminifu zaidi kuliko ishara. Wanadai kwamba Mpinga Kristo na Nabii wa Uongo watafuta sheria ya Mungu kuhusu siku ya ibada. Dai hili linatazamwa kutoka mtazamo wa kihistoria. Mnyama aliyeelezwa katika Danieli Sura ya 7 ni mnyama yuyo huyo aliyetambulishwa katika Ufunuo 13:1. Huyu si mwingine bali ni Mpinga Kristo.

Katika hotuba yenye kichwa, "Wanyama Wawili Wanaokuwa Marafiki", Profesa Veith, muamini thabiti wa Sabato, anatambulisha wanyama wawili kama "papa" na "Marekani" Veith anamtambulisha Mnyama wa kwanza katika Ufunuo 13 kama Papa.[2] Huu ni msimamo unaoshikiliwa na wataalam wengi wa Biblia. Mnyama wa kwanza huyu anatoka katika Milki ya Roma na anainuka kutoka baharini. "Bahari au maji katika unabii inahusu watu au eneo lenye watu (Ufu. 17:15). Hivyo, Mnyama – Mpinga Kristo - angeibuka katikati ya mataifa yaliyoanzishwa ya ulimwengu uliojulikana wakati huo. Upapa uliibuka Ulaya Magharibi."[3]

Maelezo ya Profesa Veith kuhusu Ufunuo 13:2 na Ukweli wa Sabato yanadai kwamba Upapa ungekuwa kielelezo cha mnyama wa Danieli Sura ya 7. Haya ni:

	Danieli Sura ya 7	Funuo 13
Babeli	Mnyama kama simba (Mstari 4)	Kinywa cha simba" (Mstari wa 2)
Uajemi	Mnyama kama dubu (Mstari 5)	Miguu ya dubu (Mstari 2)
Ugiriki	Mnyama kama chui (Mstari 6)	"Kama chui" (Mstari 2)
Roma	Mnyama mwenye pembe kumi (Mstari 7)	"Aliye na...pembe kumi"(Mstari 1)[4]

PROFESA VEITH ANASEMA kuwa wanyama wanne wa Danieli 7 wanawakilisha sehemu ya Mpinga Kristo au Mnyama, kwa sababu

Upapa ulijumuisha imani na desturi za kipagani kutoka kwa falme nne. Aliwavika kwa mavazi ya kiroho na kuzisambaza kwa ulimwengu kama mafundisho ya Kikristo. [5][6]

Katika Ufunuo 13:3, Yohana anaeleza kwamba Mnyama atapata jeraha la kifo. Jeraha hili ni jeraha la kufa ambalo baadaye hupona. Kulingana na Profesa Veith, baadhi ya tafsiri za Biblia hutumia maneno "inavyoonekana kuwa na jeraha la kifo." Neno "inavyoonekana" linawakilisha udanganyifu wa Kristo na Mnyama. Yesu alijeruhiwa kwa sababu ya makosa ya wanadamu. Mnyama anajaribu kuficha jeraha lililomtia Yesu kwa wokovu wa wanadamu. Mpinga Kristo anajidanganya kama Kristo.[7] Ingawa kuna wale wanaomuona Mnyama kama Milki ya Roma, Mnyama si Milki ya Roma wala watawala wake, bali ni kinyume kikubwa cha Yesu Kristo.[8]

Jeraha la kifo lilipatikana wakati Jenerali wa Napoleon, Alexander Berthier, alipoingia Roma na kumchukua Pope Pius VI kifungo mnamo Februari 1798. Napoleon alitangaza kwamba kifo cha Papa kikitukia, Upapa huo utakoma. Papa alikufa Ufaransa mnamo Agosti 1799. "Nusu ya Ulaya ilidhani... kwamba bila Papa, Upapa ulikuwa umekufa."[9] Jeraha la kifo baadaye lilipona na dunia nzima ikamwabudu Mnyama (Ufu. 13:3). Tangu kupona kwake, nguvu ya Upapa imeongezeka. Leo hii ni mojawapo ya taasisi za kidini na kisiasa zenye nguvu na vituo vya ushawishi zaidi duniani.[10] Kwa kuingiza Mnyama wa pili kama Marekani, Profesa Veith anaelezea kuwa mwaka uo huo Papa alipojeruhiwa mnamo 1798, Ufaransa iliitambua Amerika ambayo ilipata uhuru wake mnamo 1776.[11]

Kulingana na *Sabbath Truth,* Mnyama huyo angekuwa na hatia ya kukufuru. Upapa una hatia ya kukufuru kwa sababu makuhani wake wanadai kusamehe dhambi na Papa anadai kuwa mwakilishi wa Kristo duniani (Ufu. 13:5, 6). Huu ni msimamo unaoshikiliwa sana na wasomi wengi wa Biblia. Katika Ufunuo 13:5, Mnyama anaendesha vita na kuwatesa watakatifu. Maoni ya Prof Veith yanaegemea mtazamo wa kihistoria unaodai kwamba Upapa ulitawala kwa miezi 42 ya unabii kuanzia KK538-1798 (wakati ulipojeruhiwa), ambayo ni sawa na siku 1260 au miezi 42, hivyo kutimiza unabii.[13]

Wasomi wengi wa Biblia wanathibitisha Upapa katika Ufunuo 13:18. Hii ni kwa sababu jina rasmi la Upapa ni VICARIUS FILII DEI, ambalo likiwekwa kwa idadi inatoa jumla ya 666, nambari ya kustaajabisha ya Mnyama. Kulingana na Yohana, nambari hii ni nambari ya kibinadamu.[14] Nambari 666 inawakilisha upungufu mara tatu (Joka: 6, Mnyama: 6, Nabii wa Uongo: 6). Lakini ni karibu na ukamilifu, na ina sifa nyingi za ukweli, na hivyo inaweza kudanganya kwa urahisi. Si ajabu hekima inahitajika kama ilivyoelekezwa na Ufunuo 13:18a.[15]

Mungu anasema kwamba Mnyama aliyezungumziwa katika Danieli 7:25, atapanga kubadilisha "nyakati" na "sheria." Hii ni muhimu kurudi nyuma kwenye historia. Kuhusu kubadilika kwa sheria za Mungu, "Upapa umeondoa amri ya pili dhidi ya kuabudu sanamu na kufupisha amri ya nne ya Sabato. Kutoka 20:8-11 inatamka wazi Sabato kuwa siku ya saba ya wiki. Upapa umeibadilisha kwenye katekisimu yake kuwa - "Kumbuka kuitakasa siku ya Sabato," ambayo inaweza kumaanisha siku yoyote. Pia, imegawanya amri kumi za mwisho kuwa amri mbili."[16]

"Kuhusu kubadilisha nyakati za Mungu, alijaribu kubadilisha wakati wa Sabato kutoka siku ya saba hadi siku ya kwanza. Pia, alijaribu kubadilisha wakati wa Mungu "kwa kuanza na kufunga kwa Sabato. Badala ya kuhesabu siku ya Sabato kutoka jua linapozama usiku wa Ijumaa hadi jua linapozama usiku wa Jumamosi kama ilivyotakiwa na Mungu (Law. 23:32), aliiga desturi ya Kirumi ya kipagani ya kuhesabu kutoka usiku wa manane Jumamosi hadi usiku wa manane Jumapili.

Baadhi ya wataalamu wa Biblia wanahusisha alama ya Mnyama na dhamiri inayohusiana na siku ya ibada. Thomas Schreiner anaeleza kwamba kama vile muhuri kwenye vipaji vya nyuso za wale 144,000 sio la kimaandishi, hivyo pia alama hii isieleweke kwa maana ya kimaandishi.[17] Ingawa huu ni msimamo rasmi wa Waadventista wa Sabato kuhusu alama kuwa siku ya ibada, kuna baadhi ya wataalamu wa Biblia ambao sio Waadventista, ambao wanashikilia mtazamo huu.

Wale wanaounga mkono mtazamo huu wanarejelea ripoti ya Kituo cha *Habari cha Max Social Media* iliyosema, "Tarehe 11 Novemba 2017, Rais wa Marekani Donald Trump alitia sahihi agizo ambalo litawaona Wamarekani wote wakiabudu Jumapili, lau sivyo, wakamatwe."[18] Chapisho kwenye Facebook tarehe 12 Septemba 2017 na *Jumuiya ya Siassi* kilisema, "Donald Trump anasaini Sheria ya Jumapili, ambayo itawaona Wamarekani wote wakiabudu Jumapili, wasipofanya hivyo, watakamatwa na kuwekwa ndani miaka 10 na kazi ngumu. Kwa juhudi zote za kufanya Marekani kuwa bora tena, rais aliyechaguliwa alisema makanisa yanayosherehekea Ijumaa na Jumamosi hayataruhusiwa Marekani. Kila Jumapili itakuwa Siku ya Kitaifa ya Maombi. "Yeyote atakayekataa kusherehekea Jumapili atabatizwa tena, kufanyiwa mateso ya maji, au kutiwa jela kwa miaka 10." Inasoma amri hiyo.[19]

Jarida la "*Amazing Facts*" mwezi uo huo liliripoti kwamba tarehe 30 Januari 2018, Rais wa Poland alitia sahihi sheria inayopunguza na hatimaye kuondoa ununuzi wa Jumapili. Maduka nchini Poland sasa yanapaswa kuchagua Jumapili mbili kwa mwezi. Mnamo 2019, idadi iliongezeka hadi Jumapili tatu kila mwezi, na hatimaye kuondoa ununuzi wa Jumapili mnamo 2020. Kiongozi Mkuu wa Poland alisema hatua hiyo inaweka taifa katika mstari sawa na Umoja wa

Ulaya, pamoja na Ujerumani na Austria, ambapo ununuzi wa Jumapili unadhibitiwa sana au kuwa marufuku kabisa.[20]

Wale wanaoona ibada ya Jumapili kama alama ya Mnyama wanatumia matukio haya yaliyotajwa nchini Marekani na Poland kama ishara kwamba juhudi za kulazimisha watu kuchukua Jumapili kama siku ya ibada inakaribia kutimia. Prof. Veith anadai kwamba Marekani itaongoza ulimwengu katika kuabudu Mnyama kupitia Sheria ya Jumapili. Walakini, mtandao wa *Max Social Media* unathibitisha kuwa Donald Trump alitia sahihi Sheria ya Jumapili tarehe 17 Novemba 2017, wakati chapisho la *Jumuiya ya Siassi* liliripoti kuwa kutiwa saini kulifanyika tarehe 12 Septemba 2017. Hapa kunaonekana Kuwa na mgongano wa wakati kuhusu shughuli hiyo hiyo moja ya utiaji wa saini.

Kulingana na watetezi wa mtazamo huu, Sheria ya Jumapili ya Ulimwengu wote itasababisha Sabato kuwa kitovu cha mjadala kabla ya Kurudi kwa pili kwa Kristo. Mamlaka za kidini na za kiraia zitashirikiana kuhakikisha kuzingatia Jumapili kama siku ya ibada. Wale ambao hawataisherehekea watalengwa na kuangamizwa na mamlaka ya Mnyama.[21]

Alama Inayoonekana

Wale wanaoshikilia maoni kwamba alama ya Mnyama ni alama inayoonekana wanadai kwamba neno "alama" *(chanagma kwa Kigiriki)* katika Ufunuo 13:16, linamaanisha "muhuri au alama iliyochapishwa", au "alama inayotoa utambulisho usioweza kupingwa" na "ishara" inayotoa uhusiano usioweza kupingwa. "Alama ya Mnyama kwenye mkono na paji la uso ni muhuri wa umiliki, na wale wanaopata alama wakati wa mwisho wanajiweka chapa wenyewe na kuonyesha utii wao kwa Mnyama, ambao wakati huo huo unamaanisha uasi wao kamili dhidi ya Mungu."[22]

"Alama inaweza kuwa nambari ya kitambulisho cha dijitali kilichopandwa ndani au chini ya ngozi, na hivyo inaweza kuwa nambari inayotumika pamoja na teknolojia ya kadi za akili kuthibitisha utambulisho. Vinginevyo, alama inaweza kuwa kipande cha kadi cha akili kilichochanganywa na chipu ya RFID iliyowekwa ndani au chini ya ngozi ya mkono au paji la uso ili kumaliza kabisa haja ya kubeba kadi. Katika mtazamo huu, alama ya Mnyama, jina la mnyama, na nambari ya jina lake vyote vinafungamanishwa pamoja."[23]

Ufunuo 13:16 inaeleza wazi wapi alama itawekwa: "katika mkono wa kuume" na "kwenye kipaji cha uso." Kwa nini maeneo haya mawili maalum mwilini?" Carl Sanders aliongoza ubunifu wa mikro-chipu (ijulikanayo kama Biochip inapowekwa mwilini) kwa ajili ya kutambua na kudhibiti watu duniani - chipu ambayo inaweza kuwekwa chini ya ngozi kwa kutumia sindano. Carl alikuwa mhandisi wa kielektroniki aliyebobea na pia mvumbuzi katika serikali ya Marekani na alifanya kazi na FBI, CIA, IRS na mashirika mengine ya serikali kutengeneza teknolojia ya kijasusi na vifaa vya uchunguzi. Aliketi katika mikutano 17 ya Utaratibu Mpya wa Ulimwengu' pamoja na maafisa wa serikali kama vile Henry Kissinger na Bob Gates kutengeneza njia za kuleta Utaratibu Mpya wa Ulimwengu.' Aliagizwa na serikali ya Marekani kutengeneza chipu inayoweza kuwekwa. Pamoja na timu yake ya wahandisi, waliitumia $1.5 milioni katika utafiti huo."[24]

Matokeo ya utafiti yalikuwa ya kushangaza. Watafiti hawa waligundua kwamba kipaji cha uso na nyuma ya mkono sio tu sehemu rahisi lakini ni sehemu pekee inayofaa kwenye mwili wa binadamu kwa mabadiliko ya haraka na ya mara kwa mara ya joto kwenye ngozi ili kuchaji betri ya lithiamu. Ilikubaliwa kwamba chipu hii, ukubwa wa punje ya mpunga, inaweza kuhifadhi kurasa nyingi za habari kumhusu mtu. Carl Sanders, muumini imara wa Kikristo na mwinjilisti, alishangazwa na matokeo hayo, kwa sababu alielewa kile Ufunuo 13:16 kinavyosema kuhusu wapi alama ya mnyama itawekwa.[25] Alithibitisha Maandiko haya mbele ya macho yake.

Mbali na chipu ya RFID, chale ya kidijitali inaweza kutumika pia kama alama ya mnyama. Chale ya barcode inafaa vizuri hapa. Mfumo kama huo unaweza kuchora bakodi kwa wino wa kudumu moja kwa moja kwenye ngozi ya mtu kwa kutumia taratibu za kawaida za kuchorea chale. Mfumo huu wa kuashiria hauwezi kufutika, kwa sababu chale inaweza kujumuishwa ndani kabisa ya muundo wa ngozi na pia itafanya kazi kama chombo cha kurekodi sumaku kusoma na kuandika data kwenye chale kama inavyohitajika.[26]

Leo, namba 666 inatumika katika bidhaa au vitu vingi. Kwa mfano, msimbo wa Benki ya Dunia ni 666. Viatu vinavyotengenezwa katika nchi za Jumuiya ya Ulaya zina lebo ndani yake yenye nambari 666. Idara ya Wafanyakazi wa Huduma za Afya ya Shirikisho inabeba nambari 666. Namba ya mwelekezaji wa simu kutoka Israel ni 666. Orodha ni kubwa. Makala iliyochapishwa katika "San Jose Mercury, Agosti 1975" inayoitwa "Vipi kuhusu hili?" inatoa maelezo kuhusu kompyuta kubwa iliyoanzishwa katika Jumuiya ya Uchumi ya Ulaya huko Luxemburg, na ambayo ni kompyuta kubwa zaidi duniani, inayojulikana kama "Mnyama". Inasemekana kuwa wanasayansi wanafanya kazi kwenye mpango mkuu kupitia komputa hii ambao utawapa kila mtu duniani nambari. Aina hii ya nambari inaweza kutumiwa kwa urahisi kwa sababu za kibiashara siku zijazo. Pia itaandaa jukwaa rahisi kwa Mpinga Kristo kufikia lengo lake la kudhibiti dunia kupi tia alama.[27]

Dhana ya Nadharia ya Njama

Habari anuwai inaonyesha kuwa dunia inaelekea kwenye teknolojia ya RFID ya chipu. Viini hivi vya habari vinaitwa "HABARI BANDIA" au "NADHARIA YA NJAMA". Kwa hivyo, si Habari zinazoweza kuaminiki. Kuvipachika majina "Habari Bandia" na "isioaminika" ni uwongo wa kiwango cha juu. Ni kinaya, kwamba kile kilicho "halali" kinaitwa "bandia" wakati kile kilicho pachikwa jina la "halali" na "kweli" ni uongo.

"Nadharia ya Njama" ilianzaje? Jovan Byford akifafanua neno hilo kwa kunukuu Keeley na Basham, anaeleza kwamba linatokana na neno la Kilatini **couspirare**, lenye maana ya "kuvunja pamoja." Inamaanisha kuungana pamoja kwa watu wawili au zaidi na kufanya njama ya kufikia matokeo yaliyopangwa. Kwa maana pana, nadharia ya Njama ni maelezo, yawe ya kufikiria au yenye ushahidi, yanayotia umuhimu wa kusababisha tukio, njama au mipango.[28]

Kama anavyoeleza Michael Butter, "ingawa nadharia za Njama" ina historia ndefu, ni miaka kadhaa tu iliyopita ambapo neno 'nadharia ya Njama' lilipata maana hasi. Inadaiwa kuwa CIA iliunda neno hilo mwaka 1967 ili kuwatenga wale wanaohoji toleo rasmi la kuuawa kwa John F. Kennedy na kuwa na shaka kwamba muuaji wake, Lee Harvey Oswald, alitekeleza kitendo hicho pekee. Kuna njia mbili za kueleza hilo. Njia ya upeo zaidi inadai kwamba CIA ilivumbua neno hilo kwa kuchanganya maneno mawili ambayo yalikuwa yapo kando. Njia yenye upole zaidi inakiri kwamba neno hili lilikuwepo kabla, lakini CIA ikakusudia kukamata maana hasi na kugeuza lebo kuwa chombo cha propaganda ya kisiasa."[29]

Kutokana na maelezo ya Butter, inaonekana wazi kwamba neno "nadharia ya njama" ni chombo kinachotumika kawaida kuwanyamazisha wale wanaotafuta ukweli. Katika siku hizi za mwisho, neno "nadharia ya njama" litatumika mara kwa mara kuwatisha na kuwakomesha wale wanaosema ukweli. Ukweli utaitwa "HABARI BANDIA" na "NADHHARIA YA NJAMA", hasa na *vyombo vya habari vyenue ushawishi* ili watu wapuuze ukweli na kuufuata uongo wa vyombo hivyo. Shetani atatumia vyombo vya habari vyenye ushawishi na Mashirika makubwa ya Teknolojia na Mawasiliano kuuficha ukweli kutoka kwa watu, kwa kuuita ukweli kuwa uongo. Uwezekano wa wengi kuamini vyombo hivi vya habari, na Mashirika haya ya Teknolojia ya Mawasiliano, kwa gharama ya ukweli utakuwa wa juu sana. Kwa kufanya hivyo, Shetani, kupitia mfumo wa Mpinga Kristo, atakuwa amefaulu kuwapotosha wanadamu, hivyo, kuwaongoza mamilioni kuelekea kwenye jahanamu.

Sababu ya watu kuamini uongo kutoka kwa vyombo vya habari ambao utaonekana kuwa kweli, na kutupilia mbali chochote kitakachopachikwa jina la "nadharia ya njama" na vyombo hivyo ni ya kinabii. Maandiko yanafafanua wazi katika 2 Wathesalonike 2:9-12. Biblia inarekodi:

> *Huyo atakayekuja kwa mfano wa Shetani, kwa nguvu zote na ishara na maajabu ya uongo, na kwa udanganyifu wote wa udhalimu kwa hao wanaopotea; kwa sababu hawakupokea upendo wa kweli, wapate kuokolewa. Na kwa sababu hiyo Mungu atawapelekea nguvu ya upotovu wapate kuamini uongo; ili wote wahukumiwe, wasioamini ukweli bali wamependezwa na udhalimu. Kwa maana watainuka wamasi wa uongo na manabii wa uongo, nao watatoa ishara kubwa na miujiza, hata kuwapoteza, kama ingewezekana, hata wateule wenyewe.*

Jambo la kusikitisha ni kwamba udanganyifu huu ingawa unalenga wasioamini, utawashawishi hata waumini kwa kiwango sawa. Waumini wengi wa Kikristo wataanguka mtegoni na kujiunga na wao waliodanganywa na vyombo vya habari. Badala ya kuamini kile maandiko yanasema, waumini hawa wa Kikristo watategemea vyombo vya Habari kama kiini cha habati badala ya kutegemea manabii walioteuliwa na Mungu kwa wakati huo, bila kutambua kwamba mfumo wa myama (Mpinga Kristo) utatumia vyombo hivi vya Habari kama kifaa chake muhimu ili kukamilisha matakwa yake. Yesu alionya katika Mathayo 24:24:

Kwa maana kutakuwa na Makristo wa uongo, na manabii wa uongo, na wataonyesha ishara kubwa na maajabu; hata kama ingewezekana watawadanganya wateule.

UDANGANYIFU HUU UTATUKIA kabla ya mwanzo wa enzi ya Mpinga Kristo kupitia kipindi cha dhiki. Ndio maana waumini wengi wa Kikristo watachukua alama ya mnyama. Imani yao kwa Mungu hasa wakati huu muhimu ambapo ulimwengu utakabiliwa na shida na magonjwa ya milipuko itapungua. Wataamini kile ambacho ulimwengu unaamini kuhusu usalama wa kimatibabu, badala ya kuamini Mungu. Jinsi changamoto zitakavyoongezeka, ni waumini wachache tu watakaoshikilia ukweli. Wataitwa waoga na walimwengu wasioamini na ambao tayari watakuwa wamejichanganya huku wakiwacheka waumini hawa kwa kutofanya vile kila mtu anavyofanya au anavyoagizwa kufanya na serikali tawala.

Kitangulizi cha "Alama ya Mnyama"

Kulingana na *Kamusi ya Cambridge*, kitangulizi ni kitu kilichotokea au kilichokuwepo kabla ya kitu kingine, hasa ikiwa kimeendelezwa ndani yake au kilikuwa na ushawishi juu yake.[30] *Kamusi ya Collins* inafafanua kitangulizi kama kitu kinachofanana na kilichotokea au kilichokuwepo kabla yake, yaani, kitu ambacho kilisababisha kuwepo au maendeleo ya kitu hicho.[31] *Vocabulary.com* inafafanua kitangulizi kama kitu kinachotangulia na kutoa sifa ya kukaribia kwa kitu au mtu.[32] *Lexicon dictionary* inaelezea kitangulizi kama mtu au kitu kinachokuja kabla ya kingine cha aina hiyo; kianzilishi.[33] *Yourdictionary.com* inafafanua jina la kitangulizi kama kitu kilichosababisha kuundwa kwa kitu kama hicho kipya.[34]

Kutokana na ufafanuzi huu, kitangulizi ni kitu kilichopo kabla ya kingine, ambapo kitu kilichopo kinaathiri maendeleo na kuwepo kwa kitu kingine. Kitangulizi kinafanana kwa kiwango kikubwa na kitu halisi kwa sababu kimeundwa kutokana na sehemu ya seli ambayo kitu hicho huundwa.[35] Kitangulizi hutangulia kitu chenye uwiano na hicho ambacho ni cha asili. Ni kitangulizi ambacho kinaoongoza kwa uumbaji au malezi ya kitu ambacho kina mengi ya kufanana na kitangulizi, ingawa kinakuja baadaye kwa mfumo mpya. Kwa maneno mengine, kifaa hicho kinadai kuwepo kwake kwa kitangulizi.

Teknolojia imekuwa ikiendelea na kustawi kila uchao. Ingawa miongo michache iliyopita, chipu ya micro ilionekana kuwa teknolojia ya siku zijazo, sasa imekuwa dhahiri tangu mwanzo wa karne ya 21. Nchi zilizoendelea tayari zinatumia teknolojia kama hiyo, dalili kwamba ni suala la muda tu kabla ya kuenezwa kote duniani. Hii si siri tena kwamba mabilioni ya watu hawatajua kwamba wanawekwa chipu ya kidigitali kwa kisingizio cha kuwalinda kutokana na janga la afya na milipuko ya magonjwa. Virusi vya Corona ni mfano mzuri. Nabii Hosea anatukumbusha juu ya wasiwasi wa Mungu juu ya watu wake. Anaandika katika Hosea 4:6:

> *Watoto wangu waangamia kwa kukosa maarifa; kwa maana wewe umemkataa maarifa, nami nitakukataa...*

Kama Huff anavyonukuu onyo la Koening, "katika kuuruhusu uga wa umeme na mawimbi ya EM -5G/6G EM kukubalia upatikanaji wa data mwilini mwako udhibiti wa kila mtu uko karibu kukamilika, ambapo "karibu" hapa ikimaanisha ufikiaji uliopangwa wa mawimbi ya ubongo wako."[36]

ID2020 inatupa taswira wazi ya kitangulizi cha alama ya Mnyama. Kulingana na Ethan Huff, ajenda ya ID2020 inalenga kujenga mfumo wa utambuzi wa kidigitali wa ulimwengu kwa kila mtu duniani. Itatumika kukusanya utambulisho wa kibaiolojia wa wanadamu wote. Hii ni kwa lengo la kujenga mfumo wa ulimwengu wa kufuatilia na kudhibiti.[37]

Tayari Ujerumani inaongoza katika kuendeleza alama ya Mnyama kupitia udhibitishaji wa "Agenda ID2020" iliyodhibitishwa na serikali ya Ujerumani mnamo Januari 29, 2021. Haitashangaza kuona nchi zingine zikifuata mfano huo. "Chini ya mpango huo, data za kibinafsi za Wajerumani wote, na hatimaye binadamu wote, zitapatikana kwa kila wakala wa serikali, idara ya polisi, na kampuni za sekta binafsi pindi wakizihitaji,"[38] anaeleza Ethan Huff.

Kulingana na Huff, cheti hiki cha kidigitali kitaweka vizuizi vingi kwa umma kwa kutumia hofu na vitisho ili kufanikisha lengo lake. Itafanya kazi kama chipu ya kidigitali ya utambulisho ambayo itaruhusu watu wanaoikubali kuwa sehemu ya utaratibu mpya. Wale wanaokataa kuchukua chipu hii au "Cheti cha Kidigitali" au "Kitambulisho cha Kidigitali" hawataruhusiwa kujiunga na jamii tena. Mtu yeyote atakayekataa teknolojia hii inayoweza kupandikizwa mwilini hataruhusiwa kupata kazi, chakula, na mwingiliano wa kijamii. Ni pale tu ambapo "Cheti cha Kidigitali" kitakuwepo, ndipo mtu ataruhusiwa kuingia dukani kununua chakula au kupanda ndege.[39] Hali hii inaeleza uhusiano kati ya "Pasipoti za Kidigitali" au "Vyeti vya Kidigitali" na alama ya Mnyama. Maelezo kwamba "Pasipoti za Kidigitali" au "Vyeti vya Kidigitali" au "Kitambulisho cha Kidigitali" ni kitangulizi cha alama ya Mnyama yanaweza kueleweka vizuri hapa.

"Mojawapo kati ya vyombo vya Habari vyenye ushawishi" (CBS) ki wazi zaidi kinaposema kuwa pasipoti hizi zitakuwa muhimu kwa wale wanaopanga kusafiri katika hali mpya. Ripoti ya shirika hili la Habari ilisema kuwa pasipoti hizo zitakuwa za kimwili kabla ya hatimaye kuwa za kidigitali kabisa. Ripota wa CBS ilibainisha kwamba sekta za umma na za kibinafsi katika nchi tofauti duniani zilikuwa zinaendelea na mpango wa awali wa kuunda vitambulisho hivi vya kidigitali.[40]

Uwiano Kati ya Cheti cha Kidigitali na Alama ya Mnyama.

Kama ilivyoelezewa hapo juu, *kamusi ya Collins* inafafanua kitangulizi kama kitu kinachofanana na ambacho kilifanyika au kilikuwepo kabla yake, yaani, kitu kilichosababisha kuwepo kwa kitu hicho. Ikitazamwa kutoka mwanga huu, ni dhahiri kwamba "Cheti cha Kidigitali," "Pasipoti ya Kidigitali" au "Kitambulisho cha Kidigitali" vitakuwa vimechangia pakubwa katika kuwepo kwa alama ya Mnyama. Cheti au pasipoti hii itaandaa kutokea na kuwepo kwa alama.

Kitangulizi, ambacho ni "Cheti cha Kidigitali," kitakuwa kipo kabla ya alama. Yaani, cheti au pasipoti itaonekana kabla ya alama. Jambo la kushangaza zaidi katika sehemu hii ya ufafanuzi ni kufanana kati ya vitu hivi viwili, yaani, "Cheti cha Kidigitali" na alama ya Mnyama.

Uwiano kati ya vitu hivi viwili unaweza kuonekana vizuri katika Ufunuo 13:17. Maandiko yanarekodi:

> *Na kwamba mtu awaye yote asinunue wala kuuza, isipokuwa awe na alama, au jina la mnyama, au hesabu ya jina lake.*

Maneno muhimu katika kifungu hiki ni "uwezo wa kununua au kuuza." Kama ilivyoonekana katika mjadala uliopita, juhudi zimefanywa kuwe na "Pasipoti ya Kidigitali" itakayoenezwa kote duniani. Kama ilivyoripotiwa na Ethan Huff, kitambulisho hiki cha kidigitali kitakuwa na "doti za kuantam" zilizoingizwa aina fulani ya chipu. Kulingana na Huff, kitambulisho hiki cha kidigitali kilichopandikizwa na chipu kitafanya kazi kama chipu za kidigitali, au "Pasipoti ya Kinga" itakayowezesha watu kushiriki katika mambo ya kijamii. Wale wasio navyo watanyimwa fursa ya kushiriki katika jamii. Hawatapata ajira, au kununua chakula.

Hatua ya kizuizi imechukuliwa na Marekani. Kulingana na ripoti, kadi ya IATA ilikuwa ianze kutumika Machi 2021. Hii "pasipoti ya safari" itatumika kuzuia safari za anga. Mashirika ya ndege duniani kote yanaonekana kufuata njia kama hiyo. Wako tayari kuweka vizuizi vya safari kwa wale wasio na "Pasipoti ya Kidigitali." Watu watapigwa marufuku kupata huduma za kijamii, mikahawa, au maduka ya chakula. Kulingana na wasomi wa maandiko haya, "Pasipoti ya Kidigitali" (cheti) itakuwa ni sharti la kuingia katika taasisi za elimu au ajira. Wale wasio na pasipoti watafungiwa kabisa nje ya jamii. Watapoteza nguvu zao za ununuzi kwa sababu hawatakuwa na uwezo wa kufanya shughuli yoyote bila cheti hicho.

Alama ya Mnyama ina sifa sawa na zile za "Cheti cha Kidigitali." Katika Ufunuo 13:17, maandiko yanatuambia kwamba hakuna mtu atakayeruhusiwa kununua wala kuuza, isipokuwa awe na alama ya Mnyama iliyowekwa kwenye mkono wa kuume au paji la uso, au jina la Mnyama, au hesabu ya jina lake. "Je! hivi sivyo Cheti cha Kidigitali kilivyokusudiwa kufanya? Kukataza watu kuingia kwa maduka ya chakula, huduma za kijamii na shughuli za kila siku?" wasomi hawa wanadai.

Alama ya Mnyama itawanyima watu wasio nayo fursa ya kushiriki katika jamii, kwani itakuwa tiketi ya shughuli za kila siku za mwanadamu. Utawala wa Mnyama utalazimisha watu kuchukua alama ikiwa wanataka kuishi. Maisha yatakuwa magumu kwa wale wasio na alama. Vivyo hivyo, maisha yatakuwa magumu kwa wale wasio na "Pasipoti ya Kidigitali/Kitambulisho au Cheti" kwani watanyimwa fursa ya ajira, elimu, huduma za kijamii, benki, au maduka ya chakula.

"Kitambulisho cha Kidigitali kitakuja katika mfumo unaojulikana kama 'Pasipoti ya Kinga'. Kutokana na mtazamo wa wasomi wa maandiko haya, hiki ni kitangulizi cha alama ya Mnyama. Je! ni sadfa kwamba nambari ya patent ya Kitambulisho cha Kidigitali ni 060606, na nambari ya Mnyama ni 666? Au ni kwa kubuni? Kama tunavyojua, sifuri ikija kabla ya nambari, huwa haina thamani, basi nambari ya patent ya Kitambulisho cha Kidigitali ni 666,[41] anadai Geoffrey Grider. Hakika, Kitambulisho cha Kidigitali au "Cheti cha Kidigitali" kinaweka msingi wa alama ya Mnyama.

Maswali muhimu yanayotokea ni: Kwa nini waumini wengi wa Kikristo hawawezi kutambua "Cheti cha Kinga" au "Kitambulisho cha Kidigitali" kama kitangulizi cha alama ya Mnyama? Kwa nini waumini hawa wameifuata dunia, kuimba wimbo wa "Kitambulisho cha Kidigitali" hata kwa sauti ya juu kuliko dunia, na kuamini "Vyombo vya Habari vyenye ushawishi " sana katika suala muhimu kama hilo? Kulingana na wasomi hawa wa maandiko, majibu ya maswali haya ni rahisi. Wanadai kwamba waumini hawa wamepuuza kuongozwa na Roho Mtakatifu. Wamewakataa manabii wa kweli wa Mungu wa wakati huo (si manabii wa bandia wa uwongo na wanaojitangaza). Wamekataa kusikiliza maonyo ya Maandiko Matakatifu. Badala yake, wameamini kila kitu kutoka kwa "Vyombo vya Habari vyenye ushawishi" bila kuhoji. **Wamekataa kwa makusudi** kutafuta habari kutoka kwa vyanzo na viini sahihi, yaani, kutoka kwa "Vyombo vya Habari huru," kutoka kwa wataalamu wa kweli, kutoka kwa **manabii wa kweli wa Mungu** wa wakati huo, na kutoka kwa Maandiko Matakatifu. Badala yake, wamejaribu kujipatia maarifa na habari kutoka kwa "Vyombo vya Habari vyenye ushawishi" na wanasayansi bandia **waliolipwa** ambao hutoa nusu ya ukweli. Wanaongeza kwamba, badala ya kutafuta uongozi wa Roho Mtakatifu, **kwa hiari** wamechagua njia ya kuangamia. Kwa hivyo, athari ya mapuuza kama hayo ni makubwa, na gharama ya kulipa ni kubwa sana kama alivyoonya Yesu katika Ufunuo 14: 9-11. Kulingana na wasomi hawa wa maandiko, waumini hawa wa Kikristo wameamua kuchukua "Kitambulisho cha Kidigitali" ili kulinda kazi zao, kuwawezesha kusafiri, au kuwawezesha kuingia katika maduka ya chakula na ya dawa. Wamechagua kuishi sasa, kwa kushughulikia masuala ya kimaisha leo, badala ya maisha ya milele.

i. "Kitambulisho cha Kidigitali" kama Alama ya Mnyama

Baadhi ya wasomi wa maandiko ya mwisho wanashikilia kwa dhati kwamba "Kitambulisho cha Kidigitali" au "Cheti cha Kidigi tali" ambacho wengine wanaweza kukiona kama kitangulizi cha alama, kitakuwa hasa ni alama ya Mnyama. Kulingana na wasomi hawa wa Biblia, "Kitambulisho cha Kidigitali" na mchakato kabla ya kutolewa kwa kitambulisho hiki kinachojulikana pia kama "Pasipoti ya Kinga" au "Kadi ya Kijani" kitakuwa na lengo la kubadilisha DNA ya binadamu. Viungo vinavyoshiriki katika mchakato huu vitakuwa hasa ni kwa ajili ya hilo lengo - kubadilisha DNA ya binadamu.[42]

Binadamu wanamiliki DNA ya Mungu. Kulingana na *Science World,* "ushahidi wa Mungu umepatikana na wanasayansi katika DNA ya Mungu(God code au God Genome). Kulingana na Dk. Francis Collins, mkurugenzi wa Mradi wa Jumuiya ya Binadamu, Mtu anaweza "kuchukulia DNA kama hati ya maelekezo, programu ya kompyuta, ikiwa katika kiini cha seli." Msimbo huu wa DNA ni karibu herufi bilioni 3 na maagizo yake yanahusisha mfuatano na mipangilio tofauti ya herufi nne A, T, G, na C. Mchanganyiko wa kipekee wa herufi hizi unaagiza seli jinsi ya kutekeleza kazi za mwili zilizo ngumu sana. Herufi hizi 4 za msimbo wa DNA A, T, G, C kimsingi ni majina ya kemikali nne: Adenine, Thymine, Guanine, na Cytosine ambayo kwa mtiririko hufaa kwa herufi A, T, G, na C. Kama 110001010101101 ni mfano wa maagizo ya programu ya kompyuta kwa lugha ya binary yenye nambari 1 na 0, vivyo hivyo, AGAGTGGCTACTCCTGAA ni mfano wa maelekezo katika msimbo wa DNA ulioandikwa kwa kutumia herufi nne A, T, G, na C."[43]

"DNA ina habari yote inayounda kiumbe; sifa zote zinazokufanya wewe, kila ubora na tabia unazomiliki, kila athari kemikali inayotokea ndani ya mwili wako na zaidi. Msimbo huu unahamishwa kwa kizazi kijacho, ndio maana mtoto anafanana na wazazi wake",[44] inaeleza *Science World.*

Kulingana na Tia Ghose, "watafiti wanaamini kwamba mama wa wanawake wote labda alitokea Afrika Mashariki. Mabadiliko kwenye kromosomu ya jinsia ya kiume yanaweza kufuatilia mstari wa kiume hadi kwa baba wa binadamu wote. Hii ni kwa sababu kromosomu ya Y inapitishwa sawa kutoka kwa baba kwenda kwa mwana. Kwa upande mwingine, DNA kutoka kwenye Mitokondria, kituo cha nguvu cha seli inabebwa ndani ya yai, kwa hivyo wanawake pekee ndio wanaitoa kwa watoto wao. DNA iliyofichwa ndani ya mitokondria, kwa hiyo, inaweza kufunua nasaba ya mama kwa Hawa wa zamani".[45]

Tia anaendelea kueleza kwamba "Bustamante na wenzake walikusanyika kwa kuchambua jeni zote za kromosomu ya Y kwa wanaume 69 kutoka kwa jamii saba duniani, kutoka kwa Watu wa San, Bushmen, hadi Yakut wa Siberia. Timu hii ilihitimisha kwamba wanaume wote katika sampuli ya kimataifa walikuwa na babu mmoja wa kiume. Zaidi ya hayo, DNA kutoka kwa mwanaume, pamoja na sampuli kama hizo kutoka kwa wanawake 24, ilibaini kuwa wanawake wote duniani wanatoka kwa Hawa wa Mitokondria, aliyeishi Afrika karibu kipindi kimoja kama Y- Chromosome ya Adam aliyeishi."[46]

Kwamba binadamu wote ni wazawa wa Adamu na Hawa imedhibitishwa na sayansi kama ilivyoonekana hapo juu. Adamu na Hawa kwa upande mwingine waliumbwa na Mungu kama ilivyoelezwa katika Mwanzo 1:27:

"Basi, Mungu akaumba mwanadamu kwa mfano wake, kwa mfano wa Mungu alimuumba; mwanamume na mwanamke aliwaumba."

Baada ya kuumba mwanadamu, Mungu alipuliza pumzi yake juu yake. Katika Mwanzo 2:7, Biblia inarekodi:

"Bwana Mungu akamwunda mwanadamu, mavumbini ya ardhi, akampulizia puani mwake pumzi ya uhai; na mwanadamu akawa nafsi hai."

Asili ya binadamu ni Mungu. Wakati Mungu alipoweka pumzi yake ndani yetu, alihamisha DNA yake kwetu. Tangu wakati huo, tulimiliki sifa za Mungu, hadi mwanadamu alipoanguka. Lakini hata baada ya kuanguka, DNA ya Mungu ilibaki imara ndani yetu. Kitu kilichopotea kwa binadamu baada ya kuanguka kilirudishwa na Yesu kupitia kifo chake na ufufuo wake.

Kwa hivyo, tunadai uwepo wetu kwa Mungu, na hivyo tunapaswa kutoa utii wote kwake. Miili yetu ni hekalu la Mungu kama ilivyoelezwa na maandiko. Mchakato mzima unaosababisha kupata Kitambulisho cha Kidigitali unabadilisha DNA ya Mungu katika mwanadamu, kulingana na wasomi hawa. Wasomi hawa pia wanathibitisha kwamba baada ya mchakato huu wa kubadilika, mwanadamu anakoma kuwa binadamu, na kwa hiyo anakosa uhusiano na Mungu. 'Yeyote anayechukua Kitambulisho hicho kwa hiari anakana ubinadamu wake, na Mungu. Badala yake, anachukua bwana mwingine (Shetani), ambaye anatoa ahadi ya utiifu", wanafafanua. Wasomi hawa wa maandiko wanadai pia kwamba wapokeaji hawa wa vyeti hivi sio tu kwamba wanaruhusu Hekalu la Mungu kuvamiwa kwa kuweka na kusababisha vitu vya kigeni ndani ya miili yao kwa kisingizio cha kutoa kinga dhidi ya maambukizo, lakini pia wanauza roho zao kwa Shetani.[47]

Tazameni Biblia inavyosema kuhusu wale wanaochukua alama. Katika Ufunuo 14:9-10, tunatahadharishwa:

> *Na malaika wa tatu akawafuata, akisema kwa sauti kuu, Mtu awaye yote akimwabudu huyo mnyama na sanamu yake, na kuipokea alama yake katika kipaji chake, au kati ya macho yake, yeye naye atakunywa divai ya ghadhabu ya Mungu, iliyochanganyikiwa, kikombe chake cha ghadhabu, naye atateswa kwa moto na kiberiti mbele ya malaika watakatifu na mbele ya Mwana-Kondoo. Na moshi wa maumivu yao hupanda juu hata milele na milele, wala hawana raha mchana wala usiku, wao wamwabudu huyo mnyama na sanamu yake, na kila amchukue alama ya jina lake.*

Wasomi hawa wa maandiko ya mwisho wanadai kuwa "Kitambulisho cha Kidigitali/Pasipoti ya Kijani/Cheti cha Kinga" na utaratibu wote unaotangulia kukipata hicho cheti hakika ni alama. Uwekaji wake utakuwa ndani ya mwili - Hekalu la Mungu. "Kwa kupata kitambulisho hiki, kwa hiyo, wanaokipata hawatakua wamefanya tu mwafaka na Shetani, bali pia watapoteza hatima yao ya milele," wanaelezea. Kulingana na wasomi hawa, mchakato kabla ya kupata Kitambulisho cha Kidigitali/Cheti cha Kidigitali/Pasipoti ya Kijani hauwezi kubadilishwa ukitokea. Mara tu ikifanyika, imefanyika. Hivyo basi, hatima yao imefungwa. Ni jambo lenye uzito sana na la kushtusha.

i. Hitimisho la Mjadala wa Alama

MJADALA KUHUSU IKIWA alama ni ya kimwili au kiroho umekuwepo kwa muda mrefu. Waumini wa Kikristo wamegawanyika katika mitazamo hii miwili tofauti. Makala nyingi, video na maandishi kuhusu mada haya yameandaliwa na kutolewa kwa minajili ya umma. Makala mengi yanayodai kuwa alama ni ya kimwili yamepewa lebo "nadharia za njama".

Kama ilivyojadiliwa awali, lebo hii "nadharia za njama" iimekuwa ikitumika sana kuzuia ukweli. Lebo "nadhania za njama" hutumiwa kwa makusudi na *vyombo vya habari vyenye ushawishi* kuficha ukweli. Wale wanaotetea nadharia ya ardhi kuwa tambarare, au Kitabu cha Henoko miongoni mwa mengine wanapewa lebo ya "wananadharia wa njama". Vivyo hivyo, makala yanayoonyesha chipu kama alama ya Mnyama yanapewa lebo 'nadharia za njama'. Hii ni njia ya mapendeleo katika kutazama ukweli. Kwa kuwa lebo hiyo inajitokeza kutoka kwa mtazamo hasi, makala au video yoyote iliyoandikwa na lebo "nadhania za njama" inachukiwa na kutupiliwa mbali. Ukweli unapewa lebo ya uongo na bandia, wakati uongo unachukuliwa kama ukweli. *Vyombo vya habari vyenye ushawishi* vimebobea katika upotoshaji huu katika miaka iliyopita. Hivyo basi, haitashangaza endapo Biblia Takatifu itapewa lebo ya "nadhania kuu ya njama", nao waumini wa Kikristo wa kweli, kuitwa waumini wa 'nadharia za njama'.

Watetezi wanaoshikilia kuwa alama ya Mnyama ni ya kiroho huamini kwamba alama ya mnyama ni "siku ya ibada," na hasa, "ibada ya Jumapili." Kulingana na msimamo huu, Mpinga Kristo na Nabii wa Uongo watabadilisha sheria ya Mungu inayohusiana na siku ya ibada. Watetezi wa mtazamo huu wanaangalia kutoka kwa mtazamo wa kihistoria badala ya mtazamo wa siku za baadaye.

Kulingana na mtazamo huu, alama ya Mnyama sio alama ya kimwili inayoweza kuonekana. Badala yake, ni alama isiyoweza kuonekana inayohusiana na dhamiri. Watetezi wakuu wa msimamo huu ni Waadventisti. Hata hivyo, kuna Wasomi wa Biblia ambao sio Waadventisti, ambao wanashikilia mtazamo huu.

Wale wanaoshikilia mtazamo wa alama ya Mnyama kuwa alama ya kimwili, wanadai kuwa ni alama inayoonekana. Wanashikilia kuwa neno "alama" katika (Ufu. 13:16) Chanagma kwa Kigiriki, lina maana ya "muhuri au alama iliyochapishwa," ambayo hutoa utambulisho usiopingika. Watetezi wa alama ya kimwili wanatoa maoni kama vile chipu, chale ya kidijitali au chale ya barakodi.

Kati ya mitazamo hiyo miwili, wanaoshikilia kuwa alama ni ya kimwili wana msingi unaoweza kuaminika. Msimamo huu ni wa kuaminika kwa sababu kuna ushahidi usioweza kupingika kusaidia msimamo huu. Kwa mfano, nchini Ufaransa, wote ambao hawakuwa wamepewa chanjo dhidi ya *Covid 19* na hawakuwa na pasipoti ya kinga, walizuiwa kuingia maduka makuu kununua chakula (Ufu 13:16-17). Wasomi wa maandiko ya mwisho wanaoshikilia mtazamo huu wanadai kuwa kitendo hicho cha udhibiti kitasambaa haraka ulimwenguni kote kupitia "Pasipoti ya Kinga/Cheti cha Kidigitali."

Ethan Huff (2021:16,6) anaelezea kwa uwazi kuhusu Cheti cha Kidigitali kwa kusema: "Ulaya imetangaza Cheti cha Kidigitali (EU-DCC). Hivi karibuni, kila taifa duniani litajumuishwa katika mpango huu wa kiimla, ambao utatolewa mbele ya watu kama ufunguo wa "hali mpya". Wale wanaokataa hawataruhusiwa kusafiri, na hatimaye watazuiwa kununua na kuuza, kama Biblia ilivyotabiri."

SURA YA 12

HALI BAADA YA JANGA

Kwa kipindi cha miaka miwili, ulimwengu ulipigwa na dhoruba isiyotarajiwa - **COVID-19**. Kufikia mwanzoni mwa 2020, nchi za ulimwengu zilichukua hatua za kudhibiti na kupambana na tishio la *covid*. Baadhi ya hatua hizi zilikuwa ni; vizuizi, kuzingatia umbali wa kukaribiana, kuvaa barakoa, kunawa mikono na kutumia dawa za kusafisha pamoja na chanjo.

Kuondoa Masharti ya Vikwazo vya Covid

Kufikia Machi 2022, nchi nyingi ulimwenguni ziliongeza juhudi za kuondoa msimamo wao mkali kuhusu vizuizi vya *Covid.* Vizuizi hivi, kama vile barakoa, kufungiwa, na mahitaji ya vyeti vya chanjo kwa kuingia sehemu fulani au kutoa huduma, vilisimamishwa. Maoni yanatofautiana kuhusu kwa nini vizuizi hivi vilisimamishwa.

Kwa baadhi, vizuizi vilivyokuwepo vilionekana kudhuru uchumi wa nchi binafsi, pamoja na uchumi wa dunia. Baadhi ya viongozi wa serikali katika nchi fulani waliona kuwa visa vya maambukizo vya *Covid* vilikuwa vimepungua kwa kiasi kikubwa, na jamii zao zilikuwa zimepata kinga. Kwingineko, ilidaiwa kwamba makampuni makubwa ya dawa yalikuwa yamekusanya faida ya kutosha kutokana na chanjo, hivyo, ilihitaji kupunguza kasi baada ya kujilimbikizia utajiri. Walakini, sababu moja iliyojitokeza kwa dhati kuhusu sababu ya kuondolewa kwa vizuizi hivi ilikuwa ni shinikizo na upinzani uliojitokeza dhidi ya vizuizi hivyo. Kulikuwa na maandamano makubwa ulimwenguni kote, yakipinga sheria hizi za vizuizi. Nchi nyingi zilisalim amri kutokana na shinikizo hizo. Mei 5, 2023, Katibu Mkuu wa WHO Tedros Adhanom Ghebreyesus alitangaza

Covid-19 kuwa imekwisha kama dharura ya afya ya kimataifa. Tangazo hili lilitokana na mapendekezo ya Kamati ya Dharura ya Covid-19.

Nyaraka za Pfizer, Ufunuo wa Kashfa Kubwa

Kulingana na JD Heyes, Pfizer ilionekana kuwa kwenye hali ya wasiwasi baada ya jaji wa shirikisho kuamua kwamba kampuni hiyo haiwezi kuchelewesha kutolewa kwa nyaraka zilizotafutwa na vyombo vya habari na mashirika yanayojaribu kubaini ikiwa majaribio ya kliniki yalitumiwa kuhakikisha usambazaji wa haraka wa chanjo. FDA (Usimamizi wa Chakula na Dawa) ilijaribu kuchelewesha kutolewa kwa takribani kurasa 400,000 za nyaraka kwa jitihada za kuzuia kushindwa kwake kutoa chanjo halali na yenye ufanisi.

Pfizer na FDA walitaka ruhusa ya kutolewa kwa nyaraka hizo kwa kipindi cha miaka 75. FDA ilidai kwamba hawakuwa na wafanyakazi na rasilimali za kuchuja na kutolea nyaraka kubwa kwa mwezi. Badala yake, shirika hilo lilijaribu kutoa takribani kurasa 500 kila mwezi. Kama Heyes anavyojaribu kusema, kulingana na madai ya Pfizer endapo ingekubaliwa, nyaraka zote zingefichuliwa hatimaye baada ya kila mtu aliye hai leo kufa. Pfizer ilionya kwamba kutolewa kwa "data hatarishi za usalama kwa umma bila kufutwa kwa usahihi, kulikuwa hatari."[1] Sio ajabu kampuni hiyo ilikuwa inafanya kila juhudi kuzuia nyaraka hizo kadri ilivyoweza.

Uamuzi wa Jaji wa Wilaya ya Marekani Mark Pittman ulikuwa wa kihistoria. Aliamuru nyaraka hizo kutolewa kwa umma kwa kasi ya kurasa 55,000 kwa mwezi. Kulingana na Ethan Huff, kutolewa kwa nyaraka hizo kulionyesha kwamba chanjo inaweza kusababisha madhara 1,291. Miongoni mwa madhara haya ni myocarditis kwa watoto, haswa wavulana wadogo, inayoongoza kwa hatari kubwa ni kiharusi cha ubongo, kuharibika kwa figo, kushindwa kwa moyo, kifafa cha paji la mbele la ubongo, encephalopathy ya Hashimoto, herpes, ugonjwa wa mapafu wa utumbo, kisukari cha aina ya 1, na mengine mengi.[2]

Swali kuu linalojitokeza kutokana na ufunuo huo ni, "kwa nini FDA na Pfizer wangetaka kuzuia habari hii muhimu kutoka kwa umma kwa miaka 75, hadi 2096, ingawa FDA ilijua chanjo za mRNA za Pfizer zilikuwa zinasababisha vifo vya maelfu ya watu?" Mike Adams anajiuliza. Hii inaweza tu kuhitimishwa kuwa kulikuwa na juhudi makusudi za kuificha kashfa hii kubwa.[3]

Athari ya Uvamizi wa Urusi Nchini Ukraine

Tarehe 24 Februari 2022, Urusi iliivamia Ukraine. Kwa nini Urusi iliivamia Ukraine? Vladimir Putin, kiongozi wa Urusi, alisema kwa uwazi kwamba hakuwa na nia yoyote ya kutwaa Ukraine, akikanusha madai kwamba alikuwa na nia ya kumweka mamlakani kiongozi aliyeegemea Kremlin. Kama anavyobainisha Paul Kirby, lengo la Putin lilikuwa kulinda na kuhifadhi Warusi nchini Ukraine ambao walikuwa wanabughudhiwa. Lengo lake lilikuwa "kuvunjilia nguvu zake za kijeshi na kuvunjilia mbali unazi nchini Ukraine." Ukraine ilikuwa imefafanua wazi kwamba ilikuwa inataka kujiunga na Jumuiya ya Ulaya na NATO. Hatua kama hiyo ingeleta tishio kwa usalama wa Urusi, kwa hivyo ilimchochea Putin kuvamia Ukraine.[4]

Putin alifafanua wazi kwamba vita vililenga kufanya Ukraine ikubali Crimea kuwa eneo la Urusi na kutambua jamhuri zinazojitenga za Donetsk na Luhansk kama mataifa huru. Pia alidai kwamba Ukraine ibadilishe katiba yake ili isijiunge na NATO na Umoja wa Ulaya. Pia alitaka NATO ibadilishe upanuzi wake upande wa mashariki. Hii ingehitaji NATO kuondoa vikosi vyake na miundombinu ya kijeshi kutoka kwa wanachama walioungana na NATO tangu 1997, na kutokutoa "silaha za mashambulizi karibu na mipaka ya Urusi."[5]

Ingawa uvamizi wa Urusi nchini Ukraine haukuwa halali, Palki Sharma anabainisha kuwa NATO inastahili kulaumiwa kwa hatua za Putin. Urusi iliona upanuzi wa NATO kama uchochezi. NATO ilianzishwa kuzuia upanuzi wa ukomunisti na kupinga Mkataba wa Warsaw. Kutokana na ushahidi wa kihistoria, Urusi iliona usalama wake ukiwa hatarini sana. Baada ya Vita Vikuu vya Pili vya Dunia, mjadala mkubwa ulizuka kuhusu ikiwa Ujerumani ingejiunga na NATO au Mkataba wa Warsaw. Baada ya kubomoka kwa Ukuta wa Berlin, ilikubalianwa kwamba NATO itavunjwa, lakini badala ya kuvunjwa, iliendelea kuongeza wanachama zaidi. NATO pia iliendelea kuongeza vikosi vyake kwenye mipaka yake na Urusi, hivyo, kuendelea kuuasi Mkataba wake na Warsaw. Upanuzi wa NATO ulikuwa ni tishio kwa maslahi ya Urusi. Ikiwa Mkataba wa Warsaw ulivunjika, kwa nini NATO pia isivunjike? Kwa NATO kuhamasisha Ukraine kujiunga nayo, maslahi na usalama wa Urusi ingekuwa hatarini hata zaidi. Walakini, uvamizi wa Urusi wa nchi huru (Ukraine) ni kosa la jinai.[6]

Uvamizi wa Ukraine na Urusi unaielekeza jamii ya kimataifa katika hatari kubwa. Si tu kwamba inatishia amani duniani, lakini pia ni kichocheo cha Vita vya Dunia vinavyoweza kuwa na athari kubwa. Kwanza, Urusi na Ukraine ni wazalishaji wakubwa wa ngano duniani. Mbali na ngano, pia ni wauzaji wakubwa wa soya na mahindi. Vita kati yao, vingesababisha wasiwasi mkubwa kuhusu usalama wa chakula duniani. Hali hii inazoroteshwa na ukweli kwamba Urusi ni muuzaji mkubwa wa kimataifa wa mbolea. Kusitisha Urusi kuuza nje mbolea kutaathiri kwa kiasi kikubwa uzalishaji wa chakula duniani.[7] Urusi na Ukraine ni rasilimali kubwa ya nafaka ya magharibi na sehemu nyingine za dunia ikiwa ni pamoja na Uturuki, Misri, Ethiopia, na Kenya, kutaja tu nchi chache.

Swali lililojitokeza kutokana na hali hii ni, je, nchi za magharibi, na hata dunia nzima, wanaweza kujimudu bila Urusi? Urusi ni muuzaji mkubwa wa mafuta na gesi kwa chi za magharibi. Magharibi inategemea ngano na mbolea yake. Jibu kwa swali hili ni dhahiri kabisa. Urusi ni malitegemeo muhimu, si tu kwa magharibi, bali pia kwa dunia nzima. Haishangazi, baada ya Marekani kuweka vikwazo vya mafuta na gesi dhidi ya Urusi, na kushinikiza magharibi wafuate mfano huo, sehemu Fulani ya Ulaya ilikuwa na wasiwasi kuchukua hatua. Kwa mfano, Ujerumani na Italia ni waagizaji wakubwa wa mafuta, gesi na ngano kutoka Urusi. Vikwazo vya mafuta na gesi, kwa hiyo, vingeishia kushindwa.

Agizo la Bill Gate la kununua ardhi nchini Marekani ni jambo linalozua wasiwasi. Yamkini, Marekani hivi karibuni itakuwa inategemea Bill Gates kwa usambazaji wa chakula. Hiki ni chakula cha GMO kilichochafuliwa kwa makusudi ili kuwaharibu. Kwa Gates kuumiliki ufunguo wa uhifadhi wa chakula cha Marekani, Marekani inaweza kuwa inaelekea katika mkondo wa njaa kubwa isiyoweza kuwa na kifani.

Je, vita vya Urusi-Ukraine vinaelekea kumalizika? Urusi ilikuwa daima inaonyesha nia ya kumaliza vita hivi. Rais Putin alikuwa ametoa ishara kali za kutaka suluhisho la amani na Ukraine. Hata hivyo, Rais Joe Biden na Magharibi wamepinga vikali hatua hii. Wangependa vita viendelee.

Kuingilia kati kwa mgogoro wa Israel-Hamas baada ya shambulio la Oktoba 7, 2023 na Hamas lilionekana kubadilisha umakini kutoka kwa mgogoro wa Urusi-Ukraine. Tahadhari ilionekana kusogea kutoka Ukraine hadi Gaza.

Ingawa vyombo vya habari vyenye ushawishi mkubwa vinaonekana kuonyesha Ukraine ikiwa karibu kushinda, hali halisi ilikuwa tofauti kabisa. Mafanikio ya Urusi yalikuwa wazi kwa macho na ushindi wake katika mgogoro ulikuwa hakika. Hili Sio suali la ikiwa Urusi itashinda Ukraine katika mgogoro huu, licha ya msaada mkubwa Ukraine imepata kutoka Marekani na NATO, bali suali ni lini?

TISHIO LA VITA VYA Nyuklia na Shambulio la Mtandao, ni Dhahiri

Kuvunjika kwa Muungano wa Sovieti mnamo Disemba 1991 kulikuwa pigo kubwa kwa Urusi. Hii iliacha mpinzani wake mkuu, Marekani, kama nguvu pekee kubwa duniani. Vita baridi vilivyotokea kutokana na ushindani wa silaha viliwaweka washindani hawa wawili wakiwa macho na tahadhari. Rais Richard Nixon alianzisha kampeni ya kidiplomasia kumaliza mbio za silaha. Hatua hii ilikuwa na mafanikio. Leonid Brezhnev alisaini Mkataba wa kuzuia Silaha za Mkakati (SALT) uliopiga marufuku utengenezaji wa makombora ya nyuklia katika pande zote mbili. Hatua hii ilipunguza mvutano na tisho la vita vya nyuklia. Baada ya ukuta wa Berlin kuporomoka mnamo Novemba 1989, vita baridi vilifikia mwisho. Dunia ilipumua kwa faraja kuhusu uwezekano wa vita vya nyuklia.

Baada ya kuvunjika kwa Muungano wa Sovieti, Urusi na washirika wake wote walipoteza Fahari yao. Nafasi ya Urusi kwenye jukwaa la kimataifa ilipunguzwa sana na pia ilifanya Urusi kuzama zaidi kiuchumi na nguvu zake za kijeshi kupungua. Walakini, kupuuza Urusi ingekuwa jambo baya zaidi kufanya. Kwanza kabisa, Urusi na Marekani zinaongoza katika idadi ya vichwa vya nyuklia na ni siri ya wazi kwamba Urusi ina mfumo wa makombora wa hali ya juu sana. Kwa kweli, Urusi iko mbali mbele ya Marekani katika maendeleo ya kijeshi na ukuaji wa teknolojia. Urusi na Marekani wanachangia 93% ya vichwa vya nyuklia duniani. Kwa kweli, Urusi ilikuwa na takriban vichwa vya nyuklia 6,000 kufikia 2022, akiba kubwa zaidi ya silaha za nyuklia duniani. China, Israel, Korea Kaskazini, Pakistan, India, Ufaransa, na Uingereza pia wanashiriki katika orodha ya nchi zenye umiliki wa nyuklia. Iran pia imekuwa ikijitahidi kujiunga na kundi hili. Ukweli kwamba mataifa haya yana silaha za nyuklia ni hatari kwa amani na usalama wa ulimwengu. Kuongezeka kwa mvutano kati ya Israel na Iran, China na Taiwan,

Bahari ya Kusini ya China au Marekani na Korea Kaskazini, kunaleta hofu ya vita vya nyuklia.

Kutokana na uvamizi wa Urusi nchini Ukraine, hofu ya vita vya nyuklia inaonekana kuongezeka. Vikosi na silaha za NATO na Marekani zilianza kuongezeka ili kuisaidia Ukraine huku Urusi ikionekana kutengwa kimataifa. Vikwazo vya kiuchumi vilionekana kuathiri Urusi sana. Putin angeweza kulipiza kisasi kwa urahisi kwa shambulio la nyuklia. Marekani bila shaka itajibu shambulio kama hilo ambapo mashambulizi ya nyuklia yangeleta maafa makubwa duniani. Mabillioni ya watu wangekufa na miundombinu iliyopo ingeharibiwa kabisa. Hali hiyo ingeuletea ulimwengu maangamizi.

Mwandishi jasusi wa habari na wa vitabu Annie Jacobsen katika kitabu chake *Nuclea War A Scenario,* anaelezea janga litakaloigubika dunia na binadamu pindi shambulizi la kinuklia lingetukia. Anaelezea matukio jinsi yatakavyotokea hatua kwa hatua: nukta, dakika, saa na siku mara tu baada ya kuachiliwa kwa kombora la kwanza la nuklia. Jacobsen kwenye kitabu chake anaelezea kuwa katika dakika za kwanza 72 baada ya mlipuko wa kwanza, asilimia sitini ya binadamu watakuwa wamekufa. Hii ni takribani ya watu bilioni tano ya walimwengu. Anaendelea kuelezea kuwa , watu bilioni tatu watakaosalia watatamani laiti wangekufa kutokana na majeraha mabaya ya moto na athari za miale ya sumu ya mnururisho. Baada ya shambulio la nuklia, dunia ibebaki kuwa magofu, maji yote yangekuwa sumu, miundombinu kuharibiwa kabisa, utovu wa usalama na uhaba wa chakula. Masalia, baada ya familia zao kuangamia, hawataona haja ya kuishi. Hivyo ndivyo hali itakuwa duniani, mara tu baada ya shambulizi la kinuklia.

Kulingana na utafiti uliochapishwa katika *Jarida la Utafiti wa Jiolojia,* baada ya urushianaji wa nyuklia kati ya Marekani na Urusi, dunia ingepitia muongo mmoja wa uharibifu. Wanakadiria kuwa msimu wa baridi wa nyuklia wa miaka 10 ungesababisha uharibifu kwa joto, mvua, na mwangaza wa jua ulimwenguni. Kila kitu katika miji iliyolengwa kingechemka. Moto wa nyuklia ungechangia takriban tani milioni 147 za majivu angani. Majivu hayo yangepunguza sana mwangaza wa jua na joto la ulimwenguni lingepungua hadi 16.2°F. Utafiti ulihitimisha kuwa itachukua miaka saba kwa majivu haya kuanza kusafishwa na miaka mingine mitatu kwa mwangaza wa jua kurudi kwenye viwango vya kawaida.[8]

Kama JD Heyes anavyoeleza, vile Urusi, kwa sasa iko kwenye vita na jirani yake Ukraine, uwezekano wa shambulio la mtandao linaloweza kuchukua mfumo mzima wa fedha, serikali, na usafiri imeongezeka kwa kiasi kikubwa. Maisha yetu yote leo, katika jamii za kisasa, yanategemea teknolojia. Karibu kila Nyanja za maisha yetu inategemea uhusiano wetu na teknolojia. Uwezekano wa shambulio kubwa la nyuklia kufuatia uvamizi wa Urusi ni mkubwa sana ikizingatiwa ukweli kwamba uwezo wa mtandao unachangia pakubwa katika vita vya kisasa vya kijeshi. Tishio la shambulio kubwa la kimtandao la Urusi dhidi ya Marekani na nchi za Magharibi litazidi kuwa na uwezekano mkubwa wa Vladimir Putin kushikilia wanajeshi wake nchini Ukraine, ambapo pia atakuwa akijaribu uwezo wa vita vya mtandao wa nchi yake. Katika vita vya nyuklia, watu wanaoishi mijini na maeneo ya mijini wataathiriwa zaidi. Angalau watu wanaoishi vijijini wanaweza kustahimili makali ya shambulio la kinyuklia na la kimtandao na kuwa na njia ya kuiepuka Dhoruba hii.[9] Vinginevyo, shambulio la kimtandao linalolenga gridi ya umeme, lingebadilisha maisha yetu na kuturegesha katika hali tuliyokuwa nayo mwanzoni mwa karne ya 19. Fikiria maisha bila mtandao, bila mwanga wa umeme, bila mawasiliano ya simu, bila televisheni, na bila teknolojia ya kisasa tunayoijua leo.

Vita Vya Tatu Vya Dunia kunukia Kutokana na Uvamizi wa Ukraine

Vita huko Ukraine kwa awali vilihusisha Urusi kama mshambuliaji upande mmoja, dhidi ya Ukraine kama muathiriwa upande mwingine. Ilikuwa vita kati ya nchi mbili jirani. Lakini kadri muda ulivyosonga, Marekani na NATO waliingia kwenye mzozo moja kwa moja au kwa njia isiyo ya moja kwa moja. Nchi nyingi zaidi ziliahidi kupeleka vifaa vya kijeshi na wanajeshi kusaidia Ukraine. Ingawa ilionekana kuwa mzozo wa kikanda hapo awali, mzozo huo unaweza kuishia kuwa suala la kimataifa.

Kama Palki Sharma anavyoeleza, vita vya dunia ni vita vinavyohusisha dunia nzima au angalau sehemu yake kubwa. Vita vya dunia huanza kwa kiasi kidogo. Lakini jinsi muda unavyopita, vita vinaongezeka kadri nchi zaidi zinavyoshiriki. Hivi Ndivyo vita vya kwanza na vya pili vya dunia vilivyoanza. Vita vya kwanza vya dunia vilianza na mauaji ya Archduke Franz Ferdinand wa Austria mnamo Juni 28, 1914. Baada ya mauaji hayo, Austria-Hungary ilitangaza vita dhidi ya Serbia. Ilkuwa vita kati ya nchi hizo mbili. Mwaka uliofuata, nchi nyingine zilijiunga na mzozo huo. Ifikapo 1918, karibu nchi zote duniani zilikuwa vitani. Vita vya kwanza vya dunia vilikuwa kati ya pande mbili zilizopingana. Triple Entente iliyoundwa na Ufaransa, Umoja wa Kisovieti na Uingereza dhidi ya Triple Alliance iliyoundwa na Ujerumani, Italia, na Austria-Hungary.

Tarehe 1 Septemba 1939, Ujerumani iliivamia Poland. Siku iliyofuata, Uingereza na Ufaransa walitangaza vita dhidi ya Ujerumani. Hii ilikuwa mwanzo wa Vita vya pili vya Dunia. Vita vya pili vya Dunia vilikuwa kati ya mataifa ya Axis: Italia, Ujerumani na Japan, dhidi ya Washirika waliojumuisha Ufaransa, Marekani, Uingereza, na Umoja wa Kisovieti.

Tangu mwanzo, vita kati ya Urusi na Ukraine vilianza na Urusi kushambulia Ukraine mnamo tarehe 24 Februari 2022. Mzozo huo ulihusisha nchi hizo mbili tu kwenye mstari wa mbele. Baada ya uvamizi wa Ukraine na Urusi, Umoja wa Mataifa ulipitisha azimio la kuondolewa kwa wanajeshi wa Urusi. Kura zilipigwa kama ifuatavyo: nchi 141 ziliunga mkono, 35 zilijizuia, huku 5 zikipinga. Kutokana na utaratibu huu wa kupiga kura, ni Dhahiri kwamba wakati baadhi ya nchi zilikuwa kinyume na Urusi, kulikuwa na zingine zilizokuwa tayari kusimama naye. Kadri wakati ulivyosonga, ilitarajiwa kuwa nchi zaidi zingeshiriki kwenye mzozo kwa kusaidia Urusi au Ukraine. Ingawa vita vilianza na majirani wawili tu, baadaye inaweza kuishia kuwa vita vya dunia. Pale ambapo vita vya pili vya dunia vilisababisha uharibifu na kupoteza maisha kwa wastani wa watu 50-85 milioni, Vita vya tatu vya Dunia vitakavyopiganwa na silaha za nyuklia vingeacha miundombinu iliyoharibiwa, na mamia ya mamilioni ya watu kupoteza maisha. Matumizi ya silaha za nyuklia katika Vita vya tatu vya Dunia litakuwa jambo lisiloepukika kulingana na msimamo wa Urusi. Waziri wa Mambo ya Nje wa Urusi, Sergey Lavrov, alithibitisha kuwa Vita vya tatu vya Dunia vitahusisha silaha za nyuklia. Taarifa kama hiyo kutoka kwa Waziri wa Mambo ya Nje wa Urusi haiwezi kuchukuliwa kirahisi.[10]

Kuna wataalam wa Biblia wanaoona uvamizi wa Urusi nchini Ukraine kama unabii. Wanachukulia kuwa ni kutimia kwa Ezekieli 38 na 39. Kulingana na wataalam hawa, mgogoro kati ya Urusi na Ukraine ni maandalizi kwa uvamizi wa Gog wa Magog. Ni muhimu kutambua kwamba wakati mzozo wa Urusi na Ukraine ulikuwa unaendelea, kulikuwa na mvutano kati ya Israeli na Syria ambapo mashambulizi ya Israeli kusini mwa Syria yanaweza kupanuka na kusababisha kushiriki kwa moja kwa moja kwa Urusi.

Silaha Nyingine ya Kibaolojia Inakuja Baada ya Janga la Covid

Dunia imeanza kuhisi nafuu baada ya uharibifu wa miaka miwili kutokana na janga la *Covid*. Idadi ya visa vya maambukizo ulimwenguni ilishuka kwa kiasi kikubwa ifikapo Machi 2022. Lakini je, dunia imekwishaondokewa kabisa na janga hili? La hasha.

Muda mfupi kabla ya mlipuko wa *Covid-19*, Bill Gates alikuwa ametabiri kwamba janga la kuambukiza lilikuwa njiani na chanjo ingeendelezwa kupambana na janga hilo. Kulingana na neno lake, utabiri wake ulitimia. Hiyo haikuacha shaka kwamba alijua kilichokuwa kikiendelea, muda mrefu kabla ya kutokea kwa mlipuko wa *Covid.*

Kama alivyoripoti Karen Gilchrist, Bill Gates aliliambia shirika la habari la "CNBC Ijumaa" kwamba hatari kutokana na ugonjwa wa *Covid-19* imepungua kwa kiasi kikubwa lakini janga lingine ni jambo la uhakika. Akizungumza kwenye Mkutano wa Usalama wa Munich wa kila mwaka wa Ujerumani, Gates alisema kuwa janga jipya linalowezekana litatokana na pathojeni tofauti. Aliongeza kuwa maendeleo katika teknolojia ya matibabu yatasaidia dunia kufanya kazi nzuri zaidi kupambana nalo - akimaanisha chanjo[11]. Je, huu si ujumbe ule ule tuiliousikika kutoka kwa Gates wiki chache kabla ya mlipuko wa *Covid-19*? Mara nyingine tena, miaka miwili baada ya Covid-19, anawaahidi watu wa dunia kutarajia janga lingine. Ikiwa watu walidhani wamekwishamalizana na *Covid-19*, watapatwa na mshangao mkubwa. Janga kali zaidi linakuja, kulingana na Bill Gates.

Ian Miles Cheong, Katibu Msaidizi wa Mambo ya Nje wa Marekani Victoria Nuland alinukuliwa akisema kuwa Washington ilikuwa inashirikiana na Ukraine kuzuia vituo vya utafiti wa biolojia kutokuwa mikononi mwa Urusi. Alithibitisha nadharia zote za njama kuhusu uwepo wa maabara hizo.[12]

Kama Mike Adams anavyoeleza, ikiwa maabara za silaha za kibiolojia zinaunda virusi vinavyojirudia au nanoparticle hatari sana, ni Jambo lisilofanya maana yoyote kwa sasa. Kwa njia yoyote ile, sasa inaonekana wazi kuwa mpango wa kutolea watu wa dunia silaha za kibiolojia huku wakimlaumu Putin kwa operesheni ya bandia ni wa kuhitimisha. Kutolewa kwa silaha za kibiolojia/nanoparticles hilo ni jambo linaloweza kutokea hivi karibuni. Hii inamaanisha kwamba watandawazi wanaelekea katika kile wanachotumai kitakuwa awamu ya mwisho kwenye ajenda yao ya kuangamiza.[13] Taarifa ya Victoria Nuland inaweza kuthibitishwa na kauli ya Bill Gates kuhusu janga linalokuja, hata kabla dunia haijapona kutokana na janga la *Covid-19*.

Kwa Mtazamo wa Biblia

Kutakuwa na upungufu wa chakula kutokana na mgogoro kati ya Urusi na Ukraine, vita kati ya majirani hao wawili, mashambulizi ya kielektroniki yatakayosababisha kusambaratika kwa gridi ya umeme, kuachiliwa kwa virusi (silaha za kibiolojia), na vita vya nyuklia. Kubadilishana kwa makombora ya nyuklia kutasababisha giza angani na vumbi, kuzuia miale ya jua na kusababisha majira ya baridi kuwa marefu. Mambo haya yote ni majanga yaliyotabiriwa ambayo yanaweza kusababisha vifo vya mabilioni ya watu. Si matukio ya kawaida. Yanaelezwa vizuri katika maandiko jinsi na lini yatatendeka. Unabii kuhusu nyakati za mwisho unatimizwa mbele ya macho yetu.

Bill Gates anasaidiana na wanasayansi kutoka Chuo Kikuu cha Harvard katika mradi wa kuzuia jua. Sababu ya juhudi hizi ni nini? Sababu ni rahisi; kuzuia nishati ya jua inayosaidia usanisinuru na mimea inapozalisha chakula. Vita vya nyuklia vitaleta majira ya baridi marefu kutokana na kuzuia jua kutokana na vumbi ya nyuklia. Hatua kama hiyo, ikichanganywa na vita vya Urusi na Ukraine, katika eneo ambalo mnaishi idadi kubwa ya dunia, itasababisha njaa kubwa. Wakati chakula kitakapokuwa haba, bei zitapanda.

Katika Ufunuo 6:5, wakati muhuri wa tatu ulipofunguliwa, mwendeshaji farasi mweusi aliibuka na kuwa na mizani mkononi mwake. Na Yohana alisikia, *kipimo cha ngano kwa dinari, na vipimo vitatu vya shayiri kwa dinari.* Hii ndiyo itakayokuwa hali wakati jua litakapozuiwa kupenyeza usanisinuru, shukrani kwa vita vya nyuklia na juhudi za Bill Gates za kuzuia jua. Hii itasababisha kupoteza mazao kwa wingi. Wakati Urusi na Ukraine, ambazo zinachangia sehemu kubwa ya chakula duniani, zitasimamisha mauzo yao nje, mamilioni watakufa njaa duniani kote. Kupata Chakula litakuwa jambo ambalo liko nje ya uwezo wa maskini, ambao ni wengi. Yesu alitabiri juu ya kiangazi kikubwa kitakachosababisha njaa na kupanda kwa bei ya chakula.

Katika Ufunuo 6:7, wakati muhuri wa nne ulipofunguliwa, Yohana aliona mwendeshaji farasi mwenye rangi ya kijivujivu jina lake lilikuwa kifo na kuzimu. Na nguvu zilitolewa kwao juu ya sehemu nne za dunia, kuua kwa upanga, kwa njaa, kwa kifo, na kwa wanyama wa dunia. Upanga hapa unamaanisha vita. Robo ya idadi ya watu wa dunia itakufa kutokana na vita na njaa. Vita kati ya Urusi na Ukraine vinaweza kuongezeka na kuwa vita vya tatu vya Dunia. Kwa kutumia silaha za nyuklia, mabilioni ya watu wanaweza kufa, hivyo kutimiza unabii huu. Hata hivyo, inapaswa kueleweka kwamba Vita vya tatu vya Dunia sio mwisho wa vita vinavyopaswa kupiganwa. Vita vingine vikubwa vitaendelea kama ilivyotabiriwa katika maandiko, kama vile vita vya Gog na Magog, na baadaye, mapambano ya Armageddon.

Janga la *Covid-19* na milipuko mingine ya magonjwa inayokuja kama ilivyotabiriwa na Bill Gates ni ya unabii. Yesu katika Mathayo 24:7 alitabiri kwamba: "Taifa litainuka dhidi ya taifa, na ufalme dhidi ya ufalme" (tazama Urusi na Ukraine): "na kutakuwa na njaa" (tunakaribia kushuhudia njaa kubwa duniani itakayosababishwa na mwainadamu na wala si sababu za kimaumbile au anga), "na tauni" (*Covid-19* na milipuko mingine ya magonjwa iliyotabiriwa na Bill Gates), "na tetemeko la ardhi mahali pengine pote". Tunachoshuhudia sasa huko Urusi na Ukraine, milipuko ya magonjwa inayotisha kama vile *Covid-19* (iliyotengenezwa na binadamu katika maabara), sera za serikali za kimakusudi nchini Amerika, zilizoanzishwa kwa lengo la kusababisha upotevu mkubwa wa mazao, na vikwazo vya kiuchumi na biashara kwa Urusi, kwa lengo la kuuhujumu uchumi wa dunia, ni ushahidi wa kutimizwa kwa unabii wa mwisho wa wakati. Kwa kuyatazama yale yanayotokea huku tukiyashuhudia wenyewe, tunaweza kubashiri mahali tulipo kwenye kalenda ya wakati wa mwisho.

SURA YA 13

DHIKI KUU

Kamusi ya *New International Bible Dictionary* huelezea Dhiki Kuu kama kipindi cha mateso kitakachotumwa kutoka kwa Mungu duniani ili kufikia malengo kadhaa. Kulingana na eskatolojia ya kabla ya milemia, inatangulia utawala wa miaka elfu ya Kristo. Theolojia ya baada ya milenia inaiweka kabla ya mbingu mpya na dunia mpya kutokea. Kipindi hiki cha mateso kitakuwa tofauti na kipindi kingine chochote kile katika siku za hapo nyuma au zijazo (Danieli 12:1; Mathayo 24:21).[1]

Dhiki Kuu Kwa Mtazamo wa Dhiki ya Kati

Kulingana na mtazamo huu, Kanisa litaondolewa katikati ya wiki ya sabini ya Danieli. Matukio ya mwisho yatakuwa yamependekezwa na ishara za mwisho kama ilivyoonekana katika (Mathayo 24:1-18, 29-31; Marko 13:1-23, 24-27; Luka 21:5-24, 25-28). Wiki hiyo imegawanywa katika nusu mbili sawa. Kulingana na mtazamo huu, ishara za mwisho zitaleta Dhiki ambayo Ufunuo unaelezea kama muhuri saba na baragumu saba (Ufunuo 5-9). Dhiki italeta maumivu kwa waamini na wasioamini pia. Hata hivyo, Wakristo watalindwa na ghadhabu ya Mungu. Kipindi cha Dhiki kitadumu miaka 3 ½ (Danieli 7:25; 9:24-27, 12:7-12; Ufunuo 11:2-3, 12:6, 12:14, 13:5).[2]

Steve Lemka, mtetezi wa mtazamo wa Dhiki ya katikati, anasema kuwa "Kwa kuwa ishara za mwisho ni matukio yanayotokea mara kwa mara kwa kiwango fulani kila wakati, hata wale wanaopitia Dhiki, hawataelewa wazi hata wakati hasa wa kuanza kwake. Mtazamo wa katikati ya Dhiki unapaswa kueleweka kuanzia wakati mkataba wa miaka saba wa kurejesha mgogoro wa Mashariki ya Kati unapoanza. Dhiki Kuu, kwa upande mwingine, huanza mara baada ya Unyakuo ambao hutokea katika nusu ya kati ya wiki ya Sabini na wakati Mpinga Kristo anavunja agano. Dhiki Kuu inafanana sana na mapigo yaliyomwagika nchini Misri kabla ya Kutoka."[3]

Kulingana na mtazamo huu, matukio ya mwisho yanachochewa na kupigwa kwa sauti kuu na malaika mkuu, kisha kurudi kwa Yesu Kristo kwenye mawingu kwa utukufu mkubwa na Unyakuo wa Kanisa kabla ya miaka elfu ya utawala wake. Mtazamo huu unashikilia kuwa Kanisa litapitia "Hukumu za Muhuri na Baragumu". Wakati Kanisa litakapokuwa linapumzika mbinguni kwa nusu ya pili ya wiki, dunia itapitia Dhiki Kuu, ambapo bakuli za ghadhabu zitamwagwa kwa wasioamini. Baada ya Dhiki Kuu, Yesu atakuja tena katika ujio wake wa pili akiwa na Kanisa (Bibi Harusi) kuanzisha utawala wake wa miaka elfu, kutekeleza hukumu yake ya mwisho, na kuleta hatima za milele za Mbingu na Moto wa Jahannamu.[4]

Ron Swanson anatafsiri Mathayo 24:9 kumaanisha Wayahudi, ambapo Yesu alisema "Ndipo watawatia katika dhuluma nanyi mtawaua; nanyi mtachukiwa na mataifa yote kwa ajili yangu." Kutokana na mtazamo huu, Dhiki ni wakati wa "Taabu ya Yakobo". Kwa hiyo, Dhiki - ni kwa ajili ya Wayahudi. Itatokea baada ya Kanisa kunyakuliwa. Nusu ya pili ya kipindi cha Dhiki cha miaka saba kitakuwa wakati mbaya zaidi kwa Wayahudi. Mpinga Kristo ataielekeza hasira yake kwa Wayahudi.[5]

David Jeremiah anaelezea kuwa wakati wa "miaka 3 ½ ya kwanza ya Dhiki, hali itazidi kuwa mbaya. Hasira ya Mungu itawaka dhidi ya waovu wakati ishara za kuja kwa Kristo zitaonekana. Hata hivyo, wakati wa miaka 3 ½ ya pili, muasi - Mpinga Kristo, atadhibiti halikatika maovu yote ya Dhiki. Kanisa litanyakuliwa kabla ya kuanza kwa Dhiki Kuu."[6]

Dhiki Kuu Kwa Mtazamo wa Kabla ya Dhiki

Watetezi wa mtazamo wa kabla ya Dhiki wanafundisha kuwa Dhiki(wiki ya saba, wiki ya 70 ya Danieli) ni wakati wa maandalizi ya kurejeshwa na kufufuka kwa Israeli (Kumbukumbu la Torati 4:29-30; Yeremia 30:4-11; Ezekiel 20:22-44; 22:13-22). Wanarejelea Ufunuo 3:10 kudai kuwa Dhiki haitakuwa kwa Kanisa bali kwa "wale wakaao juu ya dunia" kama wakati kwao kupitia nyakati ngumu kwa kukataa kwao Kristo na wokovu wake (Ufunuo 3:10, 6:10, 8:13; 11:10, 13:18, 12, 14; 17:2-8). Kulingana na watetezi hawa, Kanisa litapitia Dhiki kwa ujumla wakati wa zama hizi (Yohana 16:33). Hata hivyo, kanisa halitashiriki wakati wa dhiki ya Israeli ambayo inajumuisha Dhiki Kuu, siku ya Bwana, na ghadhabu. Wanadai pia Kanisa halijatajwa kamwe katika maandiko yanayozungumzia matukio ya Dhiki, lakini Israeli imetajwa kwa uthabiti katika kifungu hiki chote.[7]

Van Ryan pia ananukuu 1 Wathesalonike 5:1-8 ambapo anarejelea Mtume Paulo akidai kwa uhakika kwamba Mungu hakututeua kwa hasira, bali tupate wokovu kupitia Bwana wetu Yesu Kristo. Kanisa halitapokea tu wokovu wakati huo, bali watakatifu pia watapata miili iliyotukuzwa wakati wa Unyakuo.[8]

Mtazamo wa Kabla ya Dhiki unadai kuwa kipindi cha Dhiki kinaanza wakati Israeli inathibitisha agano la amani na Mpinga Kristo. Nusu ya kwanza ya kipindi cha miaka saba cha Dhiki inajulikana kama mwanzo wa utungu wa kujifungua kama ilivyobainishwa katika Mathayo 24:21. Nusu ya kwanza ya Dhiki itakuwa tulivu kwa Israeli, lakini itakuwa amani ya uwongo. Hali itabadilika katika nusu ya pili kuwa mbaya zaidi. Kugawanyika kwa nusu mbili kutategemea Mpinga Kristo kuvunja makubaliano ya amani na Israeli. Baada ya kuvunja agano la amani (agano), Mpinga Kristo atatoa amri ya kusitisha dhabihu katika Hekalu. Wakati

Mpinga Kristo anapoigeukia Israeli, Malaika Mikaeli atasimama kuilinda Israeli kutokana na mateso ya Mpinga Kristo.[9]

Wasomi wa Biblia wanafafanua kwamba sababu ya mateso ya Israeli wakati wa "Taabu ya Yakobo" ni kuvunja moyo mgumu wa Israeli (kiburi) - sifa inayofanyiza uasi dhidi ya Mungu. Mara tu uasi huu utakapopondwa, mateso ya Israeli yataisha, hivyo, kusudi la Mungu litatimizwa. Mateso haya yatafanikisha malengo mawili. Kwanza, yatakuwa yamewapunja na kuwasafishwa baadhi, wakati wengine watashindwa kwa ukaidi kuamini Mungu.[10]

Mtazamo wa Kabla ya Dhiki unaelezea kwamba mara baada ya Unyakuo utakaotokea mwanzoni mwa wiki ya sabini ya Danieli, siku ya Bwana itaanza (2 Wathesalonike 5:2). Siku ya Bwana itasababisha uharibifu wa ghafla na usiotarajiwa kwa wale walioachwa na Unyakuo. Kulingana na mtazamo huu, "siku ya Bwana" ni sawa na "Dhiki". Huu ni wakati wa amani na usalama, ambapo amani hii kwa Israeli baadaye inageuka kuwa uwongo wakati agano linapovunjika. Ni wakati huu wa "siku ya Bwana" ambapo hukumu za muhuri, baragumu, na bakuli zinatolewa. Kanisa kulingana na watetezi wa kabla ya Dhiki halitapitia hukumu hizi tatu kwa sababu tayari litakuwa limenyakuliwa.[11]

Rodman Williams anabainisha kwamba, "Dhiki inatangulia kurudi kwa Kristo na Unyakuo wa Kanisa (Mathayo 24:10-14). Kuhusu maana ya Mathayo 24:21, Dhiki hapa inahusu kile kitakachotokea kwa dunia kwa ujumla."[12] Mtazamo wa kabla ya Dhiki unadai kuwa Ufunuo 4-1 unaelezea "Dhiki Kuu" haijumuishi kumbukumbu ya Kanisa. Maneno kama "wale walio katika Kristo", "mwili wa Kristo", au "Kanisa" hayapatikani. Waamini wa Dhiki wanaitwa "Watakatifu" au "wateule" - maneno ya jumla yanayoweza kutumika kwa waamini katika enzi yoyote. Kwa kweli, hakuna maandiko ya Agano la Kale au Jipya yanayozungumzia Dhiki yanayotaja Kanisa" Rodman anadai.[13]

Dhiki Kuu Kwa Mtazamo wa Baada ya Dhiki

Watetezi wa baada ya Dhiki wanafundisha kwamba Kanisa litanyakuliwa baada ya Dhiki. Kwa hiyo, Wakristo watapaswa kupitia Dhiki. Ni baada ya kipindi cha Dhiki ndipo Kanisa litanyakuliwa, kukutana na Bwana hewani, na kujiunga naye tena duniani kuanzisha ufalme wake. Wanaamini kwamba Unyakuo wa Kanisa na kuja kwa pili kwa Kristo kutatokea siku moja.

Kulingana na mtazamo wa baada ya Dhiki, Mathayo 24:29-31 inaonyesha wazi kwamba Unyakuo unatokea baada ya Dhiki Kuu. Neno linalotumika hapa ni "wateule". Kuna wale wanaochukulia "wateule" kuwa Wayahudi, lakini hakuna andiko la kuthibitisha hilo. Hata Wayahudi katika Mathayo 24 wanatumia neno "wateule" kumaanisha Kanisa, si Wayahudi wasioamini. Maandiko yanasema wawili watakuwa shambani - mmoja atachukuliwa, mwingine atabaki. Hii inahusu Unyakuo.[14]

Watetezi wa baada ya Dhiki wanadai pia kwamba Ufunuo 20:4-6 inasema kwamba watakatifu waliouawa kwa kukataa kuchukua alama ya Mnyama wakati wa "Dhiki Kuu" watakuwa sehemu ya "ufufuo wa kwanza". Hii inapingana na nadharia ya kabla ya Dhiki inayosema kwamba ufufuo wa kwanza unatokea kabla ya alama ya Mnyama.[15] Watetezi wa baada ya Dhiki wanakataa pia madai ya kwamba Dhiki Kuu ni ghadhabu ya Mungu. Kulingana na wao, Dhiki Kuu inapoisha, inaashiria mwanzo wa ghadhabu ya Mungu.

Watetezi wa baada ya Dhiki wanapinga madai ya watetezi wa katikati ya Dhiki kwamba kipindi cha Dhiki ni miaka saba. Kulingana na mtazamo huu, maandiko yanafundisha kuwa Dhiki inadumu miaka 3 ½ (Danieli 7:25, 12:1-7, Ufunuo 11:3-12, 12:6, 12:7-12, 12:13-17, 13:5-7). Yesu alisema kwamba chukizo la ukiwa lingekuwa mwanzo wa Dhiki Kuu (Mathayo 24:15-21).[16]

Dhiki Kuu itakuwa ni kipindi kibaya zaidi kuwahi kutokea katika historia hasa kwa waamini wa Kikristo. Richard Ritenbaugh anaelezea kipindi hiki kama "kibaya zaidi ulimwengu kuwahi kushuhudia. Kitakuwa kibaya zaidi kuliko kuanguka kwa Yerusalemu mnamo 70BK, uharibifu wa Hiroshima na Nagasaki, mabomu ya Vita vya Dunia vya Dresden, Hamburg, London na Tokyo; njaa katika Afrika Mashariki, Influenza ya Kihispania - labda yote pamoja. Ulimwengu haujawahi kushuhudia kitu kama hiki hapo awali".[17] Hii ndiyo hali ambayo ulimwengu utakutana nayo na hasa waamini wa Kikristo. Ndiyo maana Yesu alisema kwamba kama siku zisingepunguzwa, hakuna binadamu angepona. Lakini kwa ajili ya "wateule," siku zilipunguzwa hadi miaka 3 ½ (miezi 42 au siku 1260).

Hata hivyo, Mungu anaahidi kuwalinda waaminifu wakati huu.Tunasoma katika Ufunuo 3:10:

> *Kwa kuwa umeishika neno langu kuhusu uvumilivu wa subira, nitakulinda kutokana na saa ya jaribio linalokuja juu ya ulimwengu wote, ili kujaribu wale wanaokaa juu ya ardhi.*

Wale wanaopata ulinzi ni wale ambao "wanamtii Kristo kwa subira na kufuata mapenzi yake yaliyofunuliwa na kushika amri zake. Mungu atawaficha watiifu wakati wa Dhiki Kuu. Atawapa "mahali pa salama" - kimbilio, kwa miaka 3 ½.[18] Ni wale tu wanaotii kwa makini neno lake bila kujichanganya, watakuwa salama na kulindwa na "Mkono Wake Mkuu".

Mtazamo wa baada ya Dhiki kuhusu Dhiki, unatofautiana na ule wa mtazamo wa kabla ya Dhiki na wa katikati ya Dhiki. Kwa watetezi wa katikati ya Dhiki, Kanisa litapitia Dhiki katika sehemu ya kwanza ya miaka 3 ½, baada ya Israeli kusaini makubaliano ya amani na agano na Mpinga Kristo. Kwa watetezi wa kabla ya Dhiki, Kanisa halitapitia Dhiki yoyote kwa sababu litanyakuliwa mwanzoni mwa wiki ya sabini, kabla ya kuanza kwa kipindi cha dhiki. Kulingana na watetezi wa katikati ya Dhiki, miaka 3 ½ ya kwanza ni ile inayojulikana kama "mwanzo wa utungu wa kujifungua." Itakuwa vigumu kutambua matukio hayo. Katika awamu ya pili ya wiki ya Dhiki, Dhiki Kuu itaanza. Hii itakuwa mara tu baada ya Kanisa kunyakuliwa. Kulingana na watetezi hawa wa katikati ya Dhiki, Kanisa litapitia sehemu ya Dhiki ambayo itakuwa nyepesi lakini si ghadhabu ya Mungu itakayokuwa katika nusu ya pili ya wiki ya Dhiki.

Kwa mujibu wa watetezi wa kabla ya Dhiki, Kanisa halitapitia aina yoyote ya Dhiki, iwe "utungu wa kujifungua" au "ghadhabu ya Mungu," kwa sababu litachukuliwa mwanzoni mwa wiki. Kulingana na mtazamo huu, Mungu ataliokoa Kanisa kutoka kwenye kipindi cha Dhiki cha miaka saba.

Kulingana na mtazamo wa baada ya Dhiki, Kanisa litanyakuliwa mwishoni mwa kipindi cha Dhiki cha miaka saba. Litapitia Dhiki kutoka mwanzo hadi mwisho. Hata hivyo, Kanisa litaepushwa ghadhabu ya Mungu. Watetezi wa baada ya Dhiki wanadai kwamba Kanisa litanyakuliwa mwanzoni mwa hukumu ya muhuri wa sita. Mara tu baada ya Kanisa kunyakuliwa, Mungu atamwaga ghadhabu yake juu ya ulimwengu kwa wasioamini. Kristo atatokea kwa utukufu wake. Kulingana na watetezi wa baada ya Dhiki, kunyakuliwa kwa Kanisa na ujio wa pili wa Kristo kutafuatana kwa karibu.

Maandiko katika Danieli 7:21-22, 25 na Ufunuo 13:5-10 yanaelezea vita vya Mpinga Kristo na watakatifu kwa miezi 42. Baadhi, hasa Waadventista wa Sabato, wanachukulia vita hivi kutoka mtazamo wa kihistoria. Kulingana nao, Mpinga Kristo ambaye alikuwa ni utawala wa kipapa, aliwakabili watakatifu vitani kwa miezi 42 ambayo aliitawala, yaani, BK 538 - BK 1798.

Watetezi wa baada ya Dhiki wanatazama maandiko mawili (Danieli 7:21-25 na Ufunuo 13:5-10) kutoka mtazamo wa baadaye. Yohana anaandika kwamba Mnyama anapigana na watakatifu. Vita vilivyotajwa na Yohana ni vile vinavyojulikana katika Mathayo

24:21-25 kama Dhiki na inadumu kwa miezi 42 kulingana na Ufunuo 13:5-7. Mpinga Kristo pia anapigana na Israeli kwa miaka 3 ½ tangu wakati wa kuvunja agano, katikati ya makubaliano ya amani ya miaka saba, hadi mwisho wa Harmagedoni.

Kwa nini Kanisa linapitia Dhiki? Kulingana na watetezi wa baada ya Dhiki, Kanisa kama bibi wa Kristo litahitaji kusafishwa katika mafundisho kwamba "Dhahabu bora na ya hali ya juu ni ile inayopitia moto mkali." Baada ya kusafishwa, Bibi ataibuka kamili kutawala na Bwana milele. "Dhiki Kuu pia inajaribu uaminifu wa muumini kwa Yesu Kristo. Dhiki Kuu inatenganisha ngano na makapi na magugu. Dhiki ni wakati ambapo Mungu anaweza kuonyesha kwamba neema yake inatosha hata wakati Shetani anafanya uovu wake. Kwa watakatifu, Dhiki Kuu ni mtihani wa mwisho wa upole."[19]

Mpinga Kristo atapigana vita kamili na watakatifu (Kanisa). Vitakuwa vita vya kutahiniwa: Ufunuo 13:7 inasema:

> *"Na ikapewa kufanya vita na watakatifu na kuwashinda; na ikapewa amri juu ya kila kabila na lugha na taifa."*

Ni muhimu kutambua kwamba katika vita hivi na watakatifu, Mpinga Kristo anashinda dhidi yao. Ingawa miezi 42 inaweza kuonekana kama wakati mfupi, kwa waamini wa Kikristo itaonekana kama karne. Ukatili utakaoelekezwa kwao utakuwa usioelezeka. Wengi watakatwa vichwa na kuchinjwa kwa imani yao katika Yesu Kristo. Kuna wasiwasi mkubwa juu ya ikiwa kambi za FEMA huko Marekani zitatumika kutekeleza hili jukumu.

"FEMA imekusanya majeneza 500,000 kwa matarajio ya vifo 500,000. Hauhitaji kununua majeneza ya plastiki ila tu ukikusudia kitu kitakachotokea." Anaandika Alex Jones. "Unanunua kwa sababu unajua kitu kitatokea. Inaaminika kuwa zilinunuliwa kwa misingi yenye nia mbaya"; anaongeza.[20]

Yale yanayotokea katika kambi za FEMA yanazua maswali. Kwa nini FEMA mwaka 2018 iliagiza lita 2500 za sumu ya cyanide ya hidrojeni? Kulingana na Wikipedia, Cyanide ya Hidrojeni ni kioevu kisicho na rangi, chenye sumu kali na chenye kuchomeka kilichotumiwa kama silaha ya kikemikali dhidi ya mataifa ya kati na Wafaransa kutoka mwaka 1916 na Marekani na Italia mwaka 1918. Wikipedia inasema 100-200 ppm ya hii kemikali ikiwa hewani itaua binadamu ndani ya dakika 10-60. Mkusanyiko wa 2000 ppm utaua binadamu kwa dakika moja.[21]

Steve Allen anaona nia mbaya katika ununuzi wa shehena ya sumu kama hiyo. Mwezi Januari 2018, FEMA ilipokea shehena ya "mapanga ya kisasa ya kukata vichwa" mia tano kutoka China. Mwezi Machi, iliagiza maelfu ya mapanga ya kukata vichwa kutoka kiwanda cha chuma cha Mexico huko Juarez. Kulingana na Steve Allen, kuna hatua tatu ambazo FEMA labda itahusisha. Katika hatua ya kwanza, watu wanaoitwa "waharibifu" watauawa kwa upendeleo mkubwa. Ikiwa kungekuwa na mapinduzi yaliyofanikiwa kwa mfano, FEMA na DHS watakuwa na udhibiti, ambapo DHS imeundwa kuondoa wengi wa viongozi, au upinzani wowote kwa mapinduzi. AMRI YA UTEKELEZAJI (Executive Order) 110004 ingekuwa muhimu. Hii inaonyesha kuwa watandawazi wamekuwa wakiandaa vitendo hivi dhidi ya Wamarekani kwa muda mrefu sana. Hatua ya pili ingehusisha kukamata wale ambao hawaonekani kufuata mamlaka mpya. Kukamatwa kutakuwa na makundi mawili: (i) Mashitaka ya jinai yanayohusiana na uhaini na uchochezi (ii) hali za afya ya akili inayohitaji "tiba ya wagonjwa wa ndani" kwa muda mrefu. Wakristo watakuwa katika sehemu hii. Inaripotiwa kwamba Wanademokrasia wanasisitiza kwamba wakomunisti wachukue mamlaka. Kisha mauaji haya ya jumla yatafuata. Kwa hali kama hiyo, maduka makubwa yanaweza kubadilishwa kwa urahisi kuwa vituo vya FEMA. Hatua ya tatu inajumuisha kukamatwa kwa washiriki wote na wapenyeji wanaoitwa "waharibifu wa kiuchumi," anaeleza Steve.[22]

Ingawa kambi za FEMA zinaweza kuonekana kuwalenga wale wanaopinga kisiasa mamlaka, au waharibifu wa kiuchumi kama alivyosema Alex Allen hapo juu, hujuma mwishowe zitalengwa kwa waumini wa Kikristo kama ilivyoorodheshwa katika hatua ya pili ya wanaoipinga mamlaka ya Mnyama. Steve Tahoma anajiuliza, "je, maafisa wa serikali wanapanga kuiga Kipindi cha Utawala wa ugaidi cha Mapinduzi ya Kifaransa, kwa kutumia mapanga y a kukata vichwa kuwanyamazisha maadui wao wa ndani?"[23] Wakristo bila shaka wataitwa maadui kwa kupinga alama ya Mnyama, hivyo, kutoa mwanya wa mateso yao kwa kukatwa vichwa kwa kutumia mapanga haya (Guillotines), au sumu ya cyanide kwa kuangamizwa.

Mbali na kukatwa vichwa, wengi wa waumini wa Kikristo watakufa kwa njaa, kwani hawatakuwa na nguvu ya kununua, hivyo, hawatakuwa na uwezo wa kupata vyakula. Wengi watasalitiwa na ndugu zao, jamaa na wale wanaowazunguka. Upendo wa wengi utakuwa umegeuka baridi. Ulimwengu utawachukia kwa dhati. Haya yote yalitabiriwa na Yesu kwamba yatatokea kwa waumini wa Kikristo wakati wa kipindi cha Dhiki. Wale watakaoogopa upanga na kushindwa kutangaza Jina la Yesu watayapoteza maisha yao kabisa. Yesu alisema katika Mathayo 16:25:

> *"Kwa kuwa mtu atakaye kuiponya nafsi yake, ataiangamiza; na mtu atakayeiangamiza nafsi yake kwa ajili yangu, ataiona."*

Yesu pia alitutia moyo tusiogope aina yoyote ya ukatili, kwa sababu mtu kama huyo anaweza kuuwa tu mwili, ambao ni wa kidunia, lakini hana uwezo wa kuharibu nafsi, ambayo ni ya milele. Alisema katika Mathayo 10:28:

"Na msiwaogope wao wauao mwili, wasioweza kuua roho; bali mwogopeni yeye awezaye kuiangamiza roho na mwili katika jehanum."

HALI ITAKUWA MBAYA sana hivi kwamba, kama siku hazikupunguzwa hadi miezi 42, hakuna mtu angeishi. Lakini kwa ajili ya watakatifu, siku zilipunguzwa. Hata hivyo, waathirika watakuwa wengi - mashahidi wa dhiki - ambao kwa muda mfupi, baada ya kukatwa vichwa, watafurahi mbinguni.

Mnyama atadai wote wachukue alama yake. Yeyote asiyechukua alama atakutana na ghadhabu kamili ya Mnyama. Wale watakaokataa kuchukua alama ya Mnyama hawataweza kununua au kuuza. Hawatapata huduma muhimu au bidhaa kama vile chakula. Hatimaye, watakufa kwa njaa. Lakini kwa upande mwingine, watakuwa wameshapata uzima wa milele. Wale wanaojisalimisha ili kuipata alama watapata hasara kubwa: (i) Upotezaji wa uzima wa milele, (ii) watakutana na ghadhabu kamili ya Mungu na (iii) moto wa milele kuzimu.

SURA YA 14

KANISA BAADA YA KUCHUKULIWA

Licha ya mitazamo tofauti kuhusu Kunyakuliwa kwa Kanisa, kuna msimamo wa kawaida kwamba mara tu baada ya Kunyakuliwa kwa Kanisa, matukio mawili muhimu yatafanyika mbinguni. (i) Kiti cha hukumu cha Kristo (ii) Karamu ya arusi ya Mwana-Kondoo. Tofauti pekee inayotokea kutokana na mitazamo hii tofauti ni muda na wakati wa matukio haya. Kutokana na mtazamo wa kabla ya dhiki, Kanisa litanyakuliwa mwanzoni mwa wiki ya sabini. Baada ya Kunyakuliwa, Kanisa litamfuata Bwana harusi kwenda mbinguni kwa ajili ya matukio haya mawili ambayo yatafanyika wakati wote wa kipindi cha dhiki ya miaka saba. Baada ya wiki, bibi harusi atamfuata Bwana harusi katika kuja kwake mara ya pili. Wakati Kanisa litashiriki katika matukio haya mawili, ulimwengu utakuwa unapitia Dhiki.

Kwa wanaounga mkono kunyakuliwa katikati ya dhiki, wanaamini Kanisa litanyakuliwa katikati ya wiki. Katika sehemu ya pili ya wiki, Kanisa litakuwa mbinguni kwa ajili ya matukio haya mawili (Kiti cha hukumu cha Kristo na Karamu ya arusi ya Mwana-Kondoo) wakati dunia inapitia Dhiki wakati uo huo. Baada ya miaka 3 ½ ya sehemu ya pili ya wiki, bibi harusi atamfuata Bwana harusi katika kuja kwake mara ya pili. Kwa mtazamo wa baada ya dhiki, Kanisa litakuwa mbinguni kwa ajili ya matukio haya mawili kwa muda mfupi tu. Hii ni kwa sababu Kunyakuliwa kwa Kanisa na kuja kwa pili kwa Kristo kutafuatana kwa karibu.

Kiti cha Hukumu cha Kristo / Hukumu ya Watakatifu

Biblia katika 2 Wakorintho 5:10 inaandika:

"Maana imetupasa sote kudhihirishwa mbele ya kiti cha hukumu cha Kristo; ili kila mtu apokee ijapokuwa yale aliyofanya kwa mwili, kadiri alivyofanya, kwamba ni mema au mabaya."

Kauli hii inaweza kushangaza, ambapo waumini wanasemekana kuonekana kwa hukumu. Kwa mawazo ya kawaida, hukumu ingeonekana kuwa ya wale wasioamini tu. Huku wasioamini wakikabiliana na hukumu yao kwenye Hukumu Kuu ya Kiti Cha Enzi Cheupe (Ufunuo 20). Biblia pia inafundisha kwamba kuna hukumu kwa Wakristo kama inavyoonekana katika andiko hilo hapo juu. Walakini, kiti cha hukumu cha Kristo ni tofauti. Si suala la ikiwa waumini hawa wanafika mbinguni au la, kwa sababu watakuwa tayari huko. Bali, itakuwa juu ya thawabu wanazopokea1. Mahubiri kutoka kwa *"Christian Victory"* na W. H. Clare yanaifafanua hii hukumu kama"uchunguzi wa huduma zao (watakatifu) ili wapewe thawabu."[2]

Swali muhimu linalotokea ni, "nani ndio 'WOTE' kama ilivyotajwa katika andiko hapo juu?" Jibu kwa swali hili linapatikana katika 2 Wakorintho 1:1 ambapo inarejelea watakatifu. Ni nini umuhimu wa hukumu hii basi? Jibu kwa swali hili linaweza kuonekana katika mambo mawili: (1) Watakatifu wakitoa ripoti ya uaminifu wao na watakatifu wapatiwe zawadi... Ni uchunguzi wa matendo yao. Walakini, uchunguzi huu hauhusiani na ukombozi kwani dhambi haitafika mbinguni. Yote ni kuhusu kutoa hesabu kwa kile mtakatifu alichofanya.[3]

Katika mfano wa watumishi na vipawa katika Mathayo 25:14-30, Yesu aliwakilishwa kwa njia ya "mtu." Katika mfano huo, aliwaita watumishi wake na kuwakabidhi mali yake. Mali hapa inapaswa kuonekana kuwakilisha huduma katika ufalme wa Mungu. Kwa mmoja aliwapa vipawa vitano. Kwa mwingine vipawa viwili na mwingine kimoja tu. Kisha mtu (Yesu) aliondoka. Hivyo, watumishi hawa walitarajiwa kufanya biashara na vipawa hivi. Yule aliyepewa vitano, alifanya biashara na kupata vitano zaidi. Yule mwenye viwili alifanya biashara na kupata viwili zaidi. Lakini yule aliyepewa kimoja alikificha. Baada ya muda mrefu, bwana wa watumishi hawa alirudi na kufanya hesabu nao.

Watumishi waliopewa vitano na viwili walisifiwa na bwana. Yule aliyepewa kimoja alilaaniwa na kutupwa katika giza, ambako kuna kilio na kusaga meno. Yesu alitumia lugha ya upole inayorejelea Jehanamu. Mfano huu hutufundisha kwamba Bwana ametupa vipawa tofauti, vipawa, na uwezo pamoja na uwezo kupitia Roho wake Mtakatifu. Vipawa hivi vinatarajiwa kufanyishwa kazi kwa ajili ya ufalme. Siku moja, bwana wa watumishi, yaani, Bwana Yesu atakuja na kufanya hesabu na watumishi. Wale waliozaa matunda katika huduma watapewa thawabu. Wale ambao hawakufanya chochote kwa ajili ya ufalme watapoteza waliyopewa, kisha wakatupwa Jehanamu. Kutoka kwa mfano huu, wale waliopokea vitano na viwili walistahili Kunyakuliwa. Ni katika kiti cha hukumu cha Kristo ambapo hesabu hufanywa.

Watakatifu wanahukumiwa kulingana na matendo waliyofanya Duniani. Kwa kuelezea wazi zaidi, matendo mema ambayo kama waumini Wakristo tumeweza kufanya kwa neema yake, yanawekwa kwenye sifa zetu na tutapata thawabu kwa hayo. Matendo mabaya, ingawa labda yalionekana sawa machoni mwetu, yatahukumiwa na hayatapokea thawabu yoyote[4].

Katika 1 Wakorintho 3:15, tunabaini sababu muhimu sana inayohusiana na hukumu hii. Kazi za watakatifu zitafanyiwa majaribio kwa moto. Kazi zitakazochomeka zitakuwa hasara kubwa kwa mtakatifu husika. Hata kama atastahiki maisha ya milele, lakini hatazipokea thawabu. Kazi zitakazostahamili moto zitastahili thawabu, na kubaini taji la kupokea. Fikiria kazi ya mtume Paulo ikipitia moto na kuibuka upande mwingine bila madhara. Ndio maana mtume Paulo ana uhakika wa huduma yake kwa ufalme wakati anapokaribia kifo. Katika 2 Timotheo 4:7, anaandika:

"Nimepigana vita vizuri, nimeumaliza mwendo wangu, nimeyashika imani. Sasa nimehifadhiwa taji ya haki, ambayo Bwana, mwamuzi mwenye haki, atanipa siku ile; wala si mimi tu, bali na wale wote wanaopenda kufunuliwa kwake."

Kama Clare anavyoeleza, "ingawa tuko salama kwa kadri ya maisha ya milele yanavyohusika, huduma yetu inaweza kuchomwa na kutokuwa na thawabu - LAKINI sisi wenyewe tutakuwa salama kwa sababu wokovu wetu hauhusiani na huduma yetu, bali kazi ya Bwana msalabani. Kuna uwezekano wa kupata hasara - YA THAWABU - Kwa hivyo, yafaaa tuweke bidii na tukumbuke kuwa kama vile kukata sahihi ya almasi kunavyodhibitiwa na sheria za mwanga, vivyo hivyo lazima tuuache mwanga wa neno la Mungu udhibiti huduma yetu yote kwake."[5]

Ni Dhahiri kwamba mahali pa hukumu hii inayohusisha watakatifu itakuwa mbinguni punde tu baada ya Kunyakuliwa. Kuna matukio mawili yanayohusiana na hukumu yanayofanyika kwa wakati mmoja. Moja mbinguni linalohusisha waliookolewa na Kristo na lingine Duniani linalohusisha wakaaji wa Dunia baada ya Kunyakuliwa kwa Kanisa. Ni muhimu kutambua kuwa hakimu atakuwa si mwingine ila Yesu Kristo Mwenyewe, ambaye Biblia katika Matendo 10:42 inamfafanua kama hakimu wa walio hai na wafu. Uamuzi wa mwisho kuhusu uaminifu wa watakatifu itakuwa uamuzi wa Yesu Kristo. Hii ni kwa sababu Yesu Kristo ni hakimu mwenye haki kulingana na 2 Timotheo 4:8. Kupitia mamlaka ya Baba yake, Yesu atatoa uamuzi bila upendeleo (1 Petro 1:17, Yohana 5:26-27). Kwa hivyo, hakutakuwa na sababu ya wasiwasi kuhusu uamuzi utakavyokuwa kwa sababu itakuwa ni kesi ya haki.[6]

Karamu ya Arusi ya Mwana-Kondoo

Tukio lingine muhimu linalotokea mbinguni baada ya Kunyakuliwa kwa Kanisa ni Karamu ya Arusi ya Mwana-Kondoo. Katika Ufunuo 19:7, tunaelezwa kuwa Bibi Harusi amejitayarisha. Anatamani kukutana na Bwana Harusi. Maandalizi kwa ajili ya ndoa hii yamekuwa ya maumivu kwa upande wa Bibi Harusi. Alikuwa lazima avumilie kwa shida. Baadhi ya watakatifu wamefika mbinguni kupitia kifo cha kishahidi. Ilikuwa ni gharama ya juu kuilipa, sawa na gharama ambayo Bwana Harusi alilipa ili kununua Bibi Harusi.

Kwa ndoa yoyote kufanikiwa, kuna masharti manne lazima yatimizwe: -

1. Ndoa inapaswa kuwa na msingi wa upendo kwa pande zote mbili: Bibi Harusi na Bwana Harusi.
2. Katika ndoa, wawili hao: - Bibi Harusi na Bwana Harusi lazima wawe wa karibu. Ni urafiki huu unaowashikamanisha.
3. Kuna furaha na msisimko katika ndoa. Bibi Harusi na Bwana Harusi kwa upande mmoja, na wale wanaoshuhudia kwa upande mwingine, wote wanahisi furaha.
4. Ili ndoa ifanikiwe, lazima iwe na uaminifu.[7]

Kuna furaha kubwa na msisimko wakati wa arusi ya Mwana-Kondoo kama ilivyoelezwa katika Ufunuo 19:7.Huu ni wakati mzuri na wa furaha wakati waumini wote waliozaliwa tena, wakristo ambao ni Bibi Harusi, wanakusanyika kwa sherehe ya arusi na Mwana-Kondoo, yaani Bwana Harusi. Bibi Harusi anajumuisha waumini wote wa Kikristo waliokiri kutoka kuanzishwa kwa Kanisa siku ya Pentekoste hadi wakati wa Kunyakuliwa kwa Kanisa.[8]

Bibi Harusi wa Mwana-Kondoo, ambaye ni Kanisa, amepambwa kwa kitani laini, safi bila doa na nyeupe. Kitani hiki ni haki ya waliokombolewa (Ufunuo 9:8). Kwa mfano, kitani kizuri na laini kinaonyesha haki ya watakatifu. Haya ndio matokeo ya kukamilisha mchakato kabla ya ndoa.

Waume na wake wengi (mabwana harusi na bibi harusi) wa Duniani wameachana baada ya ndoa yao. Hata hivyo, ndoa ya Bibi Harusi na Kristo itakuwa ya kudumu. Katika Ufunuo Sura ya 18, baada ya hukumu juu ya Ulimwengu, tunaona Mwana-Kondoo na Bibi Harusi wakijitokeza pamoja kwa utukufu. Hakikisho moja la utayari wa Bibi Harusi ni kuwa amevaa kitani nzuri na laini ambayo ni haki ya waliokombolewa. Haki yetu haijakamilika. Ni kama matambara machafu (Isaya 64:6-9). Walakini, kupitia kifo cha Kristo msalabani, Alitutakasa na kutupatia Haki yake (Waefeso 5:25b-27). Ni haki hii inayotofautisha kiti cha enzi cha rehema ya Mungu.

Katika sherehe ya arusi, Mungu Baba atakuwepo, kushuhudia ndoa ya Mwanawe na Bibi Harusi wa Mwanawe - Kanisa. Pia walioalikwa ni malaika, malaika wakuu, wazee ishirini na wanne na viumbe hai wanne. Kwa bahati mbaya, wanawali watano wapumbavu hawatakuwepo katika eneo hilo. Shetani na mapepo yake, ambao zamani walizunguka Mbinguni kabla ya kutupwa chini, watapigwa marufuku katika eneo hilo.[9]

Kulingana na mtazamo wa baada ya dhiki, wakati wa karamu ya arusi utaamuliwa na ufufuo wa kwanza (Kunyakuliwa) na kushuka kwa Kristo na majeshi yake. Matukio haya mawili yatafanyika siku hiyo hiyo katika utimilifu wa Sikukuu ya Baragumu. Mara tu baada ya karamu ya arusi, Mbingu itafunguliwa tena (Ufunuo 19:11). Bwana Harusi - mavazi yake yamechovya katika damu na Bibi Harusi na malaika wake - wamevaa kitani safi cheupe, - kisha watashuka kwenda Duniani (Ufunuo 19:12-16).[10]

SURA YA 15

YERUSALEM: AWALI NA BAADAYE

Jerusalemu ni jiji la aina yake. Hakuna jiji katika sayari nzima linaloshikilia umuhimu maalum kuliko jiji la Yerusalemu. Umuhimu wake ni wa kimungu zaidi kuliko wa kihistoria. Yerusalemu inakutanisha dini tatu kuu: Uyahudi, Ukristo na Uislamu kwa mpangilio wa kihistoria. Kila moja ya dini hizo tatu inashindania umiliki na utawala wa jiji hili, na hivyo kusababisha mvutano mkubwa kwa muda mrefu.

Yerusalemu Kwa Mtazamo wa Kihistoria

Kutajwa kwa mara ya kwanza kwa Salem ni katika Mwanzo Sura ya 14, ambapo Ibrahimu alitoa zaka kwa Melkizedeki, Mfalme wa Salem. Neno "Salem" linatokana na Kiebrania "Shalom" ambayo inamaanisha amani. Wenyeji wa mapema wa jiji hili walikuwa Waamori na Wahiti (Yoshua 10:5; Ezekiel 16:3). Ilirejelewa kama Sayuni.

Mfalme Daudi alifanikiwa kukamata jiji hili kwa lengo la kulifanya liwe mji mkuu wa makabila 12 ya Israeli. Ni ngome ya jiji hili ndiyo iliyomvutia Daudi (2 Samweli 5:6-9). Baadaye, ngome hiyo iligeuka kuwa inaitwa mji wa Daudi (1 Mambo ya Nyakati 11:7). Jambo moja muhimu lililofanya jiji hili kuwa maarufu na muhimu ni wakati Waisraeli wakiwa chini ya Daudi walileta Sanduku la Agano (2 Samweli 6:12-15).[1]

Daudi alinunua ngano ya kupuria ya Arauna, kaskazini mwa jiji na kujenga madhabahu ya Bwana na kutoa dhabihu (2 Samweli 24:18-25). Ni katika upande huu wa kaskazini ambapo madhabahu ilijengwa ambapo Sulemani - mwana wa Daudi alijenga Hekalu la kwanza, muundo wa ibada wa kipekee na fahari ambao ulikuwa wa kushangaza. Nguvu na ushawishi wa jiji hili ulianza kuenea hadi kusini mwa Mto Efrati. Baada ya kifo cha Sulemani, Yerusalemu ikawa mji mkuu wa ufalme uliogawanyika. Waashuru walitumia mgawanyiko huu kwa manufaa yao. Jeshi la Waashuru lilipanga kuuteka. Walakini, Mfalme Hezekia aliwazuia kwa kujenga handaki chini ya ardhi kutoka Chemchemi ya Gihoni ambayo ilizuia jeshi la Waashuru kupata usambazaji wa maji. Lakini ushindi mkubwa wa Hezekia ni wakati malaika wa Mungu alipiga vita wanajeshi 185,000 wa Waashuru katika usiku mmoja bila mchango wowote wa Hezekia (2 Wafalme 19:35-36). Ni uasi-imani wa Yerusalemu uliowadhibiti ambao uliushusha mji huu. Mungu aliikabidhi Israeli kwa Nebukadreza wa Babeli. Jiji lilivamiwa na kuharibiwa bila kuwa na huruma ya Hekalu la kuvutia la Sulemani. Watu wa Yuda walitekwa na kuchukuliwa kwenda Babeli kwa miaka sabini.[2]

Yerusalemu kama Mji Mtakatifu

Ingawa hekalu lilivunjwa na Wababeli, moyo wa Mungu ulikuwa bado na jiji hili. Sehemu ya watu waliokaa uhamishoni waliruhusiwa kurudi na kujenga upya kuta za jiji kupitia kutia moyo kwa Nabii Hagai na Zekaria (2 Mambo ya Nyakati 36:22-23). Nehemia aliwaongoza waliosalia kujenga kuta licha ya upinzani mkali. Ingawa hekalu hilo lilikuwa limewekwa wakfu baada ya dhabihu za Sikukuu za Vibanda, lilipata uharibifu mkubwa wakati Yerusalemu ilishambuliwa na Wagiriki chini ya Antioko Epifano ambaye alimjengea madhabahu mungu Zeus katika patakatifu pa patakatifu. Kwa sababu ya uchafu huo, hekalu hilo liliwekwa wakfu tena katika Sikukuu ya Hanuka.[3]

Nabii Zekaria alikuwa ametabiri juu ya Masihi akipanda juu ya punda katika sherehe ya Pasaka ambapo Angepanda hadi jijini (Zekaria 9:9). Katika siku za kale, waheshimiwa walipanda juu ya punda. Kwa mfalme kupanda punda kulimaanisha kwamba mfalme alikuwa kwenye safari ya amani. Yesu alikuwa mfalme wa amani. Aliendesha punda kwenda Yerusalemu wakati wa Pasaka akileta utimilifu wa unabii wa Zekaria.[4]

Katika Zekaria 11:12, nabii alikuwa ametabiri kwamba Yuda Iskarioti angemsaliti Yesu kwa vipande vya fedha 30. Unabii ulitimizwa. Nabii aliendelea kutabiri kwamba Yuda angekuwa na hatia, jambo ambalo lingemfanya kutupa vipande hivyo vya fedha.[5] Unabii huu pia ulitimia. Baada ya kusulubiwa, jiji liliimwaga damu ya nabii. Miaka arobaini baadaye, Warumi walivamia jiji na kulibomoa. Ardhi ya Hekalu ilichafuka tena. Tangu wakati huo, Yerusalemu na haswa Mlima wa Hekalu limekuwa chini ya Waislamu hadi jiji liliporejeshwa katika vita vya siku sita mnamo mwaka wa 1967.

Dini imekuwa chanzo cha mzozo huko Yerusalemu kwa miaka mingi. Baada ya uharibifu wa Hekalu la kwanza (Hekalu la Sulemani), Wayahudi walizuia Mataifa kuingia katika nyua za Kiyahudi. Wakati Waislamu walijenga kwa mara ya kwanza kuba ya mwamba (Dome of Rock), wasio Waislamu walizuiwa kufikia Mlima wa Hekalu. Kabla ya kuteka tena jiji hilo mnamo mwaka wa 1967, Wayahudi walizuiwa kuingia Kanisa la Kaburi Takatifu au hata kupita kando yake. Amani ya Yerusalemu imekuwa hafifu. Walakini, kwa Wakristo wa Yerusalemu, Masihi anakuja kurudisha amani hiyo ambayo imekuwa ngumu kupatikana.

Yerusalemu Hapo Baadaye

Mgogoro wa sasa wa Mashariki ya Kati una athari moja kwa moja kwa Yerusalemu. Mvutano kati ya dini kuu tatu katika Mashariki ya Kati: Uyahudi, Ukristo na Uislamu itaendelea kuvuta kila upande katika siku za usoni. Wayahudi wanadhani wana haki ya kudai mahali ambapo Kanisa lilizaliwa. Ni katika jiji hili ambapo Masihi atathibitisha utawala wake wa miaka elfu, akisaidiwa na Bibi Harusi. Waislamu hawako tayari kuacha jiji hili pia. Kuba ya mwamba na misikiti mingi mingine katika jiji hilo hutumika kama mahali pa kimbilio kwao. Ili kuthibitisha mamlaka yake, serikali ya Israeli ilisogeza mji mkuu kutoka Tel Aviv hadi Yerusalemu, hatua ambayo iliukasirisha ulimwengu wa Kiislamu na kuzidisha mvutano.

Katika siku zijazo, Yerusalemu itakuwa kitovu cha kuangaziwa au kumulikwa. Kinabii, Hekalu la Tatu litajengwa tena Yerusalemu ambapo mengine mawili yalikuwa yakisimama hapo awali. Walakini, hatua kama hiyo itazua upinzani mkali kutoka kwa Waislamu. Halitakuwa jambo rahisi. Tayari maandalizi ya kujenga Hekalu yanaendelea. Kikwazo kikubwa ni Kuba ya Mwamba ambayo imejengwa katika eneo hilo hilo ambapo Hekalu la Sulemani lilisimama. Nguvu tu ndio inaweza kutumiwa kufikia lengo hili. Kwa hivyo, ni kichocheo cha vita kuu ambavyo vinaweza kusambaa ulimwenguni kote. Urusi inaunga mkono Waislamu. Marekani na Ulaya Magharibi inatarajiwa kuunga mkono Israeli.

Kujengwa upya kwa Hekalu la Tatu Yerusalemu ni mpangilio wa kimungu. Wakati Fulani kulikuwa na uvumi kuhusu ugunduzi wa nyufa kwenye msingi wa kuba ya Mwamba. "Njia za Mungu si njia za mwanadamu." Mungu aliunda njia kupitia Bahari Nyekundu na Mto Yordani ili watu wake wapite. Kuta za Yeriko zilianguka bila mkono wa binadamu. Katika vita vya siku sita na vita vya Yom Kippur, Mungu alionyesha kuwa Waisraeli ni watu wake licha ya uasi wao. Vipi mtu anaweza kuelezea jinsi jeshi la Misri na Syria lilizuiliwa kusonga mbele kuelekea Israeli katika vita vya siku sita na vya Yom Kippur? Kupitia malaika wa Mungu, wanajeshi 185,000 wa Syria walipigwa usiku mmoja bila Mfalme Hezekia kutupa mshale hata mmoja. Huyo ndiye Mungu yule yule ambaye amepanga kwamba hekalu litajengwa tena Yerusalemu kwenye Mlima wa Hekalu. Kuwa na Kuba ya Mwamba si chochote si lolote kulingana na Mungu.

Vita vingi vimepiganwa Yerusalemu katika historia ya jiji hilo. Gog na Magog wanatabiriwa kuandaa jeshi kutoka kaskazini kuelekea Israeli na lengo litakuwa Yerusalemu. Hivi vitakuwa vita kuu ambavyo vitasababisha athari ya maangamizi kwa wavamiz

(Ezekieli 38-39). Yerusalemu kama uwanja wa vita itapata sehemu ya athari hiyo.

Mashambulizi ya mwisho kwa jiji la Yerusalemu itakuwa vita vya Armagedoni. Mpinga Kristo atatia saini agano (makubaliano ya amani) na Israeli wakati wa wiki ya sabini. Katikati ya makubaliano, atavunja agano na kugeuka dhidi ya Israeli. Atayakusanya majeshi yote ya dunia kuelekea Israeli. Lengo litakuwa moja, kufuta Israeli kabisa katika uso wa dunia. Vita hivi vitaathiri sana Israeli. Thuluthi mbili ya Waisraeli watapoteza maisha yao wakati wa vita hivi. Yerusalemu itahisi joto la vita hivi. Vita vya Gog na Magog, na vita vya Armagedoni vitakuwa vita vya kisasa, vitakavyopiganwa kwa silaha na teknolojia za kisasa. Si ajabu kwamba majeruhi watakuwa wengi (Zekaria 14:2; 12:8-9).

Licha ya giza linalokabili Yerusalemu kwa sasa na katika siku za usoni, jiji hili hatimaye litapata amani. Yesu atakapotawala kwa miaka elfu, pamoja na watakatifu katika Ufunuo 20:6, Yerusalemu itakuwa mahali pake pa makazi na jiji la mfalme. Wakati wa utawala wake, mataifa yatahitajika kwenda Yerusalemu kila mwaka kumwabudu Masihi (Zekaria 14:16).[6]

SURA YA 16
UAMSHO WA ISRAELI

Uamsho wa kiroho wa baadaye wa Israeli waonekana vyema katika Sura ya 37 ya kitabu cha Ezekieli katika maono ya bonde la mifupa kavu. Ezekieli alionyeshwa maono hayo wakati taifa lilikuwa linatumikia utumwa katika Babeli. Mungu kwa maono, alimchukua Ezekieli hadi bonde la mifupa kavu. Awali, Mungu alikuwa ameonya katika Sura ya 6 ya Ezekieli, kwamba Ataleta juu ya Israeli upanga utakaotawanya mifupa yao. Katika Sura ya 37 ya Ezekieli, tunaona mifupa ikipata uhai katika jeshi kubwa sana, jambo linaloashiria kuwa, lazima ilikuwa baada ya vita.

Katika Sura ya 36, Ezekieli alikuwa ametabiri jinsi Mungu angeweza kufanya taifa la Kiyahudi kurudi katika nchi hiyo. Idadi yao ingeongezeka na kuchukua miji iliyokuwa imetelekezwa. Mungu aliashiria jinsi atakavyowafanikisha Israeli zaidi kuliko hapo awali, na kwamba atahakikisha wamejaa na kumiliki ardhi, kuondoa aibu waliyokuwa wamepata. Kupitia ziara hii, Israeli wote wangejua kwamba Yeye ni YAHWEH. Hata hivyo, hii ingetokea tu kwa sharti kwamba wangekuwa watiifu kwake.

Sababu ya Waisraeli kukumbana na hukumu iliyosababisha uhamisho huo, ilikuwa kwa sababu ya kuchafua ardhi kwa kuabudu sanamu na kumwaga damu isiyo na hatia. Zaidi ya hayo, walilitia unajisi jina la YAHWEH walipoenea miongoni mwa Mataifa. Jina lake lazima liwe takatifu kila wakati.[1]

Mungu alimwambia Ezekieli atabirie mifupa iliyokauka na wakati Ezekieli alipotabiri, kulikuwa na mtikisiko mkubwa. Kulikuwa na muungano wa nyama na ngozi kwa mifupa. Walakini, hawakuwa na pumzi. Baada ya kuhubiri, pumzi ilingia kwenye mifupa hiyo na wakapata uhai. Pumzi hii ni roho ya Mungu kama tulivyoshuhudia katika uumbaji wa Adamu katika Mwanzo Sura ya pili. Tofauti hapa ni kwamba katika kisa cha Adamu, ilikuwa ni uumbaji wa kwanza, ilhali katika kisa cha Israeli, ilikuwa ni kufufuka.

Ingawa Israeli ilikuwa imekatwa, kwa wakati fulani wa baadaye Mungu atairejesha nyumba yote ya Israeli kwa uhai. Kwa karne nyingi, Israeli ilikuwa imepoteza matumaini. Yerusalemu ilikuwa imekanyagwa na Mataifa. Mei 14, 1948, Israeli ilizaliwa kama taifa. Walakini, Israeli ilikuwa imekufa kiroho. Ezekieli 37 inaonyesha Israeli ikitokea kutoka utumwa wake na kurudi kwenye ardhi yao iliyopewa ahadi. Hii iilitekelezwa katika mwaka wa 538 KK wakati Israeli waliporuhusiwa kurudi katika ardhi yao na Mfalme Koreshi wa Uajemi ambaye aliondoa utawala wa Babeli (Ezra 1:1-4; 2 Mambo ya Nyakati 35:22-23). Walakini, kuamka kiroho kutashuhudiwa kwa kiwango kikubwa sana baadaye.[2]

Ezekieli 37:11 inaonyesha wazi kwamba kufufuka huku kunahusisha nyumba nzima ya Israeli, yaani, Israeli na Yuda pamoja. Baada ya kutawanyika kwao, walipoteza matumaini ya kupata tena hadhi ya taifa lao. Maono ya bonde la mifupa kavu linazungumzia hali yao ya kukata tamaa. Katika karne ya 19, idadi kubwa ya watu Wayahudi walianza kurudi Israeli. Hii ilifikia kilele chake katika kuzaliwa kwa Israeli mwaka wa 1948.

Miujiza katika maono ya Ezekieli inaashiria kwamba mifupa sio tena mifupa iliyotengwa bali mwili mmoja wa watu wa Kiyahudi. Kuunganishwa huku kunaonyesha kufufuka kwa wana wa Yakobo kama kiumbe katika nchi yao katika siku za usoni. Kwa sasa, hawana "pumzi" lakini katika siku za usoni, Mungu ataweka pumzi yake juu ya mifupa kavu na watakuwa hai. Walakini, kwa sasa, wamekufa kiroho.

Katika karne ya 19, jamii ya Kiyahudi iliyokuwa ikikaa Urusi ilirudi nyumbani na kuunda mji wa Tel Aviv. Pia walijihusisha sana katika mipango ya makazi inayoitwa **Kibbutz.** Inakadiriwa kwamba ifikapo 1948, takriban Wayahudi 657,000 walikuwa tayari wamehamia Israeli3. Kufikia mwaka wa 2007, idadi ya Wayahudi nchini Israeli ilikuwa milioni 5.3. Idadi yao imekuwa ikiongezeka, na wamejenga na kulima nchi yao, na kuirudisha kwa uzuri kama alivyotabiri Ezekieli katika Ezekieli 36:8-12. Walakini, wamefanya haya yote kwa kutokuamini.[4]

Kuna maeneo kadhaa ambayo Mungu alimuelekeza Ezekieli katika unabii huu kama ilivyobainishwa na David Levy. **Kwanza,** Mungu kwa kumwongoza Ezekieli kuwa na fimbo mbili na kuandika **Efraimu** kwenye moja na **Yuda** kwenye nyingine, kisha kuunganisha fimbo hizo pamoja, Mungu alikuwa akirejelea umoja wa falme zilizogawanyika, ambapo Efraimu inawakilisha makabila kumi ya ufalme wa kaskazini, na Yuda inawakilisha ufalme wa kusini. Ingawa wamegawanyika awali, wakati wa kufufuka kwa Israeli, hawatakuwa na mgawanyiko, bali kiumbe kimoja.

Pili, watakuwa chini ya mfalme mmoja - Masihi - ambaye ataanzisha "kiti cha enzi cha Baba yake Daudi. Na Atatawala juu ya nyumba ya Yakobo milele, na ufalme wake. Haitakuwa na mwisho" (Luka 1:32-33). **Tatu,** Israeli imejiingiza katika dhambi ya ibada ya sanamu. Wakati wa kutawanyika, amejitia unajisi na kufanya mambo ya kuchukiza. Katika kufufuka kwake, Israeli itatakaswa kutoka kwa unajisi wake wote. Itatakaswa pamoja na ardhi wakati wa kuja kwa pili kwa Kristo. Walio bakia wataishi katika nchi, lakini wakati huu, kama mabaki ya wanaoamini, ambao watampokea Bwana kama Mungu.

Nne, Mungu ataheshimu agano lake na Ibrahimu lililotajwa katika Mwanzo 28:12-15. Mungu aliwapa ardhi hiyo ili wakae ndani yake, watoto wao, na watoto wa watoto wao (Ezekieli 27:25). **Tano,** Israeli iimetembea katika sheria za Mungu. Katika kufufuka kwake, Mungu ataweka mioyo mipya, na roho mpya. Watajazwa na Roho Mtakatifu na kutembea katika njia zake (Ezekieli 36:24-26). **Sita,**

uhusiano uliopotea kati ya Mungu na Israeli utarejeshwa. Bwana alisema, "Nitakuwa Mungu wao na wao watakuwa watu wangu" (Ezekieli 37:27).

Saba, Mungu aliahidi kuweka patakatifu pake kati yao milele. Hili ni Hekalu la milenia ambalo litakuwa maskani ya Bwana, au mahali pake pa kuishi. Hekalu hili litajengwa katika Mlima wa Hekalu wakati wa kurudi kwa Kristo (Ezekieli 40:46). **Nane,** mataifa ya dunia yatakiri Israeli ambayo waliidharau na kutambua kwamba ni Mungu aliyewakomboa. Israeli itaongoza mataifa ya dunia katika kumwabudu Mungu mmoja wa kweli.[5]

Ingawa taifa la Israeli limezaliwa na Wayahudi wamerudi nchi mwao, maono ya Ezekieli bado hayajatimizwa. Ezekieli anaonyesha kwamba baada ya Mungu kumimina Roho wake, Israeli itajua kwamba ilikuwa ni Yehova aliyefungua makaburi yake na kulirudisha taifa. Tukio hili litatokea wakati ambapo Masihi atarudi. Atarudi kuwaokoa kutokana na kuangamizwa na Mpinga Kristo.[6]

Watamtazama yeye waliyemchoma, nao watamwombolezea kama vile mtu anavyomwombolezea mwana wake pekee (Zekaria 12:10). Hii itakuwa ni kurejea kwa pamoja kati ya Mungu na watu wake wa Israeli, Masihi waliyemkataa. Atatawala juu yao. Israeli pia itatakaswa kutoka uchafu wake wakati wa kuonekana kwa Masihi. Kutakuwa na urafiki ambapo Mungu atawaita watu wangu. Mtume Paulo anaonyesha jinsi taifa zima litakavyookolewa kwa tukio moja, wakati wa kurudi kwa Masihi (Warumi 11:26). Walakini, hawa watakuwa ni mabaki baada ya theluthi mbili ya Israeli kuuawa na Mpinga Kristo.

Maono ya bonde la mifupa kavu yanafananisha kufufuka kwa Israeli kama ilivyoelezwa hapo juu. Hata hivyo, ufufuo huo mkubwa haukuwekwa kwa ajili ya Israeli pekee. Mungu anatangaza kwamba yeye ni "Mungu wa mwili wote" (Yeremia 32:27). Kuna mistari kadhaa katika Injili inayoonyesha kwamba watawala na watu wasio wa Israeli pia watafufuliwa (Mathayo 11:20-24; 12:41-42; Luka 10:12-14).[7]

Wasomi wengi wa Biblia wanaweka wakati wa maono ya Ezekieli ya bonde la mifupa kavu katika Ezekieli 37 kabla ya kurudi kwa pili kwa Kristo. John Schroeder anaiona tofauti. Anaunganisha hoja yake na Yohana 5:25; 5:28 ambapo Yesu anasema:

> *Amin, amin, nawaam- bia, saa inakuja, na sasa ipo, wafu wataisikia sauti ya Mwana wa Mungu: na wale waisikiapo wataishi... Msistaajabie hili: kwa maana saa inakuja, katika hiyo wote waliomo makaburini wataisikia sauti yake.*

"Baadaye Kristo anamwambia mtume Yohana kwamba "wafu wengine" - akiashiria wale ambao hawakufufuliwa kuishi katika kufufuka kwake - hawakufufuliwa tena hadi miaka elfu itakapomalizika (Ufunuo 1:1; 20:5). Hii inaashiria, kwa hivyo, kwamba wakati wa kufufuka huku ni baada ya utawala wa miaka elfu ya Kristo. Utawala wake wa Milenia, "anadai Schroeder.[8]

Maoni ya *Forerunner Commentary* yanatazama maono ya Ezekieli ya bonde la mifupa kavu kuwa inamaanisha kufufuka kwa pili na sio kwa kurejea kwa Israeli - kama baadhi ya wataalamu wa Biblia wanavyoona kifungu hiki. Kulingana na *Forerunner Commentary,* wale walio katika ufufuo wa pili watafufuliwa kuwa hai kama binadamu wa mwili na damu. Wataishi katika ulimwengu wenye amani na ustawi, usio na ushawishi wa Kishetani. Kwa dhahiri, Mungu atawapa miaka mia moja ya maisha kujifunza na kukubali njia zake. Kulingana na *Forerunner Commentary* kuhusu maono haya, inaelezea wakati ambapo mabilioni ya watu wadogo na wakubwa ambao kamwe hawakupata fursa ya wokovu watarejeshwa kimwili ili kuishi tena - kuishi maisha ya kimwili - lakini moja yenye tofauti: fursa na uwezekano mkubwa wa wokovu na uzima wa kiroho wa milele.[9] Msimamo huu hata hivyo, unatofautiana na wataalam wengi wa Biblia ambao wanashikilia kwamba maono ya bonde la mifupa kavu yanahusu hasa kufufuka kwa kiroho kwa Israeli.

SURA YA 17

WAINJILISTI WA KIYAHUDI 144,000

Katika Kitabu cha Ufunuo, Yohana anatutambulisha kwa kundi maalum sana la watu wanaofikia 144,000. Katika Ufunuo 7:2-4 tunasoma:

"Nikaona malaika mwingine akipanda kutoka mashariki, mwenye muhuri wa Mungu aliye hai; akalilia kwa sauti kuu kwa wale malaika wanne, ambao walipewa kuumiza nchi na bahari, akisema, Msiumize nchi, wala bahari, wala miti, hata tutakapoweka muhuri juu ya kipaji cha nyuso za watumishi wa Mungu wetu." Kisha nikasikia hesabu ya wale waliopigwa muhuri; waliopigwa muhuri walikuwa mia na arobaini na nne elfu kati ya kabila za wana wa Israeli."

Kifungu hiki kimekuwa na tafsiri tofauti. Kulingana na Mashahidi wa Yehova, "Mungu anachagua idadi ya Wakristo waaminifu, ambao baada ya kifo chao, watafufuliwa na kuwa hai Mbinguni. Mara baada ya kuchaguliwa, wanatarajiwa kudumisha viwango vya Kikristo vya imani na tabia, lau sivyo, wanapoteza urithi wao wa mbinguni" (Waefeso 5:5, Wafilipi 3:12-14).[1]

Mashahidi wa Yehova wanadai kwamba wale wanaokwenda mbinguni watakuwa makuhani pamoja na Yesu kwa miaka 1000 (Ufunuo 5:9; 10; 20:6). Kikundi hiki cha waumini mbinguni kitajumuisha serikali ya mbinguni ambayo itatawala "Ulimwengu

Mpya" na kurejesha binadamu kwa haki ambayo Mungu alikusudia tangu mwanzo (Isaya 65:17; 2 Petro 3:13). Timu hii ya mbinguni itajumuisha watu 144,000 ambao watafufuliwa kwenye uzima wa mbin- guni (Ufunuo 7:4).[2]

Mashahidi wa Yehova wanadai kuwa ni dhana potofu kudai kuwa watu wote wema wanaenda mbinguni. Hii ni kwa sababu Mungu anaahidi uzima wa milele duniani kwa watu wengi wema (Zaburi 37:11; 29, 34). Wanadai kuwa kufufuka kwa kwanza ni kufufuka kwa uzima wa mbinguni, ingawa kuna ufufuo mwingine ambao ni wa kidunia. Wanadai pia kuwa ni Mungu anayeamua watu wanaokwenda mbinguni.[3]

Kutoka mtazamo wa Mashahidi wa Yehova, mashahidi 144,000 waliofufuliwa na ambao Mungu anawachagua kuunda kundi la utawala ambao utatawala na Kristo juu ya wale wanaoishi duniani. Walakini, Mashahidi wa Yehova hawaelezi maana ya maandiko yanayosema "Nami nikasikia hesabu ya waliotiwa muhuri, **144,000 waliotiwa muhuri kutoka kabila zote za wana wa Israeli**." Katika mistari inayofuata, Mtume Yohana anaendelea na kutaja mgawanyo wa kila kabila - "elfu kumi na mbili." Je! Wana wa Israeli wanaweza kuwa waumini wa Kikristo? Ikiwa uwezo wa wale wanaokwenda mbinguni ni 144,000, Vipi kuhusu umati ambao mtume Yohana aliiona mbinguni umetoka katika Dhiki Kuu? Idadi hii, kulingana na mtume, haikuweza kuhesabika, kutoka kwa makabila na lugha zote. Katika Ufunuo 7:9, tunasoma:

> *"Baada ya haya nikaona, na tazama, umati mkubwa, ambao hapana mtu awezaye kuhesabu, wa kila taifa, na kabila, na watu, na lugha, wamesimama mbele ya kile kiti cha enzi, na mbele ya Mwana-Kondoo, wamevaa mavazi meupe, na wana matawi ya mitende mikononi mwao."*

KIFUNGU HIKI KINAFUTILIA mbali madai ya Mashahidi wa Yehova. Kutoka kwa maono ya Yohana, kila kabila, watu, na lugha wanawakilishwa mbinguni. Zaidi ya hayo, umati huo ulikuwa mkubwa sana kwamba hakuna mtu aliyeweza kuhesabu.

Kabla ya kurudi kwa Yesu Kristo, ulimwengu utapitia uvuguvugu mkubwa wa kiroho, kinyume na wale wachungaji wanaodai kuwa mwishoni mwa wakati kutakuwa na uamsho mkubwa wa kiroho. Biblia inafundisha kwamba wakati wa kurudi kwa Bwana Yesu Kristo, kutakuwa na kuanguka kwa imani. Wingu la uasi litazunguka dunia. Msingi wa wahubiri hawa kuhusu ufufuo mkubwa siku za mwisho wanautoa kutoka kwa Joel 2:28-29. Maandiko haya yanaweza kuwa yanahusiana na kumwagika kwa Roho wa Mungu kwa wainjilisti 144,000 mwishoni mwa wakati.[4]

Wainjilisti 144,000 wanachaguliwa kati ya makabila kumi na mawili ya Israeli. Wanapigwa muhuri katika vipaji vya nyuso zao na kuchaguliwa kutumikia Mungu mwishoni mwa wakati. Kulingana na Ufunuo 14:4, wao ni mabikira. Mungu atawalinda mashahidi hawa hivi kwamba hakuna mtu atakayeweza kuwadhuru. Mwenyezi Mungu atawazunguka na mikono yake. Ujumbe wao wa wokovu utawaasha wengi, na hivyo kusababisha wengine kutaka kuwadhuru hawa wainjilisti. Lakini hii haitawezekana kwa sababu ya ulinzi wa Mungu.[5]

Athari ya hawa wainjilisti itakuwa kubwa kama ilivyoelezwa katika Ufunuo 7:9. Maelezo haya yanaonyesha kwamba kutakuwa na idadi kubwa ya watu watakaokuja kwa Kristo wakati wa Dhiki Kuu kwa sababu ya hawa wainjilisti wa Kiyahudi. Hali hii itatukia kote ulimwenguni. Italeta utimilifu wa ahadi ya Kristo iliyorekodiwa katika Mathayo 24:14 kwamba "Injili hii ya ufalme itahubiriwa katika ulimwengu wote kuwa ushahidi kwa mataifa yote; ndipo mwisho utakapokuja."[6]

Ujumbe wa hawa wainjilisti utakuwa ni injili ya ufalme na zaidi, kuonya wenyeji wa dunia dhidi ya kuchukua alama ya Mnyama. Wainjilisti hawa walikuwa malimbuko ya kwanza ya wokovu baada ya Unyakuo (Ufunuo 14:4b). Kulingana na Ufunuo 14:4a, wainjilisti hawa pia ni mabikira; sifa ambayo inawawezesha kuwa na wito wa kuwa waaminifu kabisa. Labda sababu ya useja wao ni kwa sababu ya ukubwa wa dhuluma wakati huo, ambapo mtu aliye na familia angeweza kushawishiwa kugawanya uaminifu wake kati ya Mungu na familia. Katika Yeremia 16:1-4, tunamuona Yeremia akizuiliwa kuoa kwa sababu ya mateso makubwa wakati huo.[7]

Mungu atawaokoa hawa wainjilisti kutokana na madhara yoyote na hukumu iliyowekewa ulimwengu huu. Mungu ataweka malaika kuwalinda hawa wainjilisti. Malaika aliamriwa ailinde dunia, bahari, na miti, hadi hawa wainjilisti walipopigwa muhuri kwenye vipaji vya nyuso zao kwa huduma ya ufalme. Kristo atawalinda kama watumishi wake na pia kwa sababu ya kazi kubwa itakayokuwa mbele yao. (Ufunuo 7:3)

Kuna uwezekano wa watu zaidi kupata wokovu katika miezi 42 ambayo hawa wainjilisti wa Kiyahudi watakuwa wakieneza injili, ikilinganishwa na enzi ya kanisa wakati wa mwisho. Hii inadhihirishwa na Ufunuo 7:9 ambayo inasema kwamba wale waliokwenda mbinguni baada ya Dhiki kuu ni umati ambao hakuna mtu aliyeweza kuuhesabu. Moja ya sifa za Mungu ni haki na usawa. Mungu atahakikisha kila mtu ulimwenguni kote anasikia injili; ili iwe ushahidi, isije mtu akadai kamwe kwamba hakuwahi kusikia injili kwa sababu ya kuzaliwa au kukulia katika dini fulani kama Uislamu, Ubuddha, Uhindu, n.k. Wote watasikia injili kuwa mashahidi kabla ya mwisho kufika. Maandiko yanarekodi:

> *"Na habari njema ya ufalme itahubiriwa katika ulimwengu wote kuwa ushuhuda kwa mataifa yote, ndipo mwisho utakapokuja." (Mathayo 24:15)*

WAINJILISTI WA KIYAHUDI 144,000 wana kazi maalum. **Kwanza,** wanapaswa kutiwa muhuri na kuagizwa kutangaza Injili ya milele ambayo itawavuta watu kumwabudu Mungu. **Pili,** watachangia pakubwa katika kuharibu Babeli. Babeli itakuwa inadhibiti mfumo wa kidini, kisiasa, na kiuchumi wa ulimwengu kupitia "Utaratibu Mpya wa Ulimwengu". Tatu, wainjilisti hawa wa Kiyahudi watapewa jukumu la kuonya wenyeji wa dunia dhidi ya kumwabudu Mpinga Kristo au sanamu yake na dhidi ya kupokea alama yake kwenye paji la uso au kwenye mkono (Ufunuo 14:1-12).[8]

Kumekuwa na mjadala kuhusu ikiwa Ufunuo 7 na 14 unawakilisha kundi moja. Baadhi wanadai kwamba Ufunuo 7 unahusu wainjilisti Wayahudi kwa sababu hata makabila yao yamebainishwa, lakini sio sawa katika Sura ya 14. Watson Goodman anabainisha kwamba, "uchunguzi wa makini wa Sura ya 14:4b unasema kwamba" hawa walikuwa wamekombolewa kati ya wanadamu, wakiwa malimbuko ya kwanza kwa Mungu na kwa Mwana-Kondoo ". Katika Yakobo 1:18, mtume anaandika, "Kwa mapenzi yake mwenyewe alituzalisha kwa neno la kweli, ili tuwe aina ya matunda ya kwanza ya viumbe vyake." Yakobo anaandika kwa makabila kumi na mawili yaliyotawanyika kote, kama tunavyoona katika Aya ya 1. Malimbuko ya kwanza katika Kanisa la Kristo yalitoka katika makabila kumi na mawili ya Israeli. Hata hivyo, msimamo huu unapingwa na baadhi ya wasomi ambao wanadai kwamba Ufunuo 14 unahusu mwili wa waumini.

Kuna wazo linalodai kwamba 144,000 katika Ufunuo ni mfano na sio hali halisi. Chad Napier anabainisha kwamba, "Wakristo wanakubaliana kwamba 144,000 hawaonyeshi jumla ya nafsi katika historia yote ambazo mwishowe zitaokolewa kutokana na ghadhabu ya milele. Kwa ujumla, Wakristo, wanachukulia aya hii kama watu 144,000 halisi, au wanaamini ni idadi maalum inayowakilisha idadi isiyofahamika ya watu. Idadi iliyotajwa katika maandiko haya ni hesabu halisi. Hesabu hii ya wakati ujao inahusu nadharia kwamba 144,000 au "Wayahudi waliohifadhiwa", wanalindwa kutokana na hasira ya Mpinga-Kristo wakati wa kipindi cha Dhiki. Kundi hili la watu litahubiria ulimwengu katika kipindi hiki, likiongoza wokovu wa mamilioni waliotajwa katika Ufunuo 7:9.[10]

Ni vyema kutambua kwamba mavuno haya makubwa ni kutoka kwa ulimwengu wa Mataifa ambao walijitokeza kutoka kwa Dhiki Kuu, ishara kwamba walivumilia miezi 42 ya Dhiki Kuu na hawakuchukua alama ya Mnyama. Waumini hawa waliozaliwa mara ya pili, kwa hisani ya wainjilisti Wayahudi, hawatapata miili iliyofufuliwa kwa sababu waliingia katika ufalme baada ya Unyakuo. Vivyo hivyo, wainjilisti Wayahudi 144,000 wataingia katika utawala wa miaka elfu pamoja na miili yao ya kimwili. Mbali na mavuno makubwa kutoka kwa ulimwengu wa Mataifa, wainjilisti hawa pia watawavutia mamia ya maelfu ya watu Wayahudi kwa Kristo. Wainjilisti hawa watakuwa mashahidi wa uharibifu wa maadui wa Mungu wakati Yesu Kristo atakaporudi akiwa ameandamana na majeshi ya mbinguni.[11]

SURA 18

MASHAHIDI WAWILI KATIKA UFUNUO

Katika Ufunuo 11:3-12, Biblia inarekodi kwamba mwishoni mwa enzi, kutakuwa na mashahidi wawili. Swali linalojitokeza kutokana na andiko hili ni kuwa hawa mashahidi wawili wanaweza kuwa nani? Mapendekezo mengi yametolewa kuhusu mashahidi hawa wawili. Yaani, Musa na Eliya, Henoko na Eliya, au waumini wawili wasiojulikana ambao Mungu anaweza kuwainua katika nyakati za mwisho. Kuna hata wasomi wa Biblia wengine ambao wanawaona hawa mashahidi wawili kuwa sio watu halisi, lakini ni uwakilishi wa Kanisa zima la nyakati za mwisho. Kutoka kwa mtazamo wao, hawa mashahidi wawili ni ishara ya Kanisa linaloshuhudia. Wapo pia wale ambao wanaamini kwamba wanaweza kuwa manabii wawili wa baadaye.

Watetezi wa Musa na Eliya wanaunga mkono madai hayo kwa ukweli kwamba wote wawili walipewa uwezo wa kuangamiza kwa kutumia moto kama ilivyoelezwa katika 2 Wafalme 1. Aidha, hawa wawili (Musa na Eliya) walionekana wakati wa kubadilika umbo (Mathayo 17:3-4). Msimamo wao unaimarishwa na desturi ya Kiyahudi inayotabiri kurudi kwa Eliya kama ilivyotabiriwa katika Malaki 4:5.[1]

Ulinganifu wao wa Musa na Eliya unatokana na huduma yao iliyoelezwa kama ushuhuda wa unabii. Huduma hizi ni wito moja kwa moja kwa waumini kushiriki katika huduma mbalimbali za kuwavuta watu kwa Mungu na kuwashawishi watu kumwabudu. Kama Eliya na Musa, wana nguvu kubwa ya kuharibu adui zao kwa moto kama ilivyoonekana katika 1 Wafalme 17:1 na miujiza mikubwa Musa aliyofanya katika Kutoka 7:14-18.[2]

Wale wanaopinga msimamo wa Eliya na Henoko wanasema kwamba wote wawili walinyakuliwa kabla ya kufa. Kwa kuwa tayari walikuwa wamebadilishwa kutoka kwa kufa hadi kutokufa, sio mantiki kudai kwamba wanaweza kurudi katika hali ya kufa tena. Hii ni kwa sababu katika Waebrania 9:27, watu wote lazima wafe mara moja, kisha wakabiliane na hukumu. Hata hivyo, msimamo huu ungeweza kupingwa na wanaosadiki Unyakuo kabla ya Dhiki kuu kwa kuona baadhi ya waumini wa Kikristo wakigeuzwa kutoka kwa miili ya kufa hadi katika miili isiyo ya kufa wanapokutana na Kristo hewani wakati wa Unyakuo wa Kanisa. Wanaopinga Waebrania 9:27 pia wanaweza kudai kwamba kuna wale wanaokufa mara mbili, kama vile Lazaro, Dorcas, Eutychus na binti wa Jairus katika Agano Jipya.

Wale wanaopinga msimamo wa Eliya na Henoko wanadai kwamba wote wawili walinyakuliwa mbinguni kabla ya kufa. Kwa kuwa tayari wamegeuzwa kutoka kwa hali ya kufa hadi kuwa hai, sio mantiki kudai kwamba wanaweza kubadilishwa tena kuwa katika hali ya kufa ili kufa. Kiumbe asiyeweza kufa hawezi kubadilishwa kuwa katika mwili. Mabadiliko ya kifo yalihitimishwa wakati wa kunyakuliwa kwao.[3]

Wale wanaoshikilia maoni kwamba mashahidi wawili wanaweza kurejelea waumini wasiojulikana ambao Mungu atawainua nyakati za mwisho wanahisi kwamba Ufunuo 11 hauweki utambulisho wowote kwa mashahidi hao wawili. Wanadai kwamba ikiwa mashahidi hao wawili walikuwa Musa na Eliya, kwa nini maandiko hayakuwataja.[4]

Wengine bado wanadai kwamba mashahidi hao wawili wanaweza kuwa manabii wasiojulikana wa Kiyahudi ambao watatumika mwishoni mwa Dhiki. Hata hivyo, wale wanaopinga maoni haya ya manabii wawili wa baadaye, wanaona kwamba ingawa Yesu alionyesha kwamba Yohana mbatizaji alitumika katika nafasi kama ile ya Eliya, ambaye angeonekana kabla ya Siku ya Bwana (Mathayo 11:14), Yohana mwenyewe alikataa kuwa Eliya.

Ikiwa Malaki ingechukuliwa kwa uhalisia, basi Eliya angekuwa anatarajiwa kuja kibinafsi na sio mfano wake. Musa na Eliya wote wanaunganishwa na kuja kwa Kristo katika ufalme wake (Mathayo 16:28; Marko 9:1; Luka 9:27) kwa kuonekana kwao katika Mlima wa Kugeuka Umbo. Watetezi wa manabii hawa wawili wanaona tabia ya huduma ya mashahidi hawa wawili inaonekana kwa makusudi kufanya ukumbusho wa ile ya Musa na Eliya[5.] Maoni yoyote yaliyotetewa hapa yaweza kuwa sahihi na kwa hivyo utofauti wao haupaswi kuwa sababu ya ubishi kwa mwili wa Kristo.

Lengo kuu la mashahidi hawa wawili ni kudhihirisha Kristo ulimwenguni. Ingawa ujumbe wao haujapewa, watatabiri kwa miaka 3 ½ na Mungu atawahifadhi mpaka ushuhuda wao utakapomalizika. Watakuwa na uwezo wa kupiga dunia yote na tauni, na watawatesa wale watakaokuwa wakiishi duniani. Ni mateso haya yatakayowafanya wenyeji wa dunia kuwa na chuki kwao. Mpinga Kristo pia atakuwa na chuki nao.

Mungu atawawezesha kwa Roho wake. Kama mashahidi wa Mungu, watawaita watu watubu. Kupitia kwa upako wa Roho Mtakatifu, watafanya miujiza mikubwa.[6] Ushuhuda wao utakuwa wito wa mwisho wa Mungu kwa wanadamu baada ya uinjilisti wa awali wa wainjilisti Wayahudi 144,000. Mashahidi hawa wawili watavaa nguo za gunia - mavazi ambayo yanamaanisha huzuni na maombolezo. Maombolezo yao yanaweza kurejelea ujumbe ambao wako tayari kuutoa kwa ulimwengu wa toba na hukumu.

Mashahidi hawa wawili ni muhimu sana katika Injili ya milele wakati wa kipindi cha Dhiki. "Utekelezaji wa mpango wa wokovu wa Mungu unategemea utekelezaji wa kazi ya mashahidi hawa wawili. Ni wakati wa kutimiza misheni yao ndipo malaika wa saba atakapopuliza baragumu lake, ikionyesha mwisho wa mchakato wa kihistoria. Mashahidi wanawakilisha Kanisa lililopo, kama jamii ya unabii - ushuhuda."[7]

Kazi ya mashahidi hawa wawili ni ya kipekee kwa uwiano na nguvu. Ujumbe wao unaonekana kutoeleweka na matokeo yanaonekana kuwa ya kuvunja moyo kwa wapokeaji kwa sababu badala ya kuwaletea furaha, ujumbe huu umewaletea mateso. Kwa hivyo, majibu ya ulimwengu yanaweza kudhihirisha kwamba ujumbe wao ulikuwa na athari kubwa.

Mara tu mashahidi hawa wawili ambao ni sehemu ya kanisa wamalizapo kazi yao ya kushuhudia na kutabiri, miili yao hailindwi tena kutokana na madhara yoyote kama hapo awali. Ni wakati huu ambapo Mpinga-Kristo, ambaye atakuwa na hasira nao, na ambaye atatoka kuzimu, atawashambulia na kuwaua (Ufunuo 11: 7). Miili yao inaachwa kulala mitaani mwa mji mkubwa[8] waliouhubiria kwa miaka 3 ½. Kwa maneno mengine, wanatangaza na wanashindwa wakati huo huo, lakini wakati unabii wao unawekwa chini ya mfano wa miaka mitatu na nusu, kuuawa kwao pia kunawakilishwa kwa mfano kwa njia ya "picha" ya siku tatu na nusu.[9] Kuuawa kwao kutasisimua ulimwengu. Watu kutoka kila sehemu watasherehekea. Vifo vyao vitatangazwa kote ulimwenguni. Miili ya mashahidi waliouawa italala mitaani mwa mji kwa siku 3 ½ bila mtu kuthubutu kuizika. Hata hivyo, mashahidi hao wawili watafufuka. Hali hii ya kufufuka kwao itashangaza ulimwengu kwa kutokuamini. Kufufuka kwao kutakuwa wazi kabisa kwa wapinzani wao. Kufufuka kwao kutafuatiwa na tetemeko la ardhi, kama wakati wa kifo cha Yesu Kristo. Tetemeko hili litaua watu 7,000.[10]

Yeyote aliyethubutu kupinga ujumbe huu, moto ulitoka katika vinywa vyao na kuwateketeza. Yeyote aliyewadharau, alikufa. Ujumbe wao hautakuwa maarufu kwa ulimwengu mwovu. Mnyama ataandaa njama ya kuwaua. Hata hivyo, Mungu hataruhusu mpaka miaka 3 ½. Hakuna mtu atakayefaulu katika kuzuia huduma ya mashahidi hawa wawili wakati wa kipindi kilichopangwa. Mashahidi hawa watakuwa na uwezo wa kufunga mbingu kutoa mvua. Watakuwa na uwezo wa kugeuza maji kuwa damu na kutoa mapigo ya tauni kwa wenyeji wa dunia.

Miili ya mashahidi hawa wawili waliouawa inalala mitaani mwa mji mkubwa. Mji mkubwa huu unaweza kuwa ni upi? Daniel Mihoc anabainisha kwamba, "eneo la mauaji yao ni katika 'mji mkubwa,' jina linalohifadhiwa na Mtakatifu Yohana kuwa Babeli, ishara ya mji mkuu wa Milki ya uabudu sanamu wa Roma (Ufunuo 18:10). Kupitia kwa kinachofuata, tunapewa ishara mbili za kisasa za mahali hapa: mji huu unaweza kweli kuitwa Sodoma na Misri (mstari wa 8b), ishara ya dhambi na uadui kwa watu wa Mungu. Mwandishi anatambua mji huu kama ule "ambapo Bwana wetu alisulubiwa."[11]

Watu ambao mashahidi hawa wawili walikuwa wakipanga kuwahubiria, wanashangilia na kusherehekea wanapoona miili yao ikilala bila kuzikwa (Ufunuo 11: 9-10). Sherehe yao, hata hivyo, ni fupi. Ushindi wa mnyama hauwezi kushinda ushindi wa kweli wa Mwana-Kondoo, Yesu Kristo. Mashahidi hao wawili wanafufuliwa "kwa pumzi ya uhai kutoka kwa Mungu." Kuna tetemeko kubwa la ardhi kama lile lililotokea wakati wa kusulubiwa kwa Yesu. Ufunuo wa Mungu unafunuliwa kwa wale wanaokaa duniani. Kupaa kwao mbinguni kunafanana na kupaa kwa Kristo. Wanapaa mbinguni kwa wingu.[12]

Kuuawa kwa mashahidi hawa pia kunafuatwa na tetemeko kubwa la ardhi ambalo linaangamiza sehemu ya kumi ya mji mkubwa huo. Wale wanaookoka tetemeko hilo watamtukuza Mungu. Hapa, haijulikani kutoka kwa mwandishi (Yohana) ikiwa watu hawa walitubu, au walimtukuza Mungu kwa sababu ya hofu tu. Tetemeko hili la pili ni ole ya pili au tauni ya sita. Ole ya tatu (tauni ya saba) inakaribia kuanza.[13]

Kulingana na maoni ya Mihoc, "usimulizi wa mashahidi wawili unaweza kufichwa nyuma ya mifano, maandiko ya mfano, ishara, lugha ya kinyume au ya paradoksi ya aina ya fasihi. Kishindo, mauaji na ufufuko wa mashahidi unaweza kuitwa matukio ambayo yanaonyesha historia nzima ya kanisa. Kutokana na mtazamo huu, inaweza kuwa vigumu kutambua tetemeko hili kama tukio halisi ambalo lazima litokee mara moja kabla ya mwisho wa historia. Mihoc anaona kwamba lengo kuu la masimulizi ya mfano kuhusu mashahidi hawa wawili ni kuonyesha misheni ya Kanisa ulimwenguni, na jinsi inavyotekelezwa. Kisha katika eneo la mwito wake wa unabii, anathibitisha mahali muhimu pa unabii katika mpango wa wokovu wa Mungu, na mfano wa mashahidi wawili wanaokuja kuonyesha jinsi hii inatekelezwa kwa ufanisi kupitia ushuhuda wa kanisa ulioongozwa na Roho Mtakatifu." [14]

SURA YA 19

MAFUNGU MATATU YA HUKUMU

Katika Kitabu cha Ufunuo, tunakutana na vikundi vitatu vya hukumu. Ya kwanza ni seti ya mihuri ambayo inafunguliwa na Mwana-Kondoo. Seti ya pili ya hukumu ni hukumu za baragumu ambazo ni kali zaidi kuliko hukumu zilizotangulia za mihuri. Seti ya mwisho ni hukumu za bakuli, ambazo ikilinganishwa na hukumu za baragumu ni kali zaidi. Maoni yanagawanyika miongoni mwa wasomi wa Biblia kuhusu wakati wa hukumu hizi. Tofauti hizi zinatokana na maoni ya Unyakuo na Dhiki.

Kutoka kwa msimamo wa Unyakuo kabla ya dhiki, Kanisa halitakumbana na mojawapo ya seti hizi tatu za hukumu. Hii ni kwa sababu kulingana na mtazamo wao, Kanisa litanyakuliwa kabla ya mihuri kufunguliwa. Kulingana na watetezi wa katikati ya dhiki, Kanisa litanyakuliwa baada ya hukumu ya baragumu ya saba. Kunyakuliwa kati ya dhiki kutakuwa kabla ya Mnyama kutekeleza chukizo la ukiwa (Ufunuo 13: 1-18). Kutokana na mtazamo wa kunyakuliwa katikati ya dhiki, Kanisa litapitia hukumu za mihuri na baragumu. Walakini, litaponyoka hukumu za bakuli. Mtazamo wa kunyakuliwa baada ya dhiki kwa upande mwingine, unashikilia kuwa Kanisa litapitia Dhiki Kuu kwa ukamilifu. Ni baada ya Dhiki Kuu ndipo Kanisa litanyakuliwa. Msimamo wa baada ya dhiki ni kwamba Kanisa litaponyoka ghadhabu ya Mungu lakini lazima lipitie Dhiki Kuu kikamilifu.

Hukumu za Mihuri

Mihuri hii saba ingawa ni matukio tofauti, ni mfululizo mmoja wa matukio ambayo yatafanyika mwishoni mwa nyakati. Katika

Ufunuo 6: 1-17 na 8: 1-5, tunaona Yohana akionyeshwa kwa maono, yatakayotendeka. Wakati kila muhuri unafunguliwa, aina fulani ya hukumu inatolewa. Mtu aliyestahili kuifungua alitafutwa na akawa ni Mwana-Kondoo wa Mungu - Yesu Kristo - Simba wa kabila la Yuda, mzao wa Daudi. Kuna idhini ya mbinguni kwa Mwana-Kondoo kufungua mihuri (Ufunuo 6: 9-12). "Mihuri minne ya kwanza inayojulikana kama "Wapanda Farasi wa Apokalipsi" imefungwa pamoja. Hii ni kwa sababu kwa mfano ni farasi na wapanda farasi wanaleta athari za msiba. Mihuri inapofunguliwa, kitabu cha kukunjwa kinafunguliwa kidogo, kikifunua kidogo kidogo hukumu ambazo Mungu ameandaa wakati wa kipindi cha Dhiki. " [1]

Muhuri wa Kwanza: Mpanda Farasi Mweupe (Ufunuo 6: 2)

Muhuri wa kwanza unaleta farasi mweupe ambaye mpandaji wake ana upinde na taji juu yake. Maoni yanatofautiana hapa juu ya ni nani mpanda farasi mweupe anaweza kuwa. Maoni mojawapo inadai kwamba ni Yesu Kristo wakati mengine yanadai ni Mpinga-Kristo, au malaika. Thomas Hale anaona mpandaji wa farasi mweupe ikionyesha malaika au roho, ambaye ameteuliwa kuleta vita duniani.[2] Wengine wanamtambua mpandaji kuwa Bwana Yesu Kristo. Kulingana na watetezi wa maoni haya, mpanda farasi anapanda farasi wa mfalme. Rangi ya farasi inamaanisha ushindi. Majeshi ya Kristo yamemfuata kwenye farasi weupe.[3] Sababu wanashikilia mtazamo huo ni kwa sababu mpandaji amevaa taji.

Wale wenye maoni tofauti wanabainisha kwamba mpanda farasi mweupe katika Ufunuo 6: 2 hawezi kuwa Kristo kwa sababu Yeye ndiye anayefungua mihuri. Hawezi kuwa anafungua mihuri mbinguni na wakati uo huo kuwa mpanda farasi wa farasi mweupe. Ingawa mpandaji amevikwa taji, Kristo huvaa taji mbili (Ufunuo 19:12). Wale wanaoshikilia maoni haya wanachanganya mpandaji wa farasi mweupe katika Ufunuo 19:12 na yule wa muhuri wa kwanza katika Ufunuo 6: 2.

Mbali na Kristo kuwa yule anayefungua muhuri na kwa hivyo sio mpandaji, wakati Kristo atakapokuja katika ujio wake wa pili, atachukua upanga sio upinde. Kristo haanzishi vita lakini anamaliza vita wakati wa kuja kwake. Kristo pia ataonekana mwishoni mwa Dhiki na sio mwanzoni. Nyeupe inawakilisha haki. Mpinga-Kristo atajifanya kuwa kama Kristo katika Nyanja zote. Hebu tuangalie kufanana kati ya wapanda farasi hawa wawili:

1. Wanapanda farasi weupe - ikionyesha ushindi (Ufunuo 6: 2 na 19:11)
2. Wote wamevaa taji (Ufunuo 6: 2, 19:12), lakini Kristo anavaa taji nyingi.
3. Kushinda - Wote ni washindi - ushindi ni lengo lao (Ufunuo 6: 2; Yohana 16:33; 1 Yohana 4: 4; Ufunuo 3:21, 17:14).

Ikiwa ni Kristo anayepanda farasi huyu, ni nani basi aliye mbinguni kufungua mihuri iliyosalia? Mpandaji farasi amebeba upinde, wakati silaha ya Kristo ni upanga (Ufunuo 2:12, 19:15). Mpandaji huyu katika Ufunuo 6: 2) yuko peke yake, wakati Kristo anafuatwa na majeshi ya mbinguni ambao pia wanapanda farasi weupe (Ufunuo 19:14). Mpandaji huyu anaanza mwanzoni mwa Dhiki, wakati Kristo anatoka mwishoni mwake.[4]

Mpandaji anaonekana kama Masihi, lakini yeye ni mdanganyifu Mpinga Kristo. Yeye ni bandia. Mpinga Kristo anaonekana akiendesha farasi mweupe, farasi wa vita, na upinde mkononi mwake, lakini bila mishale kama ishara ya udanganyifu wake wa awali kwa amani na makubaliano (Danieli 9:27). Hii inamaanisha ushindi usio na damu (Dan. 11: 21-26). Alipewa taji. Anapata ushindi na mamlaka kutoka kwa Mungu mwenye enzi. Aliendelea kushinda na kushinda.Yaani, atafagia kila kitu mbele yake bila upinzani, kwa kiwango ambacho watu watajiuliza "ni nani kama Mnyama?"[5]

Muhuri wa Pili: Mpandaji wa Farasi Mwekundu (Ufunuo 6:3, 4; Matt. 24: 6-7 a)

Wakati muhuri wa pili ulipofunguliwa na Mwana-Kondoo, farasi mwekundu alitokea huku mpandaji akiwa amebeba upanga. Upanga ni ishara ya vita na mateso. Mpandaji alipewa mamlaka ya kuondoa amani ya dunia. Kwa maana maandiko yanasema kwamba wakati watu watasema amani na salama, basi uharibifu wa ghafla utawapata (1 Wathesalonike 5: 3). Upanga uliopewa mpandaji huyu ni tofauti na wa Kristo ambao una utaratibu. Ukuu wa pili unamaanisha athari kubwa za vita, ambapo Mpinga Kristo ataleta uharibifu usio na kifani.

Rangi ya farasi huyu na mpandaji ambaye ni mbaya zaidi inalingana na ile ya joka, ibilisi anayemtesa mwanamke katika Ufunuo 12:3, lakini mwishowe anaangamizwa. Wakristo watakuwa lengo kuu[6]. Baadhi wanamtazama mpandaji wa farasi mwekundu kama mmoja anayewakilisha malaika au roho ya kuua na kumwaga damu.[7]

Kristo ndiye mkuu wa amani juu ya mioyo ya wale wanaokutana naye. Lakini mpandaji huyu anafanya kinyume. Anatia hofu na kumwaga damu, kama inavyoonyeshwa na rangi ya farasi – nyekundu ambayo inamaanisha kumwaga damu. Mpandaji amepewa nguvu ya kuchukua amani kutoka duniani. Anaweka hofu ulimwenguni kote kwa upanga wake. Ni kitendo cha kutisha cha Mpinga Kristo ambacho kitachukua amani ya dunia. Kutokana na maendeleo ya kisasa ya kijeshi, vita vikubwa vya ulimwengu vinaweza kusababisha uharibifu kwa amani ya dunia.

Njia moja ya kuunda mazingira ya kutokuwa na amani ni kupitia vurugu za kiraia na vita vya kiraia. Vurugu hizo za kiraia zitatokea pamoja na uhalifu uliopangwa. Antifa na BLM walitisha Wamarekani kutoka robo ya kwanza ya 2020, wakileta machafuko na uharibifu mkubwa. Uhalifu uliopangwa na makundi kama hayo utaongezeka siku zijazo. Hali kama hizo zitashuhudiwa wakati mpandaji wa farasi mwekundu atatokea.

Mpinga Kristo atawaangamiza watu wenye nguvu na kuwaua watu wengi wa Mungu ambao Yohana anaona chini ya madhabahu mbinguni (Ufunuo 6: 9). Sifa moja muhimu ya Mpinga Kristo ni kwamba atakuwa mfalme bandia wa amani. Anapoanza utawala wake, atabainisha ishara hiyo ya udanganyifu. Bwana, hata hivyo, atawaonyesha walimwengu kwamba yeye ni bandia kwa kusababisha amani yake kushindwa. Mpandaji wa farasi atachukua upanga wake mkubwa na kuuingiza katika mioyo ya wenye dhambi ya wanaume na wanawake.

Muhuri wa Tatu: Mpandaji wa Farasi Mweusi (Ufunuo 6: 5-6)

Wakati muhuri wa tatu ulipofunguliwa, mpandaji wa farasi mweusi alitokea. Nyeusi inaashiria huzuni na maombolezo. Mpandaji ana mizani mkononi mwake. Hiki ni chombo kinachotumiwa kawaida kupima uzito wa bidhaa. Yohana alisikia katika sauti kati ya viumbe vinne ikisema, *"kipimo cha ngano kwa deni, na vipimo vitatu vya shayiri kwa deni; na uone usidhuru mafuta nadivai"* (Ufunuo 6: 6).

Kuna kufanana kuwili hapa. Ngano na shayiri vinawakilisha chakula cha kudumisha maisha. Kuna pia mafuta na divai vinavyowakilisha udhibiti wa kiuchumi kwa upande mmoja, na anasa kwa upande mwingine. Kipimo cha ngano kitagharimu kiasi gani wakati wa Dhiki Kuu? Itagharimu mshahara wa siku moja. Farasi huyu na mpandaji wanadhihirisha jinsi hali itakuwa mbaya wakati huo. Kutakuwa na njaa kali itakayosababisha bei za chakula kupanda kwa kasi. Ngano haitapatikana, hivyo, watu watachagua shayiri ambayo itakuwa ghali na isiyo na uwezo wa kufikiwa kwa mwanadamu wa kawaida. Kutakuwa na njaa kubwa ambayo haijawahi kushuhudiwa hapo awali. Je! Watu wa dunia wataiona kama hukumu na kutubu, au wataichukulia tu kama njaa za kawaida ambazo wamepitia hapo awali? Mungu ametumia njaa kama hukumu hapo awali, na historia itajirudia tena, wakati huu kwa ghadhabu.

Kutokana na upungufu mkubwa wa chakula na bei kupanda, watu wengi hawataweza kumudu na kwa hivyo kufa kutokana na njaa. Pamoja na bei kubwa, pesa pia zitapoteza thamani yake. Kuna uwezekano mkubwa kwamba njaa hii italingana na mashahidi wawili. Maandiko yanatuambia kuwa mashahidi hawa watafunga anga ili mvua isinyeshe kwa miaka 3 ½. Pia watapewa nguvu ya kugeuza maji kuwa damu na kupiga dunia kwa kila aina ya tauni. Ingawa Mpinga Kristo atakuwa ameunda mpango wa kiuchumi wa kushangaza, hali ambayo itavutia ulimwengu kumkubali kwa kutatua uchumi wa dunia ulioporomoka, suluhisho lake litashindwa. Hii itaongeza haja ya udhibiti wa kiuchumi wa ulimwengu, kuunda jukwaa zuri kwa kuanzisha mfumo wa kununua na kuuza kupitia alama atakayoiin giza.

Ni muhimu kuelewa kuwa wakati ngano na shayiri ziliathiriwa vibaya, hivyo sivyo kwa mafuta na divai. Na sauti inasema, *" uone usidhuru mafuta na divai".* Kwa nini bidhaa hizi mbili muhimu zimeshughulikiwa? Richard Ritenbaugh anadai kwamba mafuta na divai haziwezi kuonekana kama anasa kama wengine wanavyodai. Kulingana naye, katika nyakati za zamani, mafuta ya mzeituni na divai zilichukuliwa kama msingi wa chakula cha watu wa Mediteranea pamoja na nafaka. Hata hivyo, bidhaa hizi mbili hazitapatikana kwa mtu wa kawaida kwa sababu atakuwa ametumia pesa zake zote kwa ngano au shayiri kwa chakula.[8] Wengine wanachukulia bidhaa hizi mbili kama bidhaa zisizo za lazima. Hii inaweza kupendekeza kwa hivyo, kwamba watu wenye utajiri hawataumizwa na janga la kiuchumi au mfumuko.[9]

Muhuri wa Nne: Mpandaji wa Farasi ya Kijivujivu (Ufunuo 6: 7-8)

Wakati muhuri wa nne ulipofunguliwa, farasi mwepesi na mpandaji walitokea, rangi ya kijivujivu inamaanisha kifo - rangi ya mwili wa maiti. Mpandaji wa farasi ya kijivujivu anakuja na kifo na kuzimu. Haya ni makazi ya wafu. Hii inaweza kueleweka katika ukweli kwamba hukumu zilizopita, vita vilivyofanyika na njaa vilisababisha vifo. Wakati wa hukumu hii ya muhuri wa nne, robo ya idadi ya watu duniani hufa (Ufunuo 6: 8).

Baadhi wanadai kwamba "Yeye" kama ilivyotumika hapa inaweza kuwakilisha kifo kwa magonjwa au tauni. Ingawa baadhi wanaweza kuwa wamekufa wakati wa Yohana, kuna uwezekano kwamba maono haya yanaweza kujumuisha magonjwa yote ya kuambukiza ambayo yanaweza kuwa yametokea zamani, kwa mfano nchini Misri wakati wa kutoka. Au magonjwa mengine ambayo yamekuwa yakishuhudiwa katika historia kama vile UKIMWI, homa ya Kihispania, nk.[10]

Sababu nne zinazosababisha idadi kubwa ya vifo (¼ ya idadi ya watu duniani) ni upanga (vita), njaa, kama inavyoonekana wazi katika farasi mweusi, tauni, na wanyama wa porini wa Dunia, ikiambatana na mateso. Katika historia ya binadamu, hizi ni sababu kuu za vifo.

Baadhi ya wachambuzi wanachukulia wanyama kama walivyotumika hapa kuwa na maana tofauti na ile tunayoijua ya wanyama. Ingawa vita, njaa na tauni au mafuriko yamejulikana kuuwa idadi kubwa ya watu kote katika historia, wanyama pori tulio nao leo wanaweza kuwa na uwezo mdogo sana wa kusababisha uharibifu kama huo. Katika jamii ya kisasa, wanyama pori wanaweza kupatikana tu katika mbuga za wanyama ambazo ni nadra sana. Wachambuzi hawa wanadai kwamba hapa wanyama wanaweza kutaja watu ambao wana tabia za kinyama ndani yao. Kuna watu ambao ni wakatili, zaidi ya wanyama pori. Wanaua bila huruma kwa sababu dhamiri zao zimekufa na wamepoteza hisia za kibinadamu. Wauaji kama hao wangeweza kufaa vizuri hapa.[11]

Wakati wa vita au mizozo, wavamizi huwavamia wapinzani wao kikatili. Nchini Kenya wakati wa vita vya kikabila kabla na baada ya chaguzi, baadhi ya jamii ziliripoti jinzi wavamizi walirarua tumbo za wanawake wajawazito wakilenga watoto wa kiume. Tendo hili la kinyama lilisababisha vifo vya mama huyo na mwanawe. Muuaji kama huyo ni mbaya kuliko mnyama wa pori. Kuna uwezekano wanyama wanaorejelewa na Yohana hapa ni " wanyama binadamu".

Muhuri wa Tano: Waliouawa (Ufunuo 6:9-11)

Tofauti na hukumu nne zilizotangulia ambapo mpandaji aliendesha farasi, tunaona mfumo ukibadilika wakati muhuri wa tano unapofunguliwa. "Yohana aliona roho za mashahidi waliokufa kwa ajili ya Kristo. Mashahidi hawa walichukua misalaba yao na kumfuata Yesu mpaka kifo. Machoni pa Mungu, mashahidi hawa na kifo chao ni kama sadaka kwenye madhabahu ya Mbinguni."[12]

Yohana aliona chini ya madhabahu, roho za waamini waliouawa kwa sababu ya ushuhuda wao. Hawa ni waamini waliookolewa wakati wa Kipindi cha Dhiki kwa hisani ya wainjilisti Wayahudi 144,000 na mashahidi wawili (Ufunuo 7:1-8; 11:3). Walikuwa wamekatwa vichwa kwa sababu walikataa kuchukua alama ya Mnyama na kuabudu sanamu yake. Waamini hawa waliouawa walililia kisasi kwa watesaji wao (Ufunuo 6:10). Watamlilia Bwana chini ya madhabahu. Yohana aliwaona wakipewa mavazi meupe kila mmoja. Kulingana na watetezi wa kabla ya dhiki, hii ni kwa sababu hawakuwa wamepokea miili iliyofufuliwa hadi mwisho wa kipindi cha siku 75 kati ya kurudi kwa pili kwa Kristo na kuanza kwa utawala wake wa miaka elfu kama ilivyoonekana katika Ufunuo 20:4-6.[13]

Wakati unakuja katika siku za usoni wakati ulimwengu utakuwa na uhasama mkubwa sana kwa waamini wa Kikristo. Yesu alitabiri hilo alipokuwa akiombea Kanisa katika Yohana 17:14. Alisema:

"Nimewapa neno lako; na ulimwengu umewachukia, kwa sababu wao si wa ulimwengu, kama mimi sivyo wa ulimwengu. Siombi kwamba uwatoe katika ulimwengu, bali kwamba uwahifadhi kutoka kwa

Ulimwengu na mfumo wa Mnyama utakuwa na uhasama mkubwa sana kwa waamini wa Kikristo. Waamini watakuwa imara na watakataa kuchukua alama ya Mnyama. Mnyama atakuwa na hasira sana nao na atawachinja kwa mamia ya maelfu, ikiwa si mamilioni.

Damu ya mashahidi hawa wa Dhiki italia kwa Bwana chini ya madhabahu. Kulingana na watetezi wa kabla ya dhiki, Kanisa litakuwa limenyakuliwa kabla ya Dhiki na kupewa miili mipya. Maoni haya yanapingana na yale ya baada ya dhiki ambayo yanaamini kuwa waamini wa Kikristo watauawa kwa wingi kama ilivyoandikwa katika maandiko hapo juu. Kila mmoja wa mashahidi hawa wa Dhiki atapewa vazi jeupe - ishara ya usafi na haki. Kwa kuwa hawatafufuliwa kama ndugu zao wakati wa Unyakuo, wataipokea miili iliyofufuliwa mwishoni mwa kipindi cha siku 75, kati ya kurudi kwa pili kwa Kristo na kuanza kwa utawala wake wa miaka elfu. Bwana anawapa hakikisho kwamba sala zao zimesikika na kwamba itajibiwa wakati mwingine wakati idadi ya vifo vya wasio na hatia itakapokamilika. Wakati wao wa kisasi unakuja wakati Mungu anaanza kumwaga hasira yake juu ya ulimwengu usioamini.[14]

Watetezi wa baada ya dhiki wanadai kuwa Kanisa litakuwa bado hapa duniani wakati wa hukumu nne za kwanza za mihuri - wakati wa "Wapanda Farasi wa Apokalipsi". Kulingana nao, Kanisa litanyakuliwa wakati muhuri wa sita unapofunguliwa. Ni mandhari katika muhuri wa tano inasukuma kiti cha enzi cha Mungu, kwa hivyo, kufikia kukujia Bibi Arusi. Bibi Arusi amelipa gharama kubwa, hata hivyo.

MUHURI WA SITA: JUA Likageuka Kuwa Jeusi Kama Gunia (Ufunuo 6:12-17)

Wakati Mwana-Kondoo alipofungua muhuri wa sita, Yohana alishuhudia ishara za kimbingu zinazotabiri kufunguliwa kwa Siku ya Bwana (Ufunuo 6:12-14). Tukio hili ni la maangamizi kwa wenyeji wote wa Dunia bila kujali hadhi yao au hali yao. Kusema ukweli, ni la kutisha. Hii inathibitishwa na majibu ya tukio hili kwa wakaazi wa Dunia. Walijificha katika mapango, na katika miamba ya milima. Nini kilichosababisha mwitikio huo wa kutisha na wa kufadhaisha?

Kwanza kulikuwa na tetemeko kubwa la ardhi - ambako tetemeko kama hilo halikuwa limewahi kutokea awali. Jua likawa jeusi kama gunia la nywele, na mwezi ukageuka kuwa mwekundu. Hiyo ilikuwa tu ni mazoezi ya msukosuko wa kimbingu uliofuata hivo punde. Nyota za mbinguni zilianguka kwa nguvu juu ya Dunia. Mbingu ikigura kama kitabu, na kila mlima na kisiwa kikahamishwa kutoka mahali pake. Hali kama hiyo ingewatia hofu hata wakaidi. Ndio maana watu wakubwa na matajiri, makapteni wakuu, wanaume hodari, na kila mtu mwenye ujasiri walijificha katika mapango na katika miamba ya milima, kuepuka ghadhabu hii. Lakini hii ilikuwa tu mwanzo wa ghadhabu ya Mungu. Hukumu zaidi na za kutisha zingefuata.

Dunia nzima itaingia katika degedege (harakati za vurugu zisizo za kawaida). Kila mtu, bila kujali hadhi yake, ataingia katika hofu na taharuki. Hofu yao itatanda katika jamii zote (Zaburi 48:4-6, Isaya 2:10-12). Hakuna mtu atakayeponea katika matendo haya yenye kutisha. Wasioamini kutoka kila kitengo cha maisha watatetemeka na kuogopa zaidi ya maelezo. Kwa hali ya kawaida, mtu angeweza kutarajia watu wamwite Bwana na kutubu baada ya kupata aina hii ya hukumu. Lakini je, wakaazi hawa wa Dunia wanatubu? La! Hawafanyi hivyo. Badala ya kutafuta Mungu kwa wokovu, wanatafuta usalama katika mapango na chini ya miamba. Biblia inatuambia katika Zaburi 50:15:

> *"Nikimbilieni katika siku ya dhiki: nitakuokoeni, nawe utanitukuza."*

Wakaazi wa Dunia hawataliita jina la Bwana kwa wokovu. Badala yake, wataita asili na maumbile iwauwe (Ufunuo 6:16-17a). Kwao, kifo kitakuwa chaguo bora kuliko kumgeukia Bwana. Wangependa kutumia umilele wao katika kuzimu, badala ya kumwita Kristo kwa wokovu.

Muhuri wa sita unamalizika na swali la balagha. Ni nani anaweza kustahimili ghadhabu ya Mungu (6:17a)? Nabii Nahumu anarudia maneno haya katika Nahumu 1:6a. Ni wale tu ambao wamebaki waaminifu kwa Kristo watakaoweza kustahimili siku hiyo (Marko 13:13). Katika sura ya Ufunuo 7, tunaona makundi mawili yanayookoka ghadhabu hii ya hukumu ya kimungu. Hawa ni wainjilisti 144,000 Wayahudi na waongofu wao, wale waliouawa wakati wa Dhiki Kuu.

Hii ni seti ya pili ya hukumu ambayo ni kali zaidi kuliko hukumu za muhuri. Muhuri wa saba una mapigo saba kila moja likitanguliwa na malaika anayepiga tarumbeta. Muhuri huu ulipofunguliwa, kulikuwa na ukimya Mbinguni kwa muda wa nusu saa. Kimya kwa nusu saa Mbinguni, mahali panapojulikana kwa shughuli zote za ibada kwa Mungu Mwenyezi huenda palionekana kama karne yenye matarajio mengi. Mbinguni ilikuwa kimya kwa muda wa nusu saa. Kisha kitu kilifanyika baada ya kuingiliana kwa nusu saa. Huu ndio wakati ambao Mungu atajibu mashahidi na kulipiza kisasi kwa ajili yao. Yohana alimwona malaika akichovya chetezo chake katika makaa ya moto. Kwa haraka, akatupa makaa ya moto chini duniani. Hii ni ishara ya kushangaza. Kitendo hicho ni muhimu sana. Ni dalili kwamba wakati umekwisha na sasa ni wakati wa wakazi wa

Dunia kupata hukumu ya moto ya Mungu. Moja, kwa kumkataa, na mbili kwa ajili ya kulipiza kisasi kwa watakatifu (wafia imani).[15]

Baada ya hilo, tunauona moshi wa maombi ya watakatifu wote ukitoka kutoka madhabahuni. Moto huu wa hukumu ya Mungu hivi karibuni utaanza kunyezesha Duniani. Pamoja na kumwaga moto Duniani kutakuwa na ngurumo, miale ya umeme na sauti kutoka kiti cha enzi cha Mungu.[16]

Hukumu za Baragumu

Mvua ya Mawe na Moto vikichanganywa na Damu Kufunika Dunia (Ufunuo 8:6-7)

Wakati malaika wa kwanza alipotoa sauti, kulikuwa na mvua ya mawe na moto ambao ulichanganyika na damu na kutupwa juu ya Dunia. Theluthi moja ya Dunia iliteketezwa. Kuna uhusiano wa karibu kati ya unabii huu na mapigo yaliyowapata Wamisri katika siku za Musa ambapo lengo lilikuwa ni Farao na watu wake. Mara hii iliathiri dunia nzima. Wakaazi wa Dunia walitapakaa na damu. Hukumu hii pia iliharibu thuluthi moja ya miti yote na nyasi Duniani. Lengo lilikuwa ni mimea. Kwa kushangaza, watu walichukulia tukio hili la kipekee kama janga la asili tu badala ya kuona mkono wa Mungu ndani yake.

Katika hukumu hii ya kwanza ya baragumu, lengo la Mungu lilikuwa ni mazingira na siyo maisha ya binadamu. Mungu alikuwa akitoa onyo mapema hapa. Kupoteza thuluthi moja ya mimea, ambayo ilikuwa na athari mbaya kwa mifugo, ingewaamsha wakaazi wa Dunia kwamba Mungu alikuwa na hasira nao, hivyo, walihitaji kutubu na kumrudia. Lakini hali haikuwa hivyo. Hawakutubu. Katika Kutoka 9:23, Wamisri walipata hukumu kama hiyo kupitia pigo la saba.

Hukumu ya Pili ya Baragumu: Mlima Mkuu Unawaka Moto (Ufunuo 8:5-9)

Wakati hukumu ya kwanza ya baragumu ya hapo awali ililenga kutumia ishara ya onyo, hukumu ya pili ya baragumu inaonekana kama tahadhari ya maafa.Wakati malaika wa pili alipotoa sauti, mlima mkuu uliowaka moto ulitupwa baharini. Theluthi moja ya bahari ikageuka kuwa damu, thuluthi moja ya viumbe hai katika bahari walikufa, wakati thuluthi moja ya meli ziliharibiwa. Ili kuwa na aina hii ya athari ambapo thuluthi moja ya bahari inaharibiwa, kifaa hiki lazima kilikuwa kikubwa. Kumbuka, nyotamkia hii ilikuwa inawaka moto ikiteremka duniani.

Moja ya athari za nyotamkia hii ni kwamba ilipogonga bahari thuluthi moja ya meli ziliharibiwa. Mpisho huo ulisababisha tsunami kubwa ambayo ilisababisha kuharibiwa kwa thuluthi moja ya meli baharini. Athari nyingine ilikuwa kwamba thuluthi moja ya bahari iligeuka kuwa damu. Hatimaye, thuluthi moja ya viumbe vyote vya baharini vilikufa. Na maji yalipoathirika, viumbe hawa wa baharini hawangeweza kuokolewa. Inafaa kuzingatia mfululizo wa "**thuluthi**" hapa ambao ni muhimu sana. Mungu hakuvunja viumbe vyote baharini. Aliwahurumia thuluthi mbili. Hakuna maisha ya binadamu yaliyoathiriwa na hukumu hii pia. Tena hii ilikuwa ni onyo kwa wakaazi wa Dunia.

Wakosoaji wengine wana shaka ikiwa damu hii itakuwa halisi au ni ya mfano. Kutilia shaka ukweli wa kitendo hiki kunaweza pia kumaanisha kutilia shaka pigo la kwanza la Misri kama ilivyoonekana katika Kutoka 7:20-21, ambalo ni sawa na hukumu hii. Biblia inasema wazi kwamba maji ya Mto Nili yaligeuka kuwa damu. Ikiwa hatuwezi kutilia shaka andiko hilo kwa sababu lilitokea kwa kweli nchini Misri wakati wa Musa, tunapaswa pia kuamini kwamba hii itakuwa damu halisi na jambo hili litatokea.

Tarehe 30 Juni 1908 juu ya Mto Tunguska katika Siberia ya Kati, sayari ndogo iliugonga mto huu kwa mlipuko mkubwa. Takriban kilometa 200 za mraba za miti zilipinduliwa, na watu wanaoishi katika mazingira hayo waliripoti kuuawa. Wanyama walirushwa hewani na mawimbi ya mshtuko.[17] Kilichotokea Siberia ni sehemu ndogo tu ya kitakachotokea wakati kile kifusi cha milima kitapiga Dunia katika hukumu ya pili ya baragumu.

Hukumu ya Tatu ya Baragumu (Ufunuo 8:10-11)

> *Na malaika wa tatu alipiga baragumu, na nyota kubwa ikashuka kutoka mbinguni, ikichoma kama taa, na ikapiga sehemu ya tatu ya mito, na kwenye chemchemi za maji. Na jina la nyota ni Kisayuni: na sehemu ya tatu ya maji ikawa kisayuni; na watu wengi wakafa kwa maji, kwa sababu yalikuwa machungu.*

Kitu hiki cha mbinguni "nyota kubwa ikiwaka kama taa" kinaweza kuwa ni kimondo kingine kama kile kilichoshuhudiwa katika hukumu ya pili ya baragumu. Kitu hiki kinalenga sehemu ya tatu ya maji, iwe katika bahari, mito au chemchemi. Thelushi moja ya maji haya yalikuwa yamepata sumu. Wale waliokunywa maji haya walikufa.

Wakati huu nyota hii ilipoingia katika angahewa, ilianza kuwaka labda kutokana na mabadiliko ya shinikizo la angahewa. Nyota hiyo inapiga sehemu ya tatu ya maji, ikisababisha maji kuwa machungu, na sumu kwa matumizi ya binadamu. Mwanadamu hawezi kuishi bila maji, na hivyo kunywa maji haya kulikuwa jambo la lazima. Yeyote aliyeyanyua maji hayo alikufa. Pakanga ni aina ya mti unaokua Palestina ambao una ladha kali sana na chungu. Ni janga halisi, kwamba thuluthi ya maji ya dunia ni sumu na sio safi kwa matumizi ya binadamu.

Hukumu hii inalingana na yale wana wa Israeli walipitia katika maji ya Marah katika Kutoka 15:23-25. Hata hivyo, matukio hayo mawili yanatofautiana. Wakati Musa aliporusha pakanga katika maji chungu ya Marah, maji yakawa tamu na yakazima kiu cha Waisraeli. Lakini katika hukumu ya tatu ya baragumu, nyota hii iliyoitwa pakanga ilifanya thuluthi ya maji safi na tamu kuwa sumu. Katika hukumu ya tatu ya baragumu, wakati watu wanakunywa maji hayo yaliyochafuliwa, watakufa.

Ni vyema kufahamu kuwa watu wengi watakuwa wamekufa wakati wa hukumu za muhuri zilizokuwa zimetangulia. Katika hukumu moja ya muhuri (muhuri wa nne), robo ya idadi ya watu wa dunia walikufa. Kwa jumla, watu wengi hadi sasa wamekufa ndani ya kipindi kifupi sana. Waliosalimika watakuwa wameshuhudia hukumu hizi zote za kutisha. Kinachowakabili kwa sasa ni maji sumu ambayo hawangeweza kunywewa. Je, matukio haya yatafanya mioyo yao iwe myororo kumuelekea Mungu? Jibu ni kinyume chake. Mioyo yao itakuwa migumu na watakataa kutubu.

Hukumu ya Nne ya Baragumu (Ufunuo 8:12-13)

Kama tulivyoona, hukumu za kwanza tatu za baragumu zililenga nchi, bahari, mito na chemchemi za maji. Hukumu ya nne ya baragumu italenga mbingu.[18]

> *Na malaika wa nne akapiga baragumu, na sehemu ya tatu ya jua ikapigwa, na sehemu ya tatu ya mwezi, na sehemu ya tatu ya nyota, kwa hivyo sehemu ya tatu yao ilififia, na mchana haukumulika kwa sehemu ya tatu yake, na usiku vivyo hivyo. Na nikaona na kusikia malaika akiruka katikati ya mbingu, akisema kwa sauti kuu, Ole, ole, ole, kwa wenyeji wa dunia kwa sababu ya sauti nyingine za baragumu za malaika watatu, ambao bado hawajapiga sauti zao.*

Mungu ndiye muumba wa mbingu na Dunia. Ameshughulikia Dunia katika hukumu za awali za baragumu. Atageukia sasa mbingu. Mungu anataka kuthibitisha utawala wake kama muumba wa jua, mwezi na nyota kama ilivyoonekana katika Mwanzo 1. Pia kumbuka onyo la malaika kupitia Ole tatu kwa wenyeji wa dunia. Dunia haijaona chochote hadi sasa. Kuna mabaya zaidi yanayofuata. Ndio maana Mungu anatoa tahadhari kwa wenyeji wa Dunia.

Mungu anapiga thuluthi moja ya viumbe vinavyobeba mwanga (jua, mwezi na nyota). Dunia imeshuhudia kukamatwa kwa jua hapo awali. Kukamatwa kwa jua katika hukumu ya nne ya baragumu itakuwa ni aina ya pekee ambayo haijawahi kushuhudiwa awali. Kwa kuathiri chanzo cha mwanga kwa kiwango cha thuluthi moja, husababisha sayari hizi za mwanga kuwa na kiza kwa thuluthi moja ya usiku, hivyo, kuathiri mzunguko wa mchana kutoka kwa kawaida ya saa 24 hadi mzunguko wa saa 16. Yesu alitabiri hili litatokea katika Mathayo 24:29. Athari ya mzunguko wa mchana na usiku itaathiri vibaya pia mwendo wa nyota, hivyo, kusababisha kuchanganyikiwa kwa jumla kwa mzunguko wa nyota.

Kupoteza thuluthi moja ya mwanga wa jua kunaweza kuwa ni matokeo ya tetemeko kubwa la ardhi ambalo linaweza kusababisha mlipuko mkubwa wa volkano unaorusha majivu yake angani. Ikiwa mwanga wa jua utazuiwa, inazuia mwezi na nyota kutoa mwanga. Upotezaji wa mwanga wa jua una athari mbaya kwa njia tofauti. Mwangaza wa jua ndio chanzo cha nishati. Mwanga kidogo, inamaanisha kupoteza thuluthi ya nishati inayomkidhi binadamu na viumbe vyote vyenye uhai. Hilo pia huathiri joto ambapo matokeo yake ni kuathiri afya ya binadamu na uzalishaji wa mazao ya chakula. Je, wanadamu walizingatia onyo la malaika kupitia sauti ya "ole" ya tatu ambayo ilionyesha hukumu mbaya zaidi ilikuwa mbeleni ikija? Hawakufanya hivyo. Kwa wakazi wa dunia, hii itaonekana kama matukio ya kawaida ya kijiografia, na maisha yataendelea kama kawaida.

Hukumu ya Tano ya Baragumu (Ufunuo 9:1-12) (Ole wa Kwanza)

Kama malaika alivyopiga sauti ya onyo la "ole" katika hukumu ya nne ya baragumu, hukumu ya tano ya baragumu inaleta maumivu! Hii ndio ole wa kwanza.

Na malaika wa tano akapiga baragumu, nami nikamwona nyota ikianguka kutoka mbinguni hadi duniani: naye akapewa ufunguo wa shimo lisilo na mwisho. Akafungua shimo lisilo na mwisho; na moshi ukapanda kutoka kwenye shimo, kama moshi wa tanuru kubwa; na jua na hewa zikatiwa giza kwa sababu ya moshi wa shimo. Na akatoka katika moshi nzige juu ya dunia; na wakapewa nguvu kama nyoka wa ardhi wana nguvu. Na waliambiwa wasiudhuru majani ya dunia wala kitu kibichi chochote wala mti wowote; lakini tu wale watu wasio na muhuri wa Mungu juu ya vipaji vya nyuso zao. Waliwezeshwa kuwatesa kwa miezi mitano, lakini sio kuwaua, na mateso yao yalikuwa kama mateso ya nge, anapomuuma mtu.

Na siku hizo watu watatafuta kifo lakini hawatakiona; na watatamani kufa, lakini kifo kitakimbia mbali nao. Umbo la nzige lilikuwa kama farasi walioandaliwa kwa vita: kichwani mwao kulikuwa na vile vya taji kama dhahabu; nyuso zao zilikuwa kama nyuso za wanadamu, nywele zao kama nywele za wanawake, na meno yao kama meno ya simba; walikuwa na upanga kama upanga wa chuma, na sauti ya mabawa yao ilikuwa kama sauti ya magari ya farasi mengi yanayoenda vitani. Walikuwa na mikia kama nyoka, na nyoka katika mikia yao: na uwezo wao ulikuwa kuwadhuru watu kwa miezi mitano. Walikuwa na mfalme juu yao, ambaye ni malaika wa shimo lisilo na mwisho. Jina lake kwa Kiebrania ni Abadoni, na kwa Kigiriki anaitwa Apollyon. Ole wa kwanza umepita; na, tazama, ole wengine wawili bado watakuja.

Je, fungu hili lililopo hapo juu linasikika kama sinema ya kutisha ya uongo? Haya si masimulizi ya kuburudisha bali ni ukweli. Ingawa viumbe hawa ni wa kimbingu kwa kweli, lengo lao ni kuwatesa wanadamu waasi - wakazi wasioamini wa Dunia. Katika hukumu ya kwanza ya baragumu, Mungu alishughulikia mimea. Katika hukumu ya pili ya baragumu, Alilenga bahari. Katika hukumu ya tatu ya baragumu, Alilenga maji safi. Na katika hukumu ya nne ya baragumu, Alishughulikia magimba ya mbinguni ambayo hutoa mwanga. Katika hizi hukumu nne, Mungu aliwasaza binadamu, isipokuwa wakati maji yalipochafuliwa na pakanga na wale waliokunywa wakafa. Wakati wote huo, Mungu alikuwa anatoa onyo kali kupitia asili na uumbaji wake, kuona ikiwa binadamu angeweza kumgeukia yeye. Kabla ya ole huyu wa kwanza, Alionya vivyo hivyo kupitia malaika kwamba maumivu yaliyokuja baadaye, yangekuwa makali sana. Je, binadamu walizingatia maonyo haya? Hapana! Baada ya majaribio haya yote kushindwa, Mungu sasa anageuka kwa wenyeji waasi wa dunia.

"Nyota inayotajwa hapa ni mtu ambaye amepewa ufunguo wa shimo lisilo na mwisho au kuzimu. Utambulisho wa mtu huyu haujatolewa. Hata hivyo, anaweza kuwa ni kiumbe cha mbinguni ambacho kinaweza kuwa malaika mwema au mbaya. Labda ni kiumbe aliyeteuliwa na Mungu kufungua kuzimu." Walvoord anaeleza.[19] Ikiwa ni Shetani, hii inaweza kuwa baada ya vita mbinguni viliyoelezewa katika Ufunuo 12:7-9 wakati shetani anapotupwa chini duniani.

Mtu huyu anapewa ufunguo wa shimo lisilo na mwisho (kuzimu). Hapa ni mahali ambapo pepo hukaa kulingana na Luka 8:31 na Warumi 10:7. Wazo la kupata ufunguo wa shimo lisilo na mwisho kunaweza kumaanisha eneo la kufungwa ambapo malaika waovu (malaika walioanguka) wanazuiliwa. Ni mahali hapa hapa ambapo Shetani atafungwa kwa miaka elfu wakati wa utawala wa Milenia wa Kristo kama ilivyorekodiwa katika Ufunuo 20:1-3.

Wakati shimo lilipofunguliwa, moshi ulipanda kama moshi wa tanuru kubwa, na kusababisha jua kufifia. Hatua ya kuwaachilia roho hizi za pepo kutoka kifungoni itayumbisha ulimwengu wa kiroho na kusababisha mateso ya kishetani kwa wakazi wa dunia. Maelezo ya viumbe vya pepo vilivyotolewa kutoka kuzimu ni ya kutisha kwani wanatoka nje kwa ghadhabu. Fikiria miaka elfu kadhaa viumbe hawa wamekuwa kifungoni. Si ajabu kwamba watawatisha wanadamu kwa ghadhabu kama hiyo. Kwa kuwa viumbe hawa ni wa kimalaika kwa asili na wa kishetani kwa jambo hilo, mateso yao yanaweza kuwa ya kiroho lakini ya kutisha. Jeshi la nzige linaweza kuwa ni uwakilishi wa mfano wa aina ya kiroho.

Viumbe hawa wa kutisha wanakatazwa kugusa wale walio na muhuri kwenye paji lao la uso. Muhuri unaotajwa hapa ni Roho wa Mungu ambaye anakaa ndani ya mwamini kwa imani. Wakristo waaminifu wana muhuri wa Mungu kwenye paji lao la uso. Walakini, wanawatesa wale wasiomcha Mungu. Watawatesa kwa miezi mitano. Maumivu haya yanaelezwa kuwa ya kutisha hivi kwamba, walioathiriwa watatafuta kifo lakini hawatakipata. Watalilia kufa, lakini kifo kitawakimbia (Ufunuo 9:5-6).

Hukumu ya Sita ya Baragumu (Ufunuo 9:13-21) - Ole wa Pili

Baragumu la sita linaleta "ole" wa pili. Kama ole wa kwanza, hukumu hii imeelekezwa kwa wakazi wa dunia. Na malaika wa sita akapiga baragumu, nikasikia sauti kutoka pembe nne za madhabahu ya dhahabu, iliyo mbele ya Mungu, ikimwambia malaika wa sita aliyekuwa na baragumu, Wafungue malaika wanne waliotungwa katika mto mkubwa Frati. Na wale malaika wanne waliotungwa wakafunguliwa, ambao walikuwa wameandaliwa kwa saa, na siku, na mwezi, na mwaka, ili kuua sehemu ya tatu ya wanadamu. Na idadi ya jeshi la wapanda farasi ilikuwa ni elfu mbili za mamia za maelfu: nami nikasikia idadi yao. Na hivyo, niliona farasi katika maono, na wale walioketi juu yao, wakiwa na plati za moto, na za manjano, na za kiberiti: na vichwa vya farasi vilikuwa kama vichwa vya

> *simba; na kutoka kinywani mwao kulitoka moto, moshi, na kiberiti. Kwa haya matatu, sehemu ya tatu ya wanadamu waliuawa, na moto, na moshi, na kiberiti, ambavyo vilikuwa vinatoka kinywani mwao. Kwa maananguvu zao ziko katika vinywa vyao, na katika mikia yao: kwa sababu mikia yao ilikuwa kama nyoka, na kulikuwa na vichwa, na kwa hivyo wataumiza watu. Na waliobaki kati ya wanadamu, ambao hawakuuawa na mapigo haya, bado hawakutubu kwa kazi za mikono yao, ili wasiabudu mashetani, na sanamu za dhahabu, na fedha, na shaba, na mawe, na kuni: ambavyo haviwezi kuona, wala kusikia, wala kutembea: Wala hawakutubu kwa mauaji yao, wala kwa uchawi wao, wala kwa uasherati wao, wala kwa wizi wao.*

Wakati malaika wa sita alipopiga baragumu, malaika wa sita alipewa maagizo ya kuwaachia malaika wanne waliofungwa katika Mto Frati. Imejadiliwa jinsi malaika hawa wanne wanaweza kufungwa, na zaidi, katika Mto Frati. Katika Ufunuo 7:1, malaika wanne waliotajwa wakishikilia pepo nne za dunia, walipewa maagizo ya kutokutesa mpaka Waisraeli 144,000 watiwe mihuri na kulindwa. Huku malaika katika sura ya saba wakiwa malaika watakatifu, malaika katika sura ya tisa hawawezi kuwa malaika watakatifu kwa maana kwamba wamefungwa, kwa sababu hakuna wakati hata mmoja katika maandiko malaika watakatifu wanafungwa. Kwa hivyo, malaika hawa katika baragumu la sita wanaweza tu kuwa malaika waovu. Wanaagizwa kuua thuluthi moja ya binadamu.20 Haya ni mauaji makubwa sana ya wakazi wa dunia.

Nabii Yohana anathibitisha idadi ya jeshi lao kubwa katika maono yake. Jeshi lote lilikuwa na jumla ya watu milioni mbili (Ufunuo 9:16-19). Je! Hili ni jeshi halisi? Ikiwa ndivyo, inaweza kuwa jeshi kubwa kutoka Mashariki kwani malaika wamefungwa katika Frati, hivyo, jeshi linatoka Mashariki. Wale wanaoshikilia mtazamo huu wanatazama kutoka uwezekano wa vita vya kisasa vinavyohusisha silaha za kisasa (mizinga) ambazo hutoa moto kutoka kwa vichwa vyao. La ajabu ni kuwa,, licha ya kupoteza thuluthi moja ya idadi ya watu katika vita hivi vikuu, manusura hawatubu.[21]

Hukumu ya Baragumu la Saba (Ufunuo 11:15-19) - Ole wa Tatu

Ni sauti ya baragumu la saba ambayo itatoa ole wa tatu. Dunia imeshuhudia ole mbili. Bado kuna mmoja zaidi kuja, na mbaya kuliko mbili zilizopita.

> *Na malaika wa saba akapiga baragumu; na kulikuwa na sauti kuu mbinguni, ikisema, Falme za dunia hii zimekuwa falme za Bwana wetu, na wa Kristo wake; na atatawala milele na milele. Na wazee ishirini na wanne, walioketi mbele ya Mungu juu ya viti vyao, walipiga magoti na kumsujudu Mungu, wakisema, Tunakushukuru, Ee Bwana Mungu Mwenyezi, uliye, na uliyekuwako, na utakayekuja; kwa sababu umetwaa mamlaka yako kuu, na umetawala. Na mataifa walikasirika, na hasira yako imekuja, na wakati wa wafu, kwamba watahukumiwa, na kwamba utawapa thawabu watumishi wako manabii, na watakatifu, na wale wanaomcha jina lako, wadogo na wakubwa; na utaangamiza wale wanaoharibu dunia. Na hekalu la Mungu lilifunguliwa mbinguni, na sanduku la agano lake likaonekana ndani ya hekalu lake: na kulikuwa na umeme, na sauti, na ngurumo, na tetemeko la ardhi, na mvua ya mawe kubwa.*

Baada ya kipigo cha baragumu la saba, sauti kuu zilitoka mbinguni zikisema, *"Ufalme wa dunia umekuwa ufalme wa Bwana wetu, na wa Kristo wake naye atatawala milele na milele."* Kama ilivyotokea baada ya muhuri wa tano na kabla ya muhuri wa sita, ambapo kulikuwa na kusimama kimya mbinguni kwa dakika 30, vivyo hivyo kutatokea kati ya baragumu la sita na la saba.

Wazee ishirini na wanne wanainama mbele ya Mungu na kumsujudu. Katika ibada yao, wanakiri mamlaka ya Mungu ya kuchukua usukani wa utawala wake wa kimungu. Huu pia ni wakati wa kutathmini, ambapo Mungu atawatuwa waaminifu wake na kuhukumu wafu wasioamini, na wale wanaoharibu dunia. Ni wakati mzuri kwa waumini wa Kikristo kwa upande mmoja, na siku ya kusikitisha kwa wasiomcha Mungu.

Kama vile malaika alivyotangaza mapema kwamba hali mbaya zaidi bado haijaanza, baragumu la saba linatangaza ole wa tatu, nazo ni bakuli saba. Kile kinachotokea wakati huu kinaonyesha kuwa hukumu zilizosalia ni kali. Kuna umeme, mngurumo, ngurumo za radi, tetemeko la ardhi na mvua kubwa ya mawe.

Kabla ya ole wa tatu kufunuliwa, kuna moshi unatoka katika utukufu wa Mungu na nguvu zake. Hakuna mtu anaruhusiwa kuingia katika hekalu la Mungu mpaka mapigo saba yamekwisha. Hiki ndicho kilele cha hatua ya Mungu juu ya mwanadamu na dunia aliyoiumba. Ni hali ya kutisha na ya kuogofya.

Hukumu za Bakuli

Hukumu ya Kwanza ya Bakuli (Ufunuo 16:1-2)

Katika sura ya 15, kuna maandalizi mengi yanayoendelezwa na malaika katika kutayarisha kumwaga ghadhabu ya Mungu juu ya wakazi wa dunia. Wanaonekana katika mahali pa ibada mbinguni wakiwa wamevaa mavazi ya kikuhani na wanapewa bakuli ambazo wanajaza mapigo saba. Ni mapigo haya saba yatakayokamilisha ghadhabu ya Mungu. Ghadhabu ya Mungu ni tofauti na hukumu za mihuri na baragumu zilizotangulia kwa maana Mungu daima alitoa nafasi kabla ya hukumu kumwagwa kwa wakazi wa dunia kufanya toba. Mwanadamu alipoteza nafasi hizo zote. Je, watalegeza msimamo wao mgumu kutokana na ghadhabu ya Mungu inayokuja na tauni zinazowasubiri?

Shughuli zijazo za kumwaga ghadhabu ya Mungu ni jambo lenye uzito sana. Hii inathibitishwa na ukweli kwamba hakuna mtu anayekubaliwa kuingia katika patakatifu hadi mapigo saba yote yamwagwe. Hii inafanana na matukio wakati wa Musa katika Kutoka 40:34-35, ambapo Musa hakuweza kuingia hemani, kwa sababu utukufu wa Bwana ulijaza maskani. Ukuu wa uwepo wa Mungu ulikuwa mkubwa sana kwa binadamu yeyote kutazama.[22]

Malaika wa kwanza anamimina bakuli yake juu ya ardhi. Janga hili linajumuisha "majipu saba yenye maumivu". Janga hili lililenga watu wote ambao walipokea alama ya Mnyama, na walioabudu sanamu yake. Janga hili linalinganishwa na pigo la sita huko Misri kama ilivyoonekana katika Kutoka 9:8-11. Katika pigo la Misri, majipu yalimwathiri Farao, waganga wake, Wamisri na mifugo. Pigo katika hukumu ya kwanza ya bakuli lililenga watu wote ambao walichukua alama ya Mnyama na kuabudu sanamu yake.

Licha ya maumivu makali ya majipu, Farao aliufanya moyo wake kuwa mgumu na akawakataza wana wa Israeli waondoke. Vivyo hivyo, katika hukumu hii ya kwanza ya bakuli wakazi wa dunia walikuwa wagumu. Mioyo yao ilikuwa bado ni ya uasi dhidi ya Mungu licha ya kupata majipu haya yenye maumivu. Kuifanya hali iwe mbaya zaidi, badala ya kufanya toba na kutafuta rehema ya Mungu, wanamkufuru Mungu wa mbinguni wanapotafuna meno yao (Ufunuo 16:9-11).

Hukumu ya Pili ya Bakuli (Ufunuo 16:3)

Malaika wa pili anapomimina bakuli yake katika bahari, bahari inageuka kuwa damu (Ufunuo 16:3; Kutoka 7:19-21). Hii inatukumbusha kilichotokea baada ya kipigo cha pili cha baragumu ambapo theluthi moja ya viumbe baharini waliharibiwa (Ufunuo 8:8-9). Katika hukumu hii ya bakuli, hakuna kitu katika bahari kinachookolewa. Viumbe vyote hai vinakufa. Maji yanajaa maiti.

Mandhari ni mbaya. Kifo, uharibifu na uozo vinachukiza jicho na mapua. "Ikiwa maono ya Nabii Yohana yangetazamwa kwa njia ya mfano au mafumbo, ufisadi wa watu, mataifa na taasisi umekamilika. Mafundisho ya uwongo ni harufu mbaya mbele za Mungu. Mazoea mabaya ya watu, serikali na taasisi za kidini hayawezi kurekebishwa. Kama maiti, lazima zitupwe."[23]

Hukumu ya bakuli la pili ni sawa na pigo la kwanza la Misri (Kutoka 7:21-25). Katika pigo la Misri, maji ya Mto Nile yaligeuka kuwa damu. Samaki wote walikufa na kulikuwa na uvundo mbaya. Watu hawakuweza kunywa maji ya Mto Nile na ilibidi watafute njia mbadala kwa kuchimba visima.

Hukumu ya Tatu ya Bakuli (Ufunuo 16:4-7)

Baada ya malaika wa tatu kumwaga bakuli yake juu ya mito na chemchemi za maji, ziligeuka kuwa damu, (Ufunuo 16:5-6). Tunakumbuka hali sawa katika hukumu ya tatu ya baragumu ambapo theluthi moja ya maji ilikuwa ya maji chungu. Katika hukumu ya tatu ya bakuli, hali ni mbaya zaidi kwa sababu maji safi yote yaligeuka kuwa damu. Hii inamaanisha watu hawana bwawa wala chemchemi ya kugeukia kote ulimwenguni. Malaika wa maji anaimba wimbo unaoeleza sababu ya hatua hii. Hii ni kwa sababu walimwaga damu ya watakatifu na manabii, wao pia lazima wanywe damu. Walimwaga damu isiyo na hatia ya watu wa Mungu, sasa ni zamu yao. Malaika pia anatambua haki na uadilifu wa Mungu. Wale waliomwabudu Mnyama sasa wanahukumiwa kwa haki.

Hukumu ya Nne ya Bakuli (Ufunuo 16:8-9)

Baada ya malaika wa nne kumimina bakuli yake kuelekea jua, matokeo ni joto kali duniani. Kutokana na mfuatano huu, tunatambua kwamba: hukumu za bakuli tatu za kwanza zinalenga vipengele vya dunia yaani, ardhi, bahari, mito na chemchemi ya maji. Hukumu ya nne ya bakuli inalenga chanzo cha mwanga kinachotoa joto upande mmoja na kudumisha uhai upande mwingine. Malaika huyu amepewa mamlaka ya kuwachoma watu kwa kutumia joto la jua.

Wale walioathirika ni watu waliomwabudu Mnyama, kwa kuwa tunaona wanamkufuru Mungu na kukataa kabisa kutubu. Tunaona tofauti ya tauni ya Misri katika Kutoka 10:21-29, ambapo kulikuwa na giza kuu. Hapa badala ya jua kupoteza joto na mwanga wake, joto linazidi. Kama tulivyoona katika hukumu ya nne ya baragumu, theluthi moja ya jua, theluthi moja ya mwezi, na theluthi moja ya nyota zilipoteza mwanga. Mara hii, nguvu ya jua inaongezeka na kwa kweli inawaunguza watu. Walakini, licha ya hukumu hii kali, wakazi wa dunia hawakutubu.

Hukumu ya Tano ya Bakuli (Ufunuo 16:10-11)

Mapigo manne ya kwanza yaliathiri sehemu zote za ulimwengu: Ardhi, maji, bahari na jua. Tauni inayokuja inamlenga Mnyama. Ufalme wa Mnyama unazamishwa gizani ukiashiria hukumu ya Mungu juu ya dhambi na wenye dhambi. Pia inaonyesha giza la kuzimu. Hukumu hii inalinganishwa na tauni ya tisa ya Misri, ambapo Farao anaweza kulinganishwa na Mpinga Kristo. Katika tauni ya Farao, waathiriwa walikuwa wanachomwa na jua kwa sababu ya joto kali. Tauni ya tano ni tofauti. Waathiriwa wanaumia sana kwa sababu ya baridi kali iliyotokana na giza kuu la muda mrefu. Licha ya baridi hii isiyovumilika ambayo ina athari mbaya kwa afya yao na maisha kwa ujumla, wanakataa kutambua Mungu au kutubu.

Hukumu ya Sita ya Bakuli (Ufunuo 16:12-16)

Malaika wa sita anamimina bakuli yake juu ya Mto Frati. Athari ni kukauka kwa maji kwa maandalizi ya barabara ambayo wafalme kutoka Mashariki watasafiria (Ufunuo 16:12; 9:13-19). Kitendo cha kimiujiza hiki kinatukumbusha kukauka kwa Bahari ya Shamu wakati wana wa Israeli walipokuwa wakivuka kutoka Misri. Mandhari ya vyura katika tauni hii inalinganishwa na tauni ya pili ya Misri. Kulingana na baadhi ya wasomi, tofauti pekee hapa ni kwamba katika tauni ya Misri, vyura walikuwa wa kawaida, ilhali katika tauni hii ya sita, vyura ni pepo wachafu ambao watakuwa kati ya itikadi na siyo za viungo vya upanga.[24]

Wakati huu, Yohana anataja vita vya Har-Magedoni. Anaelezea jinsi majeshi kutoka upande wa Frati watapiga hatua kuelekea Magharibi. Majeshi haya yanakusanyika kwa vita vya Har-Magedoni kwenye mlima wa Megido, haswa katika bonde la Jezreeli huko Israeli. Bonde hili lina umuhimu wa kihistoria. Mapigano mengi makubwa yamepiganwa hapa. Ni katika bonde lili hili Ahazia alikufa kama inavyoonekana katika 2 Wafalme 9:27 na tukio la kushindwa kwa Mfalme Yosia katika 2 Wafalme 23:29. Kutoka kwa baadhi ya wasomi, inaonekana kama Yohana hatabiri vita halisi katika bonde hili, bali anaelezea kwa njia ya mfano majaribio ya mwisho ya nguvu za uovu kushiriki katika utawala wa Mungu.

Hata hivyo, wengine wanatazama maono haya kihalisi. Wanasema kuwa vita hivi ni vita vya kimwili. Mpinga Kristo atakusanya Wafalme wa Mashariki. Baadhi wanachukulia Wafalme wa Mashariki kama wanajeshi walioajiriwa na Roma kusaidia kushambulia Yerusalemu katika BK 70. Kwa kuwa unabii huo umetimizwa, unaweza kumaanisha pia tukio la baadaye. [25] Hata hivyo, iwe itachukuliwa kihalisi au kwa njia ya mfano, hizi nguvu za uovu ambazo zitajaribu kushambulia Mungu Mkuu wa Mbinguni, zitaharibiwa na upanga utakaotoka kinywani mwa Bwana.[26]

Hukumu ya Saba ya Bakuli (Ufunuo 16:17-19)

Malaika anapomwaga bakuli yake hewani, kuna sauti kubwa inayotoka Hekaluni kutoka kiti cha enzi kwa sauti ya juu – **Imekwisha.** Wazee 24 wanatoa tangazo kama hilo katika Ufunuo 11:15-19. Tangazo hili ni uthibitisho wa Mungu wa kazi ya Mwana-Kondoo ambayo inatoa mwangwi maneno ya Yesu mwenyewe msalabani katika Yohana 19:30 – Imekwisha. Kuna tetemeko la ardhi katika Ufunuo sawa na tetemeko la ardhi wakati wa kifo cha Mwana Kondoo (Mathayo 27:51). Msalabani pale Kalvari, Mwana wa Adamu alikamilisha kazi ya ukombozi, akizibeba dhambi zetu na kustahimili ghadhabu ya Mungu kwa ajili yetu.

Sauti inayotoka patakatifu inawezekana kuwa ya Mungu au mtu aliyeidhinishwa kufanya hivyo, huku waliookolewa mbinguni na duniani wakisikia sauti hii. Je, wale waliopuuza mwito wa Mungu katika hukumu zote zilizotangulia wana nafasi yoyote ya kujipatanisha na Mungu? La! Hatima yao imefungwa na tangazo "Imekwisha!" Mambo ya ukombozi na wokovu yamekwisha kuhukumiwa. Siri kubwa ya Mungu imekamilika. Kilio cha mashahidi "lini" hatimaye kimesikilizwa.

Kuna miale ya umeme na radi inayonguruma. Kisha tetemeko kubwa la ardhi ambalo halina kifani katika historia ya mwanadamu linatokea. Linagawa "mji mkuu" mara tatu. Maana yake hapa ni kwamba mwisho umefika kabisa; mji wa uovu, Babeli Kuu, hatimaye umeanguka (Ufunuo 16:19).[27]

"Babeli MKuu alikumbukwa mbele za Mungu naye akapewa kikombe kilichojaa mvinyo wa ghadhabu yake kali katika aya ya 19. Kila kisiwa kikaondoka na milima ikatoweka kama inavyoonekana katika aya ya 20. Kisha mawe makubwa ya mvua yakaanguka kutoka mbinguni. Jiwe kubwa zaidi la mvua lililowahi kurekodiwa katika historia lilikuwa pauni 2.25. Walakini, Yohana anaelezea uzito wa jiwe moja la mvua katika hii hukumu ya saba ya bakuli kuwa pauni100. Lengo la ghadhabu ya Mungu wakati wa bakuli ya saba ni kwa wasioamini. Licha ya kumiminiwa mawe ya mvua yenye uzito huo, haikushusha ugumu wa mioyo yao. "[29]

SURA YA 20

KUANGUKA KWA BABILONI

Babiloni Kuu ni nani?

Tunapochunguza Babiloni, tunahitaji kuichunguza kutoka kwa mitazamo miwili. Kwanza, mtazamo wa kihistoria na pili, mtazamo wa kibiblia. Kihistoria, Babiloni ilikuwa mji maarufu katika Mesopotamia ya kale na Iraq ya leo. Babiloni inajitokeza kwa kiasi kikubwa katika Kitabu cha Mwanzo kupitia ujenzi wa Mnara wa Babeli (Mwanzo 11:1-9). Mji huo pia una sifa ya kanuni za sheria (Sheria za Hammurabi) na "Bustani zilizoning'nia za Babeli", ambayo ni moja ya Maajabu Saba ya Dunia. Nimrodi muovu alianzisha mji huo lakini Mfalme Hammurabi aliijenga Babiloni kati ya KK 1792-1750. Mji huo ulikuwa bandari kubwa kwenye Mto Frati. Ulitumika kama mji wa kipagani la kitamaduni na kidini.[1]

Biblia inaita Babiloni kama Babiloni ya Fumbo. Kumekuwa na tetesi nyingi kuhusu Babiloni Kuu inayojulikana pia kama "Mama wa Makahaba" inaweza kuwa nani. Wengine wanahisi inaweza kuwa mji wa zamani wa Babiloni, wengine wanadhani ni Marekani, wengine Uislamu, wakati wengine wanaamini ni Vatican na Kanisa la Kirumi. Wanaotetea mtazamo wa Babiloni kuwa Upapa na Kanisa Katoliki la Kirumi wana uzito kuliko wengine. Kahaba katika Ufunuo 17 inaonyeshwa kama jiji, na Vatican inafaa vizuri katika maelezo haya. Ni pembe ndogo ambayo mamlaka yake inatawala dunia nzima. Kanisa Katoliki la Kirumi lina ushawishi mkubwa kote duniani na ushawishi wa Upapa kwa viongozi wa ulimwengu hauwezi kutiliwa shaka.[2] Ingawa idadi kubwa ya wasomi wanaamini kuwa Upapa na Kanisa Katoliki la Kirumi ni Babiloni ya Fumbo, msimamo wa Babiloni kuwa Uislamu unatokea kwa uzito pia.

Roma

Wale ambao wanashikilia maoni kwamba Babiloni ya fumbo ni Upapa na kanisa Katoliki la Kirumi wanadai kwamba kahaba katika Ufunuo 17 inawakilisha kanisa bandia lenye sifa zifuatazo: -

1. Ushawishi wa kimataifa (Aya ya 1)
2. Historia ya mateso (Aya ya 6)
3. Hujiendeleza kwa mfumo wa kisiasa wenye nguvu (Aya ya 8-17)
4. Imejikita katika mji wenye ushawishi wa kimataifa (Aya ya 18)

Kutokana na maoni ya Jim Haeffele, Kanisa Katoliki la Kirumi limeunganishwa kwa jinsi isivyotenganishwa na mji mkuu wa Roma. Linachukua jina la Roma katika jina lake mwenyewe na kwamba Roma ndio inayoongoza Ukristo kwa ujumla na inaendelea kuwa makao makuu ya mji huu leo. Mji wa Vatican ulioko Roma, kiteknikali ndio nchi huru ndogo kabisa duniani. Kwa kutofautiana, wanawake waaminifu katika Ufunuo 12 hawakutawala wafalme duniani na ilianza Yerusalemu".[3]

Kama Haeffele anavyoeleza, Yohana aliiona mwanamke katika Ufunuo 17 akiketi juu ya mnyama mwekundu ambaye alikuwa amejawa na matukano, akiwa na vichwa saba na pembe kumi. Mwanamke huyo anaonekana kuwa na udhibiti wa mashariki. Kanisa Katoliki la Kirumi lilidhibiti "Milki Takatifu la Kirumi". Vichwa saba vya mnyama ni vile vichwa saba vya mlima ambavyo mwanamke anaketi. Wafalme saba: watano wameanguka, mmoja yupo, na mwingine hajafika bado, na atakapofika lazima aendelee kwa muda mfupi (Ufunuo 17:9-10).[4]

"Mwanamke Mwekundu ni Kanisa Katoliki la Kirumi lililotabiriwa kudhibiti mwendelezo mfululizo wa Dola la Roma, wa mwisho ambao utatokea mwishoni mwa zama hizi. Wakati wa Yohana, wafalme watano walikuwa wameshaanguka, na mmoja alikuwepo, na huyo alikuwa Dola la Roma. Dola ya Roma iliyofufuliwa itakuwa ushirikiano wa wafalme kumi."[5]

Babyloni ya Halisi

Baadhi wanaamini kwamba Babiloni ya fumbo katika Ufunuo 17 ni mji halisi wa Babiloni uliojengwa na Nimrodi baada ya gharika. Mji huu ulikuwa upande wa Mto Frati na maili 55 kusini mwa mji wa sasa wa Iraq - Baghdad. Asili ya jina la Babiloni ni Mnara wa Babeli tuliousoma katika Mwanzo 11:1-9. Mji huu ulikua, ukifika umaarufu wa kimataifa wakati wa utawala wa Hammurabi. Kilele chake kilikuwa wakati wa Nebukadreza II (604502 KK). Hata hivyo, mji huu uliharibiwa na Xerxes wa Uajemi wakati Waajemi waliposhinda Wababiloni. Nabii Yeremia alikuwa ametabiri kuhusu kuanguka kwa Babiloni katika Yeremia 50-51.[6]

Wale wanaokinzana na msimamo huu wanadai kwamba Babiloni ya fumbo katika Ufunuo 17 haiwezi kuwa Babiloni ya zamani kwa sababu mji huo uliharibiwa kabisa. Saddam Hussein alijaribu kujenga upya bila mafanikio. Mipango hiyo ilizuiwa na Vita vya Ghuba, hivyo, kutimiza unabii wa nabii Isaya kwamba mji huo hautaishi tena. Katika Isaya 13:20 tunasoma:

> *"Haitakaliwa milele, wala haitakaliwa mizazi hata mizazi; wala Mwarabu hatajisimamisha huko, wala wachungaji hawatapiga hema huko. Lakini wanyama wa bara watalala huko; na nyumba zao zitajaa fahali; ndege wa nyikani watakaa humo; na mbuni watakimbizana humo."*

Hiyo ndiyo hali ya sasa ya mji ambao ulitarajiwa kuwa kituo cha kimataifa. Mpaka leo, mji huu haujawai kuwa makazi ya watu. Kwa kuwa mji huo hautajengwa upya, hauwezi kuwa Babiloni ya fumbo ya Ufunuo 17, kwa sababu Babiloni ya fumbo iliyotajwa hapa itaharibiwa. Zaidi ya hayo, ni "Babiloni ya Fumbo" si Babiloni. Fumbo ni kitu cha siri, kilichofichwa, au kigumu kueleweka. Sifa za fumbo hili ni:

1. Ni mji
2. Inaongoza mfumo mkubwa wa kimataifa
3. Mji huo unaketi juu ya vilima saba
4. Amevaa nguo za zambarau na nyekundu
5. Amekunywa damu ya watakatifu

Wakosoaji wa Babiloni ya zamani kuwa Babiloni ya fumbo wanadai kwamba sifa hizi hazifai mji wa zamani wa Babiloni.

Marekani

Kuna wale wanaodai kwamba Babiloni ya fumbo katika Ufunuo 17 ni Marekani. Wanadai kwamba kwa kuwa Babiloni ya fumbo ni mji, Mji wa New York unafaa katika maelezo hayo. Ni mji mkubwa na tajiri zaidi duniani. Ndio unaohifadhi Kituo cha Biashara cha Dunia (ingawa kiliharibiwa katika janga la 9-11), Soko la Hisa la New York, Umoja wa Mataifa, Benki ya Dunia na IMF. Marekani ni taifa tajiri zaidi duniani. Kuhusu ushawishi wa kimataifa, Marekani kwa sasa ni nguvu kuu pekee na inamiliki jeshi lenye nguvu zaidi duniani. New York ni makao ya Umoja wa Mataifa - ambalo ni shirika linalotawala dunia.

Katika Ufunuo 17:5, Babiloni ya fumbo inaonyeshwa kama mama wa uasherati. Marekani ndio nchi kuu inayouza ponografia duniani. Inachangia asilimia 60 ya uzalishaji wa ponografia duniani wenye thamani ya dola bilioni 97. Kitambulisho kinachojulikana sana cha Marekani ni Sanamu ya Uhuru inayowakilisha mungu wa zamani wa Babeli - Ishtar.[7]

Wale wanaopinga wazo kwamba Marekani ndiyo Babiloni ya fumbo wanadai kwamba Babiloni ya fumbo ni mji wa bandari. Marekani si mji, na hata kama ingelipunguzwa kuwa Mji wa New York, mwanamke anapanda juu ya Mnyama, na mji huu (Babiloni ya Fumbo) unahusishwa na Mnyama ambaye ni Mpinga Kristo. Sababu nyingine ambayo Marekani haifai katika maelezo haya ni kwa sababu Babiloni ya fumbo amekunywa damu ya watakatifu. Marekani haina historia ya kuwatesa Wakristo. Ni kinyume chake. Inaongoza ulimwengu katika uenezaji wa Injili. Sababu ya tatu inayoitenga Marekani ni kwamba Babiloni ya Fumbo inahusika katika biashara ya watumwa ya kisasa. Marekani badala yake imekuwa ikitetea dhidi ya utumwa na biashara ya binadamu. Wakosoaji wanadai zaidi kwamba uasherati unaorejelewa hapa, ambapo Babiloni ya fumbo ni mama wa makahaba, haurejelei ukosefu wa adili wa kingono bali uasherati wa kidini ambapo dini za uongo huendelezwa. Marekani haiwezi kulaumiwa kwa kuongoza ulimwengu katika kufuata dini ya uongo.[8]

Uislamu - Babiloni ya Fumbo

Wasomi wengine huona Uislamu kama Babiloni ya fumbo na haswa Makkah huko Arabia. Wanadai kwamba ingawa Biblia inasema Babiloni ni fumbo kwa ulimwengu, inaonyesha wazi mahali ilipo. Mfumo wa kidini wa Mashariki ya Kati wa Uislamu unalingana vizuri na maelezo ya Babiloni ya Fumbo. Ibada ya Uislamu ya siku za kisasa inalingana kabisa na ibada ya Babiloni ya kale.

Kulingana na *Shoebat Foundation,* Nabii Isaya alitabiri uharibifu wa Arabia akirejelea kuanguka kwa Babiloni. Nabii anataja Dumah katika Isaya 21:11, Arabia katika Isaya 21:13 na Kedar katika Isaya 21:16, na hizi zote ziko Arabia, ambapo Iran (Elamu) inatabiriwa kuharibu Babiloni katika Isaya 21:2. Kihistoria, ibada ya Ishtar "Kilili" au "Malkia wa Makahaba" ilianzia Arabia, si Roma. Kwa

Waislamu kuabudu wakizunguka jiwe jeusi, wanamuabudu Ishtar, ambaye wanamtaja kama Athtar na Allat.[9] Kulingana na Edward Gibson, kuhusu mwanamke mzinifu, Ka'aba inafaa vizuri. Waislamu wanahusisha kanzu nyeusi na mwanamke (Kiswa).[10]

Kulingana na Shoebat, "kila kitu kilichoelezewa na Ufunuo 17 kuhusu mzinzi kinalingana na Ka'aba; nguo, lulu, vito, dhahabu na fedha na hata makufuru yaliyoandikwa kwa uzi wa fedha na alama za dhahabu katika mavazi yake. Milango ya jiwe la Ka'aba iliwekwa wakfu kwa Aphrodite, mungu wa kike kahaba, aliyepambwa kwa zambarau, sawa na maelezo katika Ufunuo 17:4. Kwa hivyo, marejeleo ya kahaba katika Ufunuo 17 kuhusu "Kahaba wa Babiloni" si tukio la kisadfa."[11]

Night Watch inaeleza kwamba maji ambayo Yohana aliona, ambapo kahaba anakaa katika Ufunuo 17:15, ni watu, umati, mataifa na lugha. Inadaiwa kwamba mwaka wa 2014, watu milioni 2 walikwenda Makkah kwa hija, wakitoka kila pembe ya dunia.[12]

Malaika alimwambia Yohana kwamba Babiloni ya Fumbo inaketi "jangwani kandokando ya bahari" (Ufunuo 17:3; Isaya 21:1). Makkah inaketi jangwani, kandokando ya bahari. Kulingana na unabii, Babiloni haitaishi watu kamwe, wala hema la Arabia huko, wala wachungaji hawatafanya mukunjo yao huko (Isaya 13:20). Kutandika hema kwa kawaida hurejelea jangwani na si katika mazingira ya mataifa ya Magharibi, ikiondoa New York na Roma kama Babiloni ya Fumbo. Makkah pia inaketi juu ya vilima saba.

Babiloni ya Fumbo iko jangwani kulingana na Ufunuo 17:3. Katika Ufunuo 17:15, maji ambayo Yohana aliona ambapo kahaba anaketi yalikuwa watu, umati, mataifa na lugha. Maelezo haya yanalingana vyema na Waislamu ambao ni wengi. Kuna watu wengi kutoka kila pembe ya dunia wanaosema lugha tofauti. Ulimwengu wote wa Waislamu unakutana Makkah kwa ajili ya hija.

Daily Chess inaeleza kwamba, "ibada yao imechukua mazoea ya Babiloni ambapo sala za Waislamu zimepangwa kulingana na jua, sawa na ibada ya BAL na Wababiloni. Kama tu Wababiloni walivyoinama mbele ya sanamu ya Nebukadreza, Waislamu wanainama mbele ya sanamu. Muhuri wa Babiloni ulioko katika mraba wa Babiloni una nambari 666. Biblia inasema kwamba Mnyama ataibuka kutoka baharini. Kutoka jiwe la Kaaba hadi Kuba ya Mwamba huko Yerusalemu ni maili 666."[13]

Katika Ufunuo 17:5, malaika alimwambia Yohana kwamba mji wa kidini wa Babiloni ulikuwa na siri iliyoandikwa kwenye paji la uso wake. "BABELI MAMA MKUU WA MAKAHABA NA CHUKIZO LA DUNIA". Ni mji upi unaofaa maelezo haya? Kulingana na *Night Watch,* "Ni mji wa Makkah. Yeye ni mama wa dini zote za uongo. Katika Ufunuo 17:6, Yohana aliona mwanamke huyo amelewa na damu ya watakatifu. Dini hii ya uongo amelewa kwa damu ya "Jihadi", kwa sababu inaendeleza dini yake kwa mauaji." Night Watch i aangazia.

Daily Chess inaongeza kwamba, "hakuna nchi iliyokata vichwa vya watu zaidi ya Saudi Arabia. Makkah inawajibika kwa kukata vichwa vya Wakristo wengi. Makkah inaketi juu ya vilima saba. Babiloni ya Fumbo ni bandari, na Makkah ni bandari pia. Sifa nyingine ambayo inafanya Makkah ifae vizuri hapa ni kwamba Babiloni ya Fumbo ilifanya Dunia ilewe na divai. Divai inayorejelewa hapa ni mafuta. Saudi Arabia inazalisha 1/5 ya mafuta ya dunia. Wakaaji wa Dunia wamelewa na divai ya uasherati wake (Ufunuo 17:2). Mataifa mengi ya dunia yanapata mafuta kutoka Saudi Arabia." Daily Chess inafafanua[14]

Yerusalemu: Babiloni ya Fumbo

Watetezi wa Yerusalemu kuwa Babiloni ya fumbo wanadai kwamba mji huu utakuwa mji mkuu wa Mpinga Kristo, Masihi ambaye amekuwa akisubiriwa na Wayahudi. Wanadai kwamba Babiloni ya fumbo inasemekana kuua manabii katika Ufunuo 18:24.

Kulingana na wazo hili, Yerusalemu tu ndiyo ina rekodi ya kuwaua manabii, kama ilivyoelezwa katika (Mathayo 23:37). Biblia pia inarejelea Babiloni ya Fumbo kama yule atakayewajibika kwa damu yote iliyomwagika duniani ya haki (Mathayo 23:35a).[15]

John Ritenbaugh anasema kwamba sifa tatu za Babiloni kama inavyoelezwa katika Ufunuo 18:7 ni: ile ya kujitukuza kupita kiasi, kuishi kwa ufujaji na kudai kuwa Malkia na si mjane. Kwa maneno mengine, mji huu wa mwisho utakuwa tajiri sana, wenye ushawishi, wenye dharau, na wenye dhihaka. Anaonyeshwa kuwa mwenye kiburi na mwenye kujiamini katika usalama wake. Katika sura ya 18, anaonyeshwa kujihusisha na biashara za kiulimwengu meli na viwanda. Hii ni picha ya utandawazi.[16]

Ritenbaugh anaona Jerusalem kuwa ndiye kahaba mkuu. Anasema kwamba Israeli inadhibiti asilimia 65 ya utajiri wa dunia. Yerusalemu, inayowakilisha Israeli, ni kubwa kisiasa, kiuchumi, na kijeshi. Hii inampa ushawishi mkubwa ulimwenguni. Kwa bahati mbaya, yeye si safi kwa sababu pia ni mkuu katika uasherati, kwenye machafuko ya kidini, na katika kupotoka kutoka kwa jukumu lake kwa Mungu.[17]

Hata hivyo, kuna wale ambao hawakubaliani na wazo kwamba Yerusalemu ni "kahaba mkubwa" au "Babiloni ya Fumbo". Wanadai kwamba:

1. Babiloni ya Fumbo ni mji wa bandari, lakini Yerusalemu sio mji wa bandari
2. Babiloni ya Fumbo ni nguvu kubwa ya kiuchumi duniani. Hata hivyo, hii sio hali ilivyo na Yerusalemu.
3. Biblia inasema kwamba Babiloni ya Fumbo itahusika katika biashara ya watumwa wa kisasa. Yerusalemu haina sifa kama hiyo katika historia yake.
4. Babiloni ya Fumbo haitakaliwa tena baada ya uharibifu wake. Biblia inaelezea wazi mustakabali wa Yerusalemu.

Hapo ndipo Yesu Kristo atatawala kwa miaka elfu moja. Kwa hivyo, maswala haya yanayafanya Yerusalemu kutoweza kuwa Babiloni ya Fumbo.[18]

Kuanguka kwa Babeli Mkuu (Ufu. 18)

Katika Ufunuo 17, tunaona Mnyama na wafalme wa Dunia wakimchukia kahaba na kumfanya awe ukiwa. Wote wanajitokeza kwa lengo moja, kumvua nguo, kumla nyama yake, na kumteketeza kwa moto. Kwa nini Babeli ameanguka? Malaika anaeleza Yohana sababu yake kuanguka katika Ufunuo 18:3. Katika aya za 4-5, Mungu anatoa onyo kali kwa wale wasiotii onyo. Dhambi zilizofanywa na mama huyu wa makahaba wote, zilikuwa zimefika mbinguni. Mungu sasa lazima achukue hatua kwa hasira dhidi yake. Mataifa yamelewa kwa mvinyo wa shauku ya uasherati wake.

Wale wanaoshikilia mtazamo wa Marekani kuwa kahaba wanadai kwamba Marekani imeongoza dunia kuelekea upotovu kupitia viwanda vyake vya ponografia. Wengine waona Marekani kama Nabii wa Uongo ambaye atashawishi ulimwengu kupitia ushawishi wake wa ulimwengu katika kuwapotosha walimwengu kuabudu Mnyama. Kutokana na haya, Marekani itaanguka kwa mshindo, na kufanya wanaofanya biashara nao kutoamini.

Wale wanaotabiri kuanguka kwa Marekani wanaiangalia kutokana na shambulizi la EMP. Wanaona uwezekano mkubwa wa Marekani kupata shambulizi la EMP (Mripuko wa Umeme wa Elektroniki) wakati wowote. Dk. Peter Pry, ambaye kwa sasa ni Mkurugenzi Mtendaji wa Kikundi cha Kazi cha EMP juu ya Usalama wa Kitaifa na wa Ndani, aliripoti kwa bunge kuhusu uwezekano kwamba Pyongyang imeunda satelaiti mbili za "Super EMP" katika mzingo wa chini wa dunia juu ya bara la Marekani ambayo ikiwa ingelipuka bila onyo, inaweza kusababisha vifo vya Wamarekani milioni 290 kwa kipindi cha mwaka mmoja.[19]

Pry pia anakadiria kwamba Urusi kwa sasa inamiliki silaha za nyuklia zaidi ya tatu kuliko Marekani. Aidha, China hivi karibuni ilikiri kwamba imejenga mahandaki yenye thamani ya maili elfu tatu chini ya ardhi ambapo inaweza kuficha mamia ya makombora ya kimwendo ya ICBMs na vichwa vya nyuklia vya 1600-1800, kulingana na Kanali Jenerali Viktor Yesin, aliyekuwa kamanda wa Vikosi vya Roketi vya Kimkakati vya Urusi. Idadi hiyo inaaminiwa kuwa zaidi ya ile ambayo Marekani inayo sasa.[20]

Mnamo Desemba 2018, Baraza la Washauri wa Miundombinu

ya Taifa la Rais (NIAC) katika uchunguzi wao kuhusu hali baada ya kukatika kwa umeme kutokana na janga la hujuma, waligundua kuwa mipango ya kitaifa iliyopo, rasilimali za kukabiliana na mikakati ya uratibu ingeshindwa kutokana na kukatika ghafla kwa umeme kutokana na hujuma. Hatua muhimu za umma na za kibinafsi zinahitajika kujiandaa kutokana na kukatizwa kwa umeme kwa hujuma, ambako kunaweza kusababisha sehemu kubwa ya nchi bila umeme kwa wiki au miezi, na kusababisha kushindwa kutoa huduma katika sekta nyingine - ikiwa ni pamoja na maji safi na maji taka, mawasiliano, usafirishaji, huduma za afya, na huduma za kifedha - ambazo ni muhimu kwa afya na usalama wa umma na usalama wa kitaifa na kiuchumi.[21]

Kulingana na ripoti hii ya NIAC, matokeo ya shambulizi kama hilo yanaweza kuwa na athari kubwa mno, na ambayo inaweza kuchukua muda mrefu. Wiki mbili kabla ya ripoti hii ya NIAC, Kikosi cha Kazi cha Ulinzi wa Umeme wa Jeshi la Anga la Marekani kilichapisha ripoti iliyodai, "mripuko wa umeme (EMP) na tishio lingine la umeme ni tishio hatari kwa nguvu za kijeshi za Marekani na usalama wa taifa." Ripoti hiyo ilielezea baadhi ya athari za janga hili kama:

- Kuzimwa kwa gridi ya umeme kunaweza kusababisha vinu vya nyuklia vya Marekani "kuchukua mwelekeo wa

Fukushima" na kuchafua maeneo makubwa yenye mionzi, kulemaza uwezo wa Marekani wa kuhamasisha na kutoa nguvu za kijeshi na kuhatarisha maisha ya watu wa Marekani.

- Vituo vya kijeshi vya Marekani vinategemea gridi ya umeme ya raia na vitapooza kwa kuzimwa kwa muda mrefu.
- Mawasiliano, usafirishaji, chakula na maji ambayo ambayo yanaendeleza jeshi la Marekani na raia, wako hatarini kwa tishio la sumakuumeme.
- Hii ingesababisha athari za shambulio la EMS (wigo wa umeme) ambayo ingekuwa tishio kwa demokrasia ya Marekani na utaratibu wa ulimwengu.

Ripoti ya NIAC ilipendekeza uhifadhi wa siku 14 wa mahitaji muhimu kama vile huduma za matibabu, chakula na maji.[22] Ripoti ya "US Air Force Electromagnetic Defense Task Force" inakubaliana na ile ya NIAC. Ripoti ya NIAC ilikuwa imetaja kuwa tishio la EMP linaweza kuwa kama matokeo ya shambulio la mtandaoni au shambulio la kijeshi kutoka kwa kichwa cha nyuklia kilicholengwa kwenye gridi ya umeme ya Marekani.

Madhara yangekuwa na maafa makubwa na yangechukua muda mrefu, yakitanda kwa wiki kadhaa hadi miezi kutokana na uharibifu wa miundombinu. Itaathiri eneo kubwa zaidi kijiografia, ikijumuisha majimbo au mikoa mingi, na kuathiri mamilioni ya watu wa Marekani. Shambulio hilo lingeweza kusababisha athari kubwa zinazosambaa ambazo zingeweza kusababisha sekta muhimu kama vile maji safi, mifumo ya maji taka, mawasiliano, usafirishaji, huduma za afya na huduma za kifedha kusimama. Kutokana na hayo, Wamarekani milioni 290 wangefariki kwa kipindi cha mwaka mmoja·[23] Hii ni kwa sababu Wamarekani wanategemea kabisa umeme na vifaa vya umeme katika Maisha yao ya kila siku. Hali kama hiyo itasababisha Marekani, nguvu kuu ya ulimwengu, kiongozi wa kijeshi na kiuchumi wa ulimwengu, kuporomoka kabisa.

Wale wanaotetea mtazamo wa Roma kuwa Babeli ya Siri wanadai kuwa uasherati uliotajwa na Yohana ni uasherati wa kidini ambapo Upapa umepotosha ulimwengu katika kufuata dini ya uwongo, hivyo, kufanya uasherati wa kidini. Wanadai kuwa Upapa umekuwa na ushawishi mkubwa katika eneo la kimataifa na utakuwa na ushawishi huo mwishoni mwa nyakati. Wanadai kuwa amelewa na damu ya watakatifu na damu ya mashahidi.

Wale wanaoshikilia Uislamu kama mwanamke na kahaba mkuu wanaeleza kuwa manabii Isaya, Zakaria na Yoeli walitabiri uharibifu wa Babeli. Wanadai kwamba Mecca na Saudi Arabia, ambayo ni Babeli ya Siri kulingana na Yohana, wameupotosha ulimwengu kwa kuushawishi juu ya dini ya uwongo. Huu ni uasherati wa kidini uliofanywa na wote wanaouabudu Uislamu, ambapo Uislamu ni dini ya uwongo kubwa duniani, wanadai.[24]

Wanadai kwamba mataifa ya ulimwengu yamekuwa washiriki wa uasherati wake kupitia divai yake, ambayo ni mafuta. Karibu mataifa yote ya dunia yanashirikiana naye kibiashara kwa sababu ya mafuta, kwani Saudi Arabia inamiliki 1/5 ya utoaji wa mafuta ya dunia, hivyo, kumpa ushawishi wa kimataifa. Mbali na kuharibu ulimwengu na mafuta yake, atapata adhabu kwa sababu ya kitendo chake kibaya cha utumwa. Yeye ni mji wa utumwa (Ufu. 18: 11-13). Saudi Arabia imeshtakiwa kwa ukatili katika kuwatesa wanyonge, na watu wanaokwenda huko kutafuta kazi za nyumbani.[25] Visa vingi vimeripotiwa na Wakenya jinsi wapendwa wao walivyoteswa, kuuawa au kujeruhiwa wakati wakitumikia kama wafanyakazi wa nyumbani nchini Saudi Arabia. Walienda huko wakiwa wazima kiafya, lakini baadhi yao wamerudi wakiwa kwenye majeneza.

Kulingana na Daily Chess, "mji huo pia unashtakiwa kwa biashara ya ngono yenye kuchukiza ambayo imefichwa sana. Mji huo ni soko maarufu la vito vya thamani. Jiji kubwa - Mji wa Kiuchumi wa Mfalme Abdulla uliojengwa mwaka 2015 una lengo la kubadilisha biashara ya ulimwengu chini ya uongozi wa Saudi Arabia. Si ajabu kwamba katika kuanguka kwake, wafanyabiashara wa dunia wataomboleza kwa kutoamini kuanguka kwake (Ufu. 18: 11-19).[26]

Wanaounga mkono mtazamo wa Uislamu wanasisitiza kwamba Nabii Zakaria alitabiri kuwa ni Iran ambayo itaangusha Babeli ya siri "mji wa Mecca". Iran itakasirika na Saudi Arabia kwa sababu ya usambazaji wake endelevu wa mafuta kwa nchi za Magharibi. Iran itachoma mafuta ya Saudi Arabia, mji wa Mecca na Saudi Arabia kwa ujumla kupitia kwa kombora (Zekaria 5: 1-4). Zakaria alikuwa wazi kwamba kombora hili litatoka Iran katika Zekaria 5:11.

Kulingana na watetezi wa mtazamo wa Uislamu, Mpinga Kristo ataibuka kutoka Uturuki. Huyu ndiye mfalme wa Kaskazini ambaye atafufua Dola la Ottoman, kama vile maandiko yanavyotabiri kwamba Mpinga Kristo atatoka katika pembe ndogo iliyodhuriwa. Uturuki ilikuwa chini ya Milki ya Mashariki ya Roma wakati wa utawala wa Kirumi. Yesu alitabiri ni wapi Mpinga Kristo angetokea katika Ufunuo 2:13. Pembe iliyodhuriwa (Dola la Ottoman) ilijitokeza baada ya Vita Kuu vya Pili vya Dunia wakati dola hilo lilipogawanywa, hivyo, kuanguka kwa Dola la Ottoman. Hata hivyo, dola hili (sehemu ya zamani ya Dola la Kirumi) litafufuliwa na kumtoa Mpinga Kristo.

Ni muhimu kufahamu kwamba namba 666 ni jambo la kawaida ndani ya mwanamke na Mnyama. Kulingana na watetezi hawa, Muhuri wa Kikhalifa wa Ottoman (mbadala wa Mohammed), au uingizwaji ya Mungu duniani, una namba 666. Shahada (utamaduni wa Imani ya Kiislamu) ina namba 666. Kwenye Jiwe la Kaaba imeandikwa 666 (kwa Kiarabu).Kutoka Jiwe la Kaaba huko Mecca hadi Kuba ya Mwamba huko Yerusalemu ni umbali wa maili 666.[27] Ufunuo 13:18 inatuambia kwamba idadi ya Mnyama ni 666.

Kutoka kwa maoni yote kuhusu Babeli ya Siri katika Ufunuo 17 na 18, yaani, Marekani, na kwa kiasi fulani jiji la New York, Upapa na jiji la Roma, jiji la Yerusalemu, mji wa zamani wa Babeli uliyojengwa na Hammurabi, Uislamu na Mecca, ni muhimu kufahamu kwamba Upapa na Jiji la Roma, pamoja na mtazamo wa Kiislamu na jiji la Mecca ndiyo mitazamo miwili inayonekana kuwa na msingi imara zaidi kuliko maoni mengine katika suala la maelezo ya Babeli Kuu au Babeli ya siri, kama ilivyoelezwa na Yohana.

SURA YA 21

SWALA KUHUSU HENOKO

Wakristo wengi hawana habari kuhusu uwepo wa Kitabu cha Henoko. Swali moja la msingi linalojitokeza ni kwa nini kitabu cha Henoko hakijajumuishwi katika vitabu vya Biblia Takatifu. Mtafiti yeyote mwenye umakini katika somo la eskatolojia angefanya kosa kubwa kwa kupuuza Kitabu cha Henoko. Kwa hakika, eskatolojia haijakamilika bila Kitabu cha Henoko.

Wakosoaji wa Kitabu cha Henoko

Dave Jenkins, mkosoaji wa Kitabu cha Henoko, anaamini kwamba Kitabu cha Henoko kinapaswa kuchukuliwa kama moja ya maandishi kadhaa yaliyo na majina ya uwongo yanayodaiwa kuandikwa na Henoko, babu mkubwa wa Nuhu (Mwanzo 5:18). Kulingana na Jenkins, Kitabu cha Henoko kinaonyeshwa katika Yuda 14-15, ingawa kile alichoandika Yuda kinatoka katika chanzo kisicho cha Biblia. Kulingana naye, kunukuu ufunuo wa nje ya Biblia haimaanishi mtu anapaswa kumpa Henoko au Epimenidi ambaye ananukuu Tito 1:12 mamlaka ya kibiblia. Jenkins anathibitisha hoja yake kwa kufafanua kwamba Kitabu cha Henoko hakikuwa sehemu ya maandiko ya kanisa la awali. Zaidi, anadai kwamba kunukuu Henoko katika Yuda haimaanishi kwamba Bwana alimwongoza Henoko.[1]

Mchungaji Ted Wilson anataja sababu tatu kwa nini Kitabu cha Henoko hakimo miongoni mwa kanuni za Biblia ya vitabu 66: -

1. Kitabu cha mwisho cha Agano la Kale (Malaki) kiliandikwa mwaka wa 450 KK, wakati Kitabu cha Henoko kiliandikwa

karne ya kwanza KK. Kulingana na Wayahudi, ufunuo ulimalizika na Malaki, hivyo, kukifungia Kitabu cha Henoko kama kitabu kilichoongozwa na Mungu.

2. Kuna makubaliano kati ya Wakatoliki wa Roma na Waprotestanti kuhusu vitabu 66 kuwa vya kupuliziwa na Mungu. Kitabu kingine chochote kingine cha ziada, ikiwa ni pamoja na Kitabu cha Henoko, kilikataliwa kwa sababu hakikuwa kimepuliziwa na Roho Mtakatifu.
3. Kitabu cha Henoko hakiko katika maelewano na maandiko mengine. Maeneo yafuatayo yanatajwa kama mifano:

a. Hadithi ya malaika kujamiiana na binti za wanadamu inapingana na mafundisho ya Yesu katika Mathayo 22:30 ambapo alisema kwamba katika kufufuka, hawaoi wala hawaolewi, kwa maana wako kama malaika wa Mungu mbinguni. Kwa maneno mengine, malaika si viumbe vya ngono kwa sababu hawafi.
b. Hakuna malaika kati ya kumi na nane waliotajwa na Henoko pamoja na kiongozi wao "Senyaz" anayeonekana katika Biblia (Henoko 6:3, 8). Majitu waliotokana na mkusanyiko wa malaika na binti za wanadamu walikuwa na urefu wa futi 450 katika Henoko 7:2 na walikula mazao ya watu wote hadi watu walipochukia kuwalisha, hivyo, wakawahujumu watu (Henoko 7:3, 4). Kulingana na Mchungaji Wilson, haya ni ya kufikirika na yanapingana na maandiko.
c. Katika Sura ya 13 inawashangaza wakosoaji jinsi Henoko alivyoweza kuombea Azaz'el.
d. Katika Henoko 15:9 wakosoaji wanashindwa kuona jinsi pepo wabaya wangeweza kutoka kwa majitu.[2]

John Oakes anadai kwamba Kitabu cha Henoko hakikupigwa marufuku vile. Madai ya uandishi wa Kitabu cha Henoko na Henoko mwenyewe au vitabu vingine vilivyodaiwa kuandikwa na yeye ni uongo. Wayahudi pia hawakujumuisha Kitabu cha Henoko katika kanuni zao, wala wengi katika Kanisa la awali.[3]

Baadhi ya wakosoaji pia wanadai kwamba Kitabu cha Henoko hakingeweza kustahili kuwa katika vitabu vya Biblia kwa sababu hakikuwa kimepuliziwa na Mungu. Ndiyo maana vitabu kama vile 1 Wamakabayo, Yudithi, na Sirakidesi pia havikuweza kujumuishwa katika Biblia.

Wakosoaji pia wanadai kwamba Kitabu cha Henoko kinaandika kuhusu Nuhu, ingawa Biblia inafundisha kwamba Henoko alipaa mbinguni miaka mingi kabla ya Nuhu kuzaliwa. Basi vipi angeweza kuandika kuhusu siku za usoni akiwa tayari mbinguni (Henoko 10:2)?[4]

Inadaiwa kwamba Kitabu cha Henoko kiliandikwa kabla ya gharika kubwa. Wasomi Wayahudi wanadai kwamba gharika kubwa ilikuwa mwaka wa 2100 KK. Utaratibu wa kikuhani ambao ulithibitisha kwamba hakuna kitu kilichoongezwa au kutolewa katika maandiko matakatifu ulianzishwa mwaka wa 1200 KK au miaka 3200 iliyopita. Kwaweza kuwa na shaka ikiwa toleo la sasa bado ni maandiko ya awali.[5]

Wakristo wa awali walitokea kutoka dini za kipagani ambazo ziliabudu Mungu kupitia malaika au walikuwa wakiabudu malaika badala ya Mungu. Mazoea haya hayakuwa yakikubalika katika Biblia. Kwa sababu ya mazoea haya, baadhi ya vitabu viliondolewa kutoka katika Biblia na Henoko ilikuwa mojawapo.[6]

Watetezi wa Kitabu Cha Henoko

Watetezi wanaamini kwamba Kitabu cha Henoko asili ni kitabu kilichopuliziwa na Roho Mtakatifu. Wanadai kwamba Kitabu cha

Henoko kilikuwepo katika Kanoni, kabla ya kuondolewa chini ya mazingira ya kutilia shaka.

Kitabu cha Henoko kinafunua uovu uliofanywa na waangalizi (Malaika) 200 walioanguka. Hii ilikuwa kilele cha uovu wakati wa Henoko ambao ulisababisha gharika kubwa, hivyo, kuwafunga malaika hawa waovu mpaka wakati wa hukumu (2 Petro 2:4). Kitabu cha Henoko kilikuwepo lakini kimebadilishwa na vitabu zaidi ya 300 havipo leo.[7]

Kulingana na Steve Allen, Kitabu cha Henoko kilichoandikwa kabla ya Kitabu cha Mwanzo kiliachwa nje ya Biblia yetu ya kisasa ya King James. Kulingana na Steve Allen, Kitabu cha Henoko kinajumuisha maelezo kuhusu majitu, malaika walioanguka, uumbaji na mengine zaidi ambayo kinaeleza sehemu mbalimbali za Biblia ambazo bila kuwepo kwa kitabu hicho haingefanya maana kabisa. Steve anadai kwamba mojawapo ya sababu kuu kwa nini Kitabu cha Henoko kiliachwa na inaelezwa katika Danieli 12:4 ni pale ambapo inasema:

> *Lakini wewe, Ewe Danieli, ifunge maneno hayo, na kuzifunga zile hati, hata wakati wa mwisho: wengi wataenda huko na huko, na maarifa yataongezeka.*[8]

Steve anaeleza umuhimu wa kujifunza yaliyomo katika Kitabu cha Henoko, akisisitiza kwamba Wakristo hawawezi kuelewa kweli Biblia bila maarifa yaliyomo katika kitabu hicho. Kila mtu anapaswa kuamua mwenyewe ikiwa ilikuwa kosa kuondoa Henoko kutoka kwenye Biblia zetu za kisasa.[9]

Steve anaelezea sababu tano kwa nini Kitabu cha Henoko kiliondolewa kutoka kwenye maandiko.

1. Kwa sababu kinafunua malaika walioanguka.
2. Kwa sababu ya shughuli za kishetani za duniani hii.

3. Kilitolewa kwa sababu kinaelezea wazi kuhusu uumbaji.
4. Kwa sababu kinaelezea jinsi mambo yalivyokuwa badala ya jinsi tulivyofundishwa kuamini.
5. Kitabu cha Henoko kiliondolewa kutoka kwenye Biblia kwa sababu kinaeleza kwamba Dunia si duara bali ni tambarare.[10]

Ed R. Meelhuysen anaamini kwa dhati kwamba Kitabu cha Henoko ni cha kweli kwa kuwa kinahusishwa na Henoko, wa saba kutoka kwa Adamu badala ya kuwa kazi ya rabbi mmoja au zaidi au waandishi kama baadhi ya wakosoaji wanavyodai. Kitabu hiki ni muhimu sana kwa wakati wa historia ya dunia yetu na ni muhimu kwa kuelewa Kitabu cha Ufunuo na mafundisho ya Yesu.[11]

Kitabu cha Henoko kilikuwa mwanzoni katika Biblia. Kilichukuliwa kwa heshima kubwa na Kanisa la awali pamoja na Wayahudi katika karne mbili za kwanza KK. Hata hivyo, "kufikia karne ya 4, Kitabu cha Henoko kilikuwa kimefutwa zaidi kutoka katika kanuni za Kikristo, na sasa kinachukuliwa kuwa maandiko matakatifu tu na Kanisa la Orthodox Tewahedo la Ethiopia na Kanisa la Orthodox Tewahedo la Eritrea".[12]

Kuondolewa kwake ni jambo la kutiliwa shaka sana. Linazua maswali makubwa. Ni ukweli kwamba kitabu hiki kilikuwepo katika Kanoni kwa karne nne, ilikuwaje kikaondolewe baadaye. Ilikuwaje kwa karne nne hakikuonekana kuwa hakikuwa kimeongozwa na Roho wa Mungu? Ufunuo wake kuhusu Shetani na mfumo wa uovu lazima uwe sababu kuu za kuondolewa kwake.

Kitabu cha Henoko ni utungo wa zamani, unaodhaniwa kuwepo karne kadhaa kabla ya Enzi ya Kawaida. Kilidhaniwa kupotea kwa zaidi ya miaka 2000, na vyanzo vingi vya kale vinakirejelea. Inaaminika kwamba toleo la Kigiriki lilikuwa limefasiriwa na kulindwa kabisa katika lugha ya Kige'ez ya Kiebrania.[13]

Ingawa kitabu cha Henoko sio sehemu ya kanoni, makundi mbalimbali kati yao Kanisa la Orthodox la Ethiopia linaona sehemu za 1 Henoko kama maandiko yaliyoongozwa na Roho Mtakatifu. Kitabu cha Henoko kinachoitwa Henoko 1 kilikuwepo kabisa kwa lugha ya Kiebrania. Kuna vitabu vingine viwili: Henoko 2, vinavyoonekana tu katika Slavonic ya kale, na Henoko 3, vinavyoonekana katika Kiebrania.

Mababa fulani wa Kanisa kama Justin Martyr, Irenaus, Origen, na Clement wa Alexandria waliona Kitabu cha Henoko kama kanoni kwa sababu kiliashiriwa katika Yuda. Hata hivyo, katika karne ya 4 BK, kiliondolewa kutoka kwa kanoni ya Biblia na baadaye kuondolewa kabisa na makanisa mengi ya Kikristo isipokuwa Kanisa la Orthodox la Ethiopia. Maandiko hayo yalipotea hadi yalipogunduliwa mwaka wa 1773 na msafiri Mskoti - James Bruce.[14]

Tertullian, Baba Mkristo wa awali na mtaalamu mashuhuri wa theolojia katika karne ya pili aliandika katika BK 200 kwamba Wayahudi walikataa Kitabu cha Henoko kwa sababu kilikuwa na unabii unaozungumzia Kristo.15 Kauli hii ya Tertullian inaweza kuashiria kuhusu mojawapo ya sababu za kuondoa Kitabu cha Henoko kutoka kwenye Kanoni. Kukataa kwa Wayahudi unabii unaozungumzia Yesu haingeonekana ajabu kwani hawakumtambua Yesu kama Masihi. Je, kisingizio hiki kilikuwa sababu ya kutosha kwa Wayahudi kuondoa Kitabu cha Henoko kutoka kwenye Kanoni?

Watetezi wa Kitabu cha Henoko wanathibitisha kwamba kitabu hiki kinatajwa katika kitabu cha Yuda katika mstari wa 14-15. Henoko pia anaelezwa katika Mwanzo 5:22-24 kama mtu mwadilifu na aliyetembea na Mungu, hadi Mungu alipomchukua mbinguni. Je, maandishi kutoka kwa rafiki wa karibu wa Mungu, ambaye alimpendeza Mungu hadi akamchukuwa mbinguni, mtu pekee kuchukuliwa mbinguni kabla ya kifo isipokuwa Eliya, yanaweza kuonekana kuwa si ya kuongozwa na Roho wa Mungu?

Watetezi wa Kitabu cha Henoko wanadai kwamba sababu kuu ya kuondolewa kwa kitabu hiki ni kwa sababu ya Utatu. Sababu nyingine ambayo ingeweza kusababisha kuondolewa kwake ni kwa sababu ilitoa ushahidi wa Dunia kuwa tambarare, pamoja na sababu zingine zilizotajwa hapo juu.

Miongoni mwa sababu ambazo wakosoaji wa Kitabu cha Henoko wanashikilia ni sura ya 6 ya Henoko, ambapo malaika 200 walioanguka walishuka duniani na kuchukua binti wa wanadamu, ambapo uhusiano huu wa kujamiiana na wanadamu na ambao ulikuwa marufuku ulizalisha majitu. Mwanzo 6:4 inarekodi:

> *Walikuwako mashujaa duniani siku zile; na pia baada ya hayo, walipokubaliana wana wa Mungu na binti wa wanadamu, wakazaa watoto kwao, hao ndio mashujaa waliokuwako tangu zamani, watu maarufu.*

Maandiko haya katika Mwanzo yanathibitisha yale ambayo Henoko aliandika. Maandiko haya yanaweka wazi kwamba kulikuwa na majitu kabla na baada ya gharika. "Baadhi ya wana wa Kanaani (Mmoja wa wana wa Han) walikuwa majitu (Hesabu 13:1-2, 32-33). Katika Kumbukumbu la Torati 2:19-21, Musa anarekodi kwamba Mungu aliangamiza majitu waliokaa Ammon ili watoto wa Loti waweze kumiliki ardhi hiyo. Majitu hawa walitokana na uzao wa mtu aliyeitwa Anaki. Jitu lingine maarufu katika Biblia ni Goliathi (2 Samweli 21:15-22; 1 Nya. 20:4-6)."[16]

Diego Anatolian aliripoti kuhusu "majitu maarufu wa Kandahar" - Afghanistan. Hili ni tukio ambalo Kikosi cha Jeshi la Marekani kilipotea mwaka 2002 katika sehemu ya jangwa la Afghanistan. Kulingana na mashahidi, ilichukua sekunde 30 kuangusha jitu hilo kwa kulipiga risasi usoni kwa kutumia bunduki ya M-4, 308/7.62 Recon Carbine (bunduki ya sniper), na 50 BMG Barrett (bunduki ya nusu-otomatiki). Inasemekana jitu hilo lilikuwa na uzito wa kilogramu 500, lilikuwa na urefu wa takriban futi 15 na lilikuwa na vidole sita. Inaaminiwa kwamba kunaweza kuwa na wengine mahali fulani huko.[17] Kwa vile ripoti hii kuhusu "jitu la Kandahar" ni jambo la kuaminika, basi kuna uwezekano kwamba kuna majitu wengine ambao bado wapo leo, kama ilivyoandikwa katika Mwanzo kwamba majitu haya yalikuwako duniani siku hizo na baadaye. Baadaye hapa ikimaanisha nyakati zetu.

Sitofahamu nyingine inayoshikiliwa na wakosoaji wa kitabu cha Henoko ni kuhusu malaika walioanguka. Henoko 6:8 inataja majina ya viongozi wa malaika hawa ambao walikuwa 200. Kama anavyoelezea Philip Long, "Hawa malaika walifundisha wanadamu "ufundi wa uchawi" maneno ya uchawi, kukata mizizi na kuhusu mimea. Majitu haya yalikula kupita kiasi mpaka walipoanza kula wanadamu na wanyama wengine. Walikunywa damu ya wanyama. Malaika Azazeli aliwafundisha wanadamu aina zote za kazi ya vyuma na mapambo ya mwili. Malaika wengine walifundisha wanadamu jinsi ya kuangalia nyota (unajimu na uaguzi) na ishara za mwezi."[18]

Philip Long anaendelea kuelezea kwamba "hawa malaika walihusika katika kufundisha wanadamu kila aina ya dhambi. Binadamu walilia kwa sababu ya ukandamizaji huu, na kilio chao kilifika mbinguni. Viumbe hawa wa kimalaika wanalaumiwa kwa kufunua siri kwa wanadamu ambazo zinasababisha dhambi. Kulingana na Philip Long, si uasi wa Adamu katika bustani uliosababisha uovu wa binadamu, bali viumbe hawa waovu wa kimalaika ambao hawakubaki mahali pao walipowekwa. Isitoshe, gharika kuu si tokeo la dhambi ya kibinadamu, bali ni uasi wa viumbe wa kimalaika."[19]

Elizabeth Clare Prophet katika kufuatilia asili ya uovu katika kitabu chake *"Fallen Angels and the Origin of Evil"* anaelezea kwamba bado wanaendeleza uharibifu - kuanzia vita, uchafuzi wa mazingira, kuvuruga uchumi na kuharibu ndoto za Mungu na binadamu.[20]

Wakosoaji wa Kitabu cha Henoko wamehoji maelezo ya Henoko kuhusu malaika walioanguka. Nabii Henoko alielezea hatima ya malaika waovu baada ya dhambi yao na binti wa wanadamu. Yuda na Petro wanaunga mkono kile ambacho Nabii Henoko aliandika kuhusu kifungo chao.

Albert Schultz anabainisha kwamba hawa malaika walioanguka ambao pia wanaitwa walinzi 200 - walienda kinyume na amri za Mungu. Baada ya kuumbwa kwa uzao wao uitwao Nefilimu, walitupwa gerezani liitwalo Tartarus. Wengi wanadhani kwamba gereza la Tartarus liko mbali chini ya ardhi katika mabamba ya barafu ya Antarctica. Baadhi ya watu wanaamini kwamba walinzi 200 bado wako hai leo na wanangoja ukombozi wao. Gereza la Tartarus limezungumziwa katika Kitabu cha Kwanza cha Henoko na maandiko matakatifu kama alivyoainisha kwa muhtasari Albert Schultz.

1. **1 Henoko 18:1-16** - Henoko aliona milima saba na akaenda Kusini na akaona anga likiwaka mchana na usiku. Hii inaweza kumaanisha kipindi cha kiangazi katika Antaktiki, ambapo kulikuwa na masaa 24 ya jua.
2. **1 Henoko 18:14** - Inaelezea mahali (Antaktiki) kama gereza ambapo nyota za mbinguni na jeshi la mbinguni wanashikiliwa.
3. **2 Petro 2:4-5** – Kifungu kinaelezea malaika walioanguka wakiwekwa gerezani na Mungu kabla ya gharika kutokea au wakati wa mafuriko.
4. **Yuda 1:6-8** – Malaika waangalizi walioanguka (malaika waliowafundisha wanadamu) na kufanya ngono na binti wa wanadamu iliyowakilishwa kwa namna ya Sodoma na Gomora, kwa sasa wamefungiwa katika Tartarus hadi siku yao ya hukumu.[21]

Inaaminiwa gereza la Tartarus ambapo malaika hawa walioanguka wapo, linaweza kuwa chini kabisa mwa barafu ya Antaktiki inayoyeyuka. Kitabu cha Henoko kinaelezea gereza hili linalohifadhi Jeshi la Mbinguni na nyota kuwa katika eneo lililoko kusini mwa Dunia ambalo linaweza kumaanisha Antaktiki. Mahali hapa kimsingi ni baridi sana. Lakini wakati barafu inayeyuka, Albert Schultz anajiuliza ikiwa hii ni njia ya kuashiria binadamu kwamba baada ya barafu kuyeyuka, malaika hawa walioanguka wataachiliwa kwa mataifa yetu.[22]

Kutajwa kwa Tartarus na 1 Henoko na maandiko matakatifu huzua hamu ya udadisi kuhusu Antaktiki. Kuwa ufahamu haba kuhusu eneo hili lililofunikwa na barafu. Hebu tujaribu kuelewa eneo hili kwa kifupi.

Fumbo la Antaktiki na Malaika Walioanguka

Kuna ufahamu haba kuhusu Antaktiki. Ni fumbo ambalo halijafumbuliwa. Antaktiki iko kwenye ncha ya Kusini kwenye Nusutufe ya Kusini. Inatazamwa kama bara la tano kwa ukubwa, takriban mara mbili ya ukubwa wa Australia. Karibu 98% ya Antaktiki inafunikwa na barafu inayofikia unene wa mita 1.9 na kusambaa hadi kwenye Rasi ya Antaktiki.[23]

Safari zilizofanywa Antaktiki katika siku za hivi karibuni na baadhi ya makundi ya siri, hasa Warusi, wamegundua matukio ya ajabu ambayo yamefichwa na serikali za dunia ili kuepuka hofu na taharuki. Mojawapo ya mandhari kama hizo ni piramidi kubwa kabisa katikati mwa milima ya Antaktiki. Mtu anaachwa akishangaa na kujiuliza ni nani aliyeijenga. Pia inaaminiwa kuwa kuna vituo vya Wanazi huko.

Hata hivyo, tukio la kuvutia zaidi ni imani kwamba malaika walioanguka wamefungwa Antaktiki kama vile Kitabu cha Henoko kinavyoelezea.[24]

Mnamo Machi 14, 2017, *Israel News Live* ilichapisha kipindi cha kuhofisha kinachoitwa "Malaika Walioanguka Waliofungwa Gerezani Antaktiki na Bado Wako Hai". Ripoti kama hiyo haiwezi kuchukuliwa kirahisi. Mchambuzi wa Makala hayo Ben-Nun alirejelea Kitabu cha Henoko. Alionesha kuwa Antaktiki ndio mahali ambapo Henoko alionyeshwa matukio haya ya mgogoro kati ya malaika wabaya na malaika wa haki. Henoko alitaja mahali hapo kama panapowaka mchana na usiku, maelezo yanayofaa kwani Antaktiki wakati wa msimu wa Nusutufe ya Kusini, kuna mwanga wa jua kwa masaa 24.[25]

Uchambuzi wa Nun kuhusu Kitabu cha Henoko unalingana na ugunduzi wa hivi karibuni wa Corey Goode kuhusu Antaktiki. Goode alifichua kwamba kazi ya akiolojia katika Antaktiki imefanywa ili kuchunguza zaidi kuhusu vyumba vinavyojumuisha watu wa kabla ya Adamu ambavyo viligunduliwa. Wale wenye damu za kizazi cha kabla ya Adamu, ambao ni baadhi ya familia za damu za wasomi ambao wametawala kwa siri juu ya binadamu, wana hamu ya kuchukua vyumba hivyo na kuwaweka huru mababu zao wa asili.[26]

Kufuatia shughuli za hivi karibuni na kuongezeka kwa siri na mafumbo yanayohusu Antaktiki, maswali huibuka kama kuna uhusiano wowote na unabii wa biblia. Je, malaika hawa waovu walifungwa chini ya ardhi hii iliyofunikwa na barafu? Je, malaika hawa bado wako hai wakisubiri siku yao ya uhuru? Matukio haya yenye kutisha na mazingira yanayoonekana kukubaliana na Kitabu cha Henoko, yanatuacha bila tashwishi kwamba, "Swala Kuhusu Henoho" ni jambo lisiloweza kupuuzwa katika utafiti wa eskatolojia.

Mojawapo ya masuala yenye utata zaidi katika Kitabu cha Henoko ni kuhusiana na ardhi tambarare. Kwa miaka mingi, mjadala kati ya "dunia tambarare" na "ardhi mduara" umekuwa mjadala mkubwa. Msimamo wa dunia tambarare umekuwa ukiongozwa na "Flat Earth Society". Flat Earth Society ilianza tangu mwanzoni mwa miaka ya 1800 wakati ilianzishwa na Samuel Birley Rowbotham, mvumbuzi wa Kiingereza. Maoni ya Rowbotham ya Dunia Tambarare yalitegemea sana tafsiri ya moja kwa moja ya mafungu ya Biblia. Mfumo wake, unaoitwa Astronomia ya Zetelic, ulidai kuwa Dunia ni diski tambarare iliyoko katikati ya Ncha ya Kaskazini na imezungukwa na ukuta wa barafu kusini, na jua, mwezi, sayari na nyota zikiwa ziko maili chache juu ya uso wa Dunia. "The International Flat Earth Society" iliundwa rasmi mnamo 1956 na Samuel Shenton, mwanachama wa Royal Astronomical Society na Royal Geographical Society.[27]

Ardhi Tambarare Kulingana na Henoko

Nabii Henoko anatoa maelezo ya kina ya Dunia na mianga ya mbinguni. Ni maelezo ya kuvutia ya uumbaji wa Mungu. Katika Henoko 71:3-4, anaandika:

> *Na malaika Michael (mmoja wa malaika wakuu) alinikamata mkono wangu wa kulia na kunipandisha na kuniongoza katika siri zote, na akanionyesha siri zote za haki. Na akanionyesha siri zote za mwisho wa mbingu, na vyumba vyote vya nyota, na nyota zote, zinakotoka mbele ya watakatifu.*

Malaika Mkuu Michael aliongoza nabii Henoko kwa maono yenye siri za kina za uumbaji wa Mungu wa ajabu wa magimba ya mbinguni na Dunia. Katika mistari inayofuata, Malaika Mkuu Michael alimwinua Henoko hadi mbingu za mbingu. Na mbele ya nabii kulikuwa na Seraphin, Cherubi na Ophannin wanaolinda kiti cha enzi cha Mungu. Kati yao walikuwepo maelfu na maelfu ya malaika watakatifu wakizunguka kiti cha enzi. Pamoja na Malaika Mkuu Michael walikuwepo Malaika wengine Raphael, Gabriel na Plannel.

Katika Sura ya 72 ya Henoko, nabii anatoa maelezo ya kina na picha ya sifa za jua kuelekea taa nyingine za mbinguni. Katika maelezo hayo, jua linachomoza kutoka mashariki mwa mbingu na kuzama magharibi. Nabii Henoko aliona milango sita kutoka mashariki mwa mbingu na kuzama magharibi. Nabii Henoko aliiona milango sita ambapo jua linazama na mwezi unachomoza na kuzama katika milango hii. Vivyo hivyo, vyote vinafuata kila kimoja kwa mpangilio unaofanana. Ni harakati hizi za utaratibu wa jua na nyota zingine za mbinguni ambazo zinaamua urefu wa usiku na mchana, na wakati na misimu. Sura zifuatazo, 73-79, zinatoa maelezo ya kina ya kazi hizi za nyota za mbinguni ambazo zinaamua misimu.

Ni muhimu kutambua kuwa maono yake yalikuwa wazi sana kuhusu nafasi ya Tuli ya Dunia. Ni taa za mbinguni ambazo zilisonga, zilielekeza urefu wa usiku na mchana, na wakati na misimu. Dunia ilikuwa imara na isiyoweza kusonga. Hii ni tofauti kubwa na maelezo ya kisayansi kuhusu Dunia inayosonga wakati jua linabaki imara. Msimamo wa nabii Henoko unapewa nguvu sana na Maandiko Matakatifu ambayo yanathibitisha wazi kuwa Dunia haisongi.

Katika Sura ya 80 ya Henoko, nabii anaelezea mambo muhimu ambayo yanakubaliana kikamilifu na Yesu Kristo na manabii kuhusu mwisho wa nyakati.

1. Walimwengu waovu wataelekea kwenye magimba haya ya mbinguni na kuyaabudu kama miungu. Hii imekwisha tokea. Dini nyingi duniani tangu zamani zimechukua jua kama mungu.
2. Kwa sababu maovu yataongezeka katika mwisho wa nyakati, Mungu atajidhihirisha kwa kuvuruga utaratibu uliojulikana wa magimba haya yanayotoa mwanga. Nyota zitashuka kutoka mbinguni, wakati mwezi na jua vitapoteza mwangaza wake. Hii itatumika kama adhabu kwa ulimwengu wenye dhambi pamoja na ishara ya kurudi kwa Kristo kwa utukufu. Ni jambo la kushangaza kwamba hivi

ndivyo ambayo Bwana na manabii walivyosema kuhusu kinachotokea wakati wa mwisho.

Nabii Henoko aliagiza mwanawe Methuselah kuhifadhi kitabu hiki, ili kiweze kufikishiwa kizazi cha ulimwengu wakati unaofaa. Ni jambo la kushangaza kuona kwamba Kitabu cha Henoko kilipotea kwa maelfu ya miaka baada ya kuandikwa, kisha kikaja kuibuka wakati wetu, kwa sababu sisi ndio kizazi kilichokusudiwa kukisoma. Inaaminiwa kwamba Kitabu halisi cha Henoko kilikuwa kimeandikwa kabla ya mafuriko. Ni ajabu kwamba kitabu hiki kilinusurika mafuriko ya Nuhu, kwa sababu ahadi ya Mungu ilibidi itimie kuhusu ufunuo wa habari zilizomo katika kitabu hiki, kwa kizazi chetu.

Wakosoaji wa Nadharia ya Ardhi Tambarare

Sayansi imekuwa ikidai kwa muda huo wote kuwa Dunia ni mduara (kama globu). Wanafalsafa maarufu wa Kigiriki walikuwa na msimamo kama huo. "Aristotle alidai kuwa dunia ilikuwa duara mnamo mwaka 240 KK. Mnajimu Eratosthenes alikuwa mmoja wa watu wa kwanza kuthibitisha mzunguko wa Dunia. Ilikuwa imethibitishwa katika miaka ya 1500 wakati Mhispania Magellan aliongoza uzungukaji wa dunia." [28]

Qrius anasema kwamba "hata baharia mpuuzi alijua kwamba Dunia ilikuwa mduara kwa kuwa meli zinatoweka juu ya upeo wa macho kwa kuanzia chini na kisha sehemu ya juu ya mlingoti kuonekana mwisho. Athari kama hiyo inaonekana wakati wa kutafuta ardhi kutoka kwa meli. Haihitaji mwanafizikia bingwa kugundua kuwa uso wa bahari unapaswa kujipinda mara kwa mara."

Picha za Dunia zimechukuliwa kutoka angani kuonyesha sura ya mduara wa sayari.[29] Wanaanga wamejitokeza angani na kurudi bado wakiamini kwamba Dunia ni mviringo na si tambarare. Ujuzi katika Fizikia umekubaliana na mtazamo wa Dunia kuwa mviringo na ushahidi mwingi wa majaribio kuunga mkono madai hayo.

Mtetezi mkuu wa msimamo wa Dunia kuwa mduara ni NASA (Shirika la Usafiri wa Anga la Kitaifa). Kulingana na NASA, Dunia ina umri wa miaka 4.5 bilioni, ni sayari ya tano kwa ukubwa katika mfumo wa jua, ina kipenyo cha maili 8000 na umbali wake wastani kutoka kwa jua ni maili milioni 93.[30]

NASA inadai kwamba "binadamu wamejua Dunia kuwa mduara kwa zaidi ya miaka 2000. Wagiriki wa kale walihesabu mduara wa Dunia ambapo walitumia nafasi za nyota na makundi ya nyota kukadiria umbali Duniani. Wangeweza hata kuona sayari zikizunguka kivuli kwenye mwezi wakati wa kupatwa kwa mwezi. Leo, kupitia kwa GPS na nyota zingine, wanasayansi wanaweza kupima ukubwa na umbo wa Dunia kwa sentimita moja. Picha kutoka angani pia zinaonyesha kwamba Dunia ni mduara kama mwezi," inadai NASA. Hata hivyo, NASA inajipinga yenyewe kwa kudai kwamba "ingawa sayari ya Dunia ni mviringo, sio mviringo kamili. Sababu iliyotolewa ni kwa sababu ya nguvu inayosababishwa wakati Dunia inazunguka, ncha za Kaskazini na Kusini ni tambarare kidogo. Mzunguko wa Dunia, mwendo wa kutetemeka na nguvu zingine unafanya sayari ibadilike umbo polepole sana, ingawa bado ni mviringo."[31]

Kwa mujibu wa sayansi na NASA inathibitisha kwa dhati, Dunia huzunguka jua mara moja kila siku 365. Hata hivyo, umbo la mzunguko huo si duara kamili, bali ni la umbo la yai. Ni kutokana na mwendo huu ndipo umbali kutoka kwa jua hubadilika wakati wa mwaka. Hivyo basi, Dunia iko karibu zaidi na jua mwezi Januari, na mbali zaidi mwezi Julai. Kwenye ikweta, Dunia inazunguka kwa maili 1000 tu kwa saa. Dunia hufanya mzunguko kamili kwenye mhimili wake mara moja kila masaa 24, au siku moja.[32]

Maelezo haya ya kisayansi yanatofautiana kabisa na yale yaliyoelezwa na Henoko (Henoko Sura ya 72-78) kuhusu jinsi wakati, siku, miezi, na miaka hufanyika. Ufafanuzi huu pia unatofautiana kikamilifu na maandiko matakatifu kuhusu Dunia kuizunguka jua. Kulingana na maandiko, Dunia haizunguki. Ni jua na magimba mengine ya mbinguni yanayozunguka. Ni wakati huu tunapoona sayansi na Biblia zikigongana moja kwa moja. Katika Henoko 72:310, tunasoma:

> *"...Nikaona malango sita ambapo jua linachomoza, na malango sita ambapo jua linazama na mwezi unachomoza na kuzama kwenye malango haya, na viongozi wa nyota na wale wanaoongoza: sita kuelekea mashariki na sita kuelekea magharibi, na wote wakifuatana kwa mpangilio sahihi: pia, madirisha mengi upande wa kulia na kushoto ya malango haya. Na kwanza kuna luminary kuu, inayoitwa jua, na mzingira wake ni kama mzingira wa mbingu... Gari ambalo anapanda, upepo unaendesha, na jua linaingia kutoka mbinguni na kurudi kupitia kaskazini ili kufikia mashariki na kuongozwa ili afikie lango sahihi na kung'ara kwa uso wa mbingu. Kwa njia hii anachomoza katika mwezi wa kwanza kwenye lango kuu, ambalo ni la nne. Na kwenye lango hilo la nne ambapo jua linachomoza katika mwezi wa kwanza kuna madirisha kumi na mbili - yanayojipanua, kutoka ambapo inatoka moto wakati wanapofun- guliwa wakati wa msimu wao. Wakati jua linachomoza mbinguni, linatoka kupitia lango hilo la nne kwa mfululizo wa asubuhi thelathini, na kuzama kwa usahihi katika lango la nne magharibi mwa mbingu. Na wakati wa kipindi hiki, mchana unakuwa mrefu kila siku, na usiku unakuwa mfupi kila usiku hadi asubuhi ya thelathini."*

Kitu kimoja kinachoeleweka katika maelezo ya Nabii Henoko hapo juu ni kwamba Dunia ni thabiti na haisogei. Jua, mwezi, na nyota hufanya harakati za kila wakati ambazo zinaelekeza wakati wa mchana, wiki, miezi, na misimu ya mwaka. Kitabu cha Henoko kinaeleza wakati mwezi mpya unatokea, kulingana na mfumo wa kalenda wa Kiebrania, ambao ni mfumo wa kalenda wa Mungu. "Uamuzi wa mwezi mpya ni muhimu kwa kufungua kila mwezi wa mwezi wa kalenda hii, kwani siku na wiki zilizobaki hulingana na siku hii moja na awamu ya mwezi." [33]

Mike Szydlowski akitetea kuhusu Dunia kuwa mduara analeta hoja kwamba ndege za usafiri zinatoa ishara kuwa Dunia ni mduara.

1. Hakuna rubani aliyewahi kuruka kutoka ukingoni mwa anga yetu na kuingia angani.
2. Watu ambao wanaruka kwa mwinuko juu ya futi 40,000 wanaweza kuanza kuona mkunjo wa Dunia.
3. Kuna ndege ambazo zinaweza kuruka kuzunguka Dunia nzima bila kusimama kwa mafuta. Anashangaa jinsi hilo linavyoweza kutokea kwenye Dunia tambarare![34]

Mike pia anatoa wazo la mvuto. Anaeleza kuwa popote ulipo Duniani, ikiwa utakiachilia kitu, kitu hicho kitashuka moja kwa moja chini kwa sababu kitovu cha uzito kiko katikati ya Dunia. Kila kitu hushuka kuelekea katikati ya Dunia, ambayo ni moja kwa moja chini bila kujali unaposimama. Hali kama hiyo haiwezi kutokea kwa Dunia tambarare.[35]

Anaendelea kudai kwamba Dunia yenye umbo la mviringo ina chuma. Ni mchanganyiko huu wa msingi wa chuma na mzunguko wa Dunia ambao husababisha uga wetu wa sumaku. Uga wa sumaku huweka angahewa yetu mahali pake na kutulinda kutokana na mawimbi makali na hatari ya nishati. Kama Dunia ingepoteza uga wake wa sumaku, basi anga yetu na maji yote yangefifia kama ilivyotokea katika sayari ya Mirihi (Mars), ikitusababishia kuchomwa na jua.[36]

Watetezi wa Nadharia ya Dunia Tambarare

Kama ilivyotajwa awali, mtetezi mkubwa wa "Nadharia ya Dunia Tambarare" ni "Flat Earth Society". Baada ya kifo cha Birley, mwanzilishi wa Jamii hiyo, bidii yake ilipungua, hadi mwaka 1956 wakati Samuel Shenton alipoanzisha rasmi "*The International Flat Earth Society*". Hadi leo, "Jamii ya Kimataifa ya Dunia Tambarare" imekuwa ikisaidia "Nadharia ya Dunia Tambarare".

Kulingana na watetezi wa Nadharia ya Dunia Tambarare, Dunia ni tambarare kama keki ya kikaango na sio mviringo kama vile sayansi imekuwa ikidai wakati wote katika historia. Wakati picha za Dunia zilipigwa kutoka anga ili kuthibitisha kuwa Dunia ni duara, "Jumuia ya Dunia Tambarare" ilipinga kwa dhati madai haya. Wakati wanaanga walirudi kutoka angani wakiwa na maoni ya Dunia mduara, jamii hiyo ilijibu kwa kudai kuwa ni udanganyifu wa umma.

Jamii ya Kimataifa ya Dunia Tambarare inadai kwamba Dunia ina umbo la diski. Ncha ya Kaskazini iko katikati mwa diski hii na kwamba kuna ukuta wa barafu unaozunguka sehemu za nje za Dunia ambao unashika bahari. Haiwezekani kufika kwenye ukuta huu kwa sababu NASA inaulinda ili kuhakikisha hakuna mtu anayefika huko. Jamii hiyo inadai zaidi kwamba NASA imekuwa ikitoa kwa utaratibu picha za satelaiti za Dunia na data nyingine zinazokusudiwa kuwafanya watu waamini kwamba Dunia ni mviringo.[37]

Yellow Bunny Brand anaelezea mambo matatu muhimu katika kuunga mkono "Nadharia ya Dunia Tambarare":

1. Mwambie Mkristo kwamba malaika walizaa na binadamu. Hiyo haina tatizo.
2. Mwambie kwamba Dunia ni tambarare, na kila mtu atapandwa na wazimu.
3. Dunia haisogei, haiyumbi, haizunguki, haibadiliki, haisongi ...

4. Watu wataamini chochote endapo utadai NASA iligundua.[38]

Kulingana na Narjas Zafat akirejelea mwongozaji filamu na Mtu anayeamini Nadharia ya Dunia Tambarare Rob Skiba, kwenye mazungumzo aliyofanya aliyoita "Kufanya Majaribio kwenye Dunia", alifichua sababu halisi ya NASA na serikali za dunia kuendeleza "dhana" kwamba Dunia ni mduara. Alibainisha kuwa motisha halisi nyuma ya kampeni hii ni kwamba wanataka kutuficha Mungu. Wengi wa Wanaoamini mtazamo wa Dunia Tambarare ikiwa ni pamoja na Skiba, wanadhani kwamba Dunia ni kama ilivyoelezwa katika Biblia.[39]

Zen Garcia katika kutetea "Nadharia ya Dunia Tambarare" anaandika katika utangulizi wa kitabu chake, *The Flat Earth as Key to Decrypt the book of Enoch* "Ilinichukua siku chache tu za utafiti thabiti kunileta kwenye hatua ambapo hakukuwa na shaka akilini mwangu kwamba hatukai kwenye sayari ya mduara na kwamba jamii za kisayansi haswa NASA walikuwa wakishirikiana katika kuficha "Dunia Tambarare" kama siri ya kiuchawi. Niligundua kuwa masimulizi ya kimaandiko kwa kweli yanaelezea uumbaji wa Dunia kama mduara, tambarare, isiyohamishika, iliyofungwa imara kwenye nyota za mbinguni. Kisha jua, mwezi, sayari, na nyota ziliwekwa kwenye anga yake ili kutumika kama ishara ya kupima wakati kulingana na siku, wiki, miezi, na miaka.[40]

Biblia Inavyoelezea Kuhusu Umbo la Dunia

Baada ya kutazama mjadala kutoka pande zote mbili, yaani, "Dunia Mduara" dhidi ya "Dunia Tambarare", hebu tujaribu kwa ufupi kuchunguza nini maandiko yanavyosema kuhusu umbo la Dunia kwa upande mmoja, na uhusiano wake na mianga ya mbinguni kwa upande mwingine. Alex Beyman anahoji neno "duara" ambalo sayansi inashikilia sana kuhusu umbo la Dunia. Je, maneno

"Dunia ni mviringo" yana maana sawa na "Dunia ni mzunguko" kama ilivyoonyeshwa katika Isaya 40:22?

Kulingana na Beyman, neno la Kiebrania linalomaanisha mduara lililotumiwa katika Isaya 40:22 halimaanishi mviringo. Kulikuwa na neno tofauti lenye maana ya umbo la duara ambalo wangelifaa kutumia, lakini hawakulitumia. Jitihada nyingine zenye kujaribu kutafsiri "mzunguko" aya ambayo mzunguko huo inasemekana kuwa umechorwa juu ya uso wa kina kirefu kana kwamba umechorwa kwa dira.[41]

Beyman anatambua masuala mawili:

1. Kwamba Agano la Kale halielezi tu Dunia Tambarare iliyofunikwa na kuba imara, bali pia inaonyesha kuwa Dunia ilikuwepo kabla ya jua na nyota zingine zote. Hii ni muhimu sana linapokuja suala la utaratibu.
2. Kwamba Dunia ni ya zamani kuliko magimba mengine ya mbinguni. Si ajabu basi, magimba yaliyokuja baadaye: jua, mwezi na nyota lazima yangezunguka Dunia isiyobanduka.[42]

Biblia inaonyesha wazi kuwa Dunia ni tambarare. Pia inabainisha kuwa Dunia ni ya kutulia, wala haibanduki. Katika 1 Mambo ya Nyakati 16:30, inasema:

> *"Mwogopeni, enyi wote wa dunia; Dunia pia itathibitika, isisongwe."*

Mungu ameifanya Dunia kuwa imara na isiyoweza kusonga. Inamaanisha kuwa Dunia haiwezi kusonga. Zaburi 93:1 na Isaya 45:18 zinatoa kauli sawa. Katika Danieli 4:10-11, tunasoma:

> *"Hivyo ndivyo nilivyoona maono ya kichwa changu kitandani mwangu; Nikaona, na tazama, mti katikati ya*

Dunia, na urefu wake ulikuwa mkubwa. Mti ulikua, na ukawa na nguvu, na urefu wake ukafikia mbinguni, na mwonekano wake kufikia mwisho wa Dunia yote."

Katika andiko hilo, Danieli aliona mti ukikua hadi kufikia urefu mkubwa. Kutoka juu, ungeonekana mpaka kwenye mipaka ya mbali zaidi ya Dunia. Kama Dunia ingekuwa mduara, kuonekana huko hakungewezekana.[43]

Katika Ufunuo 1:7, maandiko yanasema kwamba Kristo akija katika mawingu, macho yote yatamwona. Ni katika "Dunia Tambarare" pekee ambapo kila mtu katika pembe zote za Dunia anaweza kumwona. Ingelikuwa haiwezekani kwa kila mtu duniani kuona kinachoendelea kwenye mawingu kwa wakati mmoja katika Dunia mduara.

Katika Zaburi 104:5, tunasoma:

"Ambaye aliiweka misingi ya dunia, isitikisike milele."

Neno "msingi" katika andiko hili ni muhimu sana kwa sababu linahusiana na uumbaji wa Dunia. Tangu mwanzo, Dunia iliumbwa kwa njia ambayo haiwezi kusonga. Iko imara na tuli.

NASA Yathibitisha Kuwa Dunia ni Tambarare

Kwa miongo kadhaa, NASA imekuwa ikisisitiza kuwa Dunia ni mduara na kwamba Dunia inazunguka jua kila siku 365. Ni mwendo huu unaodhibiti wakati na misimu. Kwa muda mrefu, NASA imejitetea vikali na kupuuzilia mbali mtazamo wowote kinyume na huo. Hata hivyo, kwenye chungu cha NASA, kuna kitu kimekuwa kikitokota katika siku za karibuni, hivyo, kuzua maswali mengi.

Cirbiew Heil, mwandishi wa NASA aliandika Aprili 1, 2019;

"Usiku wa jana, NASA katika Twitter ilikuwa na picha isiyotarajiwa yenye mada "watu wanahitaji kujua". Picha hiyo ilionyesha Dunia kuwa tambarare. Picha hiyo ilikuwa

hewani kwa muda wa takriban dakika 2 kabla ya kufutwa kwa njia isiyo ya kawaida. NASA ilitoa taarifa ikielezea kwamba mfanyakazi, mwanaanga mwenye taaluma anayeitwa Greg Ponds, alichukuliwa hatua mara moja kwa kutoa ushahidi wa siri. Bwana Ponds atashtakiwa baadaye wiki hii kwa kuvunja sera za ajira za NASA. Hii inaleta swali, ni nini kingine wanatudanganya? Wageni kutoka nje ya sayari? Mwezi ulioumbwa kwa jibini? Amerika inataka majibu."[44]

Ripoti iliyotolewa hapo juu inabaini mambo fiche. Hata hivyo, licha ya jitihada za NASA za kupunguza uzito wa suala hilo kwa kile kinachoonekana kuwa ni udhibiti wa uharibifu wa heshima yake, siri imefichuka, na ukweli kubainika. Hebu tufanye uchambuzi wa haraka wa ripoti hiyo iliyopo hapo juu.

1. Asili ya habari hiyo ni kutoka "akaunti ya Twitter ya NASA", ambayo ni lango rasmi (official portal), hivyo kufanya habari hiyo kuaminika na kutegemewa.
2. Habari hiyo inategemea picha - ushahidi ambao hauwezi kukanushwa.
3. Picha hiyo iliambatana na maandishi yaliyopewa mada "Watu wanahitaji kujua". Mada hii imesheheni Habari chuungu nzima. Kwamba ukweli unahitaji kuambiwa baada ya kuuficha kwa muda mrefu. Kuna baadhi katika NASA ambao wanahisi ukweli lazima uelezwe.
4. Hatua ya haraka kuiondoa hiyo picha na maandishi yaliyoambatana nayo baada ya kuonekana kwa dakika 2 tu inasaliti NASA. Uongozi wa NASA (ambao hawangependa siri hii ifichuke), yamkini hali hii iliwapata kighafla bila kutarajia. Hatua ya kuiondosha picha hii mtandaoni, ilikuwa jitihada iliyokuwa imechelewa. Ukweli sasa ulikuwa

katika uwanja wa umma.

5. Bwana Ponds ni mwana-kondoo wa dhabihu. Ataingia katika kumbukumbu ya historia kama mtu aliyeteseka kwa kuuambia ulimwengu ukweli. Kama wafichuaji wengine wengi mahali pengine, yeye anateseka kwa sababu inayostahili.
6. NASA inadai kwamba Bwana Ponds alifutwa kazi kwa sababu ya kutoa ushahidi wa siri. Hii inamaanisha kwamba ripoti iliyoachiliwa ilikuwa na msingi wa ushahidi - maana kwamba ilikuwa na ukweli.

Katika hali kama hiyo, na kwa kile kinachoweza kuitwa "kukiri kwa bahati mbaya Habari za kushangaza", wanasayansi wa NASA katika Maabara ya Jet Propulsion (JPL) huko Pasadena walithibitisha kuwa satelaiti ya utafiti ilikuwa imeanguka chini ya Dunia. Ripoti hiyo ya JPL Kutolewa kwa vyombo vya habari Ijumaa usiku, inaonekana ilikusudiwa kuzika ukweli kuhusu Dunia kuwa tambarare. Memo kulingana na msemaji wa JPL - Kelly Johnston ilisoma, "Tulidhani tulikuwa tumeidhibiti satelaiti baada ya kupigana na mionzi yake ya neutroni na telemetri kwa zaidi ya siku mbili zilizopita. Lakini kwa bahati mbaya, mfumo wake wa kudhibiti mwelekeo ulikuwa umeharibiwa sana na kimsingi ilijitosa chini ya Dunia na kupinduka."[45]

Inavutia sana kwamba licha ya NASA kutetea msimamo wa Dunia iliyozunguka na kutoa picha na data kubwa kuunga mkono hoja yake kwa miongo kadhaa, hatimaye imesalim amri. Maendeleo haya ya hivi karibuni yanatupeleka kwenye hitimisho kwamba NASA ilijua ukweli kuhusu Dunia kuwa tambarare wakati huo wote, lakini kwa makusudi iliuficha ukweli huo.

Kufuatia mjadala mkubwa unaoweka Mungu, nabii wake Henoko na manabii wengine na watetezi wa dunia tambarare wakiongozwa na Jumuiya ya Dunia Tambarare kwa upande mmoja, dhidi ya sayansi na watetezi wake wanaoongozwa na NASA na wengine kwa upande wa pili, hukumu ni dhahiri. Wacha watu wote waseme uongo, lakini Mungu anabaki KUWA KWELI. Maandiko ni wazi kuhusu Dunia kuwa tambarare, iliyo tuli na isiyosonga. Sifa mbili za Mungu ni: **Ukweli** na **Mwenye Ujuzi wote** (Mungu ni mwenye kujua yote). Hakuna kiwango cha maarifa katika sayansi kinachoweza kupinga neno lake kwa sababu Yeye ni chanzo cha maarifa. Katika 1 Wakorintho 1:19-20, maandiko yanarekodi:

> *"Kwa maana imeandikwa, Nitaiangamiza hekima ya wenye hekima, Na akili ya wenye akili nitaiweka kando. Yuko wapi mwenye hekima? Yuko wapi mwandishi? Yuko wapi mstari wa mjadala wa ulimwengu huu? Je! Mungu hakufanya kuwa ni upumbavu hekima ya ulimwengu huu?"*

Kitabu cha Henoko Kwa Maoni ya Mwandishi Huyu

Ingawa kitabu cha Henoko kiliandikwa karne nyingi kabla ya kuzaliwa kwa Kristo, Wakristo wengi hukiona kuwa cha kikristo zaidi katika theolojia yake kuliko ya Kiyahudi. Kilionwa kuwa cha maandiko na Wakristo wengi wa awali. Mababa wengi wa kanisa walikirejelea kitabu hiki. Kwa mfano Tertullian alitaja Kitabu cha Henoko kuwa "Maandiko Matakatifu". Kanisa la Ethiopia liliendelea kukiweka katika orodha yake rasmi. Kitabu cha Henoko kilijulikana sana na kusomwa katika karne tatu za kwanza baada ya Kristo. Wakristo wa awali walikienzi. Hata hivyo, baada ya Baraza la Laodikia, kitabu hiki kilikataliwa na baadaye kikaacha kuchapishwa.[46]

Jambo moja ambalo ni wazi kabisa hapa ni kwamba Wayahudi hawakukaliwa sawasawa na kitabu hiki kwa sababu kilionekana kuwa cha Kikristo zaidi kuliko cha Kiyahudi. Kitabu hiki kina maelezo mengi kuhusu uumbaji, Dunia na mpangilio wa magimba ya nuru ya kibingu, Malaika walioanguka na matokeo yake, Kiti cha Enzi cha

Mungu, jukumu la Mwana Adamu, hukumu ya baadaye iliyoelezwa kwa kina, na hali ya milele. Mpango wa ukombozi wa Mungu kwa mwanadamu umeelezewa vizuri na kwa undani sana.

Kitabu cha pili cha Henoko kinaeleza kwa undani sana mbinguni pamoja na safari ya Henoko kwenda mbinguni. Vitabu hivi – amapo ni seti ya vitabu tatu, vinaelezea kwa undani kuhusiana na muundo wa kimaumbile wa magimba ya nuru ya kibingu na jinsi magimba hayo yanavyotegemeana Pamoja na Dunia. Hakuna kitabu cha unabii katika Agano la Kale na Jipya kilichozungumzia mada za hukumu, Mbingu, na Hali ya Milele kama Henoko alivyofanya.

Baada ya kusoma na kuchambua vitabu hivi vitatu vya Henoko, mwandishi huyu anafikia hitimisho lifuatalo. **Kwanza,** Kitabu cha Henoko ni uhondo uliofungia nguvu ya mlipuko yenye madhara makubwa kwa Shetani, malaika wake walioanguka, mapepo na waovu kwa hali ya kutisha. Kuzimu, na hukumu zilizoelezwa kwa undani na kwa kina na Henoko, inatisha sana. Inafichua hatima ya Shetani kwa uwazi kabisa. Kuondolewa kwa Kitabu cha Henoko kutoka kwa Kanoni ilikuwa ni kwa makusudi na ikiwa na nia mbaya. Mkono mbaya wa Shetani kupitia watu waovu bila shaka yoyote ulihusika. Hali ya milele na hatima ya wenye haki pia imeelezwa kwa kina katika Kitabu cha Henoko. Shetani bila shaka angependa kuzuia waamini wasijue ukweli huu.

Kitabu cha Henoko kilikuwa kimetungwa kabla ya mafuriko na kisha kikapotea kwa zaidi ya miaka 2000 kabla ya kutokea tena muda mfupi uliopita. Kutokea tena kwa "Kitabu hiki Kikuu" kwa wakati wetu ni unabii. Kitabu hiki hakingeweza kuwa na maana yoyote katika vizazi vilivyopita. Katika Henoko 1:1-2, tunasoma:

> *Neno la baraka ya Enochi, ambayo alibariki wateule na waadilifu, ambao watakuwa wanaishi siku ya mateso, wakati waovu wote na waovu wataondolewa.*

Sisi ni kizazi kitakachokuwepo kuelekea kipindi cha Dhiki. Ni katika kizazi hiki ndipo siri hii inafunuliwa. Katika Aya ya 4-6, Henoko analeta mwanga zaidi kuhusu wapokeaji au walengwa wa kitabu hiki. Anaandika:

> *Mtakatifu Mkubwa atatoka katika makazi yake. Na Mungu wa milele atakanyaga dunia, (hata) kwenye Mlima Sinai, [Na kuonekana kutoka kwa kambi yake]*
>
> *Na kuonekana katika nguvu za uwezo wake kutoka mbingu ya mbinguni.*
>
> *Na wote wataogopa na wachunguzi watatetemeka,*
>
> *Na woga mkubwa na kutetemeka vitawashika hadi miisho ya dunia.*
>
> *Na milima mikubwa itasukumwa, Na vilima vya juu vitashushwa,*
>
> *Na vitayeyuka kama nta mbele ya moto.*

Nabii Henoko hapa anaelezea kuja kwa Bwana Yesu Kristo na utukufu wake wote. Hali itakuwa mbaya na ya kutisha kwa waovu wakati atakapotokea mawinguni katika ujio wake wa pili. Maelezo haya ya Henoko ni sawa na jinsi Yesu, manabii wa Agano la Kale, Mtume Yohana na mitume wengine walivyoelezea kuhusu nyakati za mwisho na Kurudi kwa Pili kwa Kristo. Hii itatanguliwa na kipindi cha Dhiki kama ilivyotajwa na Henoko katika aya ya 1 na 2 hapo juu.

Pili, kitabu cha Henoko kimepewa lebo ya nadharia ya njama. Kama ilivyoelezwa mahali pengine katika kitabu hiki, 'Nadharia ya Njama' ni lebo inayotumika katika hali fulani kuficha ukweli kwa lengo la kuzuia watu wasijue ukweli huo, na kitabu cha Henoko na nadharia ya dunia tambarare ni miongoni mwazo.

Tatu, kitabu hiki kiliheshimiwa sana na Wayahudi na waumini wa Kikristo wa awali. Wengi wa Mashahidi mashuhuri wa Kanisa la awali walikiita kuwa chenye kuhamasisha kiroho na walikiinamia na kukiheshimu sana. Kilirejelewa kila mara na Wayahudi na Wakristo wa awali.

Nne, kitabu cha Henoko kilikuwepo katika Biblia (Kanoni) hadi karne ya 4 wakati kilipoondolewa na baraza la Laodicea pamoja na vitabu vingine 57 kwa madai kwamba sio vya kuongozwa na Roho wa Mungu. Ilikuwaje basi kikakwepa akili zao kilipokuwa kwenye Kanoni, kisha kugunduliwa baada ya karne nne kwamba hakikuongozwa na Roho? Jee, hiki si kinaya na unafiki kwa baraza hili?

Tano, kitabu cha Henoko kinachukuliwa kuwa sio cha kufariji na kuongozwa na Roho, hivyo, kulazimisha kuondolewa kwake kwenye Kanoni. Biblia inatuambia kwamba Henoko alikuwa rafiki wa karibu wa Mungu. Walitembea pamoja kama marafiki, heshima ambayo Mungu aliipatia wateule wachache kama vile Musa na Ibrahimu. Uhusiano huu ulikuwa wa karibu sana hivi kwamba Mungu aliamua kumtwaa ili aweze kuungana naye kwenye kiti chake cha enzi mbinguni bila kuonja kifo. Je! Si ni kichekesho kudai kwamba unabii wa mtu kama huyu haukuwa wa kufariji na haukuongozwa na Roho? Ikiwa ni hivyo, basi maneno "kufariji na kuelekezwa na Roho" yapaswa kuelezewa upya katika makamusi.

Sita, kuna masuala yenye utata katika kitabu cha Henoko yanayoshikiliwa na wakosoaji wake ambayo yanatoa msingi wa kuondolewa kwake kutoka kwa Biblia.

a. Kwamba haiendani na maandiko ambapo malaika wanadaiwa kuwa na ufahamu wa kidunia na kujamiana na mabinti wa wanadamu. Je, maandiko hayajaeleza wazi kile nabii Henoko alichoandika? Biblia inarekodi katika Mwanzo 6:1-4:

> *" Ikawa, watu wakaanza kuzidisha juu ya uso wa nchi, na binti wakazaliwa kwao. Wana wa Mungu wakaona binti za wanadamu ya kuwa ni wazuri; wakawachukua wake, wo wote waliowapenda. Bwana akasema, Roho yangu haitaendelea kupigana na mwanadamu, kwa kuwa yeye pia ni nyama: lakini siku zake zitakuwa mia na ishirini. Walikuwako jitu duniani siku zile; na pia, baadaye, wana wa Mungu walipoingia kwa binti za wanadamu, nao wakawazaa watoto kwao, wale wakawa mashujaa wakubwa wa kale. "*

JE, MAANDIKO HAYO SI yako wazi kuhusu kilichotokea na ndicho nabii Henoko alichoandika bila kuongeza au kupunguza? Wakosoaji pia wanatilia shaka rekodi ya Henoko kuhusu majitu. Hiyo ndiyo hasa Biblia iliyorekodiwa katika maandiko hayo hapo juu. Kwamba kulikuwa na majitu siku hizo, na pia baadaye. Biblia inarekodi wazi juu ya uwepo wa majitu. Watu kumi waliotumwa na Musa kwa upelelezi, waliripoti katika Hesabu 13:33:

> *" Na huko tuliona majitu, wana wa Anaki, wanaotoka kwa majitu: nasi tukaonekana machoni mwetu kama nzige, na hivyo tulikuwa machoni pao."*

Biblia pia inarekodi kwamba majitu watakuwepo hata baadaye. Je, tukio la jitu la Kandahar nchini Afghanistan, si ufahamu ulioko miongoni mwa walimwengu na rekodi hizo ziko wazi kwa yeyote yule?

i. Mjadala mwingine wenye utata unaotumiwa kukidharau kitabu cha Henoko ni 'Nadharia ya Dunia Tambarare'. Maandiko yanaweka wazi kwamba Dunia ni tambarare na haisongi. Yaani, imekaa mahali pake na haitaweza kusonga. Maandiko pia yanafafanua jinsi jua, mwezi na nyota zinazunguka Dunia isiyosonga ili kudhibiti mchana na usiku, wakati na misimu ya mwaka. Hata hivyo, msimamo wa sayansi kuhusu hili ni kinyume na maandiko. Nabii Henoko anaandika kwa dhahiri kile maandiko yanasema. Mchanganuo huu unaweka Mungu upande mmoja dhidi ya sayansi. Je, mtu yeyote anaweza kushinda katika mashindano kama haya? Wanasayansi ni viumbe wa Mungu. Ujuzi na maarifa yao wamepata kutoka kwa Mungu. Mtume Paulo anatukumbusha kuwa hekima na maarifa ya wanadamu haiwezi kulinganishwa na hekima ya Mungu. Hakuna data na ushahidi wa picha za mpangilio wa magimba ya anga uliodaiwa kuwa kweli na NASA (ingawa sio), unaweza kukanusha neno la Mungu. Mungu anatangaza katika Neno lake Takatifu kwamba aliumba Dunia tambarare na isiyosonga. Na kwamba jua, mwezi na nyota zinaizunguka ili kuathiri mchana na usiku, wakati na misimu ya mwaka.

ii. Wapinzani wa kitabu cha Henoko pia wanakosoa suala la malaika walioanguka. Nabii Henoko anaandika kwa undani kuhusu malaika 200 walioacha makazi yao, wakaja na kuwa na ufahamu wa kimwili na mabinti wa wanadamu, dhambi mbaya iliyo chukizo machoni pa Mungu. Henoko anaelezea kwa kina jinsi na wapi walifungwa (Tartarus). Pia anaeleza kwa undani adhabu yao na hatima yao. Biblia inazungumza waziwazi juu ya malaika hawa waovu. Walichofanya. Jinsi walivyofungwa. Walipofungwa, na pia inaelezea kuhusu hukumu yao, hivyo, kuthibitisha maandishi ya Henoko.

Kila dai linalotumiwa na wakosoaji wa kitabu cha Henoko na sababu za kuondolewa kwake kutoka kwenye Biblia Takatifu ni msingi usio na maana na umepingwa na maandiko. Sababu ya kuondolewa kwake ni ovu. Kitabu cha Henoko kinaeleza kwa undani kuhusu uumbaji, historia, hatima ya Shetani, mapepo yake na watu wote waovu. Inaelezea kwa undani juu ya hukumu inayowangoja wenye dhambi, pamoja na mbingu na hali ya milele. Hizi ni siri za kina ambazo Shetani angependa kuficha machoni pa waamini na walimwengu waovu, hivyo, kuondoa maandiko matakatifu yenye nguvu na yenye umuhimu kama hayo. **Kitabu cha Henoko ni 'kitabu cha lazima kusomwa' na mwamini yeyote wa Kikristo anayechukulia mambo kwa uzito.** Hii ni kwa sababu Henoko ameeleza kwa kina baadhi ya maswala kama maelezo ya uumbaji, ulimwengu wa malaika, Dhiki, Kunyakuliwa, Hukumu kwa wenye dhambi, na Ufalme wa Milele zaidi ya kitabu kingine chochote katika Biblia.

SURA YA 22

VITA VYA HAR-MAGEDONI

Vita vya Armagedoni vinahusu vita ambavyo vitaendelea hatimaye wakati wa mwisho kabla ya kurudi kwa Kristo, na itahusisha majeshi ya dunia yanayoongozwa na Mpinga Kristo. Majeshi haya ya kidunia yatadhubutu Kristo na jeshi lake la mbinguni. Ni vita hivi vitakavyoashiria mwisho wa utawala wa kibinadamu (Danieli 2:44; Ufunuo 16:16). Wafalme wa dunia na majeshi yao watakusanyika mahali panapoitwa kwa Kiebrania Armagedoni kwa shambulio la mwisho.

Baadhi ya Wasomi wa Biblia wanachukulia vita hivi kwa njia ya mfano na kuyaona yakipiganwa katika kiwango cha kiroho. Sababu kuu ya hoja hii ni ukweli kwamba Megido na tambarare za Jezreeli huenda zisiweze kuhifadhi jeshi kubwa kama hilo la kiwango cha kimataifa. Wanadai kwamba Armagedoni hairejelei Megido ya nyakati za kale.[1]

Vita hivi vitakuwa ni mama wa vita vyote vilivyowahi kupiganwa katika historia ya wanadamu. Itakuwa ni vita vya kisasa. Majeshi ya kisasa ya ulimwengu wa leo wanajulikana kuwa na silaha bora ikilinganishwa na zamani na wanaboresha silaha hizi kila siku. Silaha hizi zinajumuisha mizinga ya kisasa, makombora ya masafa marefu, ndege za kivita za kisasa, na vichwa vya nyuklia. Hakuna hata moja ya silaha hizi zitakazosazwa katika vita kama hivi.

Wakati wa vita hivi ni lini? Wengi wa Wasomi wa Biblia wanashikilia kwamba vita hivi vitapiganwa kabla ya utawala wa miaka elfu wa Kristo na kabla ya kurudi kwa pili kwa Kristo. Kulingana na mtazamo huu, vita vya Armagedoni vitaanza katika siku za mwisho za Dhiki Kuu. Kwa wale wanaoshikilia mtazamo wa baada ya Dhiki, vita hivi vitawaletea ghadhabu ya Mungu kwa ulimwengu muovu. Katika Ufunuo 16:13-16, tunasoma:

> *"Kisha nikaona pepo watatu wenye roho za uchafu kama vyura wakimtoka kinywani mwa joka, na kinywani mwa yule mnyama, na kinywani mwa nabii wa uongo. Kwa maana hao ni pepo watendao miujiza, wakatoka kwenda kwa wafalme wa dunia nzima, kuwakusanya kwa vita vya siku ile kuu ya Mungu Mwenyezi. (Tazama, naja kama mwivi. Heri yeye aliye macho, na kuyatunza mavazi yake, asiende uchi, na kuwaona aibu zake.) Akawakusanya pamoja mahali panapoitwa kwa Kiebrania Har-Magedoni."*

Uwanja wa vita utakuwa wapi? Mstari wa 16 hapo juu unatuambia kwamba pepo wachafu wanakusanya wafalme mahali paitwapo kwa Kiebrania "Armagedoni" - maana yake, Mlima wa Megido. Sebastian Kettley ananukuu Profesa Tom Meyer anayeeleza kwamba "Har-Mageddon ni mahali. Ingawa Kitabu cha Ufunuo kiliandikwa kwa Kigiriki "Kawaida", Yohana anasema katika Ufunuo 16:16 kwamba neno asilia na maana ya Har-Mageddon ni Kiebrania. Hii inaonyesha kwamba ni maelezo au tafsiri ya Kiebrania iliyo na uzito katika muktadha huu na si Kigiriki au lugha nyingine yoyote.[2]

Profesa Meyer anadai kwamba kinyume na imani ya kawaida, eneo la Megido la zamani katika Bonde la Jezreeli katika Galilaya sio Armagedoni. Kulingana na Profesa Meyer, Har ni neno la kawaida la Kiebrania linalomaanisha kilima au mlima. Hii ni kwa sababu eneo la kale la Megido si "har" bali "tel" na mwandishi Yohana, akiwa amekulia Galilaya, angejua hilo. Je, vita vya mwisho vitatokea kwenye vilima vya Yerusalemu?[3] Inawezekana kwamba kumbukumbu ya Yohana ya Megido ni kwa kweli kumbukumbu ya Yerusalemu -

katika Mlima wa Baraka za Mungu, Mlima wa Sayuni. Tazama Yoeli 2:11; 4:16-17 [3:16-17]. Linganisha pia (Isaya 31:4-9). Nabii Zakaria katika (Zekaria 12:11) pia anataja Yerusalemu pamoja na Megido.

Kama ilivyotabiriwa na Yohana, majeshi ya dunia yatakusanyika katika Bonde la Jezreeli (Megido), chini ya uongozi wa Mpinga Kristo. Kusudi la mkusanyiko huu litakuwa kufuta taifa la Israeli katika uso wa Dunia. Kulingana na unabii, nusu ya idadi ya watu duniani watakufa kwa sababu ya vita hivi. Israeli haitaepuka pia. Theluthi mbili ya idadi yake pia itakufa (Zakaria 13:8). Ingawa thuluthi moja ya idadi ya Israeli itasalia, vita hivi vitaiacha ardhi ya Israeli ikiwa imeharibiwa kabisa.

Rodman Williams anaona vita hivi kwa njia ya mfano na kudai kwamba "ingawa wafalme wote wanavutwa kwenye vita, haionekani kuwa ni vita vyao hata kidogo. Vinaitwa "vita vya siku kuu ya Mungu Mwenyezi!" Inaonekana kama vita vyake dhidi yao. Zaidi ya hayo, ni vigumu kufikiria jinsi wafalme wote wa Dunia wangeweza kukusanyika. Cha kuajabisha ni kuwa, hawaonekani kuwa na silaha na hakuna vifaa vya mapambo. Hii ni zaidi ya vita vya kijeshi. Inastahili kutambua kwamba ni "Vita" si "vita", anaelezea Rodman.[4]

Moja ya nadharia za vita hivi kulingana na maelezo ya Grace Wyler ni kwamba majeshi ya Urusi na Waarabu wataunda muungano, wakiivamia Israeli kutoka Magharibi na Kusini, wakati jeshi la China litavamia kutoka Mashariki. Wakati huo huo, mataifa ya Magharibi, yakiongozwa na Mpinga Kristo, yatapambana dhidi ya uvamizi huo.[5] Nadharia hii inatokana na ukweli kwamba Urusi na China ni nguvu kubwa za kijeshi katika wakati wetu.

John Foster anasema kuwa Har Megiddo (Armagedoni) itatumika tu kama eneo la kukusanyika kwa majeshi ya dunia. Mara majeshi haya yatakapokusanyika Har Megiddo, watasafiri kuelekea kusini Yerusalemu, na vita halisi vya "siku kuu ya Mungu Mwenyezi" vitatukia katika bonde la Yehoshafati (Bonde la Kidron), upande wa mashariki mwa Mji wa Kale wa Yerusalemu, kama ilivyoelezwa na Nabii Yoeli (Yoeli 3:2, 12-14).[6]

Israeli imepigana vita vingi hapo kabla na kushinda. Mungu kwa kweli ndiye aliyepigana vita hivyo. Katika vita hivi vya Magedoni, watategemea nguvu zao za kijeshi. Kabla ya vita hivi, Israeli itakuwa imefanya makosa makubwa kwa kusaini agano na Mpinga Kristo. Macho yao yatakuwa yamepofushwa kuamini kwamba Mpinga Kristo ni Masihi waliokuwa wamemngojea kwa muda mrefu. Hata hivyo, mtu huyu wa dhambi ataingia hekaluni huko Yerusalemu na kutia unajisi madhabahu takatifu, akitaka kuabudiwa. Ni wakati huu ambapo macho ya Waisraeli yatafunguliwa (Danieli; 9:27; Mathayo 24:15). Unajisi huu utaashiria mwanzo wa wakati wa dhiki ya Yakobo uliotabiriwa na Nabii Danieli na kurudiwa na Yesu Kristo katika Mathayo 24.

Mataifa yote ya dunia yatakayoongozwa na Mpinga Kristo yatageuka dhidi ya Israeli. Israeli itajaribu kujilinda kwa uwezo wake wote katika vita hivi bila mafanikio. Baada ya kugundua uwezekano wa kuangamia kwake, taifa la Israeli litageuza tumaini lake kwa Mungu, ambaye kwa wakati huu wote walikuwa wamempuuza. Watamuita Masihi waliyemkataa kabisa. Ni wakati huu ambapo taifa lote la Israeli litakuwa limeokolewa kama ilivyotabiriwa na Mtume Paulo (Warumi 11:26a).

Watson Goodman anaelezea vita hivi kuwa vita vifupi kabisa katika historia ya wanadamu. Majeshi ya kidunia yatakuwa na muda mfupi kushindana na Mwenyezi na Mfalme wa Wafalme. Katika wakati wa kuangamia kwa Israeli, Kristo atatokea angani akifuatana na jeshi la mbinguni. Bwana atawapiga kwa upanga kutoka kinywani mwake. Katika Zekaria 14:12, tunasoma:

> *"Na hii ndiyo tauni ambayo Bwana atawapiga watu wote waliopigana dhidi ya Yerusalemu; nyama zao zitayeyuka*

mbali katika mahandaki yao, na ulimi wao utayeyuka mbali katika midomo yao."

Mara tu Kristo atakapotokea angani kuokoa watu wake Israeli, malaika anawaita ndege kula maiti. Mpinga Kristo na Nabii wa Uongo wote watatupwa katika ziwa la moto wakiwa hai. "Kuanzia kuonekana kwa Kristo, hadi kutupwa kwa Mpinga Kristo na Nabii wa Uongo katika ziwa la moto, inachukua karibu masaa matatu. Vita vifupi kabisa ambavyo Israeli imehusika ilikuwa ni vita vya siku sita mwaka 1967. Hivi vitachukua masaa matatu ya kihistoria. " Anaelezea Goodman.[7]

Watson Goodman anaelezea athari saba kuu zinazohusiana na vita vya Armagedoni:

1. Ni vita vinavyompeleka Shetani mwenyewe gerezani chini ya ufunguo wa Mungu, katika shimo lisilo na mwisho.
2. Ni vita ambavyo vinamaliza vita vyote katika historia ndefu ya Israeli.
3. Ni vita ambavyo vinamaliza wiki ya 70 ya unabii wa Danieli "kukomesha makosa, na kumaliza dhambi, na kufunga maono na unabii, na kumtia mafuta Aliye Juu" (Danieli 9:24).
4. Ni vita ambavyo vinamaliza kazi ya Mpinga Kristo, Nabii wa Uongo na watu wote walioweza kudanganywa.
5. Ni vita ambavyo vinasababisha, "falme za ulimwengu huu" kuwa falme za Bwana wetu, na Kristo wake. (Ufunuo 11:15).
6. Ni vita ambavyo vinafungua njia kwa Kristo kutawala kama mfalme wa dunia nzima.
7. Ni vita ambavyo vinachukua mwelekeo wa historia ya wanadamu katika enzi ya miaka 1,000 ya Muumba wa ulimwengu huu.[8]

Huu utakuwa ni mtihani mkubwa kwa Israeli kama jamii. Walakini, watakapomwita Masihi, Atawasikia. Ataonekana angani kutoka mbinguni akifuatana na majeshi ya mbinguni na kuwaokoa. Majeshi ya dunia yatakuwa yamepigwa na upanga utakaotokea kutoka kinywani mwa Bwana.[9]

SURA YA 23

KUJA KWA KRISTO MARA YA PILI

Mtazamo wa Kati ya Dhiki

Huku wasomi wa Biblia wakikubaliana kuhusu kuja mara ya pili kwa Kristo, maoni yanatofautiana sana kuhusu wakati wa tukio hilo. Watetezi wa kati ya dhiki wanaamini kwamba Kunyakuliwa kwa Kanisa na Kuja mara ya Pili kwa Kristo ni matukio mawili tofauti. Kulingana nao, Kanisa litanyakuliwa katikati ya kipindi cha miaka saba cha Dhiki. Wanaamini kwamba Kanisa litapitia Dhiki kwa sababu hiyo imetabiriwa hivyo (2 Timotheo 3:12).

Kulingana na mtazamo huu, Kanisa litapitia sehemu ya Dhiki, lakini litanyakuliwa katikati ya wiki kuepuka ghadhabu ya Mungu itakayomiminwa juu ya ulimwengu usioamini. Msimamo huu una suala na ujio wa Kristo kuwa wa ghafla. Kulingana na mtazamo huu, kuna matukio wazi sana kama hukumu za muhuri na pia kusainiwa kwa makubaliano kati ya Israeli na Mpinga Kristo.

Mtazamo huu unashikilia kwamba Kanisa litakuwa mbinguni katika nusu ya pili ya wiki kwa matukio makuu mawili: Hukumu ya watakatifu na Karamu ya Arusi ya Mwanakondoo. Wakati matukio haya mawili yatakapoendelea mbinguni, ulimwengu utakabiliwa na Dhiki Kuu. Mtazamo huu unaona Dhiki kuwa nyepesi wakati Dhiki Kuu itakuwa kali na yenye nguvu.

Watetezi wa kati ya dhiki wanaamini kwamba Kristo atarudi katika ujio wake ya pili baada ya nusu ya pili ya wiki. Yesu atarudi na utukufu na ukuu wake ukiwa wazi kwa ulimwengu, tofauti na Kunyakuliwa miaka 3 ½ hapo kabla, ambapo Kanisa pekee ndilo litakalojua. Anaporudi mara ya pili, Ataambatana na Kanisa na majeshi ya mbinguni. Atakuja akiwa amepanda farasi mweupe, na pia jeshi la mbinguni litakaloandamana naye. Kristo ataanzisha ufalme wake (Utawala wa Milenia), kutekeleza hukumu ya mwisho na kuanzisha hatima za milele za Mbinguni na Kuzimu.

Mtazamo wa Kabla ya Dhiki

Wanaotetea mtazamo wa kabla ya dhiki wanashikilia kwamba Kunyakuliwa kwa Kanisa na kuja mara ya pili kwa Kristo ni matukio mawili tofauti. Kunyakuliwa kwa Kanisa kunafanyika miaka saba kabla ya kuja mara ya pili kwa Kristo. Kulingana na watetezi wa kabla ya dhiki, kanisa litanyakuliwa kukutana na Bwana angani. Kanisa litakwenda pamoja na Bwana mbinguni (Yohana 14:1-3; 1 Wakorintho 15:51-52, 1 Wathesalonike 4:13-18). Kuja mara ya pili kwa Kristo kutatokea baada ya Dhiki ya miaka saba. Anaporudi mara ya pili, Ataambatana na Kanisa (Bibi Harusi wake) kutawala duniani kwa miaka elfu moja.

Anaporudi Kristo atapanda farasi mweupe. Atakuja kama mshindi tayari kwa vita. Watakaoandamana naye watakuwa majeshi ya mbinguni. Bwana atakuja mara ya pili kama mtawala na mwamuzi.[1] Wakati wa Kunyakuliwa, ulimwengu haukumwona kwa sababu ilikuwa ni shughuli ya Kanisa tu. Katika kuja kwake mara ya pili, kila jicho litamwona, pamoja na wale waliomchoma.

Anaporudi mara ya pili, moja ya malengo yake yatakuwa ni kuokoa Israeli kutokana na maangamizi ya Mpinga Kristo. Majeshi ya dunia yanayoongozwa na Mpinga Kristo yatajaribu kudhubutu kumkabili Bwana na jeshi lake la mbinguni. Kristo atawaua maadui zake kwa upanga utakaotokea kutoka kinywani mwake. Atamshika Mpinga Kristo na Nabii wa Uongo na kuwatupa kwenye ziwa la moto wakiwa hai.

Anaporudi Kristo, atavaa taji nyingi kichwani mwake, tofauti na Mpinga Kristo ambaye atakuwa na taji moja (Ufunuo 6:2). Atakuja kama mfalme, mwamuzi, na mshindi. Kazi yake ya kwanza itakuwa vita, kisha hukumu na hatimaye kutawala.2 Utawala wake utakuwa wa kipekee. Utakuwa utawala wa amani na haki, kinyume na utawala wa mwanadamu uliokuwa na uovu wa kila aina.

Kuja kwa Kristo mara ya pili kutakuwa kwa namna ile ile alivyoondoka kwenda mbinguni baada ya kuja kwake kwa kwanza: "Kibinafsi, kihalisi, na kwa wazi".[3] Hii ndiyo malaika aliyowaambia wanafunzi walipomtazama akichomoa mbinguni. Katika Matendo 1:10-11, tunasoma:

> *"Na walipokuwa wakitazama kwa makini mbinguni alipokuwa akienda, tazama, watu wawili walikuwa wamesimama karibu nao kwa mavazi meupe; ambao wakasema, enyi watu wa Galilaya, kwa nini mmesimama mkilizoteza macho yenu kuelekea mbinguni? Yesu huyu aliyechukuliwa kwenu mbinguni atakuja vivyo hivyo kama mlivyomwona akienda mbinguni."*

Kuja mara ya pili kwa Kristo kutamaliza vita vya Armagedoni. Maadui waovu na uozo wa dunia unaoongozwa na Mpinga Kristo watajaribu kumkabili Kristo na jeshi lake la mbinguni. Nabii Zechariah anaonyesha waziwazi na kwa kwa kina yale yatakayopata majeshi haya ya Mpinga Kristo. Nyama za askari zitayeyuka kama ilivyotajwa katika Zekaria 14:12 kutoka miilini mwao wakiwa bado wamesimama. Kwa maneno mengine, nyama zao zitadondoka, yaani, zitaanguka mara moja kutoka kwa miili ya waathiriwa hadi kwenye ardhi. David Levy anaelezea kwa wazi zaidi, "Wakati wa karamu ya kwanza, waumini wanaalikwa kushangilia na kula pamoja na Kristo mbinguni katika Ufunuo 19:7 wakati wa karamu ya pili, wasioamini watakuwa mlo wa ndege za kula mizoga (Ufunuo 19:17-18).[4]

Watetezi wa kabla ya Dhiki wanaamini kwamba katika Kunyakuliwa kwa Kanisa, Bwana atakutana na Kanisa angani. Wafu watafufuliwa kwanza. Kisha wale waumini walio hai watageuzwa na kukutana na Bwana angani. Wakati wa Kunyakuliwa, Bwana hatagusa ardhi. Katika Kuja Kwake Mara ya Pili, Atagusa ardhi katika Mlima wa Mizeituni ambao utapasuka vipande viwili (kutoka mahali pale pale alipokwea akienda mbinguni) kama tunavyoona katika Matendo 1:10-11.

Mtazamo wa Baada ya Dhiki

Msimamo wa watetezi wa baada ya dhiki ni kwamba Kanisa litapitia Dhiki na Kunyakuliwa kutatokea mwishoni mwa Dhiki. Mtazamo huu unashikilia kwamba Kunyakuliwa kwa Kanisa na Kuja mara ya Pili kwa Kristo kutatokea siku moja, ambapo Kunyakuliwa kutatangulia kuja kwa pili kwa Kristo. Watetezi wa mtazamo huu wanaamini kwamba Kanisa litanyakuliwa mwanzoni mwa hukumu ya muhuri wa sita. Kulingana nao, hakuna kitu cha siri au kimya kuhusu Kunyakuliwa. Mtazamo huu hautenganishi Kunyakuliwa na Kuja mara ya Pili kwa Kristo. Matukio hayo mawili yanatokea mwishoni mwa wiki ya sabini ya Danieli, mwishoni mwa Dhiki.

Mtazamo huu unashikilia kwamba Mpinga Kristo atapigana na watakatifu (Kanisa) kwa miezi 42 kabla ya Kunyakuliwa na Kuja mara ya Pili kwa Kristo. Israeli pia itapitia nyakati mbaya na Mpinga Kristo kwa miaka 3 ½ baada ya Kunyakuliwa kwa Kanisa. Matukio ya anga yaliyoelezwa na Yesu katika Mathayo 24 yatatangulia Kunyakuliwa na Kuja mara ya Pili kwa Kristo. Kulingana na mtazamo huu, ingawa Kanisa limehakikishiwa kupitia Dhiki, litaepushwa na ghadhabu ya Mungu itakayomiminwa Duniani punde tu baada ya Kunyakuliwa kwa kanisa. Watetezi wa baada ya Dhiki wanachukulia Kanisa na Israeli kama vitu viwili tofauti.

Watetezi wa baada ya Dhiki wanaamini kwamba Kunyakuliwa kwa Kanisa na ghadhabu ya Mungu ni matukio mawili yanayohusiana na yatatendeka mmoja baada ya lingine. Yaani, ghadhabu ya Mungu inamwagwa kwa waasi mara tu Kanisa linapoinuliwa. Kanisa linaepushwa na ghadhabu ya Mungu ambayo iimekusudiwa kwa wasiomcha Mungu.

Kulingana na mtazamo huu, Karamu ya Arusi ya Mwanakondoo inafanyika mara tu baada ya Kunyakuliwa, lakini kabla ya Kuja mara ya Pili kwa Kristo, wakati anapoongoza majeshi ya mbinguni, akiendesha farasi mweupe. Kwa haki, Atahukumu na kupigana vita. Macho yake ni kama mwali wa moto na ana upanga mkali unaotoka kinywani mwake ambao anautumia kuwapiga mataifa yote. Kama mwanajeshi, Kristo ana nguvu ya kufanya majeshi yote kuchanganyikiwa kiakili, hivyo kupigana wenyewe kwa wenyewe badala ya kupambana na adui. Jinsi gani unaweza kupambana na muumba wako, ambaye anamiliki uwepo wako?[5] Jinsi gani viumbe vya kibinadamu vinaweza kupigana na jeshi lisilo na miili na lisiloweza kufa?

Watson Goodman anaielezea hali hii kwa namna ya kiutendi taswira. "Jinsi gani jenerali wa jeshi aweze kutoa amri yoyote ikiwa ulimi na mwili wake ghafla umetoweka, na wakati anajaribu kufahamu kilichotendeka mbele ya macho yake, akili yake inachanganyikiwa hivyo anapigana na makamanda wake ambao wamemgeuka? Mwenyezi hawezi kupiganwa naye. Vita vimeisha kabla havijaanza."[6]

Kulingana na watetezi wa baada ya Dhiki, Kuja mara ya Pili kwa Kristo kwa nguvu na utukufu hutimiza yafuatayo:

1. Hukumu, ambapo kila mtu anatoa maelezo ya vitendo vyake kwa muumba wake. Ni wakati huu ambapo kondoo na mbuzi wanatenganishwa (1 Wakorintho 15:52).
2. Tuzo zinatolewa kulingana na kazi za kila mtu.
3. Kuja kwa Kristo kunafungua ghadhabu ya Mungu wakati Siku ya Bwana inapoanza.
4. Kuja kwa Bwana kunamaliza "Enzi ya Kanisa" na kuanza "Siku ya Bwana."
5. Vita vya mbinguni vinamalizika wakati mshitaki wa ndugu anatupwa chini: Kunyakuliwa kunamaliza jukumu la

Shetani kama mshitaki wa ndugu.

6. Babeli Mkuu anaporomoka. Utawala wa kidini, kisiasa na kiuchumi wa Shetani duniani unaporomoka wakati wa kipindi cha ghadhabu ya Mungu.[7]

SURA YA 24

UFALME WA MILENIA

Mara tu baada ya Dhiki kuu na kurudi kwa Yesu Kristo, enzi mpya itaanzishwa, enzi ya milenia. Hii ni enzi ya kifalme itakayodumu miaka elfu moja. Itakuwa wakati wenye utukufu ambapo Mungu atairejesha Duniani kwa ufalme wa Daudi.[1] Itakuwa wakati ambapo Israeli itachukua nafasi yake halisi kama kiongozi wa kiroho wa dunia. Kuna mitazamo tofauti kuhusu enzi ya milenia. Hizi ni: mpangilio wa vipindi, kabla milenia, kabla milenia ya kihistoria, na Amilenia.

Kabla Milenia ya Kihistoria (premilennialism)

Kabla milenia ya kihistoria ni aina ya jadi ambayo inaweka kurudi kwa Kristo mbele ya milenia na baada ya uasi mkubwa wa imani na dhiki kuu. Baada ya ufalme wa miaka elfu ya Kristo, Shetani atafunguliwa kutoka gerezani ambapo atakuwa amefungiwa kwa miaka elfu. Wakati huu, Gog na Magog watashambulia Ufalme wa Mungu, na kisha hukumu ya mwisho itafuata. Ingawa mtazamo huu unakubaliana kwa kiwango fulani na tawi la mpangilio wa vipindi, ambalo, linamwamini kurudi kwa Kristo kama msingi wa kuanzishwa kwa utawala wa miaka elfu, kabla milenia ya kihistoria inatofautiana kwa kiasi kikubwa haswa katika njia yao ya kufafanua maandiko.[2]

Kabla Milenia ya kihistoria inaona baadhi ya unabii katika maandiko kama umetimizwa, huku mwingine unatimizwa kwa sehemu. Kwa mfano, hukumu za muhuri katika Ufunuo 6 inaonekana kufanyika kupitia historia, badala ya kuwa ni utimilifu wa baadaye. Kutokana na mtazamo wao, kuzuka kwa Mpinga Kristo na Nabii wa Uongo kunapaswa kutokea kabla ya kurudi kwa Kristo. Pamoja na Kuja kwa Pili kwa Kristo, kutakuwa na Kunyakuliwa na kufufuka kwa watakatifu kama inavyoonekana katika 1 Wathesalonike 4:15-18; ambayo inaanzisha utawala wa miaka elfu wa Kristo. Inatofautiana na mtazamo wa mpangilio wa vipindi ambapo inasema kwamba taifa la Kiyahudi tayari limeweza kujumuishwa katika mpango wa ukombozi, kama Kanisa lilivyo. Historia ya kabla ya milenia haijulikani kwa kadri muda wa ufalme wa milenia unavyohusika, kwa hivyo, umegawanyika kati ya uhalisi na mfano (Ufunuo 20:1-6).[3]

Kanuni kuu za mtazamo huu ni kwamba:

i. Inapendelea tafsiri ya kigramatiki - kihistoria.
ii. Inachukulia Kanisa kama kutimia kiroho kwa Israeli.
iii. Ufalme wa Mungu umekuwepo tangu Pentekoste, na hali kama hiyo itashuhudiwa katika utawala wa milenia wa Kristo baada ya Kurudi Kwake.
iv. Kristo atatawala kwa miaka elfu. Wakati huu, kutakuwa na kuanzisha upya kwa ibada ya hekalu na dhabihu, kama kumbukumbu ya dhabihu ya Kristo.4
v. Kristo atarudi kimwili na kwa dhahiri kuanzisha utawala wake wa milenia.
vi. Haijulikani ikiwa utawala wa milenia wa Kristo ni miaka elfu halisi au tu kipindi kirefu cha wakati.
vii. Ushawishi wa kishetani kwa sasa unafanya kazi kuyapotosha mataifa. Walakini, wakati Kristo atakaporudi, Shetani atafungwa kwa miaka elfu, wakati wa utawala wa milenia.
viii. Inasisitiza juu ya tafsiri ngumu halisi ya vifungu muhimu.[5]

Utawala wa kabla ya miaka elfu moja (Dispensationalism)

Uongozi wa Milenia wa Kabla ya Kipindi mara nyingi hurejelewa kama Ufunuo wa Kipindi kwa sababu unapatikana katika fundisho la uongozi. Ni kabla ya kipindi kwa sababu inaweka kurudi kwa Kristo kabla ya milenia. Mtazamo huu unadai kwamba Kristo atakuja kabla ya kipindi cha dhiki cha miaka saba na Kunyakuliwa kwa Kanisa. Baada ya kutimizwa kwa ghadhabu ya Mungu, Atarudi kutawala Duniani kutoka mji mtakatifu wa Yerusalemu kwa miaka elfu moja. Wakati huu, Shetani atafungwa. Baada ya miaka elfu moja, Shetani atafunguliwa ili kuyapotosha mataifa. Shetani kisha atakusanya jeshi la mataifa haya yaliyopotoshwa katika vita dhidi ya Kristo. Baada ya vita hivi, hukumu ya waovu na Shetani itakuja kabla ya kuingia katika hali ya milele ya utukufu kwa waadilifu.[6]

Kanuni kuu za mtazamo wa milenia kabla ya kipindi ni:

i. Inashikilia kuwa Dhiki ya miaka saba iliyoonekana katika Dan. 9:27 itatangulia utawala wa miaka elfu wa Kristo (Ufu. 20:1-6).
ii. Kabla ya Dhiki kuanza, watakatifu wote waliofariki watafufuliwa kutoka makaburini mwao na waamini Wakristo walio hai, wote watakutana na Bwana angani kama inavyoonekana katika 1 Kor. 15:51-52 wakati wa Kunyakuliwa kwa Kanisa.
iii. Wakati wa nusu ya kwanza ya kipindi cha Dhiki cha miaka saba chini ya kipindi cha Mpinga Kristo, kitakuwa cha amani (Dan. 7:8, Ufu. 13:18). Kufikia wakati huo, Mpinga Kristo ataanzisha kanisa la kimataifa (Ufu. 17:1-15). Sehemu ya pili ya Dhiki (miaka 3 ½) italeta mateso makubwa.
iv. Baada ya kipindi cha Dhiki cha miaka saba, Kristo atakuja (Math. 24:27-31; Ufu. 19:11-21), kuhukumu ulimwengu (Eze. 20:33-38; Math. 25:31; Yuda 1:14-15).
v. Shetani atafungwa kwa miaka elfu kama ilivyoonyeshwa katika Ufu. 20:13, na watakatifu wote wa Agano la Kale na watakatifu wa Dhiki watafufuliwa (Dan. 12:2; Ufu. 20:4).

vi. Kristo ataanza utawala wake wa miaka elfu ambapo atatawala kisiasa juu ya dunia kutoka mji wake mkuu Yerusalemu (Isaya 2:3).

vii. Utawala wa miaka elfu wa Kristo utakuwa utawala wa amani ambapo asili na wanyama watakaa kwa amani (Isaya 11:6-9).

viii. Mwisho wa enzi ya amani ya Kristo, Shetani atafunguliwa na ataanzisha uasi dhidi ya wenyeji wa dunia dhidi ya Mungu, lakini hatafanikiwa (Ufu. 20:7-9). Baada ya kisitizo hiki kikubwa, Shetani na waovu watatupwa kwenye ziwa la moto (Ufu. 20:10), wakati wenye haki wataendelea katika hali yao ya milele katika Mbingu Mpya na Dunia Mpya iliyorejeshwa (Ufu. 21:1).

ix. Mtazamo wa milenia kabla ya kipindi unapendelea tafsiri kali halisi.

x. Watetezi wa milenia kabla ya kipindi wanachukulia Kanisa na Israeli kama vitu viwili tofauti na vilivyo na mipango tofauti ya ukombozi.

xi. Kanisa linanyakuliwa kabla ya kipindi cha Dhiki cha miaka saba, ambapo Mpinga Kristo atatawala.

xii. Kristo atarejea mwishoni mwa Dhiki Kuu kuanza utawala wake wa miaka elfu.

xiii. Miongoni mwa watu ambao Kristo atatawala wakati wa Milenia ni waamini wanaozaliwa wakati wa kipindi cha Dhiki cha miaka saba pamoja na wainjilisti Wayahudi 144,000. Wataendelea kujaza dunia wakati wa Milenia.

xiv. Wale ambao walinyakuliwa au kufufuliwa wakati wa kipindi cha Dhiki watatawala pamoja na Kristo juu ya watu watakaoishi milenia. Watakuwa sehemu ya tabaka tawala.

xv. Watetezi wa milenia kabla ya kipindi wana kiwango cha juu cha kutafsiri matukio ya sasa yanayohusiana na unabii wa nyakati za mwisho.

xvi. Milenia itaona kuanzishwa tena kwa ibada ya hekalu na dhabihu inayofanana na dhabihu ya Kristo.

xvii. Watetezi hawa wanashikilia dhana ya Kunyakuliwa kwa Siri ambapo Kristo anatoa Kanisa kutoka duniani.

xviii. Sawa na kabla milenia ya kihistoria, watetezi wa milenia kabla ya kipindi wanadai kwamba Shetani amekuwa akifanya kazi kwa bidii kudhoofisha watu wa Mungu pamoja na kupigana na Kanisa.[7]

Baada ya Milenia

Kama Michelle Reyes anavyoeleza, "Mtazamo wa baada ya milenia unazingatia ushindi wa kimaendeleo na ushawishi mkubwa wa Ukristo. Unadai kuwa kwa sasa tunaishi katika "milenia" na kwamba wakati wa kipindi kirefu sana hiki, waamini Wakristo wameamriwa kueneza ufalme wa Mungu ulimwenguni kupitia kuhubiri Injili na kazi ya kuokoa ya Roho Mtakatifu katika mioyo ya watu binafsi. Watetezi wa mtazamo huu wanashikilia kuwa, watu wengi zaidi wanapookolewa, milenia itakuwa enzi inayozidi kuwa na mafanikio ya kiroho na maendeleo ya kijamii, kiuchumi, kisiasa na kitamaduni. Hatimaye, dunia itafurahia hali ya haki na amani ambayo haijawahi kushuhudiwa. Ni baada tu ya mwisho wa kipindi hiki ambapo Kristo atarejea."[8]

Kanuni za msingi za baada ya milenia kama Michelle Reyes anavyoeleza ni kwamba:

i. Watetezi wa baada ya milenia hawaamini kuwa ufalme wa Mungu utawasili mara moja na mwishoni mwa enzi, (katika tukio kama vile kurudi mara ya pili). Kulingana na watetezi hawa, Kristo atarudi tu baada ya ufalme kufika katika ukamilifu wake. Kuwasili kwa Ufalme wa Mungu ni hatua kwa hatua, na kuletwa polepole, lakini kuendelezwa kwa kasi kwa Injili hadi hatimaye kila mtu duniani ageuzwa kuwa Mkristo.

ii. Mafanikio ya Injili yatapunguza ushawishi na uwepo wa dhambi. Haki, amani na mafanikio yataenea. Kwa ajili ya kupungua kwa uovu duniani, Kanisa litashinda sana katika kuhubiri Injili pamoja na kulea mataifa kupitia nguvu ya kimungu ya Roho Mtakatifu.

iii. Lengo kuu la mtazamo wa baada ya milenia ni kuufanya ulimwengu kuwa wa Kristo kwa upande mmoja na kuboresha maisha ya kiuchumi, kisiasa na kitamaduni ya binadamu kwa upande mwingine. Ufanisi huu wa Kanisa utakuwa wa kimwili, unaoonekana na kutambulika hadharani. Kulingana na mtazamo huu, kila uwanja wa shughuli za binadamu utafanywa upya kulingana na kanuni za Kikristo ambazo zitatumikishwa kwa utukufu wa Yesu Kristo.

iv. Mtazamo wa baada ya milenia unashikilia kwa dhati kuwa mataifa ya dunia yatakuwa wanafunzi wa Kristo, Kanisa litakua na linaongezeka kujaza dunia, na Ukristo utakuwa kanuni kuu badala ya ubaguzi kwa sheria.

v. Mtazamo huu katika kupunguza kwa kiasi kikubwa uovu na kupunguza imani kuu ya Kikristo "kuteseka pamoja na Kristo," ni dhaifu sana hasa tunapotazama uzoefu wa Mtume Paulo (Rum. 8:17-18).

vi. Mtazamo wa baada ya milenia unaweka utaratibu wa ratiba ya kalenda mwisho wa nyakati kama ifuatavyo: -

- Milenia
- Kurudi kwa Pili kwa Kristo
- Ufufuo wa jumla
- Hukumu ya jumla
- Kuanzishwa kwa Mbingu na Kuzimu[9]

i. Mtazamo huu unaamini kuwa milenia ni enzi (si miaka elfu halisi) ambayo Kristo atatawala juu ya dunia, si kutoka kiti cha enzi cha kimwili na cha duniani, bali kupitia kuongezeka polepole kwa Injili na nguvu yake ya kubadilisha maisha. Ni baada ya uenezaji Ukristo huu wa polepole duniani ambapo Kristo atarudi na kuingiza Kanisa katika hali ya milele baada ya kuwahukumu waovu.
ii. Mtazamo huu unaoegemea kwenye agano unapendelea historia tafsiri
iii. Unachukulia Kanisa kama ukamilisho wa Israeli.
iv. Unachukulia Ufalme wa Mungu kama chombo cha kiroho kinachohisiwa duniani kupitia athari za Kikristo za Injili.
v. Unachukulia Milenia kama Enzi ya Dhahabu kabla ya Kurudi kwa Pili kwa Kristo ambapo Kristo atatawala dunia nzima kupitia kuenea kwa kasi isiyo ya kawaida kwa Injili, ambapo sehemu kubwa ya idadi ya watu wa dunia watakuwa Wakristo.
vi. Mtazamo huu una kiwango cha juu cha kutafsiri matukio ya karne ya kwanza katika mwanga wa unabii; ukiamini kwamba zaidi ya nusu ya unabii huo ulitimizwa katika BK 70, wakati wa uharibifu wa Hekalu huko Yerusalemu.
vii. Kuna matoleo kadhaa ya mtazamo wa baada ya milenia. Toleo moja linalopata umaarufu zaidi ni la kitheonomisti. Walakini, kando na toleo la kitheonomisti, toleo lingine la eskatolojia ya baada ya milenia - "mjenzi" linaonekana kupata umaarufu zaidi ulimwenguni leo.[10]

Amilenia

Amilenia pia inajulikana kama Milenia-maboleo au Milenia iliyozinduliwa. Watetezi wa Amilenia wanaamini kuwa Ufalme wa Mungu uliwekwa wakati wa kufufuka kwa Kristo aliposhinda Shetani na laana. Wanaamini Kristo anatawala hata wakati huu katika mkono wa kulia wa Baba yake. Mtazamo huu unaendelea kuunga mkono wazo kwamba, baada ya enzi ya sasa kukamilika, Kristo atarudi na kuchukua Kanisa kuingia katika hali ya milele baada ya kuhukumu waovu. Amilenia inatazama Kanisa kama kutimizwa kwa eskatolojia ya Israeli. Kanuni yake kuu ni kukanusha utawala wa moja kwa moja wa Kristo duniani. Unashikilia kuwa Shetani amefungwa tangu Kristo alipotokea mara ya kwanza. Kulingana na mtazamo huu, enzi ya sasa kutoka kwa ujio wa kwanza na wa pili wa Kristo inachukuliwa kama kutimizwa kwa milenia.[11]

Watetezi wa amilenia wanaamini kwamba hakutakuwa na utawala wa milenia. Amilenia inachukulia ufalme wa Mungu uliotangazwa na Yesu Kristo na mitume wake kuwa sawa na ufalme wa milenia wa Ufunuo 20:4-6. Kulingana na mtazamo huu, ufalme wa Mungu ni ukweli wa leo hii ambapo Kristo anatawala kutoka mbinguni. Ufalme huu unakaliwa na wale wote waliojitolea maisha yao kwa Bwana Yesu.[12]

Kanuni kuu za amilenia ni kwamba:

i. Watetezi wa amilenia wanachukulia mambo ya mwisho - ambayo yanatarajiwa kutokea siku za usoni katika mwisho wa nyakati, kama yalivyoanzishwa wakati wa kufufuka kwa Kristo, na yanafaa kutumika tangu siku za mwanzo za Kanisa la Kikristo. (Mdo. 2:16-21; 1 Kor. 10:11; Ebr. 1:1-2; 1 Petro 1:20).
ii. Watetezi wa amilenia wanachukulia mambo ya mwisho kama tayari yametimizwa kwa imani, (2 Kor, 5:7)kwa sababu "hatuangalii mambo yale yanayoonekana, bali yale yasiyoonekana."[13]
iii. Mtazamo huu unatazama Ufunuo 20 ambao unazungumzia kufungwa kwa Shetani, utawala wa miaka elfu ya Kristo na kuachiliwa kwa Shetani kama ishara na sio hali halisi. Ilhali

matukio hayo ni halisi.[14]

iv. Waamilenia hawana Mpinga Kristo maalum. Walakini, kunaweza kuwa na mtu wa dhambi ambaye angefaa kwa aina fulani ya Mpinga Kristo.[15]

v. Mtazamo huu unaamini kwamba ushawishi wa Shetani umepunguzwa kwa sababu amefungwa na Kristo na kwamba Shetani hatoi shinikizo kwa sasa juu ya ulimwengu.

vi. Hauoni tofauti kati ya Israeli na Kanisa. Kanisa ni Israeli ya kiroho kwa sababu Kristo ndiye Israeli halisi.[16]

vii. Mtazamo wa amilenia unapendelea tafsiri ya historia ukombozi.

viii. Kuhusu Unyakuo, watakatifu, walio hai na wafu, watakutana na Bwana mawinguni na mara moja wataendelea kuhukumu mataifa pamoja na Kristo na kisha kumfuata katika hali yao ya milele.

ix. Mtazamo huu unaamini Milenia iliwekwa wakati wa kufufuka kwa Kristo.

x. Mtazamo wa amilenia una kiwango cha juu cha kutafsiri unabii kulingana na kuja kwa Kristo, kifo, kufufuka na kutukuzwa kwake.

xi. Mtazamo huu unategemea sana "theolojia ya enzi mbili."[17]

Utawala wa Milenia wa Kristo

Mwanzo wa Utawala wa Milenia

Wakati Kristo anatokea angani katika Kurudi Kwake mara ya Pili akifuatana na majeshi ya mbinguni, Atakuwa akiketi juu ya farasi mweupe na kuvaa taji nyingi kichwani. Atakuja kama mshindi tayari kwa vita. Atakuwa akijibu kilio cha watu wake wa Israeli ambao watakuwa karibu kuangamizwa kutokana na ghadhabu ya Har-Magedoni. Atakuwa kwenye misheni ya uokoaji. Majeshi ya dunia yanayoongozwa na Mpinga Kristo yatathubutu Kristo na jeshi lake la mbinguni.

Jambo la kwanza Kristo atakalofanya ni kumshika Mpinga Kristo na Nabii wa Uongo na kuwatupa katika ziwa la moto wakiwa hai. Kristo atakabiliana na majeshi ya dunia baadaye. Kutoka kinywani mwake utatoka upanga utakaopiga adui zake. Mwili wa maadui utayeyuka huku wakiwa wanashikilia miguu yao, na macho yao yatalika katika matundu yao, na ndimi zao zitayeyuka mdomoni mwao (Zekaria 14:12). Malaika ataita ndege wa angani waje kula milima ya miili ya maiti hizi.

Kulingana na Watson Goodman, vita hivi vya Har-Magedoni vitachukua muda mfupi kabisa. Theluthi moja ya Israeli itaokolewa. Walakini, vita hivyo vitaacha uharibifu mkubwa na hasara kubwa sana katika kambi ya adui. Mwisho wa vita utasababisha Shetani kufungwa kwa miaka 1000 katika shimo lisilo na mwisho. Vita hivi vitakuwa vimefikisha mwisho kazi ya Mpinga Kristo, Nabii wa Uongo na wafuasi wao.[18]

Kristo anaporudi, miguu yake itasimama juu ya Mlima wa Mizeituni (Zekaria 14:4; Ufunuo 19:14). Yesu alipaa mbinguni kutoka mahali papo hapo. Miguu yake ikigusa ardhi, bonde kubwa litatengenezwa kaskazini na kusini. Hii itabadilisha sana madhari ya kijiografia ya eneo hilo.[19]

Kuanzia wakati Kristo atakaporudi na kuanza utawala wake wa milenia, kutakuwa na mapumziko ya muda wa siku 75. Baadhi ya wasomi wa Biblia wanaamini kuwa hukumu ya mataifa itafanyika punde tu baada ya kurudi kwa pili kwa Yesu Kristo duniani. Kwa hivyo, kuna uwezekano mkubwa kwamba hukumu hii itafanyika ndani ya siku 30 za kwanza baada ya kurudi kwake (Danieli 12:11-12; Mathayo 25:31-34). Katika Danieli 12:12, kuna siku nyingine 45 zaidi ambapo Kristo atajiandaa kuanzisha serikali ya ufalme. Kwa hivyo, utawala wa milenia wa Kristo utaanza siku ya

1335 tangu wakati dhabihu ya kawaida itakapofutwa na machukizo ya ukiwa yameanzishwa.[20]

Wasomi wengine wa Biblia wanatazama siku hizi 45 za mwisho, "kama wakati unaowezekana zaidi wa vita vya Har-Magedoni kupiganwa ambapo Kristo anatoka **Bozra** kwenda **Megido.** Ndio maana waokovu waliofikia siku ya 1335 wanaheshimiwa kwani majanga yote yamekwisha, na wanaweza kuungana pamoja na Israeli na mataifa yote kufurahia raha na furaha kuanzia na **Ufalme wa Milenia.**"[21] Maoni yamegawanyika sana hapa. Wakati baadhi ya wasomi wanatazama dhana ya siku 1335 kutoka kwa mtazamo wa siku za baadaye, hivyo, bado haijatokea, wengine wanatazama kutoka kwa mtazamo wa kihistoria, kumaanisha kwamba unabii tayari umetimizwa.

Baada ya Yesu kuharibu maadui zake katika vita vya Har-Magedoni, kazi yake ya kwanza itakuwa ni kuhukumu mataifa. Lengo la hukumu hii ni kutenganisha kondoo na mbuzi. Waumini wa Mataifa wanaotazamwa kama kondoo watakuwa sehemu ya watu wa kuingia katika enzi ya milenia katika miili yao ya kidunia. Watu wengine watakuwa Wayahudi waumini (theluthi moja ya mabaki yaliyookolewa katika vita vya Har-Magedoni) ambao pia, watatia mguu katika ufalme wa milenia na miili yao ya kidunia.[22]

Masihi ataanza utawala wake kwa kuhukumu na kusafisha uovu kutoka kwa ufalme wake. Masihi atatawala juu ya mataifa ya dunia kutoka kwenye Mlima wa Sayuni huko Yerusalemu ambapo Atajiwekea kiti chake cha enzi (Zaburi 2:6, 9). Masihi atajenga upya Yerusalemu kwenye ardhi iliyobadilishwa, baada ya dhiki kuu. Kulingana na nabii Isaya na Mika, mlipuko wenye nguvu za kitektoniki utainua ardhi ili kuunda mwinuko unaoenea maili 50 mraba (Isaya 2:2-4; Mika 4:1-2). Sehemu ya kaskazini ya mwinuko huu itakuwa mji wa kidunia wa Yerusalemu, ukitanda eneo la maili

10 mraba ambazo zitahifadhi kiti cha serikali ya kimesihi, pamoja na hekalu la milenia.[23]

Kama Mfalme wa Amani, utawala wa Kristo utakuwa wa amani. Ingawa Israeli walikuwa wamemkataa Kristo kama Masihi alipokuja kwanza kuanzisha ufalme wake juu yao, wakati huu watamkumbatia kama Masihi. Israeli itaongoza mataifa mengine yote ya ulimwengu katika kumwabudu Masihi katika Hekalu la Milenia (ezek. 40-48). Masihi atatawala kama mfalme na kuhani katika agizo la Melkizedeki (Zaburi 110)[24]

Dunia Iliyobadilika

Katika sura ya kwanza ya Mwanzo, tunamwona Mungu akimweka mtu katika bustani ya Edeni yenye kuvutia na yenye uzalishaji. Mungu alimtosheleza Adamu katika Bustani. Kila kitu kilikuwa kinaenda sawa, hadi nyoka alipoingia katika eneo hilo. Baada ya Binadamu kuanguka katika udanganyifu wa nyoka, athari ya matokeo haya ilikuwa mbaya sana. Adamu, Hawa na ardhi walilaaniwa. Kifo kikaingia na umri wa mwanadamu ukapunguzwa. Bustani yenye uzalishaji iligeuka kuwa na miiba na michongoma (Mwanzo 3). Katika enzi ya milenia ya Kristo, laana hii itaondolewa. Marekebisho ya Bustani ya Edeni ya awali yataonekana kama ifuatavyo:

1. Umri wa mwanadamu ulipungua hadi miaka 70, na miaka 80 wakati mwingine (Zaburi 90:10). Wakati wa milenia, watu wataishi kwa muda mrefu zaidi, lakini kifo bado kitatokea. Kama siku za Methuselah, watu watapata kuishi miaka mingi. Mtoto atakufa akiwa na miaka mia (Isaya 65:20).
2. Hali ya jangwa na ukosefu wa maji unaoshuhudiwa leo Mashariki ya Kati utabadilishwa. "Mito ya maji ya uzima itatiririka kutoka chini ya patakatifu la Hekalu la Milenia, ikileta uzima kwa maeneo yanayowanywesha."[25]

3. Wanyama ambao sasa ni maadui wa asili watakuwa marafiki wa karibu. Mbwa mwitu atakaa na mwana-kondoo, na chui atalala na mwana-mbuzi, na ndama na simba mdogo watapumzika pamoja, na simba atakula majani kama ng'ombe. Mtoto anayenyonya atacheza penye tundu la fira, na mtoto aliyeachishwa kunyonya ataweka mkono wake kwenye pango la fira (Isaya 11:6-9) - KJV.
4. "Mbingu na Dunia zitafanywa upya, na kurudisha hali kama ya Edeni, na kurekebisha uharibifu kutoka katika utawala mrefu wa mwanadamu wa dhuluma na hukumu ya kipindi cha Dhiki.[26]

Utawala wa Masihi

Utawala wa Milenia utakuwa utawala wa haki (Isaya 32:1, 11:4). Utawala wa mwanadamu katika historia yote umetawaliwa na kashfa, ufisadi, ukatili, ukosefu wa haki na udikteta. Masihi ataonyesha kupitia utawala wake wa amani na haki, jinsi serikali za kibinadamu zilivyopaswa kutawala. Atatoa mfano wa utawala bora.

Utawala wa Masihi utadumu miaka elfu moja. Mwisho wa kipindi hiki, Shetani ambaye alikuwa amefungwa kwa miaka elfu moja atakuwa huru kuongoza uasi katikati ya idadi ya watu wa milenia waliozaliwa kwa waumini wa Dhiki ambao waliingia katika ufalme wa milenia kwa miili yao ya asili.[27] Hii itakuwa mara ya mwisho kwa Shetani kutekeleza udanganyifu juu ya jamii ya wanadamu.

George Lyons anasema kwamba "kipande cha maandiko katika Ufunuo 20:7-10 ni vigumu kukilinganisha na tafsiri halisi ya kitabu hicho. Mtu anajiuliza, ikiwa watu wote wasioamini waliangamizwa katika Ufunuo 19 katika vita vya Har-Magedoni, Shetani anawadanganya nani? Ikiwa Milenia ni enzi ya baadaye baada ya Kurudi mara ya Pili kwa Kristo, je, hawa waumini bado wako hatarini ya kudanganyika? Isipokuwa ikidhaniwa kwamba wasioamini wanafufuliwa kutoka kwa wafu baada ya Milenia ili kudanganywa na Shetani, kuendeleza uasi ambao uliwaongoza kufa katika Ufunuo 20:5-6, kufa na kufufuka tena katika Ufunuo 20:5-13, kisha kukabili "kifo cha pili" katika Ufunuo 20:14! Au je, mataifa haya yaliyodanganywa yanaweza kuwa nguvu za pepo? Ingawa kifungu hiki kinachanganya, jambo moja ni wazi, Yohana anathibitisha kwamba uovu ni wenye kuzuia binadamu bila kujali onyo la hukumu katika historia yote."[28]

Kifungu hiki kinaweza pia kuonekana kwa mwanga tofauti. Ingawa idadi ya watu wa milenia inajumuisha waumini, wataingia kipindi cha milenia katika miili yao ya asili. Ni hali hii ya kuwa katika mwilini ndiyo Shetani atatumia. Asili ya mwilini inaonekana wazi hapa. Inaajabisha kwamba licha ya utawala wa amani na haki wa Kristo kwa miaka elfu moja, asili ya dhambi ya mwanadamu bado itakuwa hai na kuwa katika hatari ya kushawishiwa na mbinu za Shetani. Hata hivyo, uasi wa Shetani dhidi ya Mungu hatimaye utashindwa. Baada ya uasi huu, Shetani atatupwa milele katika ziwa la moto. Hatma yake itakuwa imefungwa milele. Hatapata tena nafasi ya kudanganya mwanadamu.

Hekalu la Milenia

Hekalu la Kwanza lilijengwa na Mfalme Suleimani, mwana wa Daudi. Ingawa Daudi alitamani kujenga Hekalu kwa Mungu, Mungu alikataa na kumpa jukumu hilo Suleimani. Israeli ilizama katika ibada ya sanamu, dhambi ambayo ilisababisha utukufu wa Mungu kuondoka katika Hekalu (Ezekieli 8-11). Hatimaye, Hekalu lilivunjwa na Wababeli mnamo mwaka wa 586 KK.

Zerubbabel alijenga Hekalu la Pili. Hii ilikuwa baada ya Wayahudi kurudi kutoka uhamishoni Babeli. Ingawa mradi huo ulikamilishwa na Zerubbabel, muundo wa awali wa Hekalu la Pili, kabla ya kufanyiwa ukarabati na Hasmonaeans, na baadaye kwa kiasi kikubwa zaidi na Herode, ulijengwa kwa amri ya Koreshi wa Pili

Mkuu, Mfalme wa Uajemi.[29] Hekalu lilijengwa katika eneo lilelile ambapo la kwanza lilikuwa.

Wayahudi waliongoza uasi na kuchukua udhibiti wa Yerusalemu mnamo 66 BK. Hatua hii ilianzisha vita vya kwanza vya Waroma na Wayahudi. Ingawa Wayahudi walidumisha uasi kwa miaka minne, Warumi hatimaye waliwashinda. Mnamo 70 BK, Warumi waliiteka Yerusalemu na kuharibu kabisa Hekalu hilo la Pili. Sehemu ndogo tu ya ukuta wa Magharibi ilibaki. Hadi leo, Ukuta wa Magharibi unabaki kuwa mahali patakatifu kwa Wayahudi.[30]

Yesu alitabiri uharibifu wa Hekalu la Pili huko Yerusalemu. Katika Marko 13:2, Biblia inarekodi:

> *Na Yesu akamjibu akamwambia, wewe waona miamba hii mikubwa? Hapana itaachwa jiwe moja juu ya jiwe lingine ambalo halitabomoka.*

Hekalu la tatu litajengwa katika siku za usoni ambapo hekalu mbili za awali zilisimama. Ujenzi wa Hekalu la Tatu ni muhimu sana kulingana na kalenda ya mwisho wa nyakati. Mpinga Kristo atatia sahihi makubaliano ya amani ya miaka 7 na Israeli. Kisha atavunja makubaliano hayo katikati na kusimama katika ardhi takatifu. Haya ni machukizo ya uharibifu yaliyotabiriwa na Nabii Danieli na kusisitizwa na Yesu katika Mathayo 24:15. Hii itachochea Dhiki Kuu ambayo itafuatwa na Kurudi kwa Kristo mara ya Pili.

Hekalu la Tatu litaharibiwa wakati wa Kurudi kwa Kristo mara ya Pili. Tetemeko kubwa la ardhi litagawanya ardhi chini ya Yerusalemu. Aidha, milima na visiwa vitahamishwa.[31] Hekalu la Tatu litakuwa limechafuliwa, kufuatia mtu wa dhambi kusimama katika ardhi takatifu. Kwa hivyo, lazima liharibiwe ili kupisha utawala "wenye haki" wa Kristo. Mahekalu ya kwanza mawili yaliharibiwa kwa mikono ya binadamu. Hekalu hili la Tatu litaharibiwa kwa mkono wa Mungu.

Hekalu la Nne litajengwa huko Yerusalemu katika Enzi ya Milenia ya Kristo. Ezekiel alitabiri ujenzi wa Hekalu hili la nne. Katika Ezekiel 37:26, 28 tunasoma:

" na nitaweka na kusimamisha patakatifu pangu katikati yao milele".

Baadhi ya Wasomi wa Biblia wanasema kwamba "Ezekieli anaweza kuwa hakuwa akirejelea jengo halisi, bali la mfano. Walakini, ikizingatiwa kwamba Hekalu la Suleimani halikuwa la mfano bali halisi, vivyo hivyo inaweza kuwa kuhusu Hekalu hili la Milenia. Mfumo wa dhabihu kama ule wa Agano la Kale utaanzishwa tena. Dhabihu hizo zitakuwa za ukumbusho. Sherehe ya dhabihu katika Hekalu la Milenia itakumbusha Waisraeli juu ya kazi ya Kristo msalabani, wakati Ufalme unaporudishwa kwa Israeli," Fred Hartman anasema.[32]

Hekalu hili la Nne (Hekalu la Milenia) litakuwa kubwa kuliko mahekalu yaliyotangulia. Itakuwa mahali patakatifu sana kwa Bwana ambapo baraka za Bwana zitajitokeza kutoka kwa jengo hili. Malango matatu yataongoza kwenye ua wa nje. Hata hivyo, lango la ukuta wa magharibi halitakuwapo. Ukizingatia kwamba Ezekiel alitumia zaidi ya theluthi moja ya maandishi yake kuelezea Hekalu la Milenia, maelezo ya taratibu za ibada yake na uendeshaji wa makuhani,[33] inaonyesha jinsi hekalu hili lilivyo muhimu kwa Ufalme wa Milenia.

SURA YA 25
HUKUMU MBALIMBALI

Katika kipindi chote cha mwisho wa nyakati, kuna hukumu kadhaa zilizoelezwa katika Maandiko Matakatifu. Dave Breese anafafanua hukumu hizi kama ifuatavyo:

1. Dhambi za waamini msalabani
2. Waamini kujihukumu
3. Kazi za waamini
4. Hukumu ya mataifa
5. Hukumu ya Israeli
6. Hukumu ya malaika
7. Hukumu ya waovu[1]

Bruce Scott anaongeza "Kiti cha Hukumu cha Kristo" katika orodha ya hukumu.[2] "Kiti cha Hukumu cha Kristo" tayari kimejadiliwa katika kitabu hiki - tazama sura ya 14, chini ya - Kanisa baada ya Kunyakuliwa. Katika ufafanuzi huu wa kieskatolojia, tutajadili: Hukumu ya Israeli, hukumu ya malaika, hukumu ya mataifa na hukumu ya waovu - pia inayojulikana kama "Hukumu Kuu ya Kiti Cheupe Cha Enzi".

Hukumu ya Malaika

The Complete Christian Dictionary inaelezea malaika kama kiumbe wa kiroho na wa kimiujiza ambaye daima anamwabudu na kumtumikia Mungu mbinguni na ambaye hutumwa ulimwenguni mara kwa mara kama mjumbe wake kuwajulisha watu wa Mungu na kuwakabili na kuwahudumia.[3] Kutokana na ufafanuzi huu, neno malaika linatazamwa kutoka upande mzuri. Hata hivyo, neno malaika limekuwa likitumiwa kwa kiasi kikubwa kuwahusu malaika wema na wabaya. Nabii Henoko anatumia neno "waangalizi" kurejelea malaika, ambapo "malaika" kutoka kwa mtazamo wa Henoko linajumuisha makundi yote mawili.

Ili kuelewa hali hizi mbili kinzani, yaani '-ema' na '-baya', tunahitaji kufuatilia asili ya malaika. Dhana ya malaika ni ngumu. Kuna imani thabiti kwamba malaika ni jamii ya juu ya viumbe wa kiroho walioumbwa kutekeleza mapenzi ya Mungu. Picha katika akili za watu ni kwamba malaika wana mabawa na wanaruka juu ya mawingu.[4] Taswira hii inaonyesha viumbe ambavyo havifi; viumbe wa kiroho ambao wanaweza kuvunja kizuizi chochote halisi.

Maswali yanayoulizwa mara kwa mara ni: Malaika walitoka wapi? Je, waliumbwa? Maandiko yanajibu maswali haya vizuri na waziwazi. Katika Ayubu 38:7, tunajulishwa kwamba Mungu aliwaumba malaika hata kabla hajaumba ulimwengu. Walikuwepo muda mrefu kabla ya mwanadamu kuumbwa. Kifungu hicho kutoka kwa Ayubu kinatatua suala hilo wazi kabisa kuhusu uumbaji wa malaika.

Mungu aliwaumba malaika kwa madhumuni maalum. Mojawapo ya madhumuni hayo ilikuwa wawe wajumbe wa Mungu. Kazi hii inaeleweka vizuri kutokana na mifano mingi tunayoiona katika maandiko. Wakati Yohana Mbatizaji alipozaliwa, Malaika Gabrieli alimtembelea Zakaria na Elisabeti kabla ya kuzaliwa kwa Yohana kuwasilisha ujumbe wa kuzaliwa kwake (Luka Mlango wa 1). Wakati Yesu alikuwa karibu kuzaliwa, Mungu alimtuma Malaika Gabrieli kumwambia Maria kwamba angepata mimba na kuzaa mwana, ambaye angeitwa Yesu (Luka 1:26-28). Kuna mifano mingi mingine katika maandiko ambapo malaika walitumwa na Mungu kama wajumbe kufikisha habari.

Mbali na jukumu la wajumbe wa Mungu, malaika pia wana jukumu la mashujaa watakatifu, wakiangalia historia ikifunuliwa, kusifu na kuabudu, pamoja na kuwa malaika wa ulinzi - kulinda na kuongoza watu kwa niaba ya Mungu. Katika Biblia, malaika wameleta ujumbe, wametoa ulinzi na kupigana vita vya Mungu kwa niaba ya watu wake.[5]

Tangu mwanzo, tunaweza kuona kwamba Mungu aliwaumba malaika kama watumishi watiifu na watakatifu. Walakini, baadaye tunaona makundi mawili ya malaika yakiwepo; malaika watakatifu na waovu. Vipi mgawanyiko huu uliotokea? Ni muhimu kutambua kwamba Shetani - baba wa malaika waovu alikuwa sehemu ya timu takatifu. Mungu hakuumba malaika waovu. Aliumba tu malaika watakatifu ambapo Shetani wakati huo, alikuwa miongoni mwao. Hata hivyo, kati ya Mwanzo 1 na 3, uasi ulitokea katika ulimwengu wa malaika, ambapo baadhi ya malaika waligeukia Mungu na kuwa waovu. Uasi huu uliongozwa na Shetani (Ezek. 28:12-17).

Kutoka kwenye kifungu hicho cha Ezekieli, tunamwona Lusifa, ambayo maana yake ni, "nyota ya asubuhi" akielezewa kama kiumbe aliye na cheo kikubwa katika jeshi la malaika. Alikuwa mrembo, mwenye hekima kubwa, na alipewa nguvu kubwa na ushawishi, hivyo, anaitwa "kerubi mlinzi". Zaidi, anaelezwa kama kiumbe ambaye Mungu alimweka rasmi. Alikuwa hana lawama tangu alipoumbwa, hadi wakati uovu ulipompata.

Kutoka kwenye maelezo haya, tunamuona Shetani (Lusifa) akiwa sehemu ya timu ya mbinguni na kuelezwa kuwa mtakatifu na asiye na hatia. Halafu baada ya wakati fulani, kiburi kikamwingia na Lusifa akashawishika kushindana na Mungu. Aliandaa mapinduzi ili kuchukua nafasi ya Mungu. Ilikuwa ni uasi wa mbinguni. Ajabu ni kuwa, alifanikiwa kushawishi sehemu kubwa ya malaika kujiunga naye.

Baada ya uasi huu, Lusifa na malaika wake waasi walitupwa chini kutoka mbinguni. Katika Isaya 14:12-14 na Ezekiel 28:12-17, tunaona jinsi Shetani alivyopanga njama ya kufanya mapinduzi na kuchukua nafasi ya Mungu. Ni tukio hili lililopelekea Shetani kutupwa chini pamoja na malaika waovu waasi. Kutupwa huku lazima ilikuwa baada ya siku ya sita ya uumbaji katika Mwanzo Sura ya 1. Ndiyo sababu Shetani alipata nafasi nzuri katika Bustani ya Edeni katika Sura ya 3 kuidanganya familia ya kwanza. Kama Ron Rhodes anavyoeleza, "kutokana na dhambi hii mbaya ya uasi dhidi ya Mungu, Lusifa alifukuzwa kutoka mbinguni (Isaya 14:12). Akawa fisadi, na jina lake likabadilika kutoka Lusifa ("nyota ya asubuhi") hadi Shetani ("adui")."[6] Kutokana na maelezo hayo, tumeweza kufuatilia asili ya malaika wa kiroho kutoka hali takatifu hadi ovu iliyotokana na uasi.

Mwanzo 6:1-2; 1 Petro 3:18-20; 2 Petro 2:4-7; Yuda 6-7 inatupa kumbukumbu ya malaika waliotenda dhambi na kufungwa kwenye gereza linaloitwa kuzimu. Kulingana na Yuda 6-7, malaika hawa waovu hawakukaa katika eneo lao wenyewe. Waliliacha na kwenda chini na kutenda dhambi ya kingono na binti za wanadamu. Matokeo ya muungano huu ilikuwa ni kuzaliwa kwa kizazi cha majitu. Ni dhambi hii ya upotovu ya malaika walioanguka, ambayo iliwaelekeza kufungwa katika kuzimu - sehemu ya jehanamu, ambapo wanashikiliwa hadi siku yao ya hukumu (tazama mjadala kuhusu "siri ya Antarctica na malaika walioanguka katika Sura ya 21 chini ya: "Suala kuhusu Henoko" katika kitabu hiki).

Faith Equip inatoa muhtasari mzuri wa hukumu ya mwisho ya Shetani na malaika waovu. Inaelezea, "Katikati ya Kipindi cha Dhiki, Mikaeli na malaika watakatifu watapigana vita dhidi ya Shetani na malaika wake walioanguka (Ufu. 12:7-8). Shetani na malaika wake walioanguka watatupwa nje ya mbingu ya angahewa hadi Duniani. Shetani hataweza tena kuingia mbinguni. Pia hatakuwa na uwezo wa kushtaki ndugu tena (Ufu. 12:9-10). Mwishoni mwa Dhiki Kuu, Shetani atatupwa shimoni na kufungiwa kwa miaka elfu (Ufu. 20:1-3). Mwishoni mwa milenia, atatolewa ili kuwadanganya mataifa, akiongoza uasi wa mwisho dhidi ya Mungu (Ufu. 20:7-8). Lakini uasi huu utashindwa kwa moto kutoka kwa Mungu na kuwateketeza. Hukumu ya mwisho ya Shetani itafuata: Atatupwa kwenye ziwa la moto na kiberiti (Ufu. 20:19a; Math. 25:41) ambayo itakuwa hatima yake ya mwisho. Shetani na malaika wake walioanguka hatimaye watahukumiwa katika uwanja wa malaika, muda mfupi kabla ya "Hukumu ya Kiti Kikuu Cheupe Cha Enzi " kutokea."[7] Cha ajabu ni kuwa, Bibi ya Kristo, ambaye ni Kanisa (waamini waliobatizwa upya), watahukumu malaika. Malaika watasimama mbele ya watakatifu wa Mungu. Hii inatuonyesha juu ya nafasi yetu iliyoinuliwa ya ubinadamu uliokombolewa milele.[8]

Hukumu ya Israeli

Israeli imekuwa chini ya adhabu ya Mungu kwa miaka mingi kutokana na ukaidi na uasi wake kupitia dhambi ya ibada ya sanamu. Wamepata mateso chini ya Wamisri, Wababiloni, Wasiria, Warumi, Warusi, na Wanazi, kati ya wengine. Hata hivyo, kuna hukumu kali inayosubiri Israeli, muda mfupi kabla ya Kristo kurudi. Hukumu hii ndiyo inayojulikana kama "wakati wa taabu yake Yakobo."

Hukumu hii ya baadaye juu ya Israeli itakuwa kali zaidi katika historia yake. Hivi ndivyo Nabii Daniel anavyoielezea.

> *Na wakati huo Mikaeli, mkuu malaika, atakuwa amesimama juu ya watu wako; kutakuwa na wakati wa shida, ambao haukuwahi kuwepo tangu taifa lilipokuwa. . .*

Katika Mathayo 24:21-22, Yesu alinukuu maneno ya Nabii Daniel. Alisema:

> *Kwa maana kutakuwa na dhiki kuu, ambayo haijawahi kuonekana tangu mwanzo wa ulimwengu hata sasa, wala haitakuwa tena.*

Baadhi ya wataalamu wa Biblia wanadai kwamba kifungu hiki katika Mathayo kinahusu Kanisa, wakati wengine wanaamini kwamba linakusudiwa Israeli.

Nabii Yeremia pia alitabiri juu ya shida hii itakayowakabili Wayahudi. Katika Yeremia 30:7, aliandika:

> *Ole! Siku hiyo ni kubwa hivyo hakuna kama yake; ni wakati wa dhiki kwa Yakobo; lakini atakuwa ameokolewa kutoka kwake.*

Shida za Yakobo zinahusu taabu ambazo Wayahudi watazipitia wakati wa Kipindi cha Dhiki.[9] Mpinga Kristo atatia Saini mapatano ya amani ya miaka saba na Israeli. Hata hivyo, katikati ya mkataba, atavunja mapatano hayo. Amani ambayo Israeli itakuwa imefurahia na Mpinga Kristo kwa miaka 3 ½ itafikia mwisho. Mpinga Kristo atageuka dhidi ya Israeli kwa ukatili usioelezeka kwa miezi 42. Mpinga Kristo ataendeleza ukatili huo dhidi ya Israeli kwa lengo la kuiangamiza kutoka uso wa Dunia.

Lengo la Israeli kupitia hali hii mgumu ni kuvunja kiburi chake na kumnyenyekeza. Kupitia adhabu hii kali, Israeli itarejeshwa kwenye zizi la Mungu. Hata hivyo, mchakato huu utakuwa wa maumivu makali sana. Hata hivyo, kuna ahadi kubwa licha ya kuadhibiwa. Mungu atawaokoa Waisraeli. Sababu ya Mungu kuadhibu Israeli ni kwa sababu ya kazi ambayo itakuwa mbele yake wakati Masihi atakapokuja kutawala wakati wa Milenia. Israeli itatarajiwa kuyaongoza mataifa ya ulimwengu katika kuabudu Masihi katika Hekalu la Milenia huko Yerusalemu.

Hukumu ya Mataifa

Baadhi ya wasomi wanaamini kuwa hukumu ya mataifa itatokea kabla ya Utawala wa Milenia wa Kristo. Wengine wanadai kwamba itatokea kwenye "Kiti Cheupe Kikubwa". Wakati wa hukumu hii hutegemea mtazamo wa mtu kuhusu Kipindi cha Milenia. Wale wanaoshikilia kuwa hukumu hii itatokea kabla ya Utawala wa Milenia wa Kristo wanadai kwamba, mara tu Kristo atakaporudi, Atakusanya mataifa yote, Watu wa Mataifa watakaokuwa wamepita kipindi cha Dhiki. Ni hukumu hii itakayoamua ni nani kati ya Watu wa Mataifa watakaoingia katika Ufalme wa Milenia (Yoeli 3, Mathayo 25). Hukumu hii itatokea baada ya kukusanywa kwa Israeli kwenye nchi yao ya asili (Ezek. 34:13; Zekaria 10:10).

Ni mahali pepi hukumu hii inaweza kuwa? Mahali pa hukumu hii itakuwa katika bonde la Yehoshafati kama nabii Yoeli anavyoelezea katika Yoeli 3:2. Swali kuu wanalozua wakosoaji ni jinsi bonde kama hilo linavyoweza kumudu mabilioni ya watu wanaoishi duniani wakati huo? Watu hawa wenye kutilia shaka hufasiri hukumu hiyo kwa njia ya mfano kuichukulia hukumu hii kwa mfano. Nabii Yoeli anasema kwamba Mungu atakusanya mataifa yote na kuyaleta chini kwenye Bonde la Yehoshafati kwa hukumu (Yoeli 3:2).

Kusudi la hukumu hii litakuwa nini? Yesu alipozungumzia juu ya hukumu hii, alirejelea makundi mawili ya watu: Kondoo na mbuzi (Mathayo 25:31-46). Hukumu hii itajumuisha waamini na wasioamini kutoka mataifa yote duniani. Tofauti kati ya hukumu hii na Hukumu Kuu ya Kiti Cheupe cha Enzi ni kwamba Hukumu Kuu ya Kiti Cheupe ni kwa ajili ya wafu waovu, wakati hukumu ya mataifa inahusisha walio hai (waamini na wasioamini).

Yesu atakuwa mwendesha mashtaka, hakimu na muamuzi. Yesu hujua yote na anaelewa matendo na nia za kila mtu. Ataweza kufunua ukweli wa kila mtu. Atafunua uamuzi wake baada ya kutenganisha makundi haya mawili (kondoo na mbuzi). Kama William Krewson anavyosema, "uamuzi utaamuliwa kulingana na jinsi walivyowatendea watu wa Kiyahudi wakati wa Dhiki. Yesu aliposema, "Kwa kadiri mlivyomtendea mmoja wao, mlinitendea mimi" (Mathayo 25:40), na kuwaita "ndugu zangu", anamaanisha watu wake wateule. Wakati Sauli wa Tarso alipoitwa na Yesu, Yesu alimuuliza kwa nini alimtesa.Yeye, ingawa ni Kanisa ndilo lilikuwa linateswa.[10] Kanisa lilikuwa ndugu na waliochaguliwa wa Kristo katika siku za Sauli, na Israeli itakuwa ndugu za Kristo wakati wa hukumu ya mataifa.

Jinsi Mataifa watavyowatendea Israeli na Wayahudi wakati wa Dhiki itakuwa muhimu sana. Ni muhimu kutambua kwamba wakati wa Kipindi cha Dhiki, Chuki dhidi ya Wayahudi itafika kileleni. Wayahudi watachukiwa na ulimwengu kama vile waamini Wakristo watakavyochukiwa sana.

Uamuzi wa hukumu hii utakuwaje? Yesu Kristo atatoa uamuzi kulingana na jinsi mtu binafsi alivyowatendea watu wake. Wale ambao watakuwa wamewafanyia mema na kuwajali ndugu wa Kristo, watatengwa upande wake wa kulia na kuitwa "kondoo". "Kizazi hiki cha kwanza cha watu wa Mataifa kitajiunga na Wayahudi waamini na kuanza kuijaza Dunia na watoto. Wale ambao waliwakosea ndugu wa Kristo watawekwa upande wake wa kushoto na kuitwa "mbuzi". Mbuzi hao watahukumiwa kwa adhabu ile ile iliyowekwa kwa Shetani na mapepo yake."[11]

Hukumu Kuu ya Kiti Cheupe cha Enzi

"Hukumu Kuuya ya Kiti Cheupe cha Enzi" pia inajulikana kama "hukumu ya waovu". "Hukumu Kuu ya Kiti Cheupe cha Enzi" ni tukio ambapo watu wote katika historia ya wanadamu ambao hawakumkiri Yesu Kristo kama Bwana na Mwokozi, wanatokea mbele ya Kristo ili kuhukumiwa. Hakuna mtu, ambaye amewahi kuishi na hakumkubali Yesu kama Bwana na Mwokozi wakati wa kifo chake, atakayekwepa hukumu hii (Ufunuo 20:12-13). Hii itakuwa hukumu ya mwisho katika mfululizo wa hukumu, hakutakuwa na hukumu nyingine baada ya hii. Shetani tayari atakuwa ametupwa kwenye ziwa la moto kabla ya hukumu hii (Ufunuo 20:10).

Ni Yesu Kristo ambaye atakuwa hakimu. Hukumu hii ndiyo inayojulikana kama kifo cha pili. Waathiriwa wa hukumu hii watakuwa tayari wameonja kifo cha kwanza cha kimwili. Kulingana na Yohana, bahari na makaburi wanaagizwa kuachilia miili yote ya wale waliokufa bila Kristo. Roho zao zinaamriwa kutokea kwenye kifo na kuzimu ili waweze kutokea mbele ya hakimu wa wafu na wa walio hai. Haijalishi mtu alikufa vipi. Iwe aliteketezwa hadi majivu, kusagwa hadi unga, kumezwa na wanyama wa porini au wa baharini. Miili yao itaunganishwa na roho zao. Walipokufa, roho zao zilisalia hai. Hii itakuwa ufufuo wa mwisho, ambao ni ufufuo kwa kifo cha pili.

Kama ilivyotajwa hapo juu, hukumu hii itafanyika baada ya utawala wa miaka elfu moja wa Kristo. Zaidi ya miaka elfu moja kabla ya hukumu hii, kulikuwa na makaburi ambayo yalifunguliwa. Hii ilifanyika wakati wa Unyakuo wa Kanisa, ambapo makaburi ya wale waliozaliwa mara ya pili yalifunguliwa na wale waliokuwemo wakafufuliwa. Wakiwa na miili isiyoweza kufa, walikutana na Yesu katika mawingu. Walijiunga na ndugu zao ambao walikuwa wamezaliwa mara ya pili lakini bado hai wakati Yesu alipokuja. Hawa pia walipewa miili iliyotukuzwa na kujiunga na Kristo pia katika mawingu.

Hebu tazama taswira hii. Kuna makaburi mawili jirani - moja ni la muamini, na linguine ni la asiyeamini. Hali yao imeamuliwa na jinsi walivyokuwa wakati wa kifo chao. Mmoja aliungama Yesu kabla ya kupumua pumzi yake ya mwisho kabla ya kukata roho, wakati huyo mwingine aliyafumba macho yake na kukata roho kabla ya kungama. Inawezekana makaburi haya mawili ni ya mke na mume, au baba na mtoto. Katika Unyakuo, muamini kati yao anafufuka ili kukutana na Kristo katika mawingu, wakati kaburi la asiyeamini linabaki limefungwa kwa miaka elfu moja. Kaburi hili la pili linafunguliwa baada ya kipindi cha miaka elfu moja. Kutengana kwa watu hawa wawili kulifanyika wakati wa kifo chao. Labda wote wawili walikufa pamoja kwenye ajali mbaya. Kamwe hawa wawili hawatakutana tena. Wakati mmoja anafufuka kwa utukufu na kuwa pamoja na Bwana milele, mwingine anafufuka miaka elfu moja baadaye kwa hukumu ya milele (jehanamu).

Yesu alizungumzia juu ya ufufuo wa pili katika Yohana 5:28, 29. Alisema:

> *"Msistaajabie haya; kwa kuwa saa yaja, ambayo wote walio makaburini watasikia sauti yake, Na watazuka, wale waliotenda mema kufufuka uzima; na wale waliotenda mabaya kufufuka hukumu."*

Nabii Danieli pia aliandika juu ya ufufuo wa pili. Aliandika:

> *"Na wengi wa hao walalao katika mavumbi ya nchi wataamka, wengine wa uzima wa milele, wengine wa fedheha na kudharauliwa milele."*

Kifo kinapotukia kabla ya mtu kufanya mambo kuwa sawa na Mungu kinaweka hatima yake. Baada ya kifo cha mwenye dhambi, kinachomsubiri ni "Hukumu Kuu ya Kiti Cheupe cha Enzi". David Levy anatambua viashiria vinne muhimu kwa hukumu hii.

1. **Mahali pa hukumu:** Biblia haijasema mahali maalum ambapo hukumu hii itafanyika. Haitakuwa Mbinguni wala Duniani kwa sababu mbili: -

i. Wakati Yesu Kristo atakaporudi, Mbingu na Dunia zitakuwa zimepotea.
ii. Kufanyika mbinguni ni jambo lisilowezekana kwa sababu dhambi haitaingia Mbinguni. Kwa hivyo, eneo linaweza kuwa mahali fulani kati ya Mbingu na Dunia.

1. **Watu watakaohukumiwa:** Wahusika wa hukumu hii watakuwa watu wa kila aina: rangi, kabila, lugha, wakubwa na wadogo, matajiri na maskini, wafalme na watumwa. Kipimo cha msingi katika hukumu hii kitakuwa kutambua Yesu Kristo kama Bwana na Mwokozi wa kibinafsi. Kigezo

hakitakuwa kuhudhuria kanisa au kuwa mshirika wa kanisa fulani. Hakitakuwa ushiriki katika shughuli za kanisa au kazi ya umishonari. Hakitakuwa kuwa na vipawa vya kufukuza pepo (mashetani) na kufanya miujiza. Wala kuwa na cheo cha kidini. Mambo haya yote hayatahesabiwa. Kiini cha mambo kitakuwa wokovu katika Yesu Kristo na kuishi kulingana na wito. Ndiyo maana Yesu alisema katika Mathayo 7:21-23:

Si kila mtu aniambiaye, Bwana, Bwana, ataingia katika ufalme wa mbinguni; bali yeye afanyaye mapenzi ya Baba yangu aliye mbinguni. Wengi wataniambia siku ile, Bwana, Bwana, hatukufanya unabii kwa jina lako, na kwa jina lako kutoa pepo? Na kwa jina lako kufanya miujiza mingi? Ndipo nitawaambia dhahiri, Sikuwajua ninyi kamwe; ondokeni kwangu, ninyi mtendao maasi.

1. **Msingi wa hukumu:** Hukumu hii ya waovu itatofautiana na ile tunayoiona katika mahakama zetu za kidunia leo. Hakutakuwa na wakili wa kumtetea mshtakiwa. Hakutakuwa na ombi la kusamehewa. Hakutakuwa na rufaa, huruma au kufutwa mashtaka. Hukumu tayari itakuwa imeamuliwa kulingana na rekodi za mtu binafsi. Hatima ya mtu tayari itakuwa imefungwa na kitakachohitajika hapa ni kuthibitisha wazi mbele ya hakimu, na kisha kutupwa katika ziwa la moto.
2. **Adhabu baada ya hukumu:** Yeyote ambaye hakuonekana katika Kitabu cha Uzima alitupwa katika ziwa la moto (Ufunuo 20:15). Hakutakuwa na nafasi ya pili. Hakutakuwa na kitu kama pagatori - kwani hali tuliyokufa ndiyo hali tutakayofufuliwa. Hii ni adhabu ya milele inayosababisha uchungu wa kimwili na kiakili kama ilivyotajwa na Bwana katika Mathayo 25:41, 46 ambapo

> Bwana alisema kwamba waovu watateswa bila pumziko, mchana na usiku, milele.[12]

Katika Ufunuo 20:14, Yohana anasema kwamba kifo na kuzimu zilitupwa katika ziwa la moto. Hii ni mauti ya pili. Hadesi ambayo pia inamaanisha Kuzimu sio hatima ya mwisho ya wasiookolewa. Ni ziwa la moto ambalo ni hatima ya mwisho ya wasioamini. Ziwa la moto linaitwa mauti ya pili. Kifo cha kwanza kwa asiyeamini ni kifo cha kimwili kinachosababisha kuzikwa kwa maiti. Wasioamini watafufuliwa. Kisha miili yao itaunganishwa na roho zao ili kukabiliana na hukumu, kabla ya kutupwa katika ziwa la moto.[13]

Kuna maneno muhimu ya kuzingatia katika hukumu hii kama alivyobainisha David Jeremiah. "Kubwa" inarejelea idadi kubwa ya watu waliohusika. Fikiria mabilioni ya watu ambao watakuwa wamekufa bila kuokolewa tangu kuumbwa kwa mwanadamu hadi wakati Kristo atakaporudi. "Nyeupe", inarejelea utakatifu usio na kipimo wa Mungu. "Kiti cha enzi" inahusu ukuu mkuu wa Mungu. Hakimu ni Yesu Kristo ambaye Mungu Baba atampa mamlaka ya kutekeleza hukumu (Yohana 5:22-27). Atamkabidhi mwana hukumu.[14]

SURA YA 26
KUZIMU

Kuelewa Neno "Kuzimu"

Swali moja linaloulizwa mara kwa mara ni ikiwa Kuzimu ni sawa na ziwa la moto. Je, zinamaanisha jambo moja? Timothy R. Phillips anaelezea Kuzimu kama "mahali pa adhabu ya mwisho ya Mungu. Maandiko yanaendeleza hatima hii ya waovu hatua kwa hatua. Agano la Kale linaelezea mfumo, wakati Agano Jipya linapanua maelezo yake. Lakini ni Yesu anayetoa ufafanuzi wa Kuzimu. Agano la Kale linaonyesha kama makao ya wafu, mahali ambapo roho zinakabiliwa na hali ya giza katika "nchi ya kusahaulika" (Ayubu 10:21; Zaburi 88:12, Mhu. 9:10; Isaya 14:10)."[1]

She'oli, pia inaitwa Hadesi, ni mahali pa giza ambapo wafu huenda.[2] Baadhi ya visawe vya She'oli ni hadesi, Tartarus, Gehenna, Kuzimu, Jehanamu, n.k.[3] She'oli ni makao ya wafu au roho zilizokufa.[4] Neno la Kiebrania "She'oli" mara nyingi linatafsiriwa "Kuzimu" na wakati mwingine Jehanamu katika matoleo ya Kiingereza. Don Stewart anaelezea kwamba Roho za wafu hazizururi, badala yake, huenda mahali ambapo Agano la Kale linaita "She'oli". Hapa ni mahali maalum palipotengewa waovu.[5]

She'oli kwa kurejelea Agano la Kale inahusu mahali pa muda kwa wafu, inalotofautishwa na mahali pa adhabu ya mwisho (1 Henoko 18:9-16; 51:1). Adhabu ya mwisho kawaida ilikuwa katika bonde Kusini mwa Yerusalemu - Bonde la Hinnomu kwa Kiebrania (2 Apok Bar 59:10; 4 Ezra 7:36), na kwa Kigiriki-Gehenna (2 Esdr

2:29). Wakati baadhi ya fasihi ya kipindi cha kati inalinganisha Kuzimu au Jehanamu na "ziwa la moto", katika bonde hili maalum la Hinnomu (1 Henoko 90:26, 27; 54:1, 2), wengine wanachukulia kumaanisha mahali katika ulimwengu wa chini (Sib au 4:1184-86).[6]

Katika Agano Jipya, Kuzimu au Jehanamu inachorwa kama mahali ambapo waovu hukaa baada ya kufufuliwa kutoka Kuzimu na hukumu ya mwisho - ziwa la moto. Neno Gehenna linatumika katika Agano Jipya kumaanisha Kuzimu au Jehanamu. Matoleo ya Kiingereza hutafsiri Hades katika Luka 16:23 na Tartarus katika 2 Petro 2:4, kama Jehanamu. Walakini, maneno haya yanaonekana kuelezea hali ya muda, na sio hatima ya mwisho ya waovu.[7] Wakati Agano la Kale linatofautisha wazi kati ya Jehanamu na ziwa la moto - mahali pa adhabu ya milele, Agano Jipya kwa kiasi kikubwa, huchukulia maneno haya kuwa kitu kimoja.

Maelezo ya Yesu kuhusu Jehanamu

Michael A. Rogers anasema kuwa Yesu alilinganisha Jehanamu na Bwawa la Hinnomu karibu na Yerusalemu (pia inaitwa Gehenna), mahali pa kutupia takataka pa umma ambapo maiti na takataka zilichomwa katika moto unaowaka daima, hivyo, Gehenna ilijulikana kama Jehanamu. Yesu pia alilinganisha Jehanamu na gereza na giza la nje. Ni Yesu aliyefananisha jehanamu na "moto" mara ishirini.[8]

Yesu alielezea Jehanamu kwa undani katika mafundisho ya Lazaro na tajiri mpumbavu (Luka 16:19-31). Tajiri huyu mpumbavu aliishi maisha ya anasa. Alikuwa tajiri mno. Walakini, kamwe hakutafuta uhusiano na Mungu, wala hakujali kuhudumia binadamu. Hatimaye, alikufa na kuishia katika Jehanamu kwa sababu ya ukosefu wake wa kumwamini Mungu na ubinafsi wake. Yesu alielezea kwa undani hali ya wasioamini baada ya Maisha haya. Anaelezea kwa undani hali jinsi ilivyo mle Jehanamu. Kutoka kwa maelezo ya Kristo, Jehanamu haina mlango wa kutoka. Anaonyesha pia mgawanyiko mkubwa kati ya Jehanamu na Mbinguni. Bonde ambalo hakuna mtu anaweza kulivuka.[9]

Yesu alikuwa na mafundisho ya msingi hapa. Alikuwa akionya walio hai, kwamba wakati wa kufanya mambo sawa ni wakati mtu yuko hai; wakati mtu anapokufa, hatima yake inakuwa imefungwa kabisa. Tajiri mpumbavu aligundua kosa lake alipofika Jehanamu. Lakini alikuwa amechelewa sana kutafuta wokovu. Mahali alipo (Jehanamu), hakuweza kuifikia familia yake kuwaonya juu ya adhabu ya Jehanamu. Alimsihi Abrahamu atume neno la onyo kwa ndugu zake walio hai. Abrahamu alimkumbusha kwamba wanapaswa kusikiliza yale wanayoambiwa na manabii. Kwani hata kama mtu angefufuliwa kutoka Jehanamu kuwahubiria, hawangesikiliza.

Yesu anaelezea kinachotokea haswa Jehanamu. Kuna joto kali kutoka kwa moto unaowaka. Pia kuna mateso makubwa zaidi ya maelezo ya mtu yeyote. Tajiri alimlilia Ibrahimu, akiomba amsihi Lazaro kuteleza ncha ya kidole chake kwa maji, ili kupoza ulimi wa tajiri huyo, kwa sababu alikuwa katika mateso makubwa kwenye moto (Luka 16:23-24).

"Bwana Yesu alifundisha kwa mkazo juu ya Jehanamu kama mahali pa hukumu ya mwisho na kutenganishwa kwa wenye haki na wasio haki. Waovu wanahukumiwa mahali pa moto mkali na giza tupu ambapo kutakuwa na kulia na kusaga meno (Mathayo 13:24-30; 36-43, 47-50; 22:1-14; 25:14-46).10 Kulingana na maelezo ya Kristo, Jehanamu na ziwa la moto - ambapo ni mahali pa hatima ya mwisho ya waovu, hutumiwa kwa kubadilishana. Ikitazamwa kutokana na laana ya milele na hukumu ya mwisho, Mike Livingstone anaelezea kwamba, "Jehanamu sio mahali ambapo shetani anawatesa watu. Bali, ni mahali ambapo wale ambao wanakataa Mungu watateseka kama ilivyo kwa shetani na mapepo yake. Yesu aliita mahali hapa (Jehanamu) "moto wa milele uliotayarishwa kwa ajili ya shetani na malaika wake (Mathayo 25:41)."[11]

Kuna hali ya kipekee jinsi tatu inayobainika katika Jehanamu:

1. Ni mahali pa moto wa kuchoma (Mathayo 25:41). Tajiri mpumbavu katika Luka 16 anathibitisha haya.
2. Ni mahali pa giza kuu (Mathayo 8:12; 22:13; 25:30). Giza na uovu ni marafiki na wandani wa karibu.
3. Ni mahali ambapo kuna kulia na kusaga meno (Mathayo 5:12; 13:42; 50; 22:13; 24:51; 25:30; Luka 13:28).

Jehanamu kama Hali ya Mpito na ya Mwisho

Kutokana na mjadala uliopita, tulipata ufafanuzi bora na maelezo kuhusu Jehanamu. Hii ni kutoka kwa "chanzo cha maarifa yote", na "mwanatheolojia mkuu" Aliyewahi kuwepo - Yesu Kristo. Kutoka kwa maelezo ya Yesu, tunaelewa Jehanamu kama hali ya mpito na vilevile hali ya mwisho ya waovu. Jehanamu ni mahali pa muda ambapo roho za wafu hukaa. Hii imefafanuliwa vizuri na Yesu katika mafundisho ya Lazaro na tajiri mpumbavu. Tajiri mpumbavu alipokufa, roho yake ilikwenda jehanamu - ambapo kuna moto na mateso.

Hali hii ya mpito ni ya muda. Ni kwa kipindi maalum cha wakati. Katika hali ya mpito, wakati hufafanuliwa. Hii sio sawa na hali ya mwisho kwenye ziwa la moto, ambapo wakati hauna kipimo. Katika ziwa la moto, mateso ni ya milele - wakati usio na kikomo. Ni adhabu ya milele ambayo inamaanisha sawa na 'isiyo na mwisho'.

Baadhi ya wasomi wa Biblia wanadai kuwa mateso katika ziwa la moto sio ya milele kwa viumbe wa kibinadamu. Wanachukulia kwamba Mpinga Kristo na Nabii wa Uongo hawawezi kustahimili joto kali la jehanamu bila kuteketezwa kuwa majivu kwa sababu walitupwa wakiwa na miili. Wanadai pia kwamba waovu hawawezi kustahimili joto kama hilo la milele bila kuteketea kuwa majivu. Kulingana na msimamo wao, ni Shetani na mapepo tu ambao ni wa milele, wanaweza kustahimili moto wa milele kwa sababu hawana miili. Hata hivyo, haya ni Mawazo ya kimantiki na kisayansi ambayo hayana msingi wa kimaandiko. Mambo ya kimungu hupinga sayansi au aina yoyote ya kufikiri kwa kibinadamu. Ni kama kuwaza jinsi Kristo angetembea juu ya maji. Kwa maoni ya sayansi, kitendo kama hicho hakiwezekani kwa sababu ya "kanuni ya Archimedes".

Maandiko yanafundisha wazi kuhusu mateso ya milele ya waovu. Mpinga Kristo na Nabii wa Uongo wanatupwa katika ziwa la moto kabla ya utawala wa miaka elfu wa Kristo. Miaka elfu moja baadaye, Shetani anatupwa katika mahali pake (ziwa la moto), ambapo anaungana na Mpinga Kristo na Nabii wa Uongo. Shetani angejiunga vipi na hao wawili kama wangekuwa wameteketea kuwa majivu? (Ufunuo 20:10). "Milele na milele" katika andiko hili haiwatengi Mpinga Kristo na Nabii wa Uongo kama baadhi ya wasomi wanavyodai. Wingi"watafadhaika" haiwatengi wawili hawa waovu.

"Baada ya miaka elfu, waovu wanafufuliwa kwa ajili ya hukumu yao. Baada ya hukumu, wanatupwa katika ziwa la moto ambapo Mpinga Kristo, Nabii wa Uongo na Shetani wapo (Ufunuo 20:14-15, 21:8). Katika Ufunuo 14:9-11, tunasoma:

> *Na malaika wa tatu akawafuata, akiwaambia kwa sauti kuu, Mtu ye yote akiabudu mnyama na sanamu yake, na kupokea chapa yake katika kichwa chake, au katika mkono wake, huyo atakunywa katika mvinyo wa ghadhabu ya Mungu, iliyochanganywa bila kumwagika katika kikombe cha hasira yake; naye atateseka kwa moto na kiberiti mbele ya malaika watakatifu, na mbele za Mwana-Kondoo: Na moshi wa mateso yao huenda juu hata milele na milele: hawana raha mchana wala usiku, wale wamsujuduo mnyama na sanamu yake, na mtu ye yote apokeaye chapa ya jina lake."*[12]

Kifungu kilichotajwa hapo juu kinatoa picha wazi kuhusu kiwango cha mateso kwa wasioamini. Watateswa kwa moto na kiberiti katika Jehanamu au ziwa la moto mbele ya malaika watakatifu na Mwana-Kondoo. Mateso haya yatakuwa ya milele na milele. Hawatapumzika mchana wala usiku. Maandiko hayawezi kuwa wazi zaidi kuliko hayo.

Mateso ya Jehanamu ni ya muda mfupi. Mateso yanaanzia wakati mwovu anakufa, hadi wakati wa kufufuka kwa waovu baada ya utawala wa miaka elfu wa Kristo. Wakati huu, roho za wasioamini zitakuwa chini ya mateso makali chini ya joto kali sana, kama tunavyoona katika kisa cha tajiri mpumbavu katika Luka 16. Hii inaweza kuchukuliwa kama kitangulizi cha adhabu ya mwisho kufanyika baadaye baada ya "Hukumu ya Kiti Cheupe cha Enzi ".

Mafundisho ya Pagatori

Kulingana na *Dictionary.com,* pagatori ni hali au mahali ambapo roho za wale wanaokufa husafishwa kutoka kwa dhambi mbalimbali, au kupitia adhabu ya muda ambayo, baada ya hatia ya dhambi ya kifo kuondolewa, bado inabaki kuvumiliwa na mwenye dhambi.[13] Don Stewart, mtetezi wa nadharia ya pagatori, anafafanua pagatori kama mahali, au hali, ambapo roho nyingi za waumini huenda baada ya kifo. Ingawa watu hawa wamepokea msamaha wa dhambi zao, bado wanaweza kupitia adhabu ya muda kabla ya kuingia mbinguni. Hii ni kwa sababu hakuna kitu kilichochafuliwa kinaweza kuingia katika uwepo wa Mungu. Kwa sababu wanapaswa kufanywa huru kutoka kwa dosari za baadhi ya kasoro walizopokea baada ya ubatizo, ni lazima watimize wokovu wao katika pagatori kupitia mateso na utaratibu wa utakaso.[14]

Don Stewart anaeleza kuwa "Wakatoliki Warumi wanafundisha kuwa si kila muumini anayekufa anaenda moja kwa moja mbinguni. Hata kama mtu anakufa kwa amani na Kanisa, kama si mkamilifu, lazima apitie wakati wa kusafishwa. Watu pekee wanaoingia mbinguni mara moja ni baadhi ya wafia imani, na watu wengine wanaopendwa sana. Watu wengi bado wanahitaji kusafishwa kabla ya kuingia uwepo wa Mungu. Kwa hivyo, wanakwenda mahali hapa pa kusafishwa panapoitwa pagatori."[15]

Je, mafundisho ya pagatori ni ya kimaandiko? Warner Wallace anaeleza kuwa "Ushahidi kutoka kwa Agano Jipya hauungi mkono uwepo wa pagatori. Kwa kuwa wokovu wetu haupatikani kwa matendo yetu mema. Badala yake, wokovu wetu unategemea kazi ya Yesu msalabani. Wokovu wetu tayari umehakikishwa. Kulingana na mafundisho ya Kibiblia ya mbinguni, waumini hawatakuwa chini ya hasira endelevu ya Mungu. Waumini wanaungana na Mungu mbinguni mara tu wanapokufa."[16]

Kama Jessica Galen anavyosema, "Yesu hakutaja chochote kuhusu uwepo wa pagatori. Ikiwa kuna chochote, Yesu alizungumzia zaidi juu ya ukweli katika Jahanamu bila kutaja pagatori. Katika Mathayo 13:50, Yesu anatuambia kuwa waovu watatupwa katika tanuri ya moto ambapo kutakuwa na kilio na kusaga meno. Andiko hili haliungi mkono pagatori."[17]

Third Millennium Ministries inaelezea mafundisho ya pagatori kama uwongo na ushirikina tu. Mafundisho kuwa mateso katika pagatori yatasafisha na kufanya mtu akubaliwe na Mungu hayana msingi wa Kimaandiko. Kulingana na Millennium Ministries, maandiko yote yanayotajwa kuunga mkono mafundisho ya pagatori yanaeleweka vibaya au yamechukuliwa nje ya muktadha.[18]

Wakosoaji wa Uhalisia wa Kuzimu

Kama ilivyoelezwa na UCG, kuna baadhi ya wakosoaji ambao wanajiuliza, "kwa nini watu wanapaswa kukubali wazo kwamba Mungu wanayemwabudu na kumheshimu angeadhibu kwa hiari umati mkubwa wa watu wanaokufa kila siku? Jinsi gani imani kama hiyo inaweza kulingana na maelezo ya Biblia ya Mungu ambaye ni mwenye upendo na rehema isiyo na kikomo?"[19]

Kulingana na Ripoti ya *US News and World Report,* tafsiri ya kisasa inapinga wazo la mateso ya kimwili na kudai kuwa mateso ya Kuzimu ni mateso ya kiakili yanayosababishwa na kutengwa na Mungu. Utafiti wa hivi karibuni wa mtazamo wa kisasa ulibaini kuwa asilimia 53 ya Wamarekani wanakubali mtazamo huo.[20] Kutokana na takwimu hizi, sehemu kubwa ya Wamarekani hawaamini katika uhalisia wa kuzimu. Kwao, kuzimu ni mateso ya kiakili yanayosababishwa na kutengwa na Mungu. Ni muhimu kutambua kwamba Mungu si mdemokrasia bali ni mtheokrasia. Kuwepo kwa asilimia kubwa ya waliohojiwa kukubaliana na msimamo huo haibadilishi ukweli wa kuwepo kwa Kuzimu au haionyeshi msimamo wa Mungu kuhusu jambo hilo.

Baadhi ya watu hawaamini kwamba Mungu ni mkatili wa kuwaadhibu viumbe wake. Wengine wanaamini kwamba dhana ya Kuzimu haipaswi kuchukuliwa kwa kiasili, bali kwa mfano tu. Kwao, Kuzimu ni dhana ya kiakili na haipo katika hali halisia. Wengine bado wanaamini kwamba Kuzimu inamaanisha hali ya matatizo ambayo watu hukabiliana nayo wanapokuwa hai katika maisha haya. Haihusiani kwa vyovyote vile na siku za mwisho.

Licha ya jinsi watu wanavyoona dhana ya kuzimu, ukweli ni kwamba ni halisi na ipo, sasa na siku za baadaye. Kuwepo kwa Kuzimu hakuelezwi na yeyote mwingine isipokuwa Yesu Kristo Mwenyewe. Yesu alifundisha kwa undani kuhusu mada ya Kuzimu wakati wa huduma yake. Alisisitiza sana juu ya umuhimu wa mada hii kwa sababu ni kilele cha hatima ya mwanadamu.

Karibu mafundisho yote kutoka kwa Maandiko kuhusu kuzimu yameelezwa na Yesu Kristo Mwenyewe. Maneno yanayotoka kwa Bwana Yesu Kristo Mwenyewe hayaachi shaka kuhusu uwepo na uhalisia wake. Maandiko yanaelezea kuzimu kama mahali pa giza la nje, ziwa la moto, eneo la mateso au gereza.[21]

Yesu anatoa onyo kwa wale wanaomkataa kwa hiari yao kwamba hatima yao ni Kuzimu au ziwa la moto. Anapaelezea kuwa ni mahali pa kutisha ambapo wale wanaokwenda huko watateseka milele katika mateso na uchungu.

Kuzimu ni hatima ya wasio haki au waovu. Hapa ni mahali ambapo panawasubiri waovu au wenye dhambi ambapo panarejelewa kama milki ya Shetani na vikosi vyake. Ni mahali pa laana, adhabu, maumivu na uharibifu. Ni kinyume kabisa cha Mbinguni.[22]

Dk. Azzacove aliongoza kikosi cha wachimba migodi wa Urusi mnamo Desemba 1989 katika kuchimba kisima katika Siberia. Baada ya kufika kina cha kilomita 14.5 chini ya ganda la dunia, joto lilipanda hadi 1000°C (karibu 2000°F). Katika hali ya kushangaza, waliskia sauti za binadamu na kuzirekodi. Walifanikiwa kurekodi sekunde 17 kabla ya mikrofoni zao kuyeyuka. Hata hivyo, rekodi hiyo ya sekunde 17 ilikuwa yenye kuogofya. Walichosikia ni mayowe ya waliolaaniwa. Walisikia mamilioni ya binadamu wanaoteseka wakiomboleza kwa maumivu na uchungu. Usiku uo huo, kiumbe (pepo) kilichomoka kutoka katikati mwa shimo na kuwashambulia. Wanasayansi hawa hawakuwa Wakristo na hawakuwa na msingi wa Biblia kuhusu Kuzimu. Ingawa Warusi wa Kikomunisti hawaamini kuhusu mbinguni wala Kuzimu, kikosi hiki maalum cha wanasayansi kiliamini, kwa sababu ya yale waliyoyashuhudia machoni mwao. Tukio hili lilishangaza ulimwengu. Je, hii si idhibati ya kutosha kwamba Kuzimu ipo? Wanasayansi hawa walirekodi kilio cha maumivu cha mamilioni ya binadamu kilichosikika kutoka chini ya gan da la dunia. Wakosoaji na wenye shaka ya Kuzimu au Jehanamu watasema nini ikiwa Ushahidi huu wa wanasayansi hawa upo na rekodi hii ya sauti zilizonaswa iko kwenye mtandao? Ukweli kuhusu kuzimu tayari umefichuliwa kwa ulimwengu kuona. Hivyo basi kuzima tashwishi yoyote kuhusu kuwepo kwa Kuzimu au Jehanamu.[23]

Mawingu ya gesi yenye kung'aa yalilipuka kutoka kwenye kisima hicho, sura ya pepo mkubwa, mwenye mabawa ilifunuliwa, na maneno "nimeshinda" kwa luhga ya Kirusi yalichomwa moto kwenye mng'ao huo. Madaktari waliripotiwa kumpa kila mtu mahali hapo dawa ya usingizi ili kufuta kumbukumbu yao fupi.[24] Hata hivyo, licha ya jitihada nyingi kufanywa kuficha tukio hilo, ukweli tayari ulikuwa umetoka ili ulimwengu ushuhudie – Kwamba Kuzimu ipo.

SURA YA 27
MBINGUNI

Mbinguni Iko Wapi?

Wakati neno mbinguni linapotajwa, wengi wanaiwazia kuwa mahali fulani juu ya anga, kama vile wengi wanavyoamini Kuzimu iko chini ya ganda la ardhi. Tim Sheets anaelezea kuwa ni Mbingu ya tatu au mbingu maalum ambapo Mungu anakaa. Kuhusu mbingu hizo zingine mbili, ni mbingu ya astrolojia na angambingu. Angabingu ni ile inayoshikilia mawingu na tabaka la ozoni, inayojulikana kama anga la angani katika Biblia, wakati mbingu ya astrolojia ni ile inayoshikilia jua, mwezi, nyota na sayari.[1]

Mbingu ni mahali halisi. Hili linaungwa mkono na ahadi ya Yesu kwa wanafunzi wake kwamba anawaandalia mahali, na baada ya maandalizi, atarudi tena kuwapokea, ili walipo, na wao wawe pamoja naye (Yohana 14:2, 3). Yesu aliongeza kuwa katika nyumba ya Baba yake, kuna makao mengi. Maelezo ya Bwana kuhusu Mbingu hapa yanahusu mahali halisi. Ni mahali halisi na si pa kufikirika au kitu cha kufananisha.

John Price anaelezea Mbingu kama jiji kama ilivyoelezwa na Yohana katika Ufunuo 21 na 22. "Ni jiji linalong'aa kwa mwangaza lenye ukubwa wa kipimo cha 12,000 mraba. Ni jiji halisi lenye kuta za jaspi ya kung'aa. Mitaani mwa jiji ni dhahabu safi na misingi ya ukuta imepambwa na kila aina ya kito cha thamani. Jiji hili lina malango kumi na mbili, na kila moja lina lulu. Jiji lina mto ambao chanzo chake ni kiti cha enzi cha Mungu na cha Kristo. Kando ya mto kuna miti ya uzima ambayo inazaa aina kumi na mbili za matunda ambayo hutoa matunda yake kila mwezi. Majani ya miti hii yana sehemu ya kuponya ambayo huponya mataifa. Tofauti na mito yetu ya duniani ambayo imechafuliwa, mto huu una maji safi ya uzima na kioo wazi."[2]

Mbingu pia inaitwa Paradiso, mahali maalum sana pa Mungu na viumbe wa malaika, ambapo waamini wa Kikristo waaminifu na wa kweli huenda baada ya kifo. Maelezo haya yanafutilia mbali nadharia ya pagatori. Mbingu ni kweli na halisi; ni hali. Ni mahali pa kukaa, tofauti na hali ya mpito - isiyo na utulivu na isiyo ya kudumu.[3]

Mbingu inaweza kuelezewa kama mahali ambapo maisha pamoja na Mungu aliye hai hufurahiwa kwa kiasi kamili. Ni mahali ambapo uzuri na mvuto mkubwa unatawala ambapo suala kuu ni ushirika. Hii ni hali ambapo waamini wa Kikristo wako na Mungu bila kizuizi, kero au uchafu.[4]

Mtazamo wa Wakosoaji wa Mbingu Wanayoiona kama Mfano

Wafafanuzi wa kawaida hudokeza kwamba Yerusalemu Mpya na malango kumi na mbili ni uthibitisho zaidi kwamba Mbingu ni eneo halisi lililoundwa kwa ajili ya raia wa kibinadamu. Kwa nini ulimwengu uliyofufuka unaokaliwa na watu waliyofufuliwa haungekuwa na mitaa na malango halisi? Zaidi ya hayo, vitabu vingi kuhusu Mbingu vinadai kwamba jiji haliwezi kuwa na ukubwa halisi ulioelezewa katika Ufunuo 21:15-17. Ikiwa vipimo hivi sio vya kweli, kwa nini maandiko yatoe vipimo na kisha kusema, "kwa kipimo cha mwanadamu"? Randy Alcorn anashangaa kwa nini wengine wanadhani haiwezekani kwa Mungu kufanya jiji kama hilo kama muumba wa ulimwengu! Je, inawezekana watu walio na miili iliyotukuka kuishi katika jiji kama hilo? Ndiyo.[5]

Tom Wright - Askofu wa Durham, wa Kanisa la England haamini kuhusu Mbinguni, angalau sio kwa namna ambayo mamilioni ya Wakristo wanavyoelewa maana ya neno hilo. Katika simu na David Van Biema wa TIME, Wright anadai kwamba unapokufa, "unafikia hali ya kati. Yesu anamwambia mwizi mwema msalabani kwamba "leo utakuwa pamoja nami paradiso". Tunajua Kristo Mwenyewe hatafufuliwa kwa siku tatu. Kwa hivyo, paradiso haiwezi kuwa ufufuo. Lazima iwe hali ya kati." Tom Wright anasema.[6]

Kuwepo kwa Mbingu ni hali halisi na haitakiwi kuonekana kama mahali pa dhahania au pa kufikirika, au riwaya za kubuni. Mbingu sio hali ya akili, au ukweli wa kiakili au mahali ambapo roho zipo. Ni eneo halisi linalokuwepo na si la kufikirika.[7]

Mbingu Tatu Tofauti

Ingawa Mbingu inaonekana kuashiria kitu kimoja, kuna maeneo matatu yanayounda Mbingu.

1. **Anga Letu la Karibu**

Hii ni mbingu ya anga ambayo inajumuisha hewa tunayopumua na nafasi inayozunguka Dunia mara moja. Inaenea maili ishirini juu ya Dunia. Kwa kiteknolojia, neno linalotumika kwa nafasi hii ni **troposferi.**[8] Hili ndilo eneo ambalo macho yetu yanaweza kuona - eneo linalofunika mawingu. Mifano ya mbingu hii katika maandiko inapatikana katika Yakobo 5:18; Mwanzo 7:11-12; Kumbukumbu la Torati 28:12; Waamuzi 5:4. Mbingu ya kwanza ni mahali tulipo, ambapo upeo wetu wa macho hufikia, huhusisha anga hadi ganda la Dunia.[9]

1. **Anga la Nje - Zaidi ya Anga**

Hapa ndipo mahali panapojumuisha jua, mwezi na nyota. Kitaalam inajulikana kama **stratosferi.** Maandiko mara nyingi yanaiita mbingu ya mbinguni.[10] Ni mbingu hii ambayo inaaminika kuhifadhi falme nne tofauti za malaika walioanguka. Wanaweza kutumia ushawishi wao juu ya Dunia kutoka mahali hapa. Wao hutumia mamlaka yao kwa mpangilio wa kushuka: viti vya enzi, falme, mamlaka na nguvu.[11]

1. Kiti cha Enzi cha Mungu (Nyumbani kwa Mungu)

Mtume Paulo anatoa muhtasari wa Mbingu ya Tatu katika 2 Wakorintho 12:2 alipochukuliwa na kupewa maono makuu na Mungu. Stefano alipouawa kwa ajili ya imani, alitazama juu mbinguni na kuona utukufu wa Mungu, na Yesu amesimama upande wa kulia wa Mungu katika Matendo 7:55. Paulo anafafanua Mbingu ya Tatu kama paradiso. Yesu alirejelea paradiso wakati mwizi msalabani aliomba akumbukwe katika ufalme wake (Luka 22:42). Yohana pia anataja paradiso katika Ufunuo 2:7, ambapo Yesu anazungumza kuhusu mti wa uzima ukiwa katika mji wa Mungu ambapo Mungu anakaa (Ufunuo 22:2, 14, 19).[12]

Hakuna mtu anayeweza kufikia Mbingu ya Tatu isipokuwa kwa neema ya Mungu kama ilivyotokea kwa Mtume Paulo. Hakuna kazi yo yote inayoweza kutupatia kuingia kwenye uwepo wa Mungu isipokuwa kupitia Mwanawe Yesu Kristo. Ni tumaini hili la wokovu kupitia Yesu Kristo litakalotuwezesha siku moja kuona Mbingu ya Tatu. Itakuwa siku yenye utukufu kwa waliokombolewa na Bwana.[13]

Katika Luka 16:19-31, Yesu alifundisha mahubiri yenye uzito mkubwa kuhusu maisha ya baadaye. Baada ya kifo cha Lazaro, Lazaro alipumzika kifuani pa Baba Abrahamu. Hii ni hali ya kati. Hiyo ni hali iliyoko kati ya kifo cha mtu na ufufuo kwa watakatifu.[14] Baadhi ya wasomi wa Biblia wanadai kwamba hali ya kati sio Mbingu ya Tatu. Z. A. Blog anabainisha kwamba baada ya kifo cha Yesu, hakuenda Mbinguni (Mbingu ya Tatu) kati ya msalaba na ufufuo. Hii inathibitishwa katika Yohana 20:17 ambapo anamwambia Maria, "Usinishike, kwa maana bado sijapaa kwa Baba."

Z. A. Blog anashangaa kwamba ikiwa Yesu hakuenda Mbinguni, basi alikwenda wapi. Paradiso hii aliyomwahidia mwizi msalabani labda ilikuwa Hadesi.[15] Hili ni neno la Kigiriki linalomaanisha kaburi, au mahali ambapo wote huenda baada ya kifo.[16] Kauli hii inalingana na mafundisho ya Kibiblia kuhusu kifo cha Kristo. Kwamba baada ya kifo, alienda mahali pa kungojea (Matendo 2:27, 31; 1 Petro 3:19-21). Paradiso hapa ni hali ya kati ambayo si Mbingu wala Jehanamu. Ni mahali pa kungojea kwa wafu·[17] Ikiwa hali ya kati pia itaitwa paradiso, basi neno paradiso linaweza kumaanisha maana mbili:

i. Hali ya kati

ii. Mbingu ya Tatu (ambapo Mtume Paulo aliinuliwa)

Ingawa maandiko yanajadili kwa undani kuhusu suala la Jehanamu, ambapo roho za wenye dhambi huingia baada ya kifo wakisubiri hukumu, ni machache yanayoelezwa kuhusu hali ya kati, ambapo roho za waumini huingia baada ya kifo. Don Stewart anaeleza kwamba "hali ya kati ni wakati ambapo roho, au nafsi, ya muumini iko kati ya kifo cha kimwili na ufufuo wa mwili. Kutokana na ufunuo huo mchache, tunaweza kuhitimisha kuwa, roho za waumini waliofariki ziko pamoja na Bwana (Mhubiri 12:7). Wakati wa kifo, Roho ya waumini inafika mbele ya Bwana Yesu kama tulivyoshuhudia katika hakikisho lake kwa mwizi msalabani.[18]

Kuna tofauti kubwa kati ya hali ya kati ya roho ya muumini na roho ya mwenye dhambi baada ya kifo. Roho za wenye dhambi huenda moja kwa moja kuzimu baada ya kifo. Jehanamu ni mahali palipofunikwa na giza kamili na hakuna njia ya kutoka. Kuna moto mkali unazozitesa roho za wenye dhambi Jehanamu. Kipande cha video kilichorekodiwa na Dk. Azzecove na timu ya wanasayansi wa Kirusi, na tajiri mpumbavu katika Luka 16, vinaweza kuthibitisha ukweli huu kwamba kuna mateso na kilio kutokana na uchungu mkubwa.

Hali ni tofauti kabisa katika hali ya kati ambapo roho za waumini huingia. Kuna amani, utulivu na faraja. Katika kisa cha Lazaro Luka 16:25, tunasoma:

> *Lakini Ibrahimu akasema, "mtoto, kumbuka kwamba ulipokea mema katika maisha yako, na Lazaro vivyo hivyo mabaya; lakini sasa yeye anafarijiwa hapa, na wewe ume katika huzuni.*

Faraja kama hiyo ilihakikishwa pia kwa mwizi na Yesu Kristo msalabani.

Nabii Henoko pia anatupatia mtazamo wa Mbinguni. Henoko anakutana na malaika wanaomtembelea kupitia vipimo kumi tofauti vya Mbinguni na hatimaye kwenye kiti cha enzi cha Mungu.[19] Maelezo ya Henoko kuhusu Mbinguni ndiyo yaliyofafanuliwa zaidi kati ya masimulizi yoyote kuhusu Mbinguni.

Akiwa Mbinguni, Henoko anapewa Ufunuo wa Mungu kupitia malaika mkuu kuhusu vipimo mbalimbali vya mbingu kwa maajabu makubwa. Baada ya hayo, Henoko anapewa na Mungu ufunuo kuhusu kiti cha enzi cha Mungu pamoja na ufunuo kuhusu Yesu Kristo Mwana wa Mungu, na vilevile Mwana Adamu.[20] "Kitabu cha pili cha Henoko ambacho pia kinajulikana kama "Kitabu cha Siri za Henoko" kina mtazamo wa kushangaza wa jadi kuhusu ufalme wa Mbinguni wa Kiyahudi-Kikristo na wenyeji wake wa kimalaika. Kama ilivyo kwa Kanisa la awali, mafundisho ya Kikristo ya theolojia ya ngazi nyingi za Mbinguni yanaweza kupatikana angalau, katika moja ya barua za Mtakatifu Paulo na inapaswa kuendelea kueleweka kama mfumo wa imani wa Kikristo."[21]

Swali ambalo linazuga akilini mwa watu wengi ni je, nani walioko Mbinguni kwa sasa? Jibu la swali hili linapaswa kufikiriwa kutoka kwa mtazamo wa Mbingu inayozungumziwa. Kama ilivyoonekana hapo juu, neno paradiso linaonekana kuwa na maana mbili; yaani, Mbingu ya Tatu na hali ya kati. Ikiangaziwa kutoka kwa (Mbingu ya Tatu), tunajua hakika ya Mungu Baba, Mwana-Kondoo wa Mungu - Yesu Kristo, malaika watakatifu, Eliya, Henoko, viumbe hai vinne na wazee ishirini na wanne, Kherubi, Serafini, Malaika Wakuu na mamilioni ya malaika watakatifu. Ikiwa tutatazama paradiso kutoka kwa hali ya kati, basi Musa, watakatifu wa Agano la Kale wote, na waumini wa Kikristo waliokufa watajumuishwa katika orodha.

SURA YA 28

MBINGU MPYA NA DUNIA MPYA

Kitabu cha Ufunuo sura ya ishirini kinafikia kilele chake na hukumu ya waovu katika "Hukumu Kuu ya Kiti Cheupe cha Enzi ", ambapo wenye dhambi wote wanatupwa katika ziwa la moto (Ufu. 20:15). Hukumu hii hufanyika mara tu baada ya utawala wa miaka elfu wa Masihi. Shetani – mbuni wa uovu wote, Mpinga Kristo, Nabii wa Uongo, mapepo yote na wenye dhambi wote wako katika ziwa la moto. Mungu Mwenyezi, kupitia Mwanawe, ameshughulika na wote wasiomcha Mungu na maadui wa Mungu. Hakuna chembe ya roho mbaya tena. Wote wako katika ziwa la moto.

Sura hii inaleta mapambazuko mapya. Mungu anaondoa dunia na mbingu za sasa. Kwa nini? Kwa sababu zimejawa na dhambi. Katika Ufunuo 21:1-2, tunasoma:

> *"Kisha nikaona mbingu mpya na nchi mpya, kwa maana mbingu ya kwanza na nchi ya kwanza zimepita, na bahari haikuwapo tena. Na mji mtakatifu, Yerusalemu mpya, nikaona ukishuka kutoka mbinguni kwa Mungu, ukiwa umetayarishwa kama bibi arusi aliyepambwa kwa mumewe."*

"Uumbaji unafanywa upya. Sio tu kwamba Dunia na Mbingu zinapita, lakini pia bahari, ambayo ni ishara ya machafuko, uasi na uovu hazipo tena."[1] Mungu aliwaahidi watu wake - Wayahudi, kupitia nabii Isaya kwamba angeumba Mbingu Mpya na Nchi Mpya ambazo zingedumu milele (Isaya 65:17; 66:22). Mtume Petro aliandika kwamba Dunia na Mbingu za sasa zitaharibiwa na kuwa na Mbingu Mpya na Nchi Mpya (2 Petro 3:13). Yohana anaonyeshwa maono kama hayo ambapo uumbaji wa zamani unapita na mpya unakuja.[2]

Yesu alisema jambo kama hilo mapema katika Luka 21:33 aliposema, "Mbingu na dunia zitapita". Wakati huu, unabii huu umetimia hatimaye. Ni vyema kutambua kwamba mbingu zilizopita ni mbingu za kwanza na za pili, sio Mbingu ya Tatu ambayo ni Kiti cha Enzi cha Mungu. Hakuna uovu unaoweza kuingia Mbingu ya Tatu. Utaratibu wa zamani umekwisha kwa sababu ya kuwa na uhusiano na dhambi. Utaratibu mpya utakuwa na sifa ya usafi.[3]

Katika aya ya pili, Yohana aliona mji mtakatifu, Yerusalemu mpya, ukishuka kutoka kwa Mungu kutoka mbinguni, ukiwa umeandaliwa kama bibi arusi aliyepambwa kwa mumewe. Baadhi ya watu wanachukulia mji wa Yerusalemu wa sasa na Yerusalemu mpya kama kitu kimoja. Maswali mawili yanatokea kutoka mtazamo huu. Moja, je, msimamo huu una mashiko? Pili, je, kuna tofauti kati yao? Mungu aliteua Yerusalemu kuwa mji mkuu wa watu wake - Israeli. Mfalme Daudi alikomboa Yerusalemu mwaka 1000 KK, kisha akaufanya uwe mji mkuu wa ufalme wa Kiyahudi. Mungu alitangaza kwamba Ataweka jina lake juu ya mji huo milele (2 Mambo ya Nyakati 33:7b).[4]

Mji wa Yerusalemu umekuwa kwa karne nyingi kitovu cha migogoro ya ulimwengu wakati dini kuu tatu zinakutana hapo, yaani, Ukristo, Uyahudi na Uislamu. Mji wa Yerusalemu bado ni mji muhimu zaidi katika historia ya Ukristo. Ni katika mji huu ambapo Masihi, Bwana Yesu Kristo, alikufa. Uislamu na Uyahudi wote wanadai sehemu ya umiliki wake. Kwa lengo la kuchokoza Wakristo, Waislamu walijenga msikiti (Kuba ya Mwamba) mahali palepale ambapo hekalu la Yerusalemu lilikuwa.[5]

Ni katika Mji wa Yerusalemu ndipo Hekalu la Tatu litajengwa. Hekalu hili ni muhimu katika kumleta Mpinga Kristo. Mpinga Kristo atayaleta majeshi ya ulimwengu kuivamia Yerusalemu. Vita vikubwa vinatarajiwa kupiganwa Yerusalemu huku mji mkuu wa Israeli, ukihama kutoka Tel Aviv. Marekani iliunga mkono hatua hii.[6]

Vita vya Harmagedoni na uvamizi hapo awali wa Gog na Magog huko Yerusalemu vitauacha mji huu katika hali ya uharibifu. Mji mtakatifu wa Yerusalemu utakuwa umetwaliwa na mtu wa dhambi akisimama katika ardhi takatifu. Mji huu pia umetwaliwa na Mataifa katika historia yake. Kwa kuwa Yerusalemu utakuwa mji mkuu wa utawala wa milenia wa Kristo, hekalu lililotiwa unajisi lazima liharibiwe. Mandhari ya Kijiografia ya mji huu itabadilika katika kurudi kwa Kristo, ili kufungua njia kwa utawala wake wa amani na haki.

Wakati wa kurudi kwa Yesu Kristo, Mbingu na Dunia ya sasa zitakunjuka kama karatasi. Mungu ameahidi kuumba Mbingu Mpya na Dunia Mpya (Isaya 65:17, 2 Petro 3:10). Yerusalemu mpya ya mbinguni inashuka kutoka mbinguni kwenda mji mkuu unaoibuka kwenye Dunia Mpya. Hapa ndipo Mungu atakaa kati ya watu wake. Itakuwa mji mkuu wenye utukufu na mitaa iliyofanywa ya dhahabu ikiwa kama kioo kinachotazama ndani (Ufunuo 21:18-21). Mazingira ya "Bustani ya Edeni" yatarejelewa.

Tazama tofauti kubwa kati ya "Mji Mkuu" - "Kahaba" na "Yerusalemu Mpya". Mji Mkuu ulionyeshwa kama kahaba aliyeyaongoza mataifa katika uzinzi. Mji huu (Yerusalemu Mpya) utakuwa mahali pa makazi ya Mungu pamoja na watu wake, ambapo hakutakuwa na maumivu ya kihisia na kimwili au ugonjwa (Ufunuo 21:3-5)[7]. Tofauti na mji mkuu uliowatia unajisi mataifa, Yerusalemu Mpya, "itakuwa furaha ya Dunia, na kutoka Sayuni kutakuja mito ya baraka kuu, na Dunia yote itafurahi chini ya utawala wa Yesu."[8]

Yohana aliona mji ukishuka ukiwa umejitayarisha kama bibi arusi. Bibi arusi aliyezungumziwa hapa anapingana na Bibi arusi katika Ufunuo 19:7 ambaye alijitayarisha mwenyewe. Bibi arusi katika ndoa ya Mwanakondoo alichukua hatua ya kujiandaa na kujitayarisha. Hii inaonyesha kuwa alikuwa na viumbe hai. Yaani, watakatifu ambao hapo awali walifufuka katika Unyakuo. Hapa katika Ufunuo 21:2, Bibi arusi si hai lakini mji ambao umeandaliwa na Mungu. Katika tukio hili, ni Mungu ambaye amemwaandaa.[9]

Hakukuwa na hekalu katika mji kwa sababu Mungu Mwenyezi na Mwanakondoo ndio Hekalu. Waumini ndio Hekalu la Mungu kwa sababu Roho wa Mungu anakaa ndani yetu kama tunavyoona katika 2 Wakorintho 6:16 na Waefeso 2:21-22. Sifa nyingine muhimu ni kwamba hakutakuwa na haja ya mwanga katika mji huu kwa sababu hakutakuwa na usiku katika mji (Isaya 60:19). Mataifa yatakwenda kwa mwanga wake.

Katika Ufunuo 21:24-26, tunaona mataifa, wafalme na mbwa wakitajwa. Wao ni akina nani? Ni vyema kufahamu kuwa mataifa haya na wafalme wako nje ya mji. Wasomi wa Biblia wanatofautiana hapa katika maoni. Ikiwa ni waumini, kwa nini wako nje ya mji, badala ya kuwa ndani? Ikiwa ni wasioamini, kwa nini hawajatupwa katika ziwa la moto? Tunapotafakari maswali haya, jambo moja lililo hakika ni kwamba hakuna kitu chenye uchafu kitakachoingia katika mji mtakatifu wa Mungu.[10]

Katika Ufunuo 22:1-6, Yohana aliiona mto wa maji ya uzima ukifurika kutoka kwa Kiti cha Enzi cha Mungu na Mwanakondoo. Yesu alisema kwamba "Yeye ndiye Njia, Kweli na Uzima". Katika Mwanzo 2:10 katika Bustani ya Edeni, kulikuwa na mto. Kwa kiasi kikubwa, Bustani ya Edeni na mji wa mbinguni zilikuwa sawa. Kabla ya dhambi kuingia, Mungu alitembea katika Bustani. Baada ya dhambi, Adamu na Hawa walifukuzwa kutoka kwenye Bustani. Mbali na mto uliokuwa ukifurika katika Bustani, kulikuwa na mti wa uzima. Mji wa mbinguni pia utakuwa na mti wa uzima. Kila mtu katika mji atapokea chakula cha kiroho na uponyaji kutoka kwa mti huu wa uzima. Katika Ufunuo 22:3-4, hakutakuwa tena na laana katika mji huu. Katika Bustani ya Edeni kabla ya dhambi, hapakuwa na laana.[11]

Ufunuo 22:7-21, Yohana anapewa ujumbe kwamba Kristo anakuja hivi karibuni. Anakuja na thawabu kwa wale wanaoshika neno la unabii wake. Katika sura hiyo hiyo, aya ya 11, Yohana anasisitiza waumini kuendelea kutenda mema na kuendelea kuwa watakatifu. Katika maneno ya mwisho ya sura ya 22, aya za 20-21, Yohana anarudia maneno ya Bwana Yesu - kwamba Anakuja haraka. Bustani ya Edeni katika Mwanzo inajitokeza tena kama Yerusalemu Mpya. Sura mbili za kwanza za Biblia zinatokea tena kama sura mbili za mwisho za Biblia (Mwanzo Sura ya 1 & 2 dhidi ya Ufunuo Sura ya 21 & 22). Katika Ufunuo 22:13, Yesu anasema Yeye ni Alfa na Omega. Alikuwapo wakati wa uumbaji katika Mwanzo (Sura ya Kwanza). Anahitimisha katika Mbingu Mpya na Dunia Mpya iliyoundwa upya katika Ufunuo 22.

MAELEZO YA KUFUNGA

Eskatolojia, yaani utafiti kuhusu matukio ya siku za mwisho ni uti wa mgongo wa imani ya Kikristo na unachukuliwa kuwa somo muhimu zaidi katika theolojia ya Kikristo. Somo hili linachukua sehemu kubwa ya Agano la Kale na Jipya. Ilichukua sehemu kubwa ya ujumbe na mafundisho ya manabii, Bwana Yesu Kristo na mitume. Hili ni somo linaloelezea hatma ya kila kitu kilicho hai (viumbe hai na visivyo hai): mfumo wa ulimwengu, Dunia tunamoishi, binadamu, Shetani na viumbe wa mbinguni. Ni katika muktadha huu ambapo eskatolojia linakuwa somo muhimu zaidi katika theolojia ya Kikristo.

Eskatolojia ni somo lenye utata. Utata huu unatokana na tafsiri za Maandiko ambazo husababisha maoni, mitazamo, nafasi na madhehebu mbalimbali kuhusu mafundisho tofauti ya eskatoloji. Utofauti huu husababisha mkanganyiko kwa waumini wa Kikristo. Nini kinatokea wakati mtu anakabiliwa na changamoto kama hiyo?

Kama ilivyoelezwa katika kitabu hiki, somo la eskatolojia linazua changamoto katika mada mbalimbali. Miongoni mwa mada muhimu zaidi ni mafundisho ya Unyakuo na alama ya Mnyama. Hatma ya milele ya waumini inazunguka mada hizi mbili, hivyo, kuzifanya ziwe mada muhimu zaidi katika somo la eskatolojia.

Katika mafundisho ya Unyakuo wa Kanisa kwa mfano, wale wanaoshikilia mtazamo wa baada ya dhiki wanaweza kujikuta wameshawishika kutomakinika katika imani. Hii ni kwa sababu kulingana na mtazamo huu, maonyo fulani hutangulia kabla ya kuja kwa pili kwa Kristo. Kwa hivyo, mwamini ataelekezwa na maonyo hayo. Kurejea kwa punde kwa Kristo kunaweza kuwafanya wapendwa wa mtazamo wa baada ya dhiki kufumaniwa na urejeo wa ghafla.

Kwa wale wanaoshikilia mtazamo wa kabla ya dhiki, suala la kujiandaa kwa Dhiki halitakuwepo kwa sababu kulingana na mtazamo huu, wataepuka Dhiki. Kwa hivyo, wakati Dhiki itakapokuja, itawapata waumini hawa hawana tahadhari pia. Hii inahitaji waumini kujiandaa kwa njia zote mbili. Yaani; kuwa tayari kwa utawala wa kutisha wa Mpinga Kristo kwa upande mmoja na kuwa tayari kwa Unyakuo kwa upande mwingine.

Alama ya Mnyama ni sababu nyingine kuu ya changamoto. Wale wanaoona alama kuwa aina fulani ya ibada, na haswaa, ibada ya Jumapili, watashawishika kwa urahisi ikiwa alama nyingine yoyote italetwa, kwa mfano, mfumo wowote wa kielektroniki, vyeti vya kidijitali n.k. Kwa kukubali alama kama hiyo, watakuwa wamefika mahali ambapo hawawezi kubadilisha hali hiyo tena, kwa sababu mchakato huo hauwezi kubadilishwa. Wale wanaoshikilia alama kuwa ni mfumo wa kielektroniki au alama ya kimwili wanaweza kukutwa pabaya ikiwa alama itageuka kuwa siku ya ibada. Kadri siku inavyokaribia kwa kuja kwa pili kwa Kristo, alama kuwa ya kimwili badala ya kiroho inazidi kuwa wazi siku hadi siku. Hapa busara inapaswa kutumika. Ufunuo 13:18 inasema:

> *Hapa ndipo hekima ipo. Acha yeye aliye na ufahamu atambue hesabu ya mnyama: kwa kuwa ni hesabu ya mtu; na hesabu yake ni mia sita na sitini na sita.*

Namba hii imehusishwa na watu wengi: Miongoni mwa watu muhimu wanaohusishwa na 666 ni:

1. Nero Kaisari: Inadaiwa kwamba jina hili likitafsiriwa kutoka Kigiriki kwenda Kiebrania, jumla yake ni = 666.
2. Upapa: Inadaiwa kuwa thamani ya nambari ya Upapa kwa VIC- ARIUS FILII DEI = 666. Hata hivyo, Kanisa

Katoliki la Roma linakanusha kwa dhati dai hili. Wanadai kwamba cheo rasmi cha upapa ni "Naibu wa Kristo" (Vicarius Christi) ambayo kwa thamani ya nambari hufikia 214 na sio 666.[1]

3. Muhuri wa Ottoman wa Khaifa una nambari 666.

Kitabu cha Henoko kimepuuziliwa kabisa na Kanisa. Maadui wa Mungu wamefikia hatua ya kukitaja "njama ya nadharia", "bandia", "sio ya kuhamasisha" " isiyoongozwa na Roho wa mungu" na "sio cha kimaandiko." Walakini, Musa, Yuda, na Mtume Petro walitegemea Kitabu cha Henoko katika maandishi yao. Ikiwa Kitabu cha Henoko si cha kuhamasisha, ilhali kiliandikwa na rafiki wa karibu wa Mungu, ambaye Mungu aliamua Kumnyakua - binadamu pekee kunyakuliwa isipokuwa Nabii Eliya, basi tunahitaji kurudi kwenye kamusi zetu na kufafanua tena maana ya neno "kuhamasisha".

Kitabu cha Henoko kilikusudiwa kizazi chetu. Ndiyo sababu kitabu hiki hakingekuwa na maana kwa vizazi vya awali kabla yetu. Henoko 1:1-2 inaeleza wazi kuwa ufunuo katika kitabu hiki ulikuwa ufichuliwe kwa kizazi cha Dhiki - kizazi cha kabla ya kuja kwa pili kwa Kristo. Kizazi hicho kilichorejelewa ni kizazi chetu. Kitabu cha Henoko ni cha kina sana na muhimu sana, ambapo mwamini wa Kikristo hapaswi kukipuuza. Shetani angezuia waumini wasijue kilichomo katika seti ya vitabu hivi vitatu vya Henoko. Hii ni kwa sababu kitabu hiki kimefunua mengi ambayo Kanoni (Biblia) haijaelezea. Nabii Henoko ameangazia maswala ya Kuzimu, Mbingu, na Hukumu ijayo kwa undani sana. Kila muumini wa Kikristo anapaswa kufahamu maelezo muhimu kuhusu hatima ya binadamu.

Kanisa limepuuza kabisa somo la eskatolojia. Mara chache sana inafundishwa kanisani, na likifundishwa, ni kwa kupitia tu. Wachungaji wanalaumiwa hapa, kwa uzembe huu mkubwa. Mungu anawataka wachungaji kuongoza kondoo wake na kuwafafanulia kuhusu eskatolojia. Kanisa linahitaji kujua kinachowasubiri waumini, katika kipindi kifupi kijacho na siku za usoni. Katika hali hii yote, mchungaji ndiye anayeangaziwa.

Muumini pia ana jukumu la kujifunza masuala ya eskatolojia. Kwa sababu mwishowe, kila muumini atatoa hesabu yake binafsi. Kwa sababu, kila goti litapigwa, na kila ulimi utakiri, kwamba Yesu Kristo ni Bwana. Itakuwa suala la kibinafsi, na sio la pamoja. Kwa hivyo, kila muumini lazima ajitahidi kutafuta maarifa haya muhimu.

Miezi 42 ambapo waumini wa Kikristo watakuwa chini ya Dhiki, na utawala wa Mnyama utakuwa mbaya na wa kutisha zaidi katika historia ya mwanadamu. Waumini wa Kikristo hawatakabiliwa tu na mfumo wa Mnyama, lakini pia watakabiliwa na kushambuliwa na kusalitiwa kutoka ndani pia. Watasalitiwa na wale ambao hawangewatarajia: familia zao za karibu na jamaa, marafiki, majirani, na wenzao kazini. Hii haipaswi kuwashangaza kwa sababu Yesu aliitabiri haya katika Luka 21:16-17, ambapo alisema:

> *"Nanyi mtasalitiwa na wazazi na ndugu na jamaa na rafiki; na baadhi yenu watauawa. Nanyi mtachukiwa na watu wote kwa ajili ya jina langu."*

Waumini wa kweli wa Kikristo watakuwa chini ya uadui kutoka pande zote. Kutoka kwa mfumo wa Mnyama, familia zao za karibu, jamaa, marafiki, na wenzao kazini. Wakati huo ukifika kwa sababu utakuja hakika, waumini wanapaswa kuwa na ujasiri na kubaki imara katika Kristo.

Wengi wa waumini wa Kikristo watajisalimisha njiani. Kwa hofu, watapokea "Cheti cha Utambulisho wa Dijitali/Cheti cha Kinga" au alama ya Mnyama ili kulinda kazi zao na kupata uwezo wa kununua chakula pamoja na huduma zingine muhimu. Wataviamini vyeti/Vitambulisho vya kidijitali na alama kwa ajili ya kutaka kuishi, badala ya kumtumaini Bwana.

Miezi 42 itakuwa jinamizi kwa waumini wa kweli wa Kikristo. Wakati huo utaonekana kama karne nzima kwao. Kuona siku nyingine mpya kutakuwa muujiza. Mtu anaweza kuishi bila chakula na maji kwa muda gani? Hawatakuwa na uwezo wa kupata maji, chakula au dawa kwa kukosa "cheti" au "alama". Hatimaye, mamilioni watafariki kwa njaa na magonjwa. Yesu alisema katika (Mathayo 24:13),

> *Lakini yeye atakayevumilia hata mwisho, ndiye atakayeokolewa.*

NENO MUHIMU HAPA NI **kuvumilia.** Kuvumilia huambatana na maumivu na upungufu. Hakuna faraja katika kuvumilia. Yesu alimaanisha hapa kwamba waumini wa Kikristo watapitia kipindi kibaya zaidi katika maisha yao. Walakini, wale ambao watasimama imara na kushikilia imani hadi mwisho wataokolewa. Wale watakaokata tamaa njiani ili kuhifadhi kazi zao, kupata chakula, au kuhofia mateso na kifo wataupoteza uzima wa milele. Kati ya wale ambao watafungiwa nje ya malango ya Mbinguni na kutupwa Motoni ni waoga. Katika Ufunuo 21:8, tunasoma:

> *Lakini waoga, wasioamini, na wachafu, na wauaji, na wazinzi na wachawi, na waabudu sanamu, na waongo wote, watakuwa na sehemu yao katika ziwa la moto linalowaka na kiberiti: ambayo ni kifo cha pili.*

Walihofia kupoteza kazi zao, kufa njaa au kukabili kifo kwa ajili ya Kristo, na badala yake wakakimbia kuchukua "Kitambulisho cha Kidijitali" kinachopelekea alama. Yesu aliwaonya wale watakaotaka kuhifadhi maisha yao, badala yake watayapoteza (Luka 17:33). Kuna haja gani ya kuchukua cheti hicho cha kidijitali ili kuihifadhi kazi yako au kufikia maduka ya chakula au ya dawa, kisha unaishia kwenye ziwa la moto wa milele?

Kama ilivyoripotiwa na CBC, "Pasipoti/Cheti" kinaweza kuwa cha kimwili kabla ya kuwa cha kidijitali. "Kitambulisho cha Kidijitali" hiki kitapandikizwa chini ya ngozi. Kama ilivyojadiliwa mapema katika kitabu hiki, hiki kitakuwa kitangulizi kitakachoelekea kwa Alama ya Mnyama.

Je, kuna matumaini kwa wale wanaochukua alama? Biblia inajibu kwa kisitizo cha **HAPANA.** Wakati mtu anapoipata hiyo alama, hatima yake imekwisha fanyika. Hakutakuwa na kurudi nyuma. Yesu aliwaonya dhidi ya hatua kama hiyo. Katika Ufunuo 14:9-11, alisema:

> *"Na malaika wa tatu akawafuata, akisema kwa sauti kuu, Mtu yeyote akiabudu mnyama na sanamu yake, na kupokea alama yake katika kichwa chake, au katika mkono wake, atakunywa divai ya ghadhabu ya Mungu, iliyochanganywa bila mchanganyiko ndani ya kikombe cha hasira yake; na atateseka kwa moto na kiberiti mbele ya malaika wake watakatifu, na mbele ya Mwana-Kondoo."*

Kurejea ghafla kwa Kristo mara ya pili na Dhiki kuu inaashiria kilele cha eskatolojia. Maandiko yanaelezea jinsi Mnyama (Masihi Bandia) atakavyopigana na watakatifu kwa miezi 42. Utawala wa Masihi Bandia na vita dhidi ya watakatifu utaambatana na alama. Waumini wa Kikristo lazima wapinge alama ya Mnyama kwa vyovyote vile, hata ikibidi kifo. Tusimwogope yule anayeweza kuuwa mwili lakini hana uwezo wa kuuwa roho. Bali, tuogope yule ambaye ana uwezo wa kuharibu roho na mwili katika moto wa jahanamu (Mathayo 10:28). Umbali ambao Mpinga Kristo na mfumo wake wa kikatili unavyoweza kufika endapo utakataa kuchukua alama, "Cheti cha Kinga" au kuabudu sanamu yake, ni kuuwa mwili wako. Lakini baada ya kifo hicho, roho yako itaendelea kuwa salama, ikisubiri kunyakuliwa hivi punde.

Huu utakuwa mtihani mgumu zaidi kwa waumini wa Kikristo. Mtihani wa kuchagua kati ya "Kitambulisho cha Kidijitali" ambacho ni kitangulizi cha alama au alama yenyewe kwa upande mmoja, na kuishi kwa upande mwingine. Bila cheti au alama, kutakuwa na chaguzi mbili mbele yako:

1. Chukua cheti/alama, na ufikie ajira, akaunti yako ya benki, harakati za kila siku za kimaisha, huduma za matibabu, chakula na maji.
2. Kataa cheti/alama na kufa njaa.

Hakutakuwa na chaguo la tatu. Fikiria mama anayenyonyesha na ana watoto wachanga wanaolia kwa chakula. Kishawishi kwa mama kama huyo kujisalimisha na kuchukua alama au kitangulizi cha alama ili kuwalisha watoto itakuwa kubwa sana. Lakini hapaswi kujisalimisha kamwe, kwa sababu matokeo yatakuwa mabaya na yasiyoweza kurekebishwa. Ni nini athari za kila chaguo?

Chaguo 1

Ukipokea cheti/alama, utakuwa na ufikiaji wa ajira, harakati za kila siku za maisha, na ufikiaji wa akaunti yako ya benki, huduma za matibabu, huduma muhimu, chakula na maji. Walakini, mara unapochukua alama, utakuwa umepata tiketi ya moja kwa moja kwenda Motoni. Ni muhimu kufahamu kwamba huwezi kurudisha nyuma mchakato huu. Mara tu unapofanyika, huo ndio mwisho na hatima yako imefungwa kabisa. Ndiyo maana Yesu alituonya vikali tusichukue alama katika Ufunuo 14:9-10.

Chaguo 2

Kukataa kuchukua alama, au kuinama mbele ya sanamu ya mnyama, kuna hatari:

i. Kukatwa kichwa chako.

ii. Huwezi kupata chakula na maji, huduma za matibabu, huduma za benki, harakati za kimaisha, huduma muhimu, na ajira.

Kwa muda gani binadamu anaweza kuishi bila chakula na maji? Na je ambao wana changamoto za kimatibabu na hawawezi kuishi bila dawa? Mara ngapi tumenukuu Waebrania 10:38-39 na Warumi 1:17b?

"Kama ilivyoandikwa, Mwenye haki ataishi kwa imani."

Ni wakati huu ambapo andiko hili litaeleweka na kuwa na maana. Pale ambapo siku zinapita bila chakula au maji, ama bila dawa kwa waumini wagonjwa. Kifo kitakuwa kikiashiria kila saa. Kuona siku nyingine huku ukiwa hai utakuwa ni muujiza. Kulingana na maandiko, mwenye haki ataishi kwa imani.

Wale wanaochagua Chaguo 1, watakuwa katika anasa, faraja na wingi, wakati wa miezi hii 42. Watakuwa na uhuru wa kutembea na kusafiri popote. Watanunua na kuuza chochote wanachohitaji. Walakini, watakuwa "raia wa Jahannamu". Hatima yao itakuwa tayari imefungwa. Watakuwa maadui wa Mungu na watatengwa kabisa na uwepo wake milele.

Wale wanaochagua chaguo 2, watakuwa wanaishi kwa, maumivu, upungufu na uhitaji, njaa, kiu, mateso na kifo. Kila siku itakuwa jinamizi kwao. Wale walio katika chaguo 1 watawafanyia dhihaka. Watajiuliza "ni kitu gani kikubwa kinachostahili mateso haya yote". Hawataelewa, kwa sababu uelewa huu utafichwa kwao. Walakini, kikundi hiki katika chaguo 2 kitakuwa "raia wa Mbinguni". Watakuwa Bibi Arusi wa Mwana-Kondoo, wakisubiri kutawala naye katika milenia kwa muda mfupi utakaofuata. Kifo chao wakati wa siku hizi za mateso (miezi 42), kitakuwa ni safari fupi tu, kuelekea utukufu.

Kurudi kwa Kristo mara ya pili kunakaribia. Tazama idadi ya mstari ambayo Yesu alirudia kauli hii, "Naja upesi" katika sura moja tu - sura ya mwisho ya Biblia. Tukiwa mwili wa Kristo na Bibi Arusi Wake, hebu sote tuweze kupatikana tumeiva ili kushiriki katika ufalme wake, Atakapojitokeza kwa utukufu na fmamlaka mawinguni.

Amina.

TANBIHI

Dibaji

1. Karanja J Kinyanjui, Contextual Grasping of Fallacious and Factual Aspect of Eschatological

Phenomenon: diss, Salt Lake Bible College, University of America (2019), 163, 174.

1. Ronald E. Showers, The Big Picture (Bellmawr, NJ: (Nov/Dec, 2015), 8.
2. Karanja J Kinyanjui, Contextual Grasping of Fallacious and Factual Aspect of Eschatological Phenomenon: diss, Salt Lake Bible College, University of America (2019), 163, 174.

UTANGULIZI

1. New International Bible Dictionary (Grand Rapids, MI: Zondervan, 1987), 322.
2. Vocabulary
3. Baines, W.
4. Erin Davis, Why Revelation Shouldn't Scare You?

SURA YA 1: DHANA YA WIKI 70 ZA DANIELI

1. What are the Seventy Weeks of Daniel? (Got Questions).
2. Randall Price, God's Future Program for Israel: Israel My Glory (Westville, New Jersey: Friends of Israel Gospel Ministry, Inc. Feb/Mar, 2000), 18.
3. Never thirsty, What is the Correct Calculation of Daniel's 69 Weeks?

(Never Thirsty, 2018).

4. Chuck Smith, Future Survival (Nairobi: Evangel Publishing House, 1984), 18.
5. Tokunboh, Adeyemo, Africa Bible Commentary (Nairobi: WordlAlive Publishers, 2006), 1006.
6. Chuck Smith, Future Survival (Nairobi: Evangel Publishing House, 1984), 18.
7. Randall Price, God's Future Program for Israel: Israel My Glory (Westville, New Jersey: Friends of Israel Gospel Ministry, Inc. Feb/Mar, 2000), 20.
8. Randall Price, God's Future Program for Israel: Israel My Glory (Westville, New Jersey: Friends of Israel Gospel Ministry, Inc. Feb/Mar, 2000), 20.
9. John Gill, Daniel 9:26 (Bible Study Tools).
10. David B. Green, This Day in Jewish History / 70 C.E.: The Roman Siege of Jerusalem Ends (HAARETZ, 6/9/2012).

[11] A.D.70 Titus Destroys Jerusalem (CHRISTIANITY TODAY).

1. Cornfield, Gaalya ed., Josephus, The Jewish War (1982): Victor, History of Rome Vol. v (1983).
2. The Romans Destroy the Temple at Jerusalem 70 AD. (Eye Witness to History).
3. The Romans Destroy the Temple at Jerusalem 70 AD. (Eye Witness to History.com).

[15]Tokunboh, Adeyemo, Africa Bible Commentary (Nairobi: WordlAlive Publishers, 2006), 1232.

[16] Thomas Hale, The Applied New Testament Commentary (Eastbourne: Kingsway Publications, 2000) , 214.

[18] What is the "He" in Daniel 9:27? (END TIME MINISTRIES, February 27. 2014).

[19] Geoff Wright, Daniel's 70th Week Started in 63 AD and Finished in 70 AD (Geoff Wright, January 21, 2015).

[20] Claim, A. J., Daniel's Prophecy of the 70 Weeks (Grand Rapids, Michigan: Zondervan Publishing House, 1969).

[21] Chuck Smith, Future Survival (Nairobi: Evangel Publishing House, 1984), 19.

[22] Randall Price, God's Future Program for Israel: Israel My Glory (Westville, New Jersey: Friends of Israel Gospel Ministry, Inc. Feb/Mar, 2000), 19-20.

[23]Randall Price, God's Future Program for Israel: Israel My Glory (Westville, New Jersey: Friends of Israel Gospel Ministry, Inc. Feb/Mar, 2000), 21.

SURA YA 2: MAKANISA SABA

1. All About Archaeology (2002 - 2018). https://www.allaboutarchaeology.org>se...
2. Wellman, J., The Seven Churches described in the Book of Revelation (What Christians Want to
3. Know, 2018). David Treybig, Seven Churches of Revelation (Life Hope & Truth).
4. David Treybig, Seven Churches of Revelation (Life Hope & Truth).
5. David Treybig, Seven Churches of Revelation (Life Hope & Truth
6. David Treybig, Seven Churches of Revelation (Life Hope & Truth).
7. Walvoord, J. The Revelation of Jesus Christ (1989).
8. David Treybig, Seven Churches of Revelation (Life Hope & Truth).
9. David Treybig, Seven Churches of Revelation (Life Hope & Truth).
10. Elwood McQuaid, In Search of Hearing Ears - Israel My Glory (Westville, New Jersey: Friends of Israel Gospel Ministry, Inc., Feb/Mar 1992), 3-4.
11. Thomas Hale, The Amplified New Testament Commentary (Eastbourne: Kingsway Publications, 2000) , 664.
12. David, M. Levy, Smyrna - The Suffering Church: Israel My Glory (Westville, New Jersey: Friends of Israel Gospel Ministry, Inc., Feb/Mar 1992), 7
13. David, M. Levy, Smyrna - The Suffering Church: Israel My Glory

(Westville, New Jersey: Friends of Israel Gospel Ministry, Inc., Feb/Mar 1992), 8

14. David, M. Levy, Smyrna – The Suffering Church: Israel My Glory (Westville, New Jersey: Friends of Israel Gospel Ministry, Inc., Feb/Mar 1992), 8
15. David, M. Levy, Smyrna – The Suffering Church: Israel My Glory (Westville, New Jersey: Friends of Israel Gospel Ministry, Inc., Feb/Mar 1992), 8
16. Seven Churches of Revelation in Turkey (Turkey).
17. Fred Hartman, Thyatira – The Idolatrous Church: Israel My Glory (Westville, New Jersey: Friends of Israel Gospel Ministry, Inc., Feb/Mar 1992), 12.
18. Sardis: Churches of Revelation (Bible Study). www.biblestudy.org/biblepic/churches-ofrevelation-sardis.html
19. Fred Hartman, Sardis – Alive But Dead: Israel My Glory (Westville, New Jersey: Friends of Israel Gospel Ministry, Inc., Feb/Mar 1992), 12
20. History of the Church of Philadelphia (Walnut Creek Church). www.walnutcreekchurch.
21. org>sites?default>files>media.PDF.
22. Will Varner: Philadelphia – Church of the Open Door: Israel My Glory (Westville, New Jersey: Friends of Israel Gospel Ministry, Inc,. Feb/Mar 1992), 15
23. Trybig, D., Seven Churches of Philadelphia (Life, Hope, & Truth, 2018)
24. Renald Showers, Laodicea – The Lukewarm Church: Israel My Glory (Westville, New Jersey: Friends of Israel Gospel Ministry, Inc., Feb/Mar 1992), 16
25. Megan Sauter, The Church of Laodicea in the Bible and Archaeology (BIBLE HISTORY DAILY, March 23, 2020).
26. Renald Showers, Laodecia – The Lukewarm Church: Israel My Glory (Westville, New Jersey: Friends of Israel Gospel Ministry, Inc., Feb/Mar 1992), 16

27. Renald Showers, Laodecia – The Lukewarm Church: Israel My Glory (Westville, New Jersey: Friends of Israel Gospel Ministry, Inc., Feb/Mar 1992), 17
28. Renald Showers, Laodecia – The Lukewarm Church: Israel My Glory (Westville, New Jersey: Friends of Israel Gospel Ministry, Inc., Feb/Mar 1992), 17
29. David Treybig, Seven Churches of Revelation (Life Hope & Truth).

SURA YA 3: KUZALIWA KWA TAIFA LA KIYAHUDI

Zena Tahhan, Who was Behind the Balfour Declaration? (ALJAZEERA).

1. What Does the Bible Say About Palestine and Israel? (MCC). www.mcc.org/learn/where/middleeast/palestine-israel/faq/bible
2. Duby Tal and Moni Haramati/Albatross, The Land of Promise: The Covenant of Abraham – The Divine
3. Mary Jane Chaignot, Exodus 1: The Oppression of the Israelites (Bible Wise). https://www. biblewise.com>books
4. TOW Project, Moses and Aaron Announce God's Judgment to Pharaoh (Exodus 7:1-12:51) (Theology of Work – Project: Bible Commentary, 2014).
5. TOW Project, Israel Refuses to Enter the Promised Land (Deuteronomy 1:19-45). Theology of Work – Project: Bible Commentary.
6. Duane A. Garrett, The Exiles of Israel: A Closer Look (CHRISTIANITY TODAY MISSIOLOGY, APRIL 25, 2012).
7. Bibleword, Why did God Send the Israelites into Captivity? (June 7, 2017). www.bibleword.net/ god-sent-israelites-captivity/
8. Elwood McQuaid, Israel Still a Miracle: Israel My Glory (Westville, New Jersey: Friends of Israel Gospel Ministry, Inc., Jan/Feb 2003), 8.
9. Zionism (THIS DAY IN HISTORY; Aug.21, 2018).
10. Thomas Simcox, The War of Independence (May 1948 – May 1949):

Israel My Glory (Westville, New Jersey: Friends of Israel Gospel Ministry, Inc., Jan/Feb 2003), 10

11. Thomas Simcox, The War of Independence (May 1948 – May 1949): Israel My Glory (Westville, New Jersey: Friends of Israel Gospel Ministry, Inc., Jan/Feb 2003), 10.
12. State of Israel Proclaimed, This Day in History (HISTORY, May 14, 1948).
13. State of Israel Proclaimed, This Day in History (HISTORY, May 14, 1948).
14. Bruce Scott, Hallowed Be Your Name (Ezekiel 36): Israel My Glory (Westville, New Jersey: Friends of Israel Gospel Ministry, Inc., Jan/Feb 2007), 15
15. Abigail Klein Leichmen, Israel is Feeding the World (ISRAEL 21C, May 21, 2019).
16. About Galilee Export (Galilee Direct from field).
17. Science, Technology and Innovation – Israel (Trade Commissioner – Government of Canada, 2020-04-06).
18. Israel, World Leader in Science and Innovation (Economic News: Israel Ministry of Foreign Affairs, 10 July, 2013).
19. Aharon Aharon, How Israel Became a World Leader in Biotechnology (THE TIMES OF ISRAEL,June 3, 2018).
20. David M. Levy, The Six-Day War (June 5-10, 1967): Israel My Glory (Westville, New Jersey: Friends of Israel Gospel Ministry, Inc., Jan/Feb 2003), 14
21. David M. Levy, The Six-Day War (June 5-10, 1967): Israel My Glory (Westville, New Jersey: Friends of Israel Gospel Ministry, Inc., Jan/Feb 2003), 14
22. HISTORY.COM EDITORS, Yom Kippur (HISTORY, Original: Oct. 27, 2009).
23. Chuck Smith, Future Survival (Nairobi: Evangel Publishing House, 1984), 36-37.
24. Chuck Smith, Future Survival (Nairobi: Evangel Publishing House,

1984), 36-37.

25. Chuck Smith, Future Survival (Nairobi: Evangel Publishing House, 1984), 36-37.
26. Thomas Simcox, The Theorists: Israel My Glory (Westville, New Jersey: Friends of Israel Gospel Ministry, Inc., Jan/Feb 2003), 19.
27. Thomas Simcox, The Theorists: Israel My Glory (Westville, New Jersey: Friends of Israel Gospel Ministry, Inc., Jan/Feb 2003), 20.
28. Thomas Simcox, The Theorists: Israel My Glory (Westville, New Jersey: Friends of Israel Gospel Ministry, Inc., Jan/Feb 2003), 20.

SURA YA 4: MILKI YA ROMA

1. Tokunboh Adeyemo, Africa Bible Commentary (Nairobi: WorldAlive Publishers, 2006), 994.
2. Tokunboh Adeyemo, Africa Bible Commentary (Nairobi: WorldAlive Publishers, 2006), 994
3. Peter Heather, The Fall of Rome (History, BBC, 2011-02-17).
4. John Simkin – The Roman World – End of the Roman Empire

(Spartacus Educational, September 1997).

1. The Seven Heads and Ten Horns (Revelation Logic).
2. The Seven Heads and Ten Horns (Revelation Logic).
3. John's Vision – The Beast with Seven Heads and Ten Horns (End time's truth).
4. Sir Isaac Newton, Chapter 6 of the ten Kingdoms represented by the ten horns of the fourth beast

(BLUE LETTER BIBLE).

[9] Jim Haeffele, Daniel 7: Four Beasts and the Little Horn (Life Hope & Truth).

1. United Church of God, Roman Revivals of a United Europe (BEYOND TODAY, Dec. 30, 2013).

2. United Church of God, Roman Revivals of a United Europe (BEYOND TODAY, Dec. 30, 2013).
3. United Church of God, Roman Revivals of a United Europe (BEYOND TODAY, Dec. 30, 2013).

1. Herb Hirt, The Kingdom and the Power - Israel My Glory (Westville, New Jersey: Friends of Israel Gospel Ministry, Inc., July/Aug. 2009), 15
2. Chuck Smith, Future Survival (Nairobi: Evangel Publishing House, 1984), 12.
3. Tokunboh Adeyemo, Africa Bible Commentary (Nairobi: WorldAlive Publishers, 2006), 995.
4. Bible.org, Studies in Revelation – The Eternal State (Rev. 21:1-22:5).
5. Endtimes/ Prokeg
6. Yardley, J. (New York Times, March 20, 2013).
7. Chuck Smith, Future Survival (Nairobi: Evangel Publishing House, 1984), 12
8. Douglas Bookman, Antiochus and Antichrist - Israel My Glory (Westville, New Jersey: Friends of Israel Gospel Ministry, Inc., July/ Aug. 2009), 23.
9. Herb Hirt, The Kingdom and the Power - Israel My Glory (Westville, New Jersey: Friends of Israel Gospel Ministry, Inc., July/Aug. 2009), 27
10. Jimmy De Young, EUROPE, NATO and Antichrist - Israel My Glory (Westville, New Jersey: Friends of Israel Gospel Ministry, Inc., Mar/ April, 2009), 19.
11. Charles E. McCracken, The Great World Kingdoms - Israel My Glory (Westville, New Jersey:

Friends of Israel Gospel Ministry, Inc., July/Aug. 2009), 30

SURA YA 5: JUKUMU LA AMERIKA KATIKA MPAMGO WA MWISHO

1. Ankerberg, J. The Coming Economic Crisis (jashow).
2. Amazing Facts. The USA in Bible Prophecy (Bible Study Guides).
3. End Times Kingdoms. The Fact of Toes of Nebuchadnezzar's Image.

1. James Warden, Bible Prophecy & Trump (Kindle Edition, Amazon, Feb. 4, 2017).
2. James Warden, Bible Prophecy & Trump (Kindle Edition, Amazon, Feb. 4, 2017).
3. James Warden, Bible Prophecy & Trump (Kindle Edition, Amazon, Feb. 4, 2017).
4. James Warden, Bible Prophecy & Trump (Kindle Edition, Amazon, Feb. 4, 2017).
5.

SURA YA 6: URUSI KATIKA MPANGO WA WAKATI WA MWISHO

1. Michael, Peck, How Hitler Made Russia a Super Power (THE NATIONAL INTEREST, June 18,

2016).

1. Michael, Peck, How Hitler Made Russia a Super Power (THE NATIONAL INTEREST, June 18, 2016) .
2. Tari Robinson, Russia gets its superpower on (SC Media Magazine, February 5, 2018).
3. Cold War History (HISTORY 2020).
4. Cold War History (HISTORY 2020).
5. Cold War History (HISTORY 2020).
6. Cold War History (HISTORY 2020).
7. Cold War History (HISTORY 2020).
8. Russian History – Collapse of the Soviet Union

1. Serge Schmemann, END OF THE SOVIET UNION; The Soviet State, Born of a Dream Dies (The New York Times, Dec. 26, 1991).

2. Larisa Epakto, Once a Superpower, how strongest is Russia now? (PBC NEWS HOUR, Jan 13, 2017).
3. Larisa Epakto, Once a Superpower, how strongest is Russia now? (PBC NEWS HOUR, Jan 13, 2017).
4. Elwood McQuaid, Emerging Shadows of the Hammer and Sickle - Israel My Glory (Westville, New Jersey: Friends of Israel Gospel Ministry, Inc., May/June 2005), 9

[14] Dmitriy Frolovskiy, Russia's Role in Syria is Changing (The Moscow Times, Jan 9, 2020).

[15] "Magog" The New International Dictionary of the Bible (Grand Rapids: Zondervan Publishing House, 1987), 614.

[16] A. R. Millard, Scythians" International Standard Bible Encyclopedia (Fully Revised), 1988: 365.

[17] "Gog and Magog", The Jewish Encyclopedia, 1910, Vol. 19.

[18] David Jeremiah, What Does the Bible Say About Modern Russia? (DAVID JEREMIAH Blog).

1. David Vejil, The Origin of Modern Russia The Trumpet). www.thetrumpet.com/8311-theorigins-of-modern-russia
2. Special Office Brief (Jan 31, 192 – Issue No. 384).
3. Mike Stallard, The Coming Invasion - Israel My Glory (Westville, New Jersey: Friends of Israel Gospel Ministry, Inc., Aug/Sept 1995), 13
4. Renald Showers, Gog and Magog - Israel My Glory (Westville, New Jersey: Friends of Israel Gospel Ministry, Inc., Aug/Sept 1995), 13
5. Tom Finley, Thoughts on Ezekiel 38 (BIOLA UNIVERSITY Blogs, April 4, 2012).
6. John, "ROSH" IS NOT RUSSIA (TRUE DISCERNMENT, September 6, 2008).
7. Renald Showers, Gog and Magog - Israel My Glory (Westville, New Jersey: Friends of Israel Gospel Ministry, Inc., Aug/Sept 1995), 14
8. Steve Herzig, War: What Is It Good For? (Ezekiel 38:1-39:16) ISRAEL - Israel My Glory (Westville,

New Jersey: Friends of Israel Gospel Ministry, Inc., Jan/ Feb 2007), 31

SURA YA 7: VITA VYA ISRAELI NA HAMAS

1. ALJAZEERA, 10 NOV. 2023, Aljazeera
2. NBC NEWS, November 2, 2023
3. Reuters October, 16, 2023, reuters.com
4. Financial Times, November 14, 2023, ft.com
5. Reuters October 10, 202, reuters.com
6. CSIS, October 11, 2023. Csis.org
7. Richard Brown, Natural News, 12/06/2023. Naturalnews.com

SURA YA 8: UJENZI WA HEKALU LA TATU

1. Eskenazi, T. C., Destruction and Reconstruction of the Temple. (Nov. 2018).
2. David B. Green, The History of the Jewish Temple in Jerusalem (HAARETZ, 11.08.2014).
3. Eskenazi, T. C., Destruction and Reconstruction of the Temple. (Nov. 2018).
4. Eskenazi, T. C., Destruction and Reconstruction of the Temple. (Nov. 2018
5. David, M. Levy, The Jewishness of the Temple Mount – Israel My Glory (Westville, New Jersey: Friends of Israel Gospel Ministry, Inc., Jan/Feb 2011), 24-26.
6. Elwood McQuaid, HISTORY BY THE WISHING WELL - Israel My Glory (Westville, New Jersey: Friends of Israel Gospel Ministry, Inc., Mar/April 2001), 7-8.
7. Elwood McQuaid, HISTORY BY THE WISHING WELL - Israel My Glory (Westville, New Jersey: Friends of Israel Gospel Ministry, Inc., Mar/April 2001), 7-8.
8. Elwood McQuaid, HISTORY BY THE WISHING WELL - Israel My Glory (Westville, New Jersey: Friends of Israel Gospel Ministry, Inc., Mar/April 2001), 7-8.

1. Genevieve Belmaker, Jerusalem History: The First and Second Temple (Moon).
2. Elwood McQuaid, HISTORY BY THE WISHING WELL - Israel My Glory (Westville, New

Jersey: Friends of Israel Gospel Ministry, Inc., Mar/April 2001), 7.

1. Randall Price, The Jewishness of the Temple Mount - Israel My Glory (Westville, New Jersey: Friends of Israel Gospel Ministry, Inc., Jan/Feb 2011), 15.
2. Wyatt Massey, Religious Questions: What does the Third Temple Symbolize? (Times Free Press, February 7th 2020).
3. Wyatt Massey, Religious Questions: What does the Third Temple Symbolize? (Times Free Press, February 7th 2020).
4. Yehuda Shurpin, Why Haven't Jews Rebuilt the Temple Yet?
5. Yehuda Shurpin, Why Haven't Jews Rebuilt the Temple Yet? (Chabad.org).
6. Will the Third Temple Be Rebuilt During Trump's Administration? (The Messianic Prophecy

Bible Project).

1. Will the Third Temple Be Rebuilt During Trump's Administration? (The Messianic Prophecy Bible Project).
2. Randall Price, Time for a Temple? - Israel My Glory (Westville, New Jersey: Friends of Israel Gospel Ministry, Inc., Dec/Jan 1997/1998).
3. Randall Price, In Search of Temple Treasures (Toledo, OH: Harvest House Publishers, 1994).
4. Kayla Root, Jewish Groups Says End Times Biblical Prophecy Fulfilled, Flawless "Red Heifer" Could Signal the Third Temple (CBN News, 09-16-2018).
5. Kayla Root, Jewish Groups Says End Times Biblical Prophecy Fulfilled, Flawless "Red Heifer" Could Signal the Third Temple (CBN News,

09-16-2018).

6. Matthew Wagner, Can Third Temple be Built without Destroying Dome of the Rock? (The Jerusalem Post, June 21, 2009).
7. Giles Fraser, An Israeli Claim to Temple Mount would trigger unimaginable violence. The Guardian, Fri 13, Sept. 2013).
8. Elwood McQuaid, How Important is the Temple Mount Controversy? - Israel My Glory (Westville, New Jersey: Friends of Israel Gospel Ministry, Inc., Sept/Oct 2003), 10.
9. Elwood McQuaid, How Important is the Temple Mount Controversy? - Israel My Glory (Westville,

New Jersey: Friends of Israel Gospel Ministry, Inc., Sept/Oct 2003), 10

SURA YA 9: UNYAKUO WA KANISA

1. Rapture – The Complete Christian Dictionary for Home, School and Office (Geneva, IL: David Ministries Foundation, 2002), 561.
2. Richard T. Ritenbaugh, Caught Up in The Rapture (Forerunner, "Prophecy Watch" – THE TRUE GOSPEL, Aug. 1996.
3. David M. Levy, The Rapture Question - Israel My Glory (Westville, New Jersey: Friends of Israel Gospel Ministry, Inc., Aug/Sept 2000), 12.
4. David M. Levy, the Rapture Question - Israel My Glory (Westville, New Jersey: Friends of Israel Gospel Ministry, Inc., Aug/Sept 2000), 12.
5. Greg Rugh, ESCHATOLOGY: Different Rapture Views (Indian Hills Community Church Center for Biblical Studies).
6. David M. Levy, The Rapture Question - Israel My Glory (Westville, New Jersey: Friends of Israel Gospel Ministry, Inc., Aug/Sept 2000), 12.
7. Erickson, M. J., Cotemporary Options in Eschatology (Grand Rapids, Michigan: Baker Book House, 1977).
8. Reiter, R. R. et.al, The Rapture – Pre-Mid or Post Tribulation? (Grand Rapids, Michigan: Academic Books, Zondervan Publishing House, 1984).
9. Greg Rugh, ESCHATOLOGY: Different Rapture Views (Indian Hills Community Church Center for Biblical Studies).

10. Greg Rugh, ESCHATOLOGY: Different Rapture Views (Indian Hills Community Church Center for Biblical Studies).
11. Greg Rugh, ESCHATOLOGY: Different Rapture Views (Indian Hills Community Church Center for Biblical Studies).
12. Greg Rugh, ESCHATOLOGY: Different Rapture Views (Indian Hills Community Church Center for Biblical Studies).
13. David M. Levy, the Rapture Question - Israel My Glory (Westville, New Jersey: Friends of Israel Gospel Ministry, Inc., Aug/Sept 2000), 12.
14. Watson Goodman, Look Out Everybody (Elkhart, Indiana: Enterprises for Emmanuel, 1985), 55.
15. Greg Rugh, ESCHATOLOGY: Different Rapture Views (Indian Hills Community Church Center for Biblical Studies).
16. David M. Levy, the Rapture Question - Israel My Glory (Westville, New Jersey: Friends of Israel Gospel Ministry, Inc., Aug/Sept 2000), 11.
17. Phil Gregg, Mid Tribulation Rapture? (Grapevine Church, 26/02/ 2016).
18. Phil Gregg, Mid Tribulation Rapture? (Grapevine Church, 26/02/ 2016).
19. Phil Gregg, Mid Tribulation Rapture? (Grapevine Church, 26/02/ 2016).
20. Phil Gregg, Mid Tribulation Rapture? (Grapevine Church, 26/02/ 2016).
21. Steve W. Lemke, The Biblical Case for Mid-Tribulation (New Orleans Baptist Theological

Seminary, 2020).

1. Roy W. Anderberg, Post Tribulation Rapture: A Biblical Study of the Return of Christ (Tuscon,

Arizona: Wheatmark, 2008).

1. Watson Goodman, Look Out Everybody (Elkhart, Indiana: Enterprises

for Emmanuel, 1985), 3755.

2. David M. Levy, The Rapture: Jan/Feb/Sept 2018), 16-17.
3. Chuck Smith, Future Survival (Nairobi: Evangel Publishing House, 1984), 27.
4. Ernest Angley, RAPTURED (Akron, Ohio: Winson Press, 1950), 52-55.
5. J. D. Douglas and Merrill C. Tenney, New International Bible Dictionary (Grand Rapids, Michigan: 1987) , 70.
6. What is Apostasy and how can I recognize it? (Got Questions, 2002-2020).
7. Will there be a great apostasy during the end times? (Got Questions, 2002-2020).
8. Costi W. Hinn, God, Greed and the (Prosperity) Gospel: How Truth Overwhelms a Life Built on Lies (Zondervan, 2019).
9. Are we on the Brink of World War? (The Week, September 4, 2018).
10. CNN, April 14, 2018.
11. Plot-666: The New World Order (2017 Video) – IMOb.
12. The Global Economic Outlook During the COVID-19 Pandemic: A Changed World. (THE WORLD BANK, JUNE 8, 2020).
13. Leighton D. Smith, Say NO to that MARK (New York: Countdown Publishers, 1998), 47-48.
14. Chuck Smith, Future Survival (Nairobi: Evangel Publishing House, 1984), 24.
15. Reinkens, R., The Post Rapture Economic Collapse (God on the net).
16. Dave Breese, The Global Economy and Coming Chaos – Israel My Glory (Westville, New Jersey: Friends of Israel Gospel Ministry, Inc, Mar/April 2001), 11.
17. Mark Robinson, Aftermath of the Rapture – Israel My Glory (Westville, New Jersey: Friends of Israel Gospel Ministry, Inc, Aug/Sept 2000), 21.
18. Mark Robinson, Aftermath of the Rapture – Israel My Glory (Westville, New Jersey: Friends of Israel Gospel Ministry, Inc, Aug/Sept

2000), 21.

19. Renald E. Showers, Politics and Religion in the Global Village - Israel My Glory (Westville, New Jersey: Friends of Israel Gospel Ministry, Inc, Mar/April 2001), 13.
20. Yardley, J., New York Times (March 20, 2013).
21. Mark Robinson, Aftermath of the Rapture – Israel My Glory (Westville, New Jersey: Friends of Israel Gospel Ministry, Inc, Aug/Sept 2000), 20.
22. Mark Robinson, Aftermath of the Rapture – Israel My Glory (Westville, New Jersey: Friends of Israel Gospel Ministry, Inc, Aug/Sept 2000), 20
23. J. Michael Thomas Hays, Rise of the New World Order: The Culling of Man. Kindle Edition (2013).

SURA YA 10: MPINGA - KRISTO

1. John Gill, Exposition of the Whole Bible – Verse by Verse Bible Commentary – Daniel 9:27

(STUDYLIGHT.ORG).

1. Daniel 9: Bible Studys (Bible Study.org). www.bible-studys.org/ bible%20books/ Daniel%chapter%209.html.
2. Chuck Smith, Future Survival (Nairobi: Evangel Publishing House, 1984), 19.
3. W.T.P. Wolston, Behold the Bridegroom (Denver, Colorado: Wilson Foundation, 1983), 63.
4. Jamieson, Robert D. D., Faussett, A. R., Brown, David, "Commentary on Daniel 9:27". "Commentary Critical and Explanatory on the Whole Bible".
5. Richard T. Ritenbaugh, Daniel 9:27 – Forerunner Commentary (BIBLETOOLS).
6. John Ankerberg, Who or What is the "Restrainer" in 2 Thessalonians

2 (THE JOHN ANKERBERG SHOW). www.jashow.org/articles/who-or-what-is-the-"restrainer"-in-2-thessalonians-2/

7. Who is the Restrainer the Bible Talks about in 2 Thessalonians 2:6? (Compelling Truth).
8. John W. Ritenbaugh, 2 Thessalonians 2:7 (BIBLETOOLS).
9. Alan Kurschner, Archangel Michael, the Restrainer Removed, 2 Thessalonians 2:6-7 (eschatos Ministries, May 12, 2015).
10. Jimmy De Young, Europe, NATO and the Antichrist – Israel My Glory (Westville, New Jersey: Friends of Israel Gospel Ministry, Inc, Mar/April 2001), 20.
11. The Associated Press, Antichrist Is Alive, And a Male Jew, Falwell Contends (The New York Times, January 16, 1999).
12. Thomas D. Ice, The Ethnicity of the Antichrist (LIBERTY UNIVERSITY, May 2009),
13. Thomas D. Ice, The New Antimerism: Why the World Hates Israel (Balfour Books, 2005).
14. Thomas D. Ice, The New Antimerism: Why the World Hates Israel (Balfour Books, 2005).
15. Thomas D. Ice, The New Antimerism: Why the World Hates Israel (Balfour Books, 2005).
16. Watson Goodman, Look Out Everybody (Elkhart, Indiana: Enterprises for Emmanuel, 1985), 9697.
17. Watson Goodman, Look Out Everybody (Elkhart, Indiana: Enterprises for Emmanuel, 1985), 96-

97

1. ISLAM: Babylon the Great; Daily Chess – Spirituality (2nd July, 2015).
2. Zola Levitt, Today's Israel in Prophecy (Zola Levitt Ministries, 1996),
3. Chuck Smith, Future Survival (Nairobi: Evangel Publishing House, 1984), 13-14.
4. The Global Economic Outlook During the Covid-19 Pandemic: A

Changed World (THE WORLD BANK, JUNE 8, 2020).

5. Personality of the Conqueror (Military Engagements of Antichrist).
6. Personality of the Conqueror (Military Engagements of Antichrist).
7. Watson Goodman, Look Out Everybody (Elkhart, Indiana: Enterprises for Emmanuel, 1985), 82.
8. David Jeremiah, The False Prophet in the Book of Revelation (DAVID JEREMIAH Blog).
9. David Jeremiah, The False Prophet in the Book of Revelation (DAVID JEREMIAH Blog).

[28] David Jeremiah, The False Prophet in the Book of Revelation (DAVID JEREMIAH Blog).

1. Herb Hirt, Character and Career of the Antichrist – Israel My Glory (Westville, New Jersey: Friends of Israel Gospel Ministry, Inc., Feb/March 2000), 15.
2. Herb Hirt, Character and Career of the Antichrist – Israel My Glory (Westville, New Jersey: Friends of Israel Gospel Ministry, Inc., Feb/March 2000), 15.
3. W.T.P. Wolston, Behold The Bridegroom (Denver, Colorado: Wilson Foundation, 1983), 39.
4.

SURA YA 11: ALAMA YA MNYAMA

1. Craig, L. Parshall, Dark Innovation: The Role of Technology in Revelation 13 - Israel My Glory (Westville, New Jersey: Friends of Israel Gospel Ministry, Inc., July/Aug 2014), 18-19.
2. Walter Veith, Two Beasts Become Friends (YouTube Video).
3. The Sabbath and the Mark of the Beast: FAQ>>Advanced Topics (Sabbath Truth).
4. The Sabbath and the Mark of the Beast: FAQ>>Advanced Topics (Sabbath Truth).

5. Walter Veith, Two Beasts Become Friends (YouTube Video).
6. The Sabbath and the Mark of the Beast: FAQ>>Advanced Topics (Sabbath Truth).
7. Walter Veith, Two Beasts Become Friends (YouTube Video).
8. Tukunboh Adeyemo, Africa Bible Commentary (Nairobi: WorldAlive Publishers, 2006), 1566.
9. Joseph Rickaby, "The Modern Papacy", Lectures on the History of Religion, Lecture 24, (London: Catholic Truth Society, 1990), 1.
10. The Sabbath and the Mark of the Beast: FAQ>>Advanced Topics (Sabbath Truth).
11. Walter Veith, Two Beasts Become Friends (YouTube Video).
12. The Sabbath and the Mark of the Beast: FAQ>>Advanced Topics (Sabbath Truth).
13. Walter Veith, Two Beasts Become Friends (YouTube Video).
14. Michael Scheifler, 666, The Number of the Beast (Moellerhaus).
15. Booklet G – The Man who Claimed to Change God's Law – Supplement to Lesson 22 (Champs of Truth).
16. Peter Geiermann, The Convert's Catechism of Catholic Doctrine (St. Louis: B. Herder Book Co., 1957 ed), 50.
17. Thomas R. Schreiner, What is the Mark of the Beast (Revelation 13), (Crossway; Oct. 8, 2018).
18. Donald Trump Signs Sunday Law (YouTube),
19. Siassi Community – 514 Sea Buruk (facebook).
20. POLAND'S SUNDAY LAW: A HARBINGER? (AMAZING FACTS),
21. Universal Sunday Law: World Last Chance, (2004-2018),
22. The Final Mark (End Times Truth),
23. The Final Mark (End Times Truth), www.endtimestruth.com/mark-of-the-beast/final-mark/ [24] Leighton D. Smith, Say No to that Mark (New York: Countdown Publishers, 1998), 62-63).

1. Leighton D. Smith, Say No to that Mark (New York: Countdown

Publishers, 1998), 62-63).

2. The Final Mark (End Times Truth),
3. Refle, M. S. When your Money Fails, the 666 System is here (Alabama: Ministries, Inc, 1981).
4. Jovan Byford, Towards a Definition of Conspiracy Theory (Spinger Link).
5. Michael Butter, There is a Conspiracy Theory that CIA Invented the term "Conspiracy Theory" – here is why (THE CONVERSATION, March 16, 2020).
6. Dictionary.combridge
7. Collins – dictionary
8. Vocabulary dictionary
9. Lexico
10. Your dictionary
11. Merriam-webster.
12. Ethan Huff
13. Ethan Huff
14. Ethan Huff
15. Ethan Huff
16. Ramon Tomey,
17. Geofrey Grider,
18. Ibry: //eOffGridDesertFarmingwithPaulandAdrienine#9/Its_worse-Than-You-Think,The-
19. Science World, Scientists Find Proof of God In DNA Code YouTube Engineering 28 Nov. 2019,
20. Science World, Scientists Find Proof of God In DNA Code YouTube Engineering 28 Nov. 2019,
21. Tia Ghose, Genetic "Adam" and "Eve" Uncovered,

1. Tia Ghose, Genetic "Adam" and "Eve" Uncovered, LIVESCIENCE,
2. Desert Farming with Paula Adrieme#9/It's-Worse-Than-You-Think,The-Mark-of-TheBeast1...

3. Ethan Huff, , Wednesday, June 16, 2021.

SURA YA 12: HALI BAADA YA JANGA

1. J. D. Heyes,
2. Ethan Huff,
3. Mike Adams,
4. Paul Kirby, BBC News 10 March 2022, Why has Russia Invaded Ukraine and what does Putin Want?
5. Paul Kirby, BBC News 10 March 2022, Why has Russia Invaded Ukraine and what does Putin Want?
6. Palki Sharma, Gavitas Plus: Did NATO Push Ukraine into War? https://youtu.be/TzgPJeYZaOu
7. Adele Peters, FAST COMPANY:
8. Arsenio Toledo,
9. J. D. Heyes,
10. Palki Sharmal Gravitas Plus: Worldwar
11. Karen Gilchrist, FRI, FEB 18 2022, HEALTH AND SCIENCE, CNBC,
12. Mike Adams,
13. Mike Adams,
14. Divina Ramirez,

SURA YA 13: DHIKI KUU

1. J. D. Douglas, Merrill C. Tenney, New International Bible Dictionary (Grand Rapids, Michigan: Zondervan, 1987), 1037.
2. Steve W. Lemke, The Biblical Case for Mid-Tribulation (New Orleans Baptist Theological Seminary),
3. Steve W. Lemke, The Biblical Case for Mid-Tribulation (New Orleans Baptist Theological Seminary),
4. Steve W. Lemke, The Biblical Case for Mid-Tribulation (New Orleans Baptist Theological Seminary),

5. Ron Swanson, Earth's Final Hours (Calgery, Alberta: Victory Churches International, 2014), 49-53.
6. David Jeremiah, What is the Tribulation? (DAVID JEREMIAH Blog),
7. Thomas D. Ice, Why I Believe the Bible Teaches Rapture Before Tribulation (Liberty University, May 2009).
8. August Van Ryn, The Blessed Hope: The Tribulation; Christ's Appearing – Christian Victory (Christian Victory Publishing Company, Inc. September 1980, Vol. 54, No. 595), 21-22.
9. Peter Colon, The Hope of a Tomorrow (Daniel 12) – Israel My Glory (Westville, New Jersey: Friends of Israel Gospel Ministry, Inc, Feb/Mar 2000), 16-17.
10. Peter Colon, The Hope of a Tomorrow (Daniel 12) – Israel My Glory (Westville, New Jersey: Friends of Israel Gospel Ministry, Inc, Feb/Mar 2000), 16-17.
11. Mike Stallard, When Is It? - Israel My Glory (Westville, New Jersey: Friends of Israel Gospel Ministry, Inc, Jan/Feb 2018), 26-27.
12. J. Rodman Williams, Will Christians Go Through the Tribulation? (CBN).
13. Sid Litke, The Rapture Debate (Bible.org).
14. Why We Believe in a Post-Tribulation Rapture (END TIMES MINISTRIES).
15. Why We Believe in a Post-Tribulation Rapture (END TIMES MINISTRIES). www.endtime.

com/blog/why-we-believe-in-a-post-tribulation-rapture/ [16] Why We Believe in a Post-Tribulation Rapture (END TIMES MINISTRIES).

1. Richard T. Ritenbaugh, What the Bible Says about Great Tribulation – Forerunner Commentary (Bible Tools). Tribulation-T
2. Richard T. Ritenbaugh, What the Bible Says about Great Tribulation – Forerunner Commentary (Bible Tools).
3. Watson Goodman, Look Out Everybody (Elkhart, Indiana: Enterprises

for Emmanuel, 1985), 295.

4. Alex Jones, What's So Scary About FEMA? (VOCATIV, May 21, 2014).
5. Steve Allen, Why Did FEMA Order 2500 Gallons of Hydrogen Cyanide? (THINK ABOUT IT NEWS, July 5, 2018).
6. Steven Thomma, Secret Camps and Guillotines? Camps make 'bithers' look same (THE MERCURY NEWS, Aug 29, 2009).

SURA YA 14: KANISA BAADA YA KUNYAKULIWA

1. The Judgement Seat of Christ (Harvest),
2. W. H., Clare, The Judgement Seat of Christ: Christian Victory (Westville, Illinois: September 1980) , 28.
3. Judgement Seat of the Saints - Israel My Glory (Sept/Oct 1980).
4. W. H., Clare, The Judgement Seat of Christ: Christian Victory (Westville, Illinois: September 1980) , 28.
5. W. H., Clare, The Judgement Seat of Christ: Christian Victory (Westville, Illinois: September 1980) , 28.
6. Bruce Scott, The Judgement Seat of Christ – Israel My Glory (Westville, New Jersey: Friends of

Israel Gospel Ministry, Inc, Aug/Sept. 1997), 1.2

1. John W. Ritenbaugh, Marriage of the Lamb – Rev. 19:7-8 (Bible Tools),
2. W. T. P. Wolston, The Marriage Supper of the Lamb – Behold the Bridegroom (Denver, Colorado: Wilson Foundation, 1983), 112-114.
3. Forerunner Commentary, "Prophecy Watch", "The Marriage of the Lamb (Bible tools). Messianic Prophecies (Bible.org).

SURA YA 15: YERUSALEMU: AWALI NA BAADAYE

1. Peter Colon, Jerusalem: Icon of Ages – Israel My Glory (Westville, New Jersey: Friends of Israel Gospel Ministry, Inc, June/July 1992), 7.

2. Peter Colon, Jerusalem: Icon of Ages – Israel My Glory (Westville, New Jersey: Friends of Israel Gospel Ministry, Inc, June/July 1992), 7.
3. Peter Colon, Jerusalem: Icon of Ages – Israel My Glory (Westville, New Jersey: Friends of Israel Gospel Ministry, Inc, June/July 1992), 7

1. The Messaiah Would come riding on a donkey: Zechariah 9:9 (JEWS FOR JESUS)
2. Messianic Prophesis (Bible.com)
3. Mark Robinson, The Future of Jerusalem - Israel My Glory (Westville, New Jersey: Friends of Israel Gospel Ministry, Inc, June/July 1992), 15.

SURA YA 16: UAMSHO WA ISRAELI

[1] Bruce Scott, Hallowed Be Your Name (Ezekiel 36) - Israel My Glory (Westville, New Jersey: Friends of Israel Gospel Ministry, Inc, Jan/Feb 2007), 15-16.

[2] Zachary Garris, Dry Bones and the Resurrection of the Dead (Ezekiel 37:1-4) (Knowing Scripture).

[1]Martin Gilbert, The Routledge Atlas of the Arab – Israeli Conflict, 7th ed. (London: Routledge, 2002) , 49.

[2]David M. Levy, The Rebirth of Israel (Ezekiel 37) - Israel My Glory (Westville, New Jersey: Friends of Israel Gospel Ministry, Inc, Jan/Feb 2007), 19.

[3]David M. Levy, The Rebirth of Israel (Ezekiel 37) - Israel My Glory (Westville, New Jersey: Friends of Israel Gospel Ministry, Inc, Jan/Feb 2007), 19.

[4] Itrater, A., Three End Times Ourpouring -Revived Tribe – (Revive Israel, 2018).

[5] John Ross Schroeder, Ezekiel's Vision of the Valley of Dry Bones (BEYOND TODAY, Oct, 8, 2010).

[6] John Ross Schroeder, Ezekiel's Vision of the Valley of Dry Bones (BEYOND TODAY, Oct, 8, 2010).

[7] Forerunner Commentary, Ezekiel 37:7-11 (Bible Tools),

SURA YA 17: WAINJILISTI WA KIYAHUDI 144,000

Who Go to Heaven? (Jehovah's Witness).

[2] Who Go to Heaven? (Jehova's Witness).

[3] Who Go to Heaven? (Jehova's Witness).

[4] David Jeremiah, The 144,000 in the Book of Revelation (David Jeremiah Blog, 2018

[5] David Jeremiah, The 144,000 in the Book of Revelation (David Jeremiah Blog, 2018),

[6] David Jeremiah, The 144,000 in the Book of Revelation (David Jeremiah Blog, 2018),

[7] David Jeremiah, The 144,000 in the Book of Revelation (David Jeremiah Blog, 2018),

[8] Watson Goodman, Look Out Everybody (Elkhart, Indiana: Enterprises for Emmanuel, 1985), 196.

[9] Watson Goodman, Look Out Everybody (Elkhart, Indiana: Enterprises for Emmanuel, 1985), 196.

[10] Chad Napier, Who are the 144,000 in the Bible and Is This Number Symbolic or Literal? (Christianity.com). www.christianity.com/wiki/end-times/who-are-the-144000-in-the-bible-isthis-number-symbolic-or-literal.html

[11] Max, D. Younce, What About the 144,000 Jews That Are Only Named In Revelation Chapter

7 and 14? (Heritage Bible Church),

SURA YA 18: MASHAHIDI WAWILI KATIKA UFUNUO

1. Who are the two witnesses in the book of Revelation? (Got Questions)
2. Thomas Hale, The Applied New Testament Commentary (Eastbourne: Kingsway Publications, 2000) , 673.
3. Who are the two Witnesses? (Bible Study Tools),
4. Who are the two witnesses in the book of Revelation? (Got Questions),
5. Who are the witnesses? (Bible Study Tools),
6. Jim Springer, Two Witnesses of Revelation 11 (Life Hope & Truth),
7. Daniel Mihoc, Sibiu – Romania, The Two Witnesses of Revelation 11 and the Mission of the Church (Mihoc)
8. Thomas Hale, The Applied New Testament Commentary (Eastbourne: Kingsway Publications, 2000) , 674.
9. Daniel Mihoc, Sibiu – Romania, The Two Witnesses of Revelation 11

and the Mission of the Church (Mihoc).
10. Daniel Mihoc, Sibiu – Romania, The Two Witnesses of Revelation 11 and the Mission of the Church (Mihoc).
11. Daniel Mihoc, Sibiu – Romania, The Two Witnesses of Revelation 11 and the Mission of the Church (Mihoc).
12. Tukunboh Adeyemo, Africa Bible Commentary (Nairobi: WorldAlive Publishers, 2006), 1562.
13. Thomas Hale, The Applied New Testament Commentary (Eastbourne: Kingsway Publications, 2000) , 674.
14. Daniel Mihoc, Sibiu – Romania, The Two Witnesses of Revelation 11 and the Mission of the Church (Mihoc).

SURA YA 19: MAFUNGU MATATU YA HUKUMU

1. What are the Seven Seals of Revelation (Got Questions),
2. Thomas Hale, The Applied New Testament Commentary (Eastbourne: Kingsway Publications, 2000) , 670.
3. The Rider on the White Horse and the Armies with Him (THE SPURGEON CENTER).
4. Revelation 6:2 (Bible Study Tools).
5. Revelation 6:2 (Bible Study Tools).
6. Tukunboh Adeyemo, Africa Bible Commentary (Nairobi: WorldAlive Publishers, 2006), 1557.
7. Thomas Hale, The Applied New Testament Commentary (Eastbourne: Kingsway Publications, 2000) , 670.
8. Richard T. Ritenbauhh, What the Bible says about "do not harm the oil and the wine – Forerunner

Commentary –

[9] Revelation 6:6 (Bible Study Tools). Revelation 6:6 Parallel Verses (BIBLEREF).

[10] Tukunboh Adeyemo, Africa Bible Commentary (Nairobi: WorldAlive Publishers, 2006), 1558.

[11] The Four Horsemen of the Apocalypse (Group Bible Study). www.groupbiblestudy.com/

[12]Thomas Hale, The Applied New Testament Commentary (Eastbourne: Kingsway Publications, 2000) , 670.

[13] The Fifth Seal: I Saw Under the Alter Those Who Had Been Slain 6:9-11 (Jay Mack).

[14] The Trumpet Judgements begin – Revelation 8-9 (Bible book Revelation).

[15] The Trumpet Judgements begin – Revelation 8-9 (Bible book Revelation).

[16] The Trumpet Judgements begin – Revelation 8-9 (Bible book Revelation).

[17] Earth's greatest hits: Six of the biggest meteorites in history (New Scientist, 19 April 2017).

[18] The Trumpet Judgements begin – Revelation 8-9 (Bible book Revelation). John F. Walvoord, 9. The Fifth And Sixth Trumpets: The First And Second Woes

1. John F. Walvoord, 9. The Fifth And Sixth Trumpets: The First And Second Woes
2. John F. Walvoord, 9. The Fifth And Sixth Trumpets: The First And Second Woes
3. John F. Walvoord, 9. The Fifth And Sixth Trumpets: The First And Second Woes
4. Tukunboh Adeyemo, Africa Bible Commentary (Nairobi: WorldAlive Publishers, 2006), 1569.
5. The Second Bowl: Revelation 16:3 (Once Delivered, January 6, 215).
6. Tukunboh Adeyemo, Africa Bible Commentary (Nairobi: WorldAlive Publishers, 2006), 1569.
7. Tukunboh Adeyemo, Africa Bible Commentary (Nairobi: WorldAlive Publishers, 2006), 1569.
8. The Sixth Bowl: Revelation 16:12-16 (Once Delivered, February 24, 2015).
9. Tukunboh Adeyemo, Africa Bible Commentary (Nairobi: WorldAlive Publishers, 2006), 1570.
10. "It is done!" – Revelation 16:17-19 (Once Delivered, March 24, 2015). www.oncedelivered. net/2015/03/24/it-is-done-revelation-1617-18/.

SURA YA 20: KWANGUKA KWA BABILONI

[1] Joshua, J. Mark, Definition – Babylon (Ancient History Encyclopedia).

[2] End time prophecy, 2010.

1. Jim Haeffele, MYSTERY BABYLON THE GREAT (Life Hope & Truth),
2. Jim Haeffele, MYSTERY BABYLON THE GREAT (Life Hope & Truth),
3. Jim Haeffele, MYSTERY BABYLON THE GREAT (Life Hope & Truth),
4. Babylon as seen in Scripture: An Introduction to Rev. 17-18
5. Tim McHyde, 4 Plain Proofs America is Babylon + Objectives Answered (Escape All These Things, June 16, 2017).
6. 3 Reasons Why America is NOT Mystery Babylon! THEORY BEBUNKED! Biblical Evidence.
7. Shoebat Foundation, Mystery Babylon is Mecca, NOT Vatican (SHOEBAT.COM, May 31, 2013).
8. Edward Gibson, The Decline and Fall of the Roman Empire, Vol. 6, Chap. 1. (Little Brown, and Company, 1855), 211.
9. Shoebat Foundation, Mystery Babylon Is Mecca, NOT Vatican (SHOEBAT.COM, May 31, 2013) .
10. Who is "Babylon The Great" and from Where Will the Antichrist Rise? (Night Watch).
11. Who is "Babylon The Great" and from Where Will the Antichrist Rise? (Night Watch
12. Who is "Babylon The Great" and from Where Will the Antichrist Rise? (Night Watch).
13. Christ While, Mystery Babylon – When Jerusalem Embraces the Antichrist's An Exposition of Revelation 18 and 19 (CWM Publishing, Sept, 2013).
14. John W. Ritenbaugh, The Beast and Babylon (Part Five): The Great Harlot, (Church of the Great God, Forerunner, "Personal", August

2004).

15. John W. Ritenbaugh, The Beast and Babylon (Part Five): The Great Harlot, (Church of the Great God, Forerunner, "Personal", August 2004).
16. 3 Biblical Proofs Jerusalem is NOT Mystery Babylon
17. David T, Pyne, America's Achilles' Heel: An EMP Attack (THE NATIONAL INTEREST, June

10, 2018).

[20] David T, Pyne, America's Achilles' Heel: An EMP Attack (THE NATIONAL INTEREST, June

[21] Surviving a Catastrophic Power Outage: How to Strengthen the Capabilities of the Nation (NIAC,
December 2018).

[22] Dr. Ernest Allan Rockwell, ELECTROMAGNETIC DEFENCE TASK FORCE (EDTF)
(AIR UNIVERSITY, 2018, REPORT, LeMay Paper No. 2).

[23] Surviving a Catastrophic Power Outage: How to Strengthen the Capabilities of the Nation (NIAC,
December 2018).

[24] ISLAM: Babylon The Great (Daily Chess – Spirituality).

[25] ISLAM: Babylon The Great (Daily Chess – Spirituality).[8]ISLAM: Babylon The Great (Daily Chess – Spirituality).

[26] ISLAM: Babylon The Great (Daily Chess – Spirituality).[9]ISLAM: Babylon The Great (Daily Chess – Spirituality).

[27] AN Babylon the Great & Caliph Antichrist – Armageddon NEW.

SURA YA 21: SWALA LA HENOKO

[1] Dave Jenkins, What Is the Book of Enoch and Should it Be in the Bible? (Christianity.com).

[2] Why is the Book of Enoch not in the bible? (Seventh Day Adventist Church)

[3]John Oakes, What is the banned book of Enoch? (Evidence for Christianity, August 25, 2012).

[4] Why is the Book of Enoch not regarded as Canonical? (CHRISTIANITY).

[5] Why is the Book of Enoch Removed (Faith Saturday, 2018-01-08).

[6] Why is the Book of Enoch Removed (Faith Saturday, 2018-01-08).

[7] Why is the Book of Enoch Removed (Faith Saturday, 2018-01-08).

[8] This is Why the Book of Enoch was Removed from Scriptures (I LOVE BEING CHRISTIAN).

[9] This is Why the Book of Enoch was Removed from Scriptures (I LOVE BEING CHRISTIAN).

1. YouTube – This Is Why the Book of Enoch was Removed From Scriptures (THINK ABOUT IT).
2. Ed. R. Meelhysen, In Defense of the Book of Enoch (Bible Plus.org, 2012-2018).
3. Book of Enoch (WIKIPEDIA).
4. Haileyesus Alebachew Molaw, Reception of the Ethiopian Book of Enoch (cfee).
5. Book of Enoch (New World Encyclopedia, December 17, 2016).
6. Alexander Roberts and James Donaldson, et al, The Ante-Nicene Fathers, Vol. 4.16 (Handrickson Publishers, 1994).
7. Forerunner Commentary – Genesis 6:4 (BIBLE TOOLS).
8. Diego Antolini, The Giant of Kandahar and the Last Race of The Nephilim (THE X PLANET).
9. Philip J. Long, The Fallen Angels – 1 Enoch 6-8 (Reading Acts, May 31, 2016).
10. Philip J. Long, The Fallen Angels – 1 Enoch 6-8 (Reading Acts, May 31, 2016).

[20] Elizabeth Clare Prophet, Fallen Angels and the Origin of Evil (Gardiner, Montana: Summit University Press, 2000).

[21] Albert Schultz, Where are the Fallen Angels Today? (Quora, October 20, 2018).

[22] Albert Schultz, Where are the Fallen Angels Today? (Quora, October 20, 2018).

1. Antarctica (WIKIPEDIA). Antarctica Mysteries: Enormous Pyramid,

Nazi Bases, Enoch 2020

[24] Antarctica Mysteries: Enormous Pyramid, Nazi Bases, Enoch (Disclose.tv).

[25] Antarctica Mysteries: Enormous Pyramid, Nazi Bases, Enoch (Disclose.tv).

[26] Salla, M. Antarctica and Imprisoned Fallen Angels from the Book of Enoch (Disclose.tv, April 2017).

[27] Our Story, (The Earth Society, September 11, 2018).

1. Alex Moshakis, Is the Earth Pancake Flat (The Guardian, 27 May 2018).
2. What Is Earth? (NASA, Oct. 4, 2017
3. What Is Earth? (NASA, Oct. 4, 2017).
4. What Is Earth? (NASA, Oct. 4, 2017).
5. Zen Garcia, The Flat Earth as Key to Decrypt the Book of Enoch (Lulu.com 2015).
6. Mike Szydlowski, Scientific Evidence of a Flat Earth? (COLUMBIA DAKY TRIBUNE, Aug. 14, 2018).
7. Mike Szydlowski, Scientific Evidence of a Flat Earth? (COLUMBIA DAKY TRIBUNE, Aug. 14, 2018) .
8. Mike Szydlowski, Scientific Evidence of a Flat Earth? (COLUMBIA DAKY TRIBUNE, Aug. 14, 2018) .
9. Who started the Flat Earth Conspiracy Theory, how many actually believe this, and what do they believe exactly? (Qrius, 12 August, 2019). www.qruis.com/who-started-the-flat-earth-conspiracytheory-hoe-many-actually-believe-this-and-what-do-they-believe-exactly/
10. Yellow Bunny Brand, There is a Flat Earth (Pinterest). www.pinterest.com/msosemporium/yesvirginia-there-is-flat-earth/
11. Narjas Zafat, Flat Earth – NASA Lying (Indy 100, 30 January, 2018).
12. Zen Garcia, The Flat Earth as Key Decrypt the Book of Enoch (lulu.com 2015): 10
13. Alex Beymen, What Does the Bible Say About the Shape of the Earth? Part 1 (Medium History, Sept. 14, 2018).
14. Alex Beymen, What Does the Bible Say About the Shape of the Earth?

Part 1 (Medium History, Sept. 14, 2018).

15. Alex Beymen, What Does the Bible Say About the Shape of the Earth? Part 1 (Medium History, Sept. 14, 2018).
16. Cirbie Heil, NASA Confirms the Earth is in Fact, Flat (The Owl, 2020).
17. Loretta Splitair, NASA Confirms Satellite Crash Into Underside of Flat Earth (GISH GALLOP).
18. In Defense of the Book of Enoch, The Truth & The Light Ministries (Word Press, 2012).

SURA YA 22: VITA VYA MAGEDONI

[1] What is the Battle of Armageddon? – The Bible Answer (Jehovah's Witness

[2] Sebastian Kettley, End of the World: Bible Expert reveals where the last world war will unfold – Armageddon. (EXPRESS, May 15, 2020).

[3] Sebastian Kettley, End of the World: Bible Expert reveals where the last world war will unfold – Armageddon. (EXPRESS, May 15, 2020).

[4] J. Rodman Williams, What Will Happen in the Battle of Armageddon? (CBN).

[5] Grace Wyler, This is Where the Battle of Armageddon Will BE Fought (BUSINESS INSIDER, Jan
18, 2013).

[6] John Foster, What Is Armageddon? (Life Hope & Truth).

[7] Watson Goodman, Look Out Everybody (Elkhart, Indiana: Enterprises for Emmanuel, 1985), 14.

1. Watson Goodman, Look Out Everybody (Elkhart, Indiana: Enterprises for Emmanuel, 1985), 15.
2. What is the Battle of Armageddon? (Got Questions).

SURA YA 23: KUJA KWA KRISTO MARA YA PILI

[1] W.T.P. Wolston, Behold the Bridegroom (Denver, Colorado: Wilson Foundation 1983), 126.

[2] David Levy, Christ's Second Coming – Israel My Glory (Westville, New Jersey: Friends of Israel Gospel Ministry, Inc, Aug/Sept 1998), 21.

[3]A. H. Yetter, Is Jesus Coming Again? Christian Victory Magazine (Denver, Colorado: Christian Victory Publishing Company, September 1980, Vol. 54, No. 595), 20.

[4] David Levy, Christ's Second Coming – Israel My Glory (Westville, New Jersey: Friends of Israel Gospel Ministry, Inc, Aug/Sept 1998), 22-23.

[5] Watson Goodman, Look Out Everybody (Elkhart, Indiana: Enterprises for Emmanuel, 1985), 2-3.

[6] Watson Goodman, Look Out Everybody (Elkhart, Indiana: Enterprises for Emmanuel, 1985), 2-3.

[7] Watson Goodman, Look Out Everybody (Elkhart, Indiana: Enterprises for Emmanuel, 1985), 2-3.

SURA YA 24: UFALME WA MILENIA

Charles E. McCracken, Entering the Millennium - Israel My Glory (Westville, New Jersey: Friends of Israel Gospel Ministry, Inc, Sept/Oct 1998), 24.

[2] Eschatology: Four View on Millennium (BLUE LETTER BIBLE).

1. Eschatology: Four View on Millennium (BLUE LETTER BIBLE).
2. Eschatology: Four View on Millennium (BLUE LETTER BIBLE).
3. Faithlife Staff, 4 Views of the End Times – and What They Have in Common (Logos Talk, October 2, 2019).
4. Eschatology: Four View on Millennium (BLUE LETTER BIBLE).
5. Eschatology: Four View on Millennium (BLUE LETTER BIBLE).
6. Michelle Reyes, What Is Postmillennialism?
7. Michelle Reyes, What Is Postmillenialism?
8. Walvoord, J. F., The Millennial Kingdom (Grand Rapids, Michigan: Zondervan Publishing House, 1959).
9. Ed. Jarrett, What is Amillenialism?
10. Eschatology: Four View on Millennium (BLUE LETTER BIBLE).
11. Ed. Jarrett, What is Amillenialism?
12. Faithflife Staff, 4 Views of the End Times – and What They Have in

Common (Logos Talk, October 2, 2019).

13. Faithflife Staff, 4 Views of the End Times – and What They Have in Common (Logos Talk, October 2, 2019).
14. Faithflife Staff, 4 Views of the End Times – and What They Have in Common (Logos Talk, October 2, 2019).
15. Watson Goodman, Look Out Everybody (Elkhart, Indiana: Enterprises for Emmanuel, 1985), 15.
16. Erwin W. Lutzer, On the Mount of Olives (Moody Church Media, 2011).
17. 1260, 1290 and 1335 days, (Making Life Count Ministries, Pratville, Alabama).
18. 1335 days in Daniel (Babtistengemeente Immanuel te Hoogevean).
19. Charles E. McCracken, Entering the Millennium - Israel My Glory (Westville, New Jersey: Friends of Israel Gospel Ministry, Inc, Sept/Oct 2011), 25.
20. Charles E. McCracken, Entering the Millennium - Israel My Glory (Westville, New Jersey: Friends of Israel Gospel Ministry, Inc, Sept/Oct 2011), 25.
21. William L. Krewson, The Messiah's Reign - Israel My Glory (Westville, New Jersey: Friends of Israel Gospel Ministry, Inc, Dec/Jan 1998/1999), 17.
22. Summary of the Millennial Kingdom (Bible Study Tools).
23. Renald E. Showers, Maranatha, Our Lord Come (Bellmawr, NJ: The Friends of Israel Gospel Ministries, 1995), 86-87.
24. William L. Krewson, The Messiah's Reign - Israel My Glory (Westville, New Jersey: Friends of Israel Gospel Ministry, Inc, Sept/Oct 2011), 18
25. George Lyons, The Millennial Revelation 20:1-10 (The Voice – Christian Resource Institute).
26. Lawrence H. Schiffman, Building the Second Temple (My Jewish Learning).
27. Destruction of the Second Temple in 70 CE. Religions Literacy Project (HARVARD DIVINITY SCHOOL).

28. Sebastian Kettley, END OF THE WORLD: Jerusalem Third Temple "Fulfills Biblical Prophecy" of the end times (EXPRESS, Sept 3, 2020).
29. Fred Hartman, The Millennial Temple - Israel My Glory (Westville, New Jersey: Friends of Israel Gospel Ministry, Inc, Aug/Sept 1995), 16-18.
30. Fred Hartman, The Millennial Temple - Israel My Glory (Westville, New Jersey: Friends of Israel Gospel Ministry, Inc, Aug/Sept 1995), 16-18.

SURA YA 25: HUKUMU MBALIMBALI

1. Dave Breese, The Seven Judgements - Israel My Glory (Westville, New Jersey: Friends of Israel Gospel Ministry, Inc, July/Aug 2001), 18-20.
2. Bruce Scott, The Judgement Seat of Christ - Israel My Glory (Westville, New Jersey: Friends of Israel Gospel Ministry, Inc, Aug/Sept 1997), 12-14.
3. The Complete Christian Dictionary for Home, School and Office, (Geneva, IL: Oasis International Ltd., 2002), 23.
4. Lesli White, Where Did Angels Come From? (beliefnet).
5. Lesli White, Where Did Angels Come From? (beliefnet).
6. Ron Rhodes, How Did Lucifer and Fall and Become Satan? (Christianity .com)
7. The Judgement of Satan and Fallen Angels (Faith Equip)
8. Dave Breese. The Seven Judgement – Israel My Glory (Westville, New jersey: Friends of Israel July/August 2001)20
9. The time of Jacob's Trouble – What is it? (Compelling truth)
10. William L. Krewson. The Judgement of the Nations – Israel My Glory Glory (Westville, New Jersey: Friends of Israel Gospel Ministry, Inc, July/Aug 2001), 16
11. William L. Krewson. The Judgement of the Nations – Israel My Glory Glory (Westville, New Jersey: Friends of Israel Gospel Ministry, Inc, July/Aug 2001), 16
12. David Levy, The Great White Throne Judgement - Israel My Glory

(Westville, New Jersey: Friends of Israel Gospel Ministry, Inc, Dec/Jan 1998/1999), 19-21.

13. David Levy, The Great White Throne Judgement - Israel My Glory (Westville, New Jersey:

Friends of Israel Gospel Ministry, Inc, Dec/Jan 1998/1999), 19-21

1. David J., What is the Great White Throne Judgment in Revelation (David Jeremiah, 2018).

SURA YA 26: KUZIMU

1. Timothy R. Phillips, Hell (Bible Study Tools).
2. Sheol – WIKIPEDIA,
3. Sheol – noun (Merriam – Webster).
4. Sheol – DICTIONARY.COM
5. Don Stewart, What is Sheol?
6. Timothy R. Phillips, Hell (Bible Study Tools).
7. Timothy R. Phillips, Hell (Bible Study Tools).
8. Michael Allen Rogers, What Did Jesus Teach About Hell? (CROSSWAY, May 27, 2014).
9. Mike Livingstone, What Did Jesus Say About Hell? (EXPLORE THE BIBLE, April 3, 2017).
10. Mike Livingstone, What Did Jesus Say About Hell? (EXPLORE THE BIBLE, April 3, 2017).

[11] Mike Livingstone, What Did Jesus Say About Hell? (EXPLORE THE BIBLE, April 3, 2017).

1. The Lake of Fire in the Book of Revelation: Eternal Torment, not Annihilation or "Soul Sleep" (Faith Saves).
2. Purgatory (DICTIONARY.COM).
3. Don Stewart, What is Purgatory? (BLUE LETTER BIBLE).
4. Don Stewart, What is Purgatory? (BLUE LETTER BIBLE).

5. J. Warner Wallace, What Does the Bible Say About Purgatory? (COLD CASE CHRISTIANITY,

May 24, 2019).

1. Jessica Galen, What Is Purgatory and Is it in the Bible?
2. Third Millennium Ministries, Is Purgatory Biblical? (REFORMED ANSWERS).
3. United Church of God, Will a Loving God Punish People Forever in Hell? (BEYOND TODAY, Jan 24, 2011).
4. US News and World Report (Jan, 2020), 47.
5. Sproul, R. C. What is Hell? (June, 2014).
6. David Hilborn, The Nature of Hell: Evangelical Alliance. Commission on Unity and Truth among Evangelicals (ACUTE). (ACUTE/ Patemoster Publishing, 2000).
7. Scientists who dug into hell in Siberia and recorded The Cries of the damned soul.
8. Brian Dunning, The Siberian Hell Sounds (SKEPTOID, April 24, 2012).

SURA YA 27: MBINGUNI

1. Tim Sheets, Heaven Made Real (Shippenburg, PA: Destiny Image Publishing Inc, 1996).
2. John R. Price, Bible Facts About Heaven (Murfreesboro, Tennessee: Sword of the Lord Publishers, 1940), 12-12.
3. Edward M. Bounds, Heaven, A Place, A City, A Home (Ichthus Publication Edition, 2014), 9.
4. D. A. Hubbard, The Second Coming: What Happens When Jesus Returns? (Illinois: Intervasity, 1984).
5. Randy Alcorn, HEAVEN (Eternal Perspective Ministries),
6. David Van Biema, Christians Wrong About Heaven, says Bishop (TIME, Thursday, Feb 07, 2008).

7. Barry, L. Morrow, Heaven Observed: Glipse of Transcendence in Everyday Life (Navpress Pub Group, 2001).
8. Don Stewart, What are the Three Heavens? (BLUE LETTER BIBLE).
9. Joshuainfautado, Three Types of Heaven Mentioned in the Bible (Be Coming Christians, August 28, 2013).
10. Don Stewart, What are the Three Heavens? (BLUE LETTER BIBLE).
11. Bruce Hines, Employing Secrets of the Heavenly Realms (Kingdom Mysteries Publishing, 2018).
12. Wagraham, Paul Went to the Third Heaven. What in the World Is He Talking About? (Wyatt Graham, July 16, 2019).
13. Steps of Faith, Is There a Third Heaven? (Medium.com, Nov. 17, 2018). www.stepsoffaith.medium.

com/is-there-a-thrid-heaven-f18d5bdd0edd

1. Intermediate State –
2. Z. A. Blog, The Intermediate State: What the Bible Tells Us (ZONDERVAN ACADEMIC, June 3, 2019).
3. The Complete Christian Dictionary for Home, School and Office (Geneva, IL: David Ministries Foundation, 2002), 296.
4. Z. A. Blog, The Intermediate State: What the Bible Tells Us (ZONDERVAN ACADEMIC, June 3 , 2019).
5. Don Stewart, What Happens to a Believer after Death? (BLUE LETTER BIBLE).
6. Robert Louis Kemp, Enoch, What Does Heaven Look Like? (Long Beach, CA: Flying Car Publishing Company, 2011).
7. Robert Louis Kemp, Enoch, What Does Heaven Look Like? (Long Beach, CA: Flying Car Publishing Company, 2011).
8. Judas Maccabeus, Apocrypha – The 10 Heavens of the Book of Enoch (11 Enoch) (The Judeo/ Christian Tradition, February 25, 2011).

SURA YA 28: MBINGU MPYA NA DUNIA MPYA

1. Tukunboh Adeyemo, Africa Bible Commentary (Nairobi: WorldAlive Publishers, 2006), 1597.
2. Thomas Hale, The Applied New Testament Commentary (Eastbourne: Kings Publications, 2000), 684.
3. Biblical Commentary – Revelation 21:1-6 (SERMON WRITER). www.sermonwriter.com/ biblical-commentary/revelation-211-6/
4. Jerusalem, (History, Aug, 2017).
5. Jerusalem, (History, Aug, 2017).
6. Tarnoposly, N. US Declaration of Jerusalem as Israel's Capital has Sparked... (Los Angeles Times, Jan 02, 2018).
7. Tukunboh Adeyemo, Africa Bible Commentary (Nairobi: WorldAlive Publishers, 2006), 1597.
8. W. T. P. Wolston, Behold the Bridegroom (Denver, Colorado: Wilson Foundation, 1983), 194.
9. Revelation 21:4 (BIBLE STUDY TOOLS).
10. Thomas Hale, The Applied New Testament Commentary (Eastbourne: Kings Publications, 2000), 685.
11. Thomas Hale, The Applied New Testament Commentary (Eastbourne: Kings Publications, 2000), 685.

MAELEZO YA KUFUNGA

1. Is the Pope the "Beast" in Revelation? (ST. CATHERINE OF SIENA – ROMAN CATHOLIC

CHURCH).

BIBLIOGRAFIA

Adeyemo, Tokunboh. Africa Bible Commentary. Nairobi: WorldAlive Publishers (2006): 1006.

Ado Nana. COVID-19: Perspective and Revelation of Ghanaian President. Soundlound.com. Aharon, Aharon. How Israel Became a World Leader in Biotechnology. THE TIMES OF ISRAEL (June 3, 2018).

Alcorn, Randy. HEAVEN. External Perspective Ministries.

Allen, Steve. Why Did FEMA Order 2500 Gallons of Hydrogen Cyanide? THINK ABOUT IT NEWS (July 5, 2018).

Amazing Facts. THE USA in Bible Prophecy. Bible Study Guides.

Anderberg, Roy W. Post Tribulation Rapture: A Biblical Study of the Return of Christ. Tuscon, Arizona: Wheatmark, 2008

Angley, Ernest. RAPTURED. Akron, Ohio: Winson Press (1950): 52-55. Ankerberg, J. The Coming Economic Crisis. Jashow.

Ankerberg, John. Who or What is the "Restrainer" in 2 Thessalonians. THE JOHN ANKERBERG

SHOW.

A. N. Babylon the Great & Caliph Antichrist. Armageddon News. Nightwatchsite. Antarctica. WIKIPEDIA.

Antarctica Mysteries: Enormous Pyramid, NAZI Bases, Enoch. Disclose.tv.

Antolini, Diego. The Giant of Kandahar And the Lost Race of the Nephilim. THE X PLANET.

Are we on the Brink of World War? The Week (September 4, 2018).

Babylon as Seen in Scripture: An Introduction to Rev. 17-18. Bible.org.

Baines, W. Christianity. Beliefnet.com.

Belmaker, Genevieve. Jerusalem History: The First and Second Temple. Moon.

Beware the Contact Tracers. YouTube (April 29, 2020).

Beyman, Alex. What Does the Bible Say About the Shape of the Earth? Part 1. Medium History (Sept. 14, 2018).

Biema, David Van. Christians Wrong About Heaven, Says Bishop. TIME. (Feb 07, 2008).

Bibleworld. Why did God Send the Israelites into Captivity? Bibleworld (June 7, 2017).

Bounds, Edward, M. Heaven, A Place, A City, A Home. Ichthus Publication Edition (2014): 9.

Book of Enoch. WIKIPEDIA.

Book of Enoch. New World Encyclopedia (December 17, 2016).

Booklet, G. The Man Who Claimed to Change God's Law – Supplement to Lesson 22. Champs of Truth.

Bookman, Douglas. "Antiochus and Antichrist." Israel My Glory. Westville, New Jersey: FOI Gospel Ministry, Inc. (July. /Aug 2009): 23.

Breese, Dave. "The Seven Judgments." Israel My Glory. Westville, New Jersey: FOI Gospel Ministry, Inc. (July /Aug 2001): 18-20.

Breese, Dave. "The Global Economic and Coming Chaos." Israel My Glory. Westville, New Jersey: FOI Gospel Ministry, Inc. (Mar/April 2001): 11.

Burt, Chris. ID2020 and Partners Launch Program to Provide Digital ID with Vaccines. BIOMETRIC

UPDATE.COM (Sept. 20, 2019).

Butter, Michael. There is a Conspiracy Theory that CIA Invented the term "Conspiracy Theory" – here is why. THE CONVERSATION (March 16, 2020).

Byford, Jovan. Towards a Definition of Conspiracy Theory. Spinger Link.

Chaignot, Mary Jane. Exodus 1: The Oppression of the Israelites. Biblewise.

Clare, W. H. "Judgment Seat of Christ." Christian Victory. Denver, Colorado: Christian Victory Publishing Company Inc. Vol. 54, No. 595 (September 1980): 28.

Cold War. History, 2020.

Colon, Peter. "The Hope of a Tomorrow (Daniel 12)." Israel My Glory. Westville, New Jersey: FOI Gospel Ministry, Inc. (Feb/Mar 2000): 16-17.

Colon, Peter. "Jerusalem: Icon of Ages. Israel My Glory. Westville, New Jersey: FOI Gospel Ministry, Inc. (June/July 1992): 7.

Confield, Gaalya ed, Josephus. The Jewish War (1982); Victor, History of Rome, Vol. v (1983). Covid-19 Strategic Preparedness and Response Program and Proposed 25 Projects Under Phase 1. World Bank (April 2, 2020).

Dana. 3 Reasons Why America is NOT Mystery Babylon! THEORY DEBUNKED! Biblical Evidence. WhatYourPastorNeverToldYou.com.

David, J. What is the Great White Throne Judgment in Revelation? David Jeremiah, 2018.

Davis, Erin. Lies Young Women BELIEVE (July, 2019).

De Ruiter, Robin. Corona Crisis: De Komst van de transitie – Het einde van ons individueel zelfbeschikkinsrecht is nabij (Dutch Edition) Kindle Edition. Mayra Publications, 2005-2020. De Young, Jimmy. "EUROPE, NATO and

Antichrist." - Israel My Glory. Westville, New Jersey: FOI Gospel Ministry, Inc. (July/Aug 2009): 23.

Destruction of the Second Temple in 70 CE: Religious Literacy Project. HARVARD DIVINITY

SCHOOL.

Donald Trump Signs Sunday Law. YouTube.

Douglas, T. D. and Tenney Merrill C. New International Bible Dictionary. Grand Rapids, Michigan: Zondervan (1987): 70.

Dunning, Brian. The Siberian Hell Sounds. SKEPTOID (April 24, 2012).

Earth's greatest hits: Six of the biggest meteorites in history. New Scientist (April 19, 2017). Epakto, Larisa. Once a Superpower, how strongest is Russia now? PBC NEWS HOUR (Jan. 13, 2017).

Erickson, M. J. Contemporary Options in Eschatology. Grand Rapids, Michigan: Baker Book House, 1977.

Eschatology: Four Views on Millennium. BIBLE BLUE LETTER.

Eskenazi, T. C. Destruction and Construction of the Temple (Nov. 2018).

Faith Staff. 4 Views of he End Times – and What They Have in Common.

Finley, Toms. Thoughts on Ezekiel 38. BIOLA UNIVERSITY Blogs (April 4, 2012).

Foster, John. What is Armageddon? Life Hope & Truth.

Fraser, Giles. An Israeli Claim to Temple Mount would trigger unimaginable violence. The Guardia (Fri, Sept 13, 2013).

Frolovskiy, Dmitry. Russia's Role in Syria is changing. The Moscow Times (Jan. 9, 2020).

Galen, John. What is Purgatory and Is it in the Bible? iBelieve.com.

Garcia, Zen. The Flat Earth as Key to Decrypt the Book of Enoch. Lulu.com, 2015.

Garrett, Duana A. The Exiles of Israel: A Closer Look. CHRISTIANITY TODAY, MISSIOLOGY (APRIL 25, 2012).

Garris, Zachary. Dry Bones and the Resurrection of the Dead (Ezekiel 37:1-14). Knowing Scripture. Geiermann, Peter. The Converts Catechism of Catholic Doctrine. St. Louis: B. Herder Book Co. (1957 ed): 50.

Gibson, Edward. The Decline and Fall of The Roman Empire. Vol. 6, Chap. 1. Little Brown and Company (1855): 211. Gilbert, Martin. The Routledge Atlas of the Arab-Israel Conflict, 7th ed. London: Routledge (2002): 49.

Gill, John. Daniel 9:26. Bible Study Tools.

"Gog and Magog". The Jewish Encyclopedia, Vol. 19 (1910).

Goodman, Watson. Look Out Everybody. Elkhart, Indiana: Enterprises for Emmanuel (1985): 55.

Gregg, Phil. Mid Tribulation Rapture? Grapevine Church (26/02/2016).

Green, David B. This Day in Jewish History / 70 C.E. The Roman Siege of Jerusalem Ends. HAARETZ (6/9/2012).

Green, David B. The History of the Jewish Temple in Jerusalem. HAARETZ (11.08.2014).

Grider, Geofrey. NOW THE END BEGINS – Quantum Dot Vaccination will use LUCIFERASE As the Active Component. BIT CHUTE (May 3, 2020).

Haeffele, Jim. David 7: Four Beasts and the Little Horn. Life Hope & Truth.

Haeffele, Jim. MYSTERY BABYLON THE GREAT. Life Hope & Truth.

Halle, Thomas. The Applied New Testament Commentary. Eastbourne: Kingsway Publications (2000): 214.

Hartman, Fred. "Thyatira – The Idolatrous Church." Israel My Glory. Westville, New Jersey: FOI Gospel Ministry, Inc (Feb/Mar 1992): 12.

Hartman, Fred. "The Millennial Temple." Israel My Glory. Westville, New Jersey: FOI Gospel Ministry Inc (Aug/Sept 1995): 16-18.

Hays, J. Michael Thomas. Rise of the New World Order: The Culling of Ma. Kindle Edition, 2013. Heather, Peter. The Fall of Rome. History, BBC (2011-02-17). Herzig, Steve. "War: What Is It Good For? 9Ezekiel 38:1-39: 16) ISRAEL – Israel My Glory. Westville, New Jersey: FOI Gospel Ministry Inc. (Jan/Feb 2007): 31.

Hilborn, David. The Nature of Hell: Evangelical Alliance: Commission on Unity and Truth among Evangelicals (ACUTE). ACUTE. Patemoster Publishing, 2000.

Hines, Bruce. Employing Secrets of the Heavenly Realms. Kingdom Mysteries Publishing, 2018. Hinn, Costi W. God, Greed and the (Prosperity) Gospel: How Truth Overwhelms a Life Built on Lies. Zondervan (1987): 70.

Hirt, Herb. "The Kingdom and the Power". Israel My Glory. Westville, New Jersey: FOI Gospel Ministry Inc (July/Aug 2009): 15.

Hirt, Herb. "Character and Career of the Antichrist." Israel My Glory. Westville, New Jersey: FOI Gospel Ministry Inc (Feb/Mar 2000): 15.

HISTORY.COM EDITORS. Yom Kippur. HISTORY, Original (Oct 27, 2009).

Hubbard, D. A. The Second Coming: What Happens When Jesus Returns? Illinois: Intervasity, 1984.

Huff, Ethan. BIONARFARE: Chinese Communists "Intentionally" unleashed "Frankenstein" COVID-19, Say Wuhan Scientists. NATURAL NEWS (September 22, 2020).

Ice, Thomas D. The New Antisemitism: Why the World Hates Israel. Balfour Books, 2005.

In Defence of the Book of Enoch. The Truth & the Light Ministries. Word Press, 2012. Intermediate State – WIKIPEDIA.

"It is Done" – Revelation 16:17-19. Once Delivered.net (March 24, 2015).

Intrater, A. Three End Times Outpourings – Revival Tribe. Revive Israel, 2018.

Is the Pope the "Beast" in Revelation? ST. CATHERINE OF SIENA – ROMAN CATHOLIC

CHURCH.

ISLAM. "Babylon the Great". Daily Chess – Spirituality (July 2, 2015).

ISRAEL: World Leader in Science and Innovation. Economic News: Israel Ministry of Foreign

Affairs (July 10, 2013).

Jarrett, Ed. What is Ammillenialism? Christianity.com.

Jenkins Dave. What is the Book of Enoch and Should it Be in the Bible? Christianity.com.

Jeremiah, David. The False Prophet in the Book of Revelation. DAVID JEREMIAH Blog. Jeremiah, David. The 144,000 in the Book of Revelation. David Jeremiah Blog. Jerusalem. History (August 2017).

John. "ROSH" IS NOT RUSSIA. TRUE DISCERNMENT (September 6, 2008). Jones, Alex. What's so Scary About FEMA? COVATIV (May 21, 2014).

Joshuainfantado. Three Types of Heaven Mentioned in the Bible. Becoming Christians (August 28, 2013).

Karanja, J. Kinyanjui. Contextual Grasping of Fallacious and Factual Aspect of Eschatological

Phenomenon, diss, Salt Late Bible College, University of America (2019): 163, 174.

Kemp, Robert Louis. Enoch, What Does Heaven Look Like? Long Beach, CA: Flying Car Publishing Company, 2011.

Kettley, Sebastian. End of the World: Bible expert reveals where the last world war will unfold – Armageddon. EXPRESS (May 15, 2020).

Kettley, Sebastian. END OF THE WORLD: Jerusalem's Third Temple "Fulfils Biblical Prophecy" of the end times. EXPRESS (Sept. 3, 2020).

Krewson, William L. "The Millennial Reign." Israel My Glory. Westville, New Jersey: FOI Gospel Ministry, Inc (Sept/Oct 2011): 18.

Krewson, William L. "The Messiah's Reign." Israel My Glory. Westville, New Jersey: FOI Gospel Ministry, Inc (Dec/Jan, 1998/1999): 17.

Krewson, William L. "The Judgment of the Nations." Israel My Glory. Westville, New Jersey: FOI Gospel Ministry, Inc (July/Aug 2001): 16.

Kurschner, Alan. Archangel Michael, the Restrainer Removed, 2 Thessalonians 2:6-7. Eschatos Ministries (May 12, 2015).

Leichmen, Abigail Klein. Israel is Feeding the World. ISRAEL 21C (May 21, 2019).

Lemke, Steve W. The Biblical Case for Mid-Tribulation. New Orleans Baptist Theological Seminary, 2020.

Levitt, Zola. Today's Israel in Prophecy. Zola Levitt Ministries, 1996.

Levy, David M. "Smyrna – The Suffering Church." Israel My Glory. Westville, New Jersey: FOI Gospel Ministry, Inc (Feb/Mar 1992): 7.

Levy, David M. "The Six-Day War (June 5-10, 196)." Israel My Glory. Westville, New Jersey: FOI Gospel Ministry, Inc (Jan/Feb 2003): 14.

Levy David M. "The Jewishness of the Temple Mount." Israel My Glory. Westville, New Jersey: FOI Gospel Ministry, Inc (Jan/Feb 2011): 24-26.

Levy, David, M. "The Rapture." What Is It and What It Isn't." Israel My Glory. Westville, New Jersey: FOI Gospel Ministry, Inc (Jan/Feb 2018): 16-17.

Levy, David M. "The Rebirth of Israel (Ezekiel 37)." Israel My Glory. Westville, New Jersey: FOI Gospel Ministry, Inc (Jan/Feb 2007): 19.

Levy, David M. "Christ's Second Coming." Israel My Glory. Westville, New Jersey: FOI Gospel Ministry, Inc (Aug/Sept 1998): 21.

Levy, David M. "The Great White Throne Judgment." Israel My Glory. Westville, New Jersey: FOI Gospel Ministry, Inc (Dec/Jan, 1998/1999): 19-21.

Litke, Sid. The Rapture Debate. Bible.org.

Livingstone, Mike. What Did Jesus Say About Hell? EXPLORE THE BIBLE (April 3, 2017).

Logos Talk (October 2, 2019).

Long, Philip J. The Fallen Angels – 1 Enoch 6-8. Reading Acts (May 31, 2016).

Loria, Kevin. Bill Gates thinks a coming disease could kill 30 million people within 6 months – and says we should prepare for it as we do for war. BUSINESS INSIDER, U.S. (April 28, 2018).

Lutzer, Erwin W. On the Mount of Olives. Moody Church Media, 2011.

Lyons, George. "The Millennium: Revelation 20:1-10." The Voice – Christian Resource Institute.

Maccabeaus, Judas. Apocrypha – the 10 Heavens of the Book of Enoch (11 Enoch) – "The Judeo / Christian Tradition (February 25, 2011).

"Magog". The New International Dictionary of the Bible. Grand Rapids: Zondervan Publishing House (1987): 614.

Mark, Joshua J. Definition – Babylon. Ancient History Encyclopedia.

Massey, Wyatt. Religious Questions: What does the Third Temple Symbolize? Times Free Press (February 7, 2020).

McClaim, A. J. Daniel's Prophecy of the 70 Weeks. Grand Rapids, Michigan: Zondervan Publishing House, 1969.

McCracken, Charles E. "The Great World Kingdoms." Israel My Glory. Westville, New Jersey: FOI Gospel Ministry, Inc (Sept/Oct 2011): 24.

McHyde, Tim. 4 Plain Proofs America is Babylon + Objectives Answered. Escape All These Things (June 16, 2017).

Mark, Joshua J. Definition – Babylon. Ancient History Encyclopedia.

McQuaid, Elwood. "In Search of Hearing Ears." Israel My Glory. Westville, New Jersey: FOI Gospel Ministry, Inc (Feb/Mar 1992): 2-4.

McQuaid, Elwood. "Israel Still a Miracle." Israel My Glory. Westville, New Jersey: FOI Gospel Ministry, Inc (Jan/Feb 2003): 8.

McQuaid, Elwood. "Emerging Shadows of the Hammar and Sickle." Israel My Glory. Westville, New Jersey: FOI Gospel Ministry, Inc (May/June 2005): 9.

McQuaid, Elwood. "The Jewishness of the Temple Mount." Israel My Glory. Westville, New Jersey: FOI Gospel Ministry, Inc (Mar/April 2001): 7-8).

McQuaid, Elwood. "How Important is the Temple Mount Controversy?" Israel My Glory. Westville, New Jersey: FOI Gospel Ministry, Inc (Sept/Oct 2003): 10.

Mihoc, Daniel, Sibiu – Romania. The Two Witnesses of Revelation 11 and the Mission of the Church. Mihoc.

Millard, A. R. "Scythians". International Standard Bible Encyclopedia: Fully Revised (1988): 365. Morrow, Barry L. Heaven Observed: Glipse of Transcendence in Everyday Life. Navpress Pub Group, 2001.

Moshakis, Alex. Is the Earth Pancake Flat. The Guardian (May 27, 2018).

Napier, Chad. Who are the 144,000 in the Bible and Is This Number Symbolic or Literal? Christianity. com.

New International Bible Dictionary. Grand Rapids, MI: Zondervan (1987): 322.

Oakes, John. What is the banned book of Enoch? Evidence For Christianity (August 25, 2012).

Our Story. The Flat Earth Society (September 11, 2018).

Parshall, Craig L. "Dark Innovation: The Role of the Technology in Revelation 13." Israel My Glory. Westville, New Jersey: FOI Gospel Ministry, Inc (July/Aug 2014): 18-19.

Peck, Michael. How Hitler Made Russia a Superpower. THE NATIONAL INTEREST (June 18, 2016).

Phillips, Timothy R. Hell. Bible Study Tools.

POLAND'S SUNDAY LAW: A HARBINGER? AMAZING FACTS.

Price, Randall. "God's Future Program for Israel." Israel My Glory. Westville, New Jersey: FOI Gospel Ministry, Inc (Feb/Mar 2000): 18.

Price, Randall. "Time for a Temple." Israel My Glory. Westville, New Jersey: FOI Gospel Ministry, Inc (Dec/Jan 1997/1998).

Price, Randall. In Search of Temple Treasures. Toledo, OH: Harvest House Publishing, 1994. Price, John R. Bible Facts About Heaven. Murfreesboro, Tennessee: Sword of the Lord Publishers (1940): 12-13.

Prophet, Elizabeth Clare. Fallen Angels and the Origin of Evil. Gardiner, Montana: Summit University Press, 2000.

Pulse Source. Bill and Belinda Gates think a weaponized disease may be the biggest threat to humanity – here's how worried you should be. BUSINESS INSIDER, AFRICA (December 03, 2018). Pyne, David T. America's Achille's Heel: An EMP Attack. THE NATIONAL INTEREST (June 10, 2018).

Refle, M. S. when Your Money Fails, the 666 System is here. Alabama: Ministries, Inc (1981). Reinkens, R. The Post rapture Economic Collapse. Godonthenet.

Reiter, R. R. et al. The Rapture – Pre-Mid or Post Tribulation? Grand Rapids, Michigan: Academic Books, Zondervan Publishing House, 1984.

Reyes, Michel. What Is Postmillenialism? Christianity.com.

Revelation 6:2. Bible Study Tools.

Revelation 6:6. Parallel Verses. BIBLE REF.

Revelation 21:2. BIBLE STUDY TOOLS.

Rhodes, Rom. How Did Lucifer Fall and Become Satan? Christianity.com.

Rickaby, Joseph. "The Modern Papacy", Lectures on the History of Religion, Lecture 24. London: Catholic Truth Society (1990): 1.

Ritenbaugh, Richard T. Caught Up in the Rapture. Forerunner, "Prophecy Watch." THE TRUE GOSPEL (Aug 1996).

Ritenbaugh, John W. The Beast and Babylon (Part Five): The Great Harlot. Church of the Great God 9August, 2004).

Ritenbaugh, Richard T. "Daniel 9:27" – Forerunner Commentary. BIBLE TOOLS.

Roberts, Alexander and Donaldson, James, et al. The Ante-Nicene Fathers, Vol. 4:16. Handrickson Publishers, 1994.

Robinson, Mark. "The Future of Jerusalem." Israel My Glory. Westville, New Jersey: FOI Gospel Ministry, Inc (June/July 1992): 15.

Robinson, Teri. Russia gets its Superpower on. SC Media Magazine (February 5, 2015).

Robinson, Mark. "Aftermath of the Rapture." Israel My Glory. Westville, New Jersey: FOI Gospel Ministry, Inc (Aug/Sept 2000): 21.

Rockwell, Ernest Allan. ELECTROMAGNETIC DEFENCE TASK FORCE (EDTF). Le May

Paper No. 2, AIR UNIVERSITY (2018 REPORT).

Rogers, Michael Allen. What Did Jesus Teach About Hell? CROSSWAY (May 27, 2014).

Root, Kayla. Jewish Groups Says End Times Biblical Prophecy Fulfilled, Flawless "red Heifer" Could Signal the Third Temple. CBN NEWS (09-16-2018).

Rugh, Greg. ESCHATOLOGY: Different Rapture Views. Indian Hills Community Church Center for Biblical Studies.

Russia History. Collapse of the Soviet Union. Encyclopedia Britannica.

Salla, M. Antarctica and Imprisoned Fallen Angels from the Book of Enoch. Disclose.tv (April, 2017). Sauter, Megan. The Church of Laodicea in the Bible and Archaeology. BIBLE HISTORY DAILY (March 23, 2020).

Scenario for the Future of Technology and International Development – CBN Global Business

Network. THE ROCKEFELLER FOUNDATION (May, 2010).

Scheifler, Michael. 666, The Number of the Beast. Moellerhaus.

Scheiner, Thomas R. What is the Mark of the Beast (Revelation 13) Crossway (Oct. 8, 2018).

Schiffman, Lawrence H. Building the Second Temple. My Jewish Learning.

Schmemann, Serge. END OF THE SOVIET UNION; The Soviet State, Born of A Dream, Dies. The New York Times (Dec 26, 1991).

Schreiner, Thomas R. What Is the Mark of The Beast (Revelation 13)? Crossway (Oct 8, 2018). Schroeder, John Ross. Ezekiel's Vision of the Valley of the Dry Bones. BEYOND TODAY (Oct 8, 2018).

Schultz, Albert. Where are the fallen angels today? Quora (October 20, 2018).

Science, Technology and Innovation – Israel. Trade Commissioner – Government of Canada (202004-06).

Scientists who dug into hell in Siberia and recorded the cries of the damned souls. Disclose.tv. Scott, Bruce. "The Judgment Seat of Christ". Israel My Glory. Westville, New Jersey: FOI Gospel Ministry, Inc (Aug/Sept 1997): 12-14.

Scott, Bruce. "Hallowed Be Your Name (Ezekiel 36)". Israel My Glory. Westville, New Jersey: FOI Gospel Ministry, Inc (Jan/Feb 2007): 15-16.

Sheets, Tim. Heaven Made Real. Shippenburg, PA: Destiny Image Publishing Inc, 1996. Sheol – noun – Merriam Webster.

Sheol. WIKIPEDIA.

Shoebat Foundation. Mystery Babylon Is Mecca NOT Vatican. SHOEBAT.COM.

Showers, Ronald E. The Big Picture. Bellmawr, NJ: (Nov/Dec 2015): 8.

Showers, Renald. "Gog and Magog." Israel My Glory. Westville, New Jersey: FOI Gospel Ministry, Inc (Aug/Sept 1995): 13.

Showers, Renald E. "Politics and Religion on the Global Village." Israel My Glory. Westville, New Jersey: FOI Gospel Ministry, Inc (Mar/April 2001): 13.

Showers, Renald E. Maranatha, Our Lord Come. Bellmawr, NJ: Friends of Israel Gospel Ministry (1995): 86-87.

Shurpin, Yehuda. Why Haven't Jews Rebuilt the Temple Yet? Chabad.ORG.

Simcox, Thomas. "The War of Independence (May 1948 – May 1949)." Israel My Glory. Westville, New Jersey: FOI Gospel Ministry, Inc (Jan/Feb 2003): 10.

Simcox, Thomas, "The Terrorists". Israel My Glory. Westville, New Jersey: FOI Gospel Ministry, Inc (Jan/Feb 2003): 19.

Simkin, John. The Roman World – End of the Roman Empire. Spartacus Educational (September 1997).

Smith, Chuck. Future Survival. Nairobi: Evangel Publishing House (1984): 18.

Smith, Leighton D. Say NO to that MARK. New York: Countdown Publishers (1998): 47-48).

Special Office Brief, Issue No. 384 (Jan 31, 1992).

Springer, Jim. Two Witnesses of Revelation 11. Life Hope & Truth.

Sproul, R. C. What is Hell? (June, 2014).

Splitair, Loretta. NASA Confirms Satellite Crash Into Underside of Flat Earth. GISH GALLOP. Stallard, Mike. "When is It? Israel My Glory. Westville, New Jersey: FOI Gospel Ministry, Inc (Jan/ Feb 2018): 26-27.

State of Israel Proclaimed. This Day in History. HISTORY (May 14, 1948). Steps of Faith: Is There a Third Heaven? Medium.com (Nov. 17, 2018). Stewart, Don. What is Sheol? Blue Letter Bible.Org.

Stewart, Don. What is Purgatory? BLUE LETTER BIBLE.

Stewart, Don. What are the Three Heavens? BLUE LETTER BIBLE.

Stewart, Don. What Happens to a Believer after Death? BLUE LETTER BIBLE. Summary of Millennial Kingdom. Bible Study Tools.

Surviving Catastrophic Power Outage: How to Strengthen the Capabilities of the Nation. NIAC (December 2018).

Swamson, Ron. Earth's Final Hours. Calgery, Alberta: Victory Churches International (2014): 49-53. Szydlowski, Mike: Scientific Evidence of a Flat Earth? COLUMBIA DAILY TRIBUNE (Aug 14, 2018).

Tahhan, Zena. Who is Behind the Balfour Declaration? ALJAZEERA, 2017.

Tal, Duby and Haramati, Moni/Albatros. The Land of Promise: The Covenant of Abraham – The Divine Promise. Israel Ministry of Foreign Affairs – MFA, Archive (Mar 27, 2003).

Tarnoposly, N. U.S. Declaration of Jerusalem as Israel's Capital has Sparked.... Los Angeles Times (Jan 02, 2018).

The Romans Destroy the Temple at Jerusalem, 70 A.D. Eyewitness to History.com.

The Global Economic Outlook During the Covid-19 Pandemic: A Changed World. THE WORLD BANK (JUNE 8, 2020).

The Associate Press. Antichrist Is Alive, And a Male Jew, Farwell Contends. New York Times (January 16, 1999).

The Sabbath and The Mark of The Beast: FAQ >> Advanced Topics: Sabbath Truth. The Final Mark. End Times Truth.

The Messiah Would Come riding on a donkey: Zechariah 9:9. JEWS FOR JESUS.

The Rider of the White Horse and the Armies with Him. THE SPERGEON CENTER. The Four Horsemen of the Apocalypse. Group Bible Study.

The Fifth Seal: I Saw Under the Altar Those Who Had Been Slain 6:9-11. Jay Mark. The Trumpet Judgment begin – Revelation 8-9. Bible Book of Revelation.

The Second Bowl: Revelation 16:3. Once Delivered.net (January 6, 205).

The Sixth Bowl: Revelation 16:12-16. Once Delivered.net (February 24, 2015).

The Judgment of Satan and Fallen Angels. Faith Equip.

The time of Jacob's trouble – What is it? Compelling Truth.

The Lake of Fire in the Book of Revelation: Eternal Torment, not Annihilation or "soul sleep". Faith Issues.

Third Millennium Ministries. Is Purgatory Biblical? REFORMED ANSWERS.

Thomma, Steven. Secret Camps and Guillotine? Camps make 'birthers' look same. THE MERCURY NEWS (Aug 29, 2009).

Tomey, Ramon. Chinese Virologist who Claims COVID-19 "Intentionally released" now on

Beijing's Cross hairs. NATURAL NEWS (September 21, 2020). Tow Project: Bible Commentary, 2014.

Treybig, D. Seven Churches of Philadelphia. Life Hope & Truth, 2018.

Ultimate Proof Covid-19 was Planned to Usher in New World Order. WORD.TRUTH.TV.

United Church of God. Roman Revivals of a United Europe. BEYOND TODAY (Dec. 30, 2013), United Church of God. Will a Living God Punish People Forever in Hell? BEYOND TODAY (Jan 24, 2011).

Universal Sunday Law. World Last Chance (2004-2018).

Van Ryn August. The Blessed Hope: The Tribulation; Christ Appearing – Christian Victory. Denver, Colorado: Christian Victory Publishing Company, Inc. Vol. 54, No. 595 (September 1980): 21-22, Varner, Will. "Philadelphia – Church of the Open-Door". Israel My Glory. Westville, New Jersey: FOI Gospel Ministry, Inc (Feb/Mar 1992): 15.

Veith, Walter. Two Beasts Become Friends. YouTube Video. Vejil, David. The Origin of Modern Russia. The Trumpet.

Wagraham. Paul Went to The Third Heaven. What in the World Is He Talking About? Wyatt Graham (July 16, 2019).

Wallace, J. Warner. What Does the Bible Say About Purgatory? COLD CASE CHRISTIANITY (May 24, 2019).

Walvoord, J. The Revelation of Jesus Christ, 1989.

Walvoord, John F. The Fifth and Sixth Trumpets: The First and the Second Woes. Bible.org. Walvoord, J. F. The Millennium Kingdom. Grand Rapids, Michigan: Zondervan Publishing House, 1959.

Wagner, Mathew. Can Third Temple be built without destroying Dome of the Rock? The Jerusalem Post (June 21, 2009).

Warden, James. Bible Prophecy & Trump. Kindle Edition, Amazon (Feb 4, 2017).

Wellman, J. The Seven Churches described in the Book of Revelation. What Christians Want to Know, 2018.

What is the Correct Calculation of Daniel's 69 Weeks? Neverthirsty, 2018.

What is Earth? NASA (Oct 4, 2017).

What is the "He" in Daniel 9:27? END TIME MINISTRIES (February 27, 2014).

What Does the Bible say about Palestine and Israel? MCC.

What is the Battle of Armageddon? The Bible Answer. Jehovah's Witness.

While, Chris. Mystery Babylon – When Jerusalem Embraces the Antichrist: An Exposition of Revelation 18 and 19. CWM Publishing (Sept, 2013).

White, Lesli. Where Did Angels Come From? Beliefnet.

Who Go to Heaven? Jehovah's Witness.

Who are the two witnesses? Bible Study Tools.

Who is the Fallen Star in Revelation 9:1? Reading Acts.

Who is "Babylon the Great" and From Where Will Antichrist Rise? Nigh Watch.

Who Started the flat earth conspiracy theory, how many actually believe this, and what do they believe exactly? Qrius (August 12, 2019).

Why is the Book of Enoch not in the Bible? Seventh Day Adventist Church.

Why is the Book of Enoch not regarded as Canonical? (2018-01-08).

Why we Believe in a Post-Tribulation Rapture. END TIME MINISTRIES.

Williams, J. Rodman. What Will Happen in the Battle of Armageddon? CBN.

Wolston, W. T. P. Behold the Bridegroom. Denver, Colorado: Wilson Foundation (1983): 60. Wright, Geoff. Daniel's 70th Week Started in 63 AD and Finished in 70 AD. Geoff Wright (January 21, 2015).

Wyler, Grace. This is Where the Battle of Armageddon Will Be Fought. BUSINESS INSIDER (Jan 18, 2013).

Yardley, J. NEW YORK TIMES (March 20, 2013).

Yellow Bunny Brand. There is a Flat Earth. Pinterest.

Yetter, A. H. "Is Jesus Coming Again? Christian Victory. Denver, Colorado: Christian Victory Publishing Company, Inc. Vol. 595 (September 1980): 20.

Younce, Max. D. What About the 144,000 Jews That Are Only Named in Revelation Chapter 7 and 14 ? Heritage Bible Church.

Z A Blog. The Intermediate State: What the Bible Tells Us. ZONDERVAN ACADEMIC (June 3, 2019).

Zefat, Narjas. Flat Earth – NASA Lying. Indy 100. (January 20, 2018).

Zionism. THIS DAY IN HISTORY (Aug 21, 2018).

FAHARASA

Did you love *Utata Kuhusu Nyakati za Mwisho*? Then you should read *Prosperity Gospel vs The Gospel*[1] by Dr Joseph Kinyanjui Karanja!

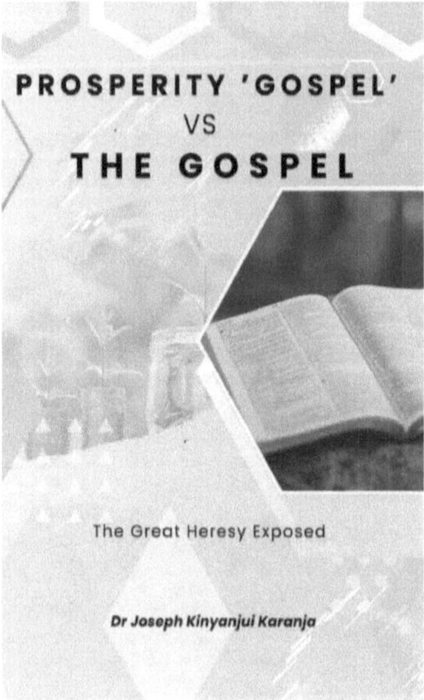

[2]

Prosperity Gospel vs The Gospel

Sweety foods are tasty at the glands. It feels good to have it in the mouth. However, as these delicacies, flavoured with salts, sugars, colorings, Preservatives, acids, artificial additives and fats get into our stomachs, and finally absorbed in the bloodstream, they end up costing us dearly, through life threatening diseases, or even death.

Herbs and fibre rich food on the other hand are bitter and tasteless. However, as they get absorbed into our bodies, they rejuvenate our body cells, clearing every trace of infection. This is occasioned by their possession of healing properties and nutritional

1. https://books2read.com/u/bW8nY1

2. https://books2read.com/u/bW8nY1

value. They do not only boost vitality. Rather, they promote our health as well.

This is exactly what happens when we consume **prosperity gospel** stuff. Prosperity gospel is sweet to the ear, and appealing to the eye. However, the effects are disastrous. Prosperity gospel does not only malnourish the Spirit man. Rather, it kills him altogether.

Prosperity gospel is so popular. It is the most sought product at the market today. It sells like hot cakes. This is contrary to the true gospel that is shunned, hence, fulfilling the scripture in 2 Timothy 4: 3-4. "For the time will come when they will not endure sound doctrine, but according to their desires, because they have itching ears, they will heap up for themselves teachers; and they will turn their ears away from the truth, and be turned aside to fables." (nkjv)

'Prosperity gospel' depicts itself as The Gospel, though in actual sense it is not. Beneath it lies deception that is not noticeable. The spiritual venom concealed in prosperity gospel is highly dangerous. It slowly consumes its recipient's soul, and eventually kills it.

This book aims at unveiling this flawed and mega deception, and attempt to separate the lie from the Truth.

Dr Joseph Kinyanjui Karanja is the senior pastor of The Fruitful Brethren Christian Centre, Ruiru, Kenya. He holds a Doctorate in counseling, a Doctorate in Christian Theology, a Masters in Counseling Psychology, and a Bachelors degree in Education (Arts), among others. Dr Kinyanjui is also the author of 'The Eschatological Dilemma'.

Also by Dr Joseph Kinyanjui Karanja

The Eschatological Dilemma
Prosperity Gospel vs The Gospel
Utata Kuhusu Nyakati za Mwisho

www.ingramcontent.com/pod-product-compliance
Lightning Source LLC
LaVergne TN
LVHW090217051026
849517LV00001B/93